இந்திய அரசியல் பொருளாதாரமும் வேளாண்மையும்

(நேரு முதல் மோடி வரை)

AF833823

முனைவர் **பு.அன்பழகன்**

எம்.ஏ.,பி.எட்.,எம்.பி.ஏ.,எம்.பில்.,பிஎச்.டி.

பாரதி புத்தகாலயம்

India Arasiyal Porulathaaramum Velanmaiyum (in Tamil)
Dr P.Anbalagan
First Published: August,2023
Published by
BHARATHI PUTHAKALAYAM
7, Elango Salai, Teynampet, Chennai - 600 018
Email: bharathiputhakalayam@gmail.com / www.thamizhbooks.com

இந்திய அரசியல் பொருளாதாரமும் வேளாண்மையும்
முனைவர் பு.அன்பழகன்
முதல் பதிப்பு: ஆகஸ்ட்,2023
வெளியீடு:
பாரதி புத்தகாலயம்
7, இளங்கோ சாலை, தேனாம்பேட்டை, சென்னை - 600 018.
தொலைபேசி : 044-24332424, 24330024 | விற்பனை: 24332924.

விற்பனை நிலையங்கள்
அருப்புக்கோட்டை: கதவுஎண் 49 A/4 மெயின் ரோடு, தெற்கு தெரு - 9994173551
ஈரோடு: 39: 39 ஸ்டேட் பாங்க் சாலை - 9245448353
கரூர்: நாரத கானசபா அருகில் (TNGEA OFFICE) - 9442706676
காரைக்குடி : 12, 2 வது தெரு, கம்பன் மணிமண்டபம் பின்புறம் - 9443406150
கும்பகோணம்: 352, ரயில் நிலையம் எதிரில் - 9443995061
குன்னூர்: N.K.N வணிக வளாகம் பெட்போர்ட்
கோவை: 77, மசக்காளிபாளையம் ரோடு, பீளமேடு - 8903707294
சிதம்பரம்: 22A / 18B தேரடி கடைத் தெரு, கீழவீதி அருகில் - 9994399347
செங்கல்பட்டு: 1 D ஜி.எஸ்.டி சாலை - 044 27426964
சேலம்: 15, வித்யாலயா சாலை சாலை
சேலம்: பாலம் 35, அத்வைத ஆஸ்ரமம் சாலை 0427 2335952
தஞ்சாவூர்: காந்திஜி வணிக வளாகம் காந்திஜி சாலை - 9655542400
திண்டுக்கல்: பேருந்து நிலையம் - 9942331105, 9976053719
திருச்சி: வெண்மணி இல்லம், கரூர் புறவழிச்சாலை - 9994289492
திருநெல்வேலி: நவஜீவன் டிரஸ்ட் வளாகம், 48-B/10, அம்பை ரோடு, வீரமாணிக்கபுரம் - 9442149981
திருப்பூர்: 447, அவினாசி சாலை - 9486105018
திருவண்ணாமலை: முத்தம்மாள் நகர்
திருவல்லிக்கேணி: 48, தேரடி தெரு - 9444428358
திருவாரூர்: 35, நேதாஜி சாலை - 9442540543
நாகர்கோவில்: 699 கே.பி.ரோடு R.V.புரம் - 9443450111
நெய்வேலி: பேருந்து நிலையம் அருகில், - 9443659147
பழனி: பேருந்து நிலையம் அருகில் - 7010760693
பாண்டிச்சேரி : கிழக்கு கடற்கரைச்சாலை, இலாசுப்பேட்டை, 9486102777
பெரம்பூர்: 52, கூக்ஸ் ரோடு - 9444373716
மதுரை: 37A, பெரியார் பேருந்து நிலையம் - 045 22324674
மதுரை: சர்வோதயா மெயின்ரோடு
வடபழனி: பேருந்து நிலையம் எதிரில் அடையார் ஆனந்தபவன் மாடியில் - 9444476967
விருதுநகர்: 131, கச்சேரி சாலை - 0456 2245300
வேலூர்: பேஸ் III, சத்துவாச்சாரி - 9442553893

நினைத்த நூல்கள்... நினைத்த நேரத்தில்... BharathiTV | www.bookday.in

thamizhbooks.com 8778073949

அச்சு : பிரிண்டெக், சென்னை - 600 005.

அணிந்துரை

பேராசிரியர் மு.நாகநாதன்★, எம்.ஏ.,எம்.எல்.,பிஎச்.டி.,டி.லிட்.

முனைவர் பு. அன்பழகன், பொருளாதாரத்தின் பல உட்கூறுகளைத் தேர்ந்தெடுத்து அவற்றின் பரிணாமங்களை ஆய்ந்து தமிழில் பொருளாதார நூல்களை வெளியிடும் முயற்சியில் தொடர்ந்து ஈடுபட்டுவருகிறார். வெற்றியும் பெற்று வருகிறார். 'இந்திய அரசியல் பொருளாதாரமும் வேளாண்மையும்' என்ற தலைப்பில் முனைவர். பு.அன்பழகன் எழுதிய இரண்டாவது நூலில் வேளாண் துறை பற்றிய பல அரியக் கருத்துகள் இடம் பெற்றுள்ளன. பொருளாதார வளர்ச்சிக்கு வேளாண் துறை அளித்துவரும் பங்களிப்புகள், வேளாண் துறை சந்தித்துவரும் அறைகூவல்கள் ஆகியன ஆய்வுக் கண்ணோட்டத்தோடு இந்நூலில் பலகருத்துகள் முன்மொழியப்பட்டுள்ளன. 1990க்குப் பிறகு தாராளமயமாதல், தனியார்மயமாதல், உலகமயமாதல் எனக் குறிப்பிடப்படுகிற கொள்கைத் திட்டத்தை இந்தியா ஏற்ற பிறகு வேளாண் துறை சந்தித்துவரும் பிரச்சினைகள் இந்நூலில் உரிய வகையில், உரிய முறையில் விளக்கப்பட்டுள்ளன.

இந்திய வேளாண் துறை கடந்த 18ஆம் நூற்றாண்டிலிருந்து இன்றுவரை பல்வேறு சிக்கலான பிரச்சினைகளைச் சந்தித்து வருகிறது. கிழக்கிந்திய குழும ஆட்சியில் நூறு ஆண்டுகளும் (1757 முதல் 1857), பிரித்தானியப் பேரரசின் நேரடி ஆட்சியின்கீழ் 90 ஆண்டுகளும் (1857 முதல் 1947 வரை) இந்திய பொருளாதாரத்தின் அனைத்து வளர்ச்சிக் காரணிகளும் முடக்கப்பட்டன. இந்தியாவின் வள ஆதாரங்கள் கொள்ளையடிக்கப்பட்டு இங்கிலாந்துக்கு எடுத்துச் செல்லப்பட்டு அங்கு உற்பத்திப் பொருள்களாக மாற்றப்பட்டு உலக சந்தையில் விற்கப்பட்டன.

வேளாண் துறை பிரித்தானிய ஏகாதிபத்தியத்திற்குப் பல மூலப் பொருள்களை வழங்கியது. ஆனால், வேளாண் துறை மிகவும் பின்தங்கிய நிலையிலேயே இருந்தது. குறிப்பாக, வேளாண் குடியினர் பல இன்னல்களைச் சந்தித்தனர். நிலவரி என்கிற

★மேனாள் துணைத்தலைவர், மாநிலத் திட்டக்குழு, தமிழ்நாடுஅரசு,
பேராசிரியர் மற்றும் தலைவர் (ஓய்வு), பொருளியல் துறை, சென்னைப் பல்கலைக்கழகம்

பெயரில் குடியானவர்களின் உரிமைகள் பறிக்கப்பட்டன. வேளாண் குடிகள் கடன் பெற்றுத்தான் வாழ்க்கையை நடத்தும் சூழலுக்குத் தள்ளப்பட்டனர். ஒருபக்கம் நிலவுடைமையாளர்களின் ஒடுக்குமுறை, மறுபக்கம் பசியும் பட்டினியும் கோலோச்சிய கொடுமையான வாழ்நிலையில் வதங்கினர்.

வேளாண் துறையில் உற்பத்தி செய்யப்பட்ட பல்வேறு உற்பத்திப் பொருள்களைப் பரிமாற்றம் செய்யமுடியாத நிலையில் உற்பத்தி சக்திகள் இந்தியாவில் முடக்கப்பட்டன. "இயற்கை அளித்த பெரும் செல்வத்திற்கிடையில் சமூக அவல நிலை இருப்பது இந்தியாவைத்தவிர வேறெங்குமில்லை. இங்கிலாந்து நாடாளுமன்றக் குழுவின்முன் இது மெய்ப்பிக்கப்பட்டுள்ளது" *(Nowhere, more than in India, do we meet with social destitution in the midst of natural plenty, for want of the means of exchange. It was proved before a committee of the British House of Commons in 1848 - Karl Marx, Frederick Engels – On the National and Colonial Questions: Selected Writings, ed. Aijaz Ahmad p.15, pp.71-72)* என்று அறிஞர் காரல் மார்க்சு குறிப்பிட்டுள்ளார்.

இவ்வாறு, பிரித்தானிய அரசு அரசியல், பொருளாதார ஒடுக்குமுறையை மேற்கொண்டபோது இங்கிலாந்தின் பல்கலைக்கழகங்களில் உயர்பட்டங்களைப் பெற்று இந்திய ஆட்சிப்பணியில் *(ICS)* சேர்ந்து மக்கள் படும் இன்னல்களைக் கண்டு பல துணிச்சலான நடவடிக்கைகளைப் பலர் மேற்கொண்டனர். சான்றாக, தமிழ்நாட்டில் பென்னிகுயிக் தனது சொந்த செலவில் முல்லைப் பெரியாறு நீர்ப்பாசன அணையைக் கட்டியதுபோல பஞ்சாபில் சர் மால்கம் லயால் டார்லிங், ஆட்சிப்பணியை ஏற்று வேளாண் குடியினர் பட்ட துயரங்களை ஆய்வுசெய்து 1925ஆம் ஆண்டில் 'பஞ்சாப் உழவர்கள் வளத்திலும், கடனிலும்' *('The Punjab Peasant in Prosperity and Debt' by Sir Macolm Lyall Darling)* என்ற நூலினை எழுதினார். இந்திய பனியாக்கள் அதிக வட்டியில் கடன் வழங்குவதை நிறுத்த கூட்டுறவுத் துறையே சிறந்த முறை எனப் பரிந்துரையை வழங்கினார். மக்களின் வாழ்நிலையைக் கண்டறிவதற்குக் குதிரையில் ஏறி 2300 கிலோமீட்டர் பயணம் செய்தார். அவர் எழுதிய நூலில், 'இந்திய உழவன் கடனில் பிறக்கிறான், கடனில் வாழ்கிறான், கடனிலேயே இறக்கிறான், கடனையே உயிலாக அடுத்த தலைமுறைக்கு வழங்குகிறான்' *(Indian farmer born in debt, lives in debt, dies in debt and bequeaths the debt)* என்ற புகழ் பெற்ற சொற்றொடரை வழங்கினார்.

இந்தியா விடுதலைக்குப்பின் பிரதமராக நேரு பொறுப்பேற்றபோது முதல் ஐந்தாண்டுத் திட்டத்தில் மொத்த நிதி ஒதுக்கீடான 1960 கோடியில் ரூபாய் 600 கோடி அளவிற்கு வேளாண்மை, நீர்ப்பாசனத் திட்டங்களுக்கு நிதி ஒதுக்கீடு செய்யப்பட்டது. இது மொத்த நிதி ஒதுக்கீட்டில் 30.6 விழுக்காடாகும். பின்பு இரண்டாம் ஐந்தாண்டுத் திட்டக்காலத்தில் தொழில் துறைக்கு முன்னுரிமை வழங்கியதால் வேளாண்மை, நீர்ப்பாசனத் திட்டங்களுக்கான நிதி ஒதுக்கீடு 10 விழுக்காடு குறைக்கப்பட்டது. வேளாண் துறைக்கான இந்த நிதிக்குறைப்பு பல பாதிப்புகளை இரண்டாம் ஐந்தாண்டுத் திட்டத்திற்குப் பிறகு ஏற்படுத்தியது. மூன்றாம் ஐந்தாண்டு திட்டக்காலத்தில் இந்தியாவில் பெரும் உணவுப்பஞ்சம் ஏற்பட்டது. அப்போது பிரதமராகப் பொறுப்பேற்ற லால் பகதூர் சாஸ்திரி, 'போர்வீரன் வெல்க! விவசாயி வெல்க!' (ஜெய் ஜவான், ஜெய் கிசான்) என்ற முழக்கத்தை முன்னிறுத்தினார்.

இதற்குப் பிறகு, பசுமைப் புரட்சித் திட்டத்தின் வழியாக வேளாண் பொருள்களின் உற்பத்தியைப் பெருக்கும் முயற்சிகள் மேற்கொள்ளப்பட்டன. 1960களில் 1970களில், எல்லா மாநிலங்களிலும் சீரான நிலச்சீர்திருத்தச் சட்டம் நடைமுறைப்படுத்தப்படவில்லை. இந்தியாவின் பல மாநிலங்களில் மக்கள் வளாண் தொழிலிலிருந்து விலகி தொழில்,பணித்துறைகளுக்குச் செல்லும் நிலை ஏற்பட்டது. இதன் காரணமாக நிலவுடைமையாளர்களின் ஆதிக்கம் குறைய தொடங்கியது. நடுத்தர சிறு, குறு விவசாயிகளின் எண்ணிக்கை பெருகியது. ஆனால், உத்தரப் பிரதேசம், மத்தியப்பிரதேசம் போன்ற வடமாநிலங்களில் இன்றளவும் நிலவுடைமையாளர்களின் ஆதிக்கம் தொடர்கிறது.

1980க்குப் பிறகு தொழில் துறையின் வளர்ச்சி பெருகியதால், நாட்டின் ஒட்டுமொத்த வளர்ச்சியில் வேளாண் துறையின் பங்குக் குறையத் தொடங்கியது. அகில இந்திய அளவில் 2015-16 புள்ளிவிவரங்களின்படி 4 ஏக்கருக்குக் குறைவான விளைநிலங்களை 86 விழுக்காட்டு சிறு குறு விவசாயிகள் பெற்றுள்ளனர். தமிழ்நாட்டில் 93 விழுக்காட்டு அளவில் சிறு குறு விவசாயிகள் உள்ளனர். தொழில்நுட்பம், உரியநேரத்தில் உரியக் கடன் ஆகியன வேளாண் துறையின் எதிர்கால வளர்ச்சிக்கு முதன்மையான வகையில் பங்காற்றுகின்றன. பயிர்க்காப்பீட்டுத் திட்டம்

பெருமளவிற்கு வேளாண் தொழில் வளர்ச்சிக்குத் தேவைப்படுகிறது. பெருமழை, வெள்ளம், வறட்சி ஆகிய இயற்கை காரணங்களால் வேளாண் தொழில் பெரும் பாதிப்புக்கு உள்ளாகிறது. சுற்றுச்சூழல் பாதிப்பால் வேளாண் துறை பெருமளவில் பாதிக்கப்பட்டு வருகிறது. காலச்சூழல் மாற்றத்தின் காரணமாகப் பருவமழை பல ஆண்டுகள் பொய்த்துவிடுகிறது, வறட்சியும் பத்தாண்டுகளுக்கு ஒருமுறை ஏற்படுகிறது. வேளாண்மைத்துறை உற்பத்தி பாதிப்பிற்கு உள்ளாகிறது. சான்றாக, தமிழ்நாட்டில் 2000ஆம் ஆண்டில் தொடங்கி 2003வரை தொடர் வறட்சி ஏற்பட்டு டெல்டா மாவட்டங்களில்கூட வேளாண் நிலங்கள் வறட்சியால் வெடித்தன. ஆனால், 2004இல் பெய்த பெருமழை மீண்டும் வேளாண் நிலங்களில் வெள்ளம் புகுந்து பயிர்களின் வளர்ச்சியைத் தடை செய்தன. கடும் வறட்சி, பெருமழை, பெருவெள்ளம் ஆகிய இயற்கை சீற்றங்கள் மாறி மாறி வேளாண்துறையின் வளர்ச்சியை தடைசெய்து வருகின்றன.

இத்தகைய சூழலில், உலகமயமாதல் கொள்கையை ஏற்ற பிறகு வேளாண் துறைக்குத் தொடர்ந்து அச்சுறுத்தல்கள் ஏற்பட்டு வருகின்றன. 2001இல் தோகா நகரில் நடைபெற்ற உலக வர்த்தக நிறுவன மாநாட்டில், அன்றைய ஒன்றிய அரசின் வர்த்தக அமைச்சராக இருந்த முரசொலிமாறன் கலந்துகொண்டு இந்தியாவின் வேளாண், பொதுச் சுகாதாரத் துறைகளில் தற்சார்புக் கொள்கைகளை நிலைநிறுத்த ஆதிக்க நாடுகளோடு வாதாடி வெற்றி பெற்றார். ஆனால் ஆதிக்க நாடுகளோ இன்றளவும் தங்களின் வேளாண் துறையை பாதுகாப்பதற்காக உலக வர்த்தக நிறுவனம் வகுத்த விதிகளுக்கு எதிராகவே உதவித்தொகையை வேளாண் துறைக்கு வழங்கி வருகின்றன. ஆனால், இந்தியா வேளாண் துறைக்கு அரசு சார்பில் உதவித் தொகையோ அல்லது ஊக்கத் தொகையோ வழங்கக்கூடாது என்று வளர்ந்த அமெரிக்க, ஐரோப்பிய நாடுகளின் அழுத்தத்தால் உலக வர்த்தக நிறுவனம் வலியுறுத்தி வருகிறது. மேலும் வேளாண் துறையைச் சந்தைப்படுத்தும் முயற்சிகள் தனியார் ஆதிக்கத்திற்கு வழிவகுத்து விடுகிறது.

இந்தியாவில் வேளாண் தொழிலில் ஈடுபடுவோர் தொடர்ந்து பல சிக்கல்களைச் சந்தித்து வருகின்றனர். வேளாண் துறை இந்திய மக்களின் உணவுப் பாதுகாப்பிற்கு அடித்தளமாக உள்ளது. தொழில் துறை, பணித் துறைகளில் உள்நாட்டு, வெளிநாட்டு முதலீடுகளைப் பெறுவதற்காகப் பல வரிச்சலுகைகளும் வழங்கப்பட்டு வருகின்றன. 1990களில் இருந்து மேற்குறிப்பிட்ட துறைகளுக்கு அளிக்கப்பட்ட

வரிச்சலுகையால் ஒன்றிய அரசு ஏறக்குறைய 200 லட்சம் கோடி ரூபாய் அளவிற்கு நிதி இழப்பினைச் சந்தித்துள்ளது. இதில் 10 விழுக்காட்டு அளவிற்கு வேளாண் துறைக்கு அளித்திருந்தால் வேளாண் துறையின் வளர்ச்சியின் பயன்கள் வேளாண் குடியினருக்கும் சென்றிருக்கும். இத்தகைய சலுகைகளுக்குப்பிறக்கும் தொழில் துறை எதிர்பார்த்த அளவிற்கு வளர்ச்சியைப் பெற்று வேலை வாய்ப்புகளைப் பெருக்கவில்லை என்பதைப் புள்ளிவிவரங்கள் சுட்டுகின்றன. ஒன்றிய அரசின் புள்ளியியல் மற்றும் திட்டச் செயலாக்கத் துறையின் 2021ஆம் ஆண்டு புள்ளிவிவரப்படி, இந்தியப் பொருளாதார வளர்ச்சிக்கு வேளாண்துறையின் பங்கு உலக நாடுகளின் சராசரியான 6.4 விழுக்காட்டை விட அதிகமாக உள்ளது. உலகப் பொருளாதார வளர்ச்சியில் தொழில் துறையின் பங்கு 30 விழுக்காடாகவும், பணித்துறையின் பங்கு 63 விழுக்காடாகவும் உள்ளன. ஆனால், இந்தியாவின் வளர்ச்சி இந்த இரு துறைகளிலும் உலக சராசரி பங்களிப்பைவிட குறைந்த அளவே உள்ளது.

2004முதல் 2012ஆம் ஆண்டுவரை ஒவ்வொரு ஆண்டும் ஏறக்குறைய 50 லட்சம் வேளாண் குடியினர் வேளாண்துறைசாராத தொழிலுக்குச் சென்றனர். இந்த வேலை வாய்ப்புகளில் தொழிலாளர்களின் சராசரி கூலி உயர்ந்தது. தனியார் நுகர்ச்சிச் செலவும் அதிகரித்தது. இக்காலகட்டத்தில் முதன்முதலாக அடிப்படை வறுமையில் இருந்தவர்கள் குறையத் தொடங்கினர். ஆனால், 2012க்குப் பிறகு வேளாண் சாராத தொழில்கள் வளர்ச்சி சரியத் தொடங்கியது. 2018-19இல் 42.5 விழுக்காடு வேலைவாய்ப்புகள் வழங்கிய வேளாண் துறையில், 2020-21இல் 46.5 விழுக்காடாக உயர்ந்துள்ளது. இது ஓர் அதிர்ச்சியான எச்சரிக்கை தரும் புள்ளி விவரமாகும். ஆனால், வேளாண் பொருள்களை உற்பத்தி செய்யும் வேளாண் குடியினரின் வாழ்வு நிலை பாதுகாப்பாக இல்லை. சந்தைப்படுத்தும் நோக்கில் வேளாண் துறையை ஒரு வணிகத் துறையாக மாற்றுவதற்காக 2020இல் மோடி தலைமையிலான ஒன்றிய அரசு 3 வேளாண் சட்டங்களை நாடாளுமன்றத்தில் நிறைவேற்றியது. ஏற்கெனவே கடும் நிதிச் சிக்கல்களைச் சந்திக்கும் வேளாண் குடியினர் தாங்கள் உற்பத்தி செய்யும் பொருள்களுக்குக் குறைந்தபட்ச ஆதார விலையை இச்சட்டங்கள் பறித்துவிடும் என்று அஞ்சினர். விடுதலை பெற்ற இந்திய வரலாற்றில் மிகப் பெரிய களம் அமைத்துப் போராடி நூற்றுக்கணக்கானவர்கள் உயிரிழந்த

பிறகுதான் 2021இல் இச்சட்டங்கள் திரும்பப் பெறப்பட்டன. இருப்பினும், பிரதமர் மோடி அவர்களால் நாடாளுமன்றத்தால் அளிக்கப்பட்ட உறுதிமொழிகள் இன்றளவும் நிறைவேற்றப்படவில்லை.

இதுபோன்று பல்வேறு கருத்துகள் தரவுகளோடு இந்நூலில் இடம் பெற்றுள்ளன. இந்தியப் பொருளாதாரத்தை அறிந்து கொள்ளவும், குறிப்பாக வேளாண் துறை பெற்ற வெற்றிகளும், தோல்விகளும் அதற்கான காரணங்களும் இந்நூலில் ஆய்வுக்கு உட்படுத்தப்பட்டுள்ளன. எனவே. முனைவர் பு.அன்பழகன் எழுதிய இந்த அரிய நூலை ஆசிரியர்கள், ஆய்வு மாணவர்கள், மாணவர்கள் அனைவரும் படித்து பயனுற வேண்டும் என்று விரும்புகிறேன்.

இந்நூல் ஆசிரியருக்கும், இந்நூலைப் வெளியிடும் பாரதி புத்தகாலயத்திற்கும் எனது வாழ்த்துகளைத் தெரிவித்துக் கொள்கிறேன்.

நாள்: 05.05.2023

பேரா. மு.நாகநாதன்

என்னுரை

வேளாண்மை, கால்நடை வளர்ப்பு போன்றவை மனிதர்கள் மேற்கொண்ட முதல் தொழிலாகும். இந்தியா இயற்கையோடு இயைந்த வாழ்வு நெறிதனைக் கட்டமைத்துக்கொண்ட மக்களையுடையது. இந்தியாவின் வேளாண்மையானது மக்களின் பண்பாடு, கலாச்சாரம், மொழி போன்றவற்றுடன் பிணைந்துள்ளது. மனிதர்கள் அடிப்படையில் உயிர் வாழத் தேவையான உணவினை அளிப்பதாக வேளாண்மை உள்ளது, தற்போது இதனையும் தாண்டி போதிய ஊட்டச்சத்து மற்றும் நலமான வாழ்வு அளிப்பதை உறுதி செய்யவும் வேளாண்மையின் முக்கியத்துவம் காணப்படுகிறது. இந்தியாவை ஆண்ட அரசர்கள் வேளாண்மை செழிக்க ஏரி, குளம், கால்வாய், நெற்களஞ்சியம் போன்றவற்றை கட்டமைத்துக் கொடுத்திருந்தனர். அரசுக்கான முதன்மையான வருவாய் வரி வழியாக வேளாண்மையிலிருந்து பெறப்பட்டது. வேளாண் தொழிலில் ஈடுபட்டவர்களுக்கும் அதனைச் சார்ந்த தொழில்களை மேற்கொண்டவர்களுக்கும் ஆண்டு முழுவதும் வேலைவாய்ப்பை உருவாக்கித் தந்துள்ளது. வளமான பகுதி என்பது நீர்நிலைகளின் அடிப்படையிலே இனம் காணப்படுகிறது. நீர்த்தடங்களைப் பயன்படுத்தி உபரியான வேளாண் விளைபொருள்களை வாணிபப் பரிமாற்றம் செய்யப்பட்டது. சக்கரங்கள் கண்டுபிடிக்கப்பட்டபின் சாலைப் போக்குவரத்து பெருமளவிற்கு வாணிபம் பெருகுவதற்கு உதவியது. இம்மாற்றங்களால் வேளாண் உற்பத்திப் பொருள்களால் உற்பத்தித் தொழில்களை நோக்கிப் பயணிக்கத் தொடங்கியது. இதனுடன் பண்டமாற்று முறையும் உருவாகியது. நவீன காலத்தில் வேளாண்மை, தொழில், சேவை என்று மூன்று துறைகளாகப் பொருளாதார அளவுகோலுக்காகப் பகுக்கப்பட்டது.

இந்தியா என்ற தேசம் கட்டமைக்கப்படாத நிலையில் ஐரோப்பியர்கள் இந்தியாவின் வளத்தினால் ஈர்க்கப்பட்டு வாணிப நோக்கத்திற்குக்காக வந்தேறினர். அரசியல் அடிப்படையில் பிரித்தாண்டு இந்தியத் தேசத்தைத் தங்களின் கட்டுப்பாட்டில் கொண்டுவந்தனர். பிரிட்டிஷ் இந்தியாவின் முதன்மையான வருமானம் வேளாண்மை வழியாகப் பெறப்பட்டது. இடைத்தரகர்களை உருவாக்கி வேளாண் வரி கட்டாயப்படுத்தி வசூல் செய்யப்பட்டதில் விவசாயிகள் பெரும் துயரத்திற்குத்

தள்ளப்பட்டனர். இந்தியச் சுதந்திரப்போராட்டத்தில் விவசாயிகளின் பங்கு முக்கியமானது. இந்தியா சுதந்திரம் அடைந்த பிறகு இதற்கெல்லாம் தீர்வுகளைக்காண திட்டங்கள் வகுக்கப்பட்டன. ஜவஹர்லால் நேரு தொடங்கி நரேந்திர மோடி முடிய இந்திய நாட்டை ஆண்ட பிரதமர்கள் பல்வேறு உத்திகளையும், திட்டங்களையும், கொள்கைகளையும் வேளாண்மை மேம்பாட்டிற்கு நடைமுறைப்படுத்தினர். இதன் விளைவுகள் பலதளங்களில் எதிரொலித்துள்ளது. இவற்றையெல்லாம் தெரிந்துகொள்ள இதுவரை தமிழில் புத்தகம் எனக்குத் தெரிந்த வரையில் ஏதும் வெளியிடப்படவில்லை. விவசாயிகள், அரசியலைச் சார்ந்தவர்கள், ஆய்வாளர்கள், கல்வியாளர்கள், மாணவர்கள், போட்டித் தேர்விற்கு முயல்பவர்கள், ஆட்சியாளர்கள் என அனைத்து தரப்பினரும் அறிவதற்காக இந்த நூல் எழுதப்பட்டுள்ளது. நான் அடிப்படையில் ஒரு விவசாயி, வேளாண்மைச் சாகுபடியில் ஈடுபட்டிருக்கிறேன், தமிழ்நாடு அரசின் பொருளியல் மற்றும் புள்ளியில் துறை மற்றும் ஆராய்ச்சி நிறுவனங்களில் பணியாற்றும்போது புள்ளிவிவரங்களை கையாள்வதில் பல்வேறு தளங்களில் பயணித்துள்ளேன், பயிற்றுவிப்பவராகவும், ஆய்வாளராகவும் அனுபவம் பெற்றுள்ளேன். இத்துடன் நான் வேளாண்மையின் பரிமாணங்கள் எவ்வாறு மாற்றத்தை எதிர்கொண்டு வருகிறது என்பதைக் கண்கூடாகவும், கற்றறிவாகவும், பெற்றறிவாகவும் அறிந்துள்ளேன். எனவே எனக்கு இந்திய வேளாண்மையை பற்றிய நூலை எழுத வேண்டும் என்ற ஆவல் மேலோங்கியிருந்தது. இதனைத் தொடர்ந்து ஜூலை 2022 முதல் பிப்ரவரி 2023 முடிய இதைப்பற்றி பாரதி புத்தகாலயத்தின் www.bookday.in-ல் தொடராக என்னால் படைக்கப்பட்ட கட்டுரைகள் பரவலாக அனைத்து தரப்பிலும் வரவேற்பு பெற்றதைத் தொடர்ந்து இந்தநூல் உருவாகியுள்ளது.

சமூக நீதி, சமத்துவம், பொருளாதாரம், அரசியல், மனிதநேயம், முற்போக்குச் சிந்தனைகளைக் கற்பித்து வருபவரும், அவ்வழியில் நான் உட்படப் பலரும் பயணிக்கக் காரணமானவரும், தமிழ்நாட்டில் பல்வேறு புரட்சிகரமான திட்டங்களை நடைமுறைப்படுத்தக் காரணமானவரும், திராவிட இயக்க முற்போக்கு சிந்தனையாளருமான என்னுடைய ஆசிரியர் பேரா.மு.நாகநாதன், தமிழ்நாடு மாநிலத் திட்டக்குழுவின் மேனாள் துணைத்தலைவர், சென்னைப் பல்கலைக்கழகத்தின் பொருளியல் துறைத்தலைவர் (ஓய்வு) அவர்கள் இந்த நூல் எழுதுவதற்குத் தூண்டுகோலாகவும் வழிகாட்டியாகவும் இருந்தார் அவருக்கு எனது மனமார்ந்த

நன்றியினைத் தெரிவித்துக்கொள்கிறேன். முனைவர் சாந்தி நாகநாதன், சமூக நீதி மருத்துவர் நா. ஏழிலன் ஆயிரம் விளக்குச் சட்டமன்ற உறுப்பினர் ஆகியோர் அன்பிற்கும், வழிகாட்டுதலுக்கும் என் நன்றியினைத் தெரிவித்துக்கொள்கிறேன்.

இந்த நூல் தொடராக வெளியிட்டபோது அதற்கான ஆலோசனைகளையும், ஆதரவினையும் அவ்வப்போது தெரிவித்துவந்த பேரா. வி.சிவப்பிரகாசம், பேரா.எஸ்.ராஜேந்திரன், முனைவர் ஆர்.பாலசுப்பிரமணியம், முனைவர் எம்.கௌஹர் ஜான், முனைவர் பி.முத்துலட்சுமி, முனைவர் என்.மணி, ஆகியோருக்கு எனது நன்றியினைத் தெரிவித்துக்கொள்கிறேன்.

எனக்கு எப்போதும் ஆலோசனைகள் அளித்து மேம்பாடு அடைய உறுதுணையாக இருக்கும் என் நெருங்கிய நண்பர் திரு. நா.பாலசுந்தரம் அவர்களுக்கு எனது நன்றியினைப் பதிவிடுகிறேன். வேளாண்மையைப் பற்றி நேரு முதல் மோடி வரை கட்டுரை எழுதப் போகிறேன் என்று கூறியதும் 'அதனைத் தொடராக முதலில் வெளியிடுங்கள்' என்று கூறியது மட்டுமல்லாமல் அதற்காக வாரா வாரம் ஞாயிறு அன்று www.bookday.in-இல் இடம் ஒதுக்கி வெளியிட உதவிய பாரதி புத்தகாலயத்தின் பதிப்பாளர் மேலாளர் தோழர் க.நாகராஜன் அவர்களுக்கு எனது நெஞ்சார்ந்த நன்றி. ஒவ்வொரு வாரமும் இக்கட்டுரைகள் தொடராக வெளியீட்டுப் பணியை மேற்கொண்ட தோழர் நரேஷ் அவர்களுக்கு எனது நன்றி.

என் வாழ்வில் நற்பண்புகளை வளர்த்தெடுத்து ஒளிவிளக்காய் திகழ்ந்த என்னுடைய அப்பா திரு சோ.புண்ணியமூர்த்தி ஆசிரியர் (மறைவு), என்னை ஈன்றெடுத்து வளர்த்த என் அம்மா திருமதி. பு.வசந்தா ஆகியோருக்கு என் நன்றியினையும் இந்த நூலையும் காணிக்கையாக்குகிறேன். எப்போதும் எனக்குத் துணையாய் நிற்கும் என் மனைவி முனைவர் எம்.விஜயா, எனது தம்பிகள் பு.செல்லப்பாண்டியன், பு.சரவணன், முனைவர் பு.கந்தன், முனைவர் பு.ராஜேஷ், எனது மகள் அ.மித்ரா, மகன் மருத்துவர் அ.மூர்த்தி இளமாறன் ஆகியோரின் ஒத்துழைப்பிற்கு எனது அன்பான நன்றி. இந்த நூலை தொடராக வெளியிட்ட www.bookday.in இணைய இதழுக்கும் சிறப்பாக பதிப்பித்துள்ள பாரதி புத்தகாலயத்திற்கும் எனது நன்றியினைப் பதிவு செய்கிறேன்.

- முனைவர் பு.அன்பழகன்

உள்ளடக்கம்

1. நூல் அறிமுகம் 17
2. சுதந்திரத்திற்கு முன்பு வேளாண்மையின் நிலை 27
3. நேருவும் வேளாண்மை உள்கட்டமைப்பும் 49
4. லால்பகதூர் சாஸ்திரியும் உணவுப் பற்றாக்குறையும் 58
5. இந்திரா காந்தியும் பசுமைப் புரட்சியும் 66
6. ஜனதா அரசும் (மொரார்ஜி தேசாய், சரண்சிங்) வேளாண்மையும் 78
7. ராஜீவ் காந்தியும் மஞ்சள் புரட்சியும் 85
8. வி.பி.சிங் - குழப்பமான அரசியல் நிலையும் வேளாண்மையும் 93
9. பி.வி.நரசிம்மராவின் பொருளாதாரச் சீர்திருத்தங்களும் வேளாண்மையும் 102
10. ஐக்கிய முன்னணி அரசும் (எச்.டி.தேவகௌடா, ஐ.கே.குஜரால்) வேளாண்மையும் 121
11. தேசிய ஜனநாயகக் கூட்டணியும் (அடல் பிஹாரி வாஜ்பாய்) வேளாண்மைக்கான கிராமப்புற உள்கட்டமைப்பும் 132
12. ஐக்கிய முற்போக்குக் கூட்டணியின் (மன்மோகன்சிங்) புது தாராளமயக் கொள்கையும் வேளாண்மையும் 148
13. நரேந்திர மோடியும் வேளாண்மைச் சந்தைப் பொருளாதாரமும் 166
14. வேளாண்மை விளைபொருள்களுக்கான குறைந்தபட்ச ஆதரவு விலையினை அரசு அளிக்கிறதா? 197
15. இந்திய வேளாண்மை கடனும் விவசாயிகளின் தற்கொலைகளும் 207
16. இந்திய வேளாண்மை பயிர்க் காப்பீட்டுத் திட்டங்களும் சிக்கல்களும் 218
17. இந்தியாவின் வேளாண்மை சூழலியல் மாறுபாடுகள் 226
18. இந்தியாவில் உணவுப் பணவீக்கம் 234
19. வேளாண்மைச் சிக்கல்களும் தீர்வுகளும் 243

அட்டவணைப் பட்டியல்

1. இந்திய வேளாண்மையின் போக்கு *(1865- 1940)* 30

2. இந்தியாவின் தேசிய வருமானம் மற்றும் வேலை ஆற்றலின் பங்கு 30

3. மொத்த உள்நாட்டு உற்பத்தி மற்றும் துறைவாரியான வளர்ச்சி 31

4. சுதந்திரத்திற்கு முன்பு இந்தியாவில் பஞ்சம் 34

5. இந்தியப் பொருளாதார வளர்ச்சி *(1900-1965)* 55

6. சாஸ்திரி காலத்தில் இந்தியப் பொருளாதார மாற்றம் 64

7. இந்திரா காந்தி பிரதமராக இருந்தபோது மேற்கொண்ட நடவடிக்கைகள் 67

8. இந்திரா காந்தி ஆட்சியில் பொருளாதார வளர்ச்சி 76

9. ஜனதா அரசில் வேளாண்மையின் போக்கு 84

10. வேளாண் உற்பத்தி வளர்ச்சி *(1950-1990)* 89

11. இந்தியப் பொருளாதாரத்தின் போக்கு *(1950-1990)* 92

12. இந்தியாவின் மொத்த உள்நாட்டு உற்பத்தியின் சராசரி ஆண்டு வளர்ச்சி வீதம் 98

13. இந்தியாவின் பொருளாதார வளர்ச்சி *(1972-2002)* 105

14. இந்திய வேளாண்மையின் போக்கு *(1990-1996)* 113

15. வேளாண் சாகுபடியின் பரப்பளவு, உற்பத்தி, உற்பத்திறனின் போக்கு 114

16. ஒப்பீட்டு அளவிலான துறைவாரியான செயல்திறன் 129

17. வேளாண் உற்பத்தி, உற்பத்தித் திறன் வளர்ச்சி 129

18. வாஜ்பாய் ஆட்சியில் இந்திய வேளாண் உற்பத்தி 143

19. இந்தியப் பொருளாதார செயல்பாடுகள் *(1950-2004)* 144

20. வேளாண்மை செயல்பாடுகள் (1981-2013-14) 158

21. ஐக்கிய முற்போக்குக் கூட்டணி அரசில் வேளாண்மையின் போக்கு 158

22. ஐக்கிய முற்போக்குக் கூட்டணி தேசிய ஜனநாயகக் கூட்டணி ஒப்பீடு 159

23. தற்போதைய குறைந்தபட்ச ஆதரவு விலைக்கும், செலவு C2யின் அடிப்படையில் கணக்கிடுவதற்குமான உள்ள வேறுபாடு 203

24. இந்தியப் பயிர்க் காப்பீட்டின் போக்கு 223

25. மொத்த விலைக் குறியீட்டு எண் மற்றும் நுகர்வோர் விலைக் குறியீட்டு எண் அடிப்படை வேறுபாடுகள் 235

26. டெல்லியில் பெட்ரோல், டீசல் விலை கட்டமைப்பு 238

வரைபடம் பட்டியல்

1.	இந்தியாவின் மொத்த உள்நாட்டு உற்பத்தி	91
2.	உணவு தானிய உற்பத்தி	130
3.	தேசிய ஜனநாயகக் கூட்டணி ஆட்சியில் இந்தியாவின் மொத்த உள்நாட்டு உற்பத்தி வளர்ச்சி	145
4.	ஒன்றிய அரசின் நிதி நிலை அறிக்கையில் வேளாண்மை, கிராமப்புற மேம்பாட்டிற்கான பொதுத் துறைக்கான ஒதுக்கீடு	154
5.	ஒன்றிய அரசின் வேளாண்மை, கிராமப்புற மேம்பாடு, மானியங்கள்மீதான ஒதுக்கீடு	155
6.	வேளாண்மையில் மூலதன ஆக்கம்	160
7.	இந்தியாவின் வேளாண் வளர்ச்சி (2013-14 முதல் 2018-19 வரை)	179
8.	இந்திய வேளாண் வளர்ச்சி (2016-17 முதல் 2021-22வரை)	191
9.	இந்திய விவசாயக் குடும்பங்களின் கடன் ஆதாரங்கள்	209
10.	இந்தியாவின் மொத்த மற்றும் விவசாயிகளின் தற்கொலை விகிதம்	215
11.	ஆண்டு சராசரி பணவீக்கப் போக்கு	236

1

நூல் அறிமுகம்

இந்திய வேளாண்மையானது வாழ்வியல், பண்பாடு, கலாச்சாரம், பாரம்பரியம் போன்றவற்றை அடிப்படையாகக் கொண்டதாகும். இந்தியா பல்வேறு காலநிலைகள், மண், தாவர இனங்கள், இயற்கை வளங்களை உடையது. இந்திய வேளாண்மையானது சுமார் 11000 ஆண்டுகள் வரலாற்றுப் பின்புலம் கொண்டது. இந்தியாவில் கால்நடை வளர்ப்பு, தாவரங்களை வளர்த்தல், வேளாண் சாகுபடி செய்தல் போன்றவை தொடர்ந்து தழைத்தோங்கியுள்ளது. இந்திய வேளாண்மை பெருமளவில் பருவமழையினைச் சார்ந்து உள்ளது. இயற்கைச் சீற்றம், பருவமழை பொய்த்ததன் காரணமாகப் பயிர் செய்வதில் பல்வேறு காலங்களில் தோல்வியினைக் கண்டுள்ளது. இதனால் விவசாயிகள் மட்டுமல்ல பொதுமக்களும் பல்வேறு இடர்பாடுகளை எதிர்கொண்டனர். இந்திய வேளாண்மையானது பாரம்பரிய முறையில் பயிர் சாகுபடி செய்தல், அதிக அளவில் பெண்களைச் சார்ந்திருப்பது, விவசாயிகள் வறுமை மற்றும் பட்டினியில் வாழ்வது, வெள்ளம் மற்றும் வறட்சியினை எதிர்கொள்ளுதல் எனப் பல்வேறு இயல்புகளைக் கொண்டுள்ளது. இந்தியாவின் வேளாண்மையானது பொருளாதாரத்தில் முக்கியப் பங்கு வகிக்கிறது. அடிப்படையில் வேலைவாய்ப்பை அளிப்பதாகவும், மக்களுக்கான உணவு தானியப் பொருள்களை உற்பத்தி செய்வதாகவும், தொழில் துறைக்கான மூலப்பொருள்களை உற்பத்தி செய்வதாகவும், நாட்டின் ஏற்றுமதியில் முக்கிய பங்களிப்பினை வழங்குவதாகவும், நாட்டின் பெருமளவிற்கான மக்களின் வாழ்வாதாரமாகவும் விளங்குகிறது.

வரலாற்றின் அடிப்படையில், இந்தியா சுதந்திரம் அடைவதற்கு முன்பு அவ்வப்போது இயற்கைச் சீற்றங்கள், பருவமழை பொய்த்தல், ஐரோப்பிய நாடுகளின் தேவையினை நிறைவு செய்யும் பொருட்டு புதிய வகைப் பயிர்களைச் சாகுபடி செய்ய வலியுறுத்தப்பட்டது போன்ற காரணங்களினால் உணவுப் பஞ்சம் காணப்பட்டது. 1769 – 1943ஆம் ஆண்டுகளுக்கிடையே 58 முதல்

83 மில்லியன் மக்கள் பஞ்சத்தால் பாதிக்கப்பட்டனர். இத்துடன் வேளாண்மை மீதான வரி மிகவும் அதிக அளவில் இருந்ததால் விவசாயிகள் பெரும் துயரத்திற்கு உள்ளானார்கள். இந்தியா சுதந்திரம் அடைந்தவுடன் ஐந்தாண்டுத் திட்டங்கள் செயல்படுத்தப்பட்டது. இதில் வேளாண்மைக்கு மிகவும் முன்னுரிமை அளிக்கப்பட்டது. ஆனாலும் சுதந்திரத்திற்குப் பிறகும் நிலையற்ற காலநிலை, மண் வளம் குறைதல், சுற்றுப்புறச்சூழல் பாதிப்பு, பயிர்களைப் பூச்சிகளின் தாக்குதல் போன்றவை தொடர்ந்து காணப்படுகிறது. இந்தியா 1950வரை உணவு போதாதிருந்த இருந்த நிலை மாறி 1960ல் உணவுப் பற்றாக்குறைக்கானதாக மாற்றமடைந்தது. 1990களில் உபரியான உணவு உற்பத்தி காணப்பட்டது. 2000களில் உணவு உற்பத்தியானது ஏற்றுமதியினை நோக்கியதாக இருந்தது. 2010களில் அனைவருக்குமான உணவுப் பாதுகாப்பு உறுதி செய்யப்பட்டது மட்டுமல்ல, உலக அளவில் உணவுப் பொருள்கள் ஏற்றுமதி செய்யும் முன்னணி நாடாகவும் இந்தியா மாற்றமடைந்துள்ளது.

இந்தியா சுதந்திரம் அடைந்தபோது 1950களில் அதிக உணவை உற்பத்தி செய்வோம் என்ற ஒற்றை முழக்கத்தை முன்னெடுத்தது. 1960களில் பசுமைப் புரட்சி நடைமுறைப்படுத்தப்பட்டபின் கோதுமை, நெல் உற்பத்தியில் 80 விழுக்காடு அளவிற்கு அதிகரித்து உணவுப் பாதுகாப்பை பின்னாளில் உறுதிசெய்தது. 1980களில் மஞ்சள் புரட்சியின் விளைவால் சமையல் எண்ணெய் உற்பத்தி பெரும் அளவிற்கு அதிகரித்தது. 1990களில் பருப்பு புரட்சியின் விளைவால் 2010களில் பருப்பு உற்பத்தியில் தன்னிறைவினை அடைந்தது. இதுபோன்று சர்க்கரைப் புரட்சியின் விளைவாக கரும்பு உற்பத்தியானது 1950-51 மற்றும் 2019-20ஆம் ஆண்டுகளுக்கிடையே 7 மடங்கு அதிகரித்துள்ளது. தற்போது, 1,575 புதிய விதை ரகங்கள் பயிரிடப்படுகிறது. 1950-51ல் 51 மில்லியன் டன் உணவு தானியம் உற்பத்தி செய்யப்பட்டது இது 2021-22ல் 314 மில்லியன் டன்னாக அதிகரித்துள்ளது. 1950-51ல் 135 மில்லியன் டன் வேளாண் உற்பத்தியாக (உணவு மற்றும் உணவல்லா விளைபொருள்கள்) இருந்தது சுமார் பத்து மடங்கு அதிகரித்து 2021-22ல் 1,300 மில்லியன் டன்னாக உயர்ந்துள்ளது. நிகர பயிரிடும் பரப்பானது 1950-51 மற்றும் 2021-22ஆம் ஆண்டுகளுக்கிடையே 1.1 மடங்கும், மொத்த சாகுபடிப் பரப்பு 1.3 மடங்கும் அதிகரித்துள்ளது. நெல், கோதுமை, பருத்தி, பழங்கள், காய்கறிகள், பருப்பு வகைகள், சணல், மீன், இறைச்சி, நறுமணப் பொருள்கள்,

தோட்டப் பயிர்கள் போன்றவற்றில் இந்தியா உலகிலே அதிகமாக உற்பத்திசெய்யும் நாடுகளில் ஒன்றாக உள்ளது. அதேசமயம் அளவிற்கு அதிகமாக உழைப்பாளர்கள் வேளாண்மையைச் சார்ந்திருத்தல், குறைவான உற்பத்தித் திறன், பின்னடைவான சாகுபடி முறை, குறைவாக லாபம் ஈட்டுவது, இயற்கை வளங்களை அதிகமாகச் சுரண்டுவது, வேளாண்மையின் மூலம் குறைவான வருவாய் பெறுவது என்ற நிலை வேளாண்மையில் காணப்படுகிறது. தொடர்ந்து குறைந்து வரும் சராசரி சாகுபடிப் பரப்பளவு, பெருமளவிற்குப் பருவமழையினை சார்ந்த நிலை, கணிசமான வேளாண் குடிகள் நிறுவனம் சாராக் கடனைப் பெறுதல், மிகவும் குறைவாக வேளாண் ஆராய்ச்சிக்கான நிதி ஒதுக்கீடு, சுற்றுப்புறச்சூழல் பாதிப்பு, தரம் குறைந்த மண்வளம், திறன் குன்றிய நீர் மேலாண்மை போன்ற பெரும் அறைகூவல்களை தற்போது இந்தியா எதிர்கொண்டுவருகிறது.

இந்தியாவின் மக்கள் தொகை தொடர்ந்து அதிகரித்து வருவதும் அதற்கு ஏற்ப அவர்களின் தேவையும் உயர்ந்து வருகிறது. இதற்கு வேளாண் உற்பத்தி குறைந்தது ஆண்டுக்கு 4 விழுக்காடுவரை வளர வேண்டும். மேலும் நகரமயமாதல், தலாவருமானம் அதிகரித்தது போன்ற காரணங்களால் நுகர்ச்சியின் போக்கில் மாற்றத்தை அடைந்துள்ளது. தரமான உணவு, காய்கறிகள், பழங்கள், இறைச்சிக்காகக் கால்நடைகள் வளர்த்தல், மீன், தாவர எண்ணெய், பால், சிறு தானியங்கள் போன்றவற்றின் தேவை மிகவும் அதிகமாக உயர்ந்துள்ளது. இதனை நிவர்த்திசெய்ய வேளாண்மையில் பெரும் மாற்றத்தைக் கொண்டுவரவேண்டிய அவசியம் உள்ளது. அதே சமயம் விவசாயிகளின் வருமானத்தை அதிகரிப்பது, ரசாயன உரப் பயன்பாட்டைக் குறைப்பது, வேளாண்மைக்கான அதீதமாகத் தண்ணீர் பயன்படுத்துவதைக் குறைப்பது, புதுப்பிக்கத்தக்க ஆற்றலின் பயன்பாட்டை அதிகரிப்பது, பசுமை இல்ல வாயுக்களின் தீவிரத்தைக் குறைப்பது, நிலத்தின் தன்மை குறைவதைத் தடுக்க மறுசீரமைப்பு நடவடிக்கையினை மேற்கொள்வது போன்றவை முக்கியமாகச் செயல்படுத்தவேண்டிய கட்டாயம் உள்ளது. உணவு மற்றும் ஊட்டச்சத்துப் பாதுகாப்பு, கிராமப்புற வாழ்வாதாரங்கள் சுற்றுப்புறச் சூழலோடு மேற்கொள்ளப்படுதலும் வேளாண்மை மேம்பாட்டிற்கான முக்கிய திட்டமிடலாகச் செயல்படுத்தப்பட வேண்டும்.

1950-51ல் மொத்த வேலை ஆற்றலில் 69.2 விழுக்காட்டினர் வேளாண்மை மற்றும் அதனைச் சார்ந்த துறைகளில் ஈடுபட்டிருந்தனர். இது 2019-20ல் 45.6 விழுக்காடாகக் குறைந்துள்ளது. இதே ஆண்டுகளில் தேசிய வருமானத்திற்கு வேளாண்மையின் பங்களிப்பு 61.7 விழுக்காடாக இருந்தது 14.8 விழுக்காடாகக் குறைந்துள்ளது (நிலையான விலையின் அடிப்படையில்). அண்மைக்காலமாகச் சேவைத் துறை, தொழில் துறை இரண்டும் இந்தியப் பொருளாதாரத்தில் முக்கியக் கேந்திரமாகத் திகழ்ந்தாலும், இவ்விரண்டு துறைகளிலும் வேளாண்மைத் துறையின் தாக்கம் பெருமளவிற்கு உள்ளது குறிப்பிடத்தக்கது. வேளாண்மைத் துறையினைத் தவிர்த்து இத்துறைகள் பெருக்கமடைய முடியாது என்பதை உணருதல் அவசியம். அனைத்து துறைகளின் சீரான வளர்ச்சியானது நாட்டின் உள்ளடக்கிய வளர்ச்சிக்கானதாக இருக்கும்.

1970களில் 'பசுமைப் புரட்சி' மூலம் முதலில் கோதுமை விளைச்சலும் பிறகு நெல் விளைச்சலும் அமோகமாக அதிகரித்தது. தற்போது இந்தியா உணவு உற்பத்தியில் தன்னிறைவினை அடைந்தது மட்டுமல்ல, உபரியாகவும் உற்பத்தி செய்யப்படுகிறது. இந்திய வேளாண் விளைபொருள்களின் தேவை உலகளவில் உருவாக்கியுள்ளது. இந்தியாவின் மொத்த ஏற்றுமதியில் வேளாண்மை பொருள்கள் 14 விழுக்காடு அளவிற்குப் பங்கெடுத்துள்ளது. பல வேளாண் பொருள்களின் உற்பத்தியில் உலக அளவில் முதல் ஐந்து இடங்களில் இடம்பெற்றுள்ளது. அதேசமயம் அதிக அளவிற்கான வேலைவாய்ப்பை அளிக்கும் துறையாக வேளாண்மை திகழ்ந்தாலும் ஒட்டுமொத்த பொருளாதாரத்திற்கு அதன் பங்களிப்பு தொடர்ந்து குறைந்துகொண்டே வந்துள்ளது. இந்த அடிப்படையில் சுதந்திரத்திற்கு முன்பு இந்தியாவைப் பிரிட்டிஷரால் ஆண்ட காலகட்டத்தில் வேளாண்மையின் நிலைமை எவ்வாறு இருந்தது என்பதும், சுதந்திரம் அடைந்து 75 ஆண்டுக் காலங்களில் ஜவஹர்லால் நேரு தொடங்கி நரேந்திர மோடி வரையிலான பிரதமர்களின் ஆட்சிக் காலங்களில் வேளாண்மையில் எத்தகைய உத்திகள் பின்பற்றப்பட்டன, இதனால் அடைந்த மாற்றங்கள் பற்றி வரிசைக்கிரகந்தமாகத் தொகுத்து ஒரு புத்தகமாக வெளியிடப்படுகிறது. இதில் அரசின் திட்டங்கள், கொள்கைகள், உணவுப் பற்றாக்குறையிலிருந்து சுயசார்பை எட்டியதற்கும்,

அதிலிருந்து ஏற்றுமதிக்கான தளத்தை அடைந்ததையும், தொடர்ந்து உலகளாவிய சந்தையை நோக்கித் தற்போது பயணம் செய்வதையும் இந்த நூலில் 19 கட்டுரைகள் வாயிலாக விவாதிக்கப்பட்டுள்ளது.

சுதந்திரத்திற்கு முன்பு வேளாண்மையின் நிலை என்ற இரண்டாவது கட்டுரையில் காலனி ஆதிக்கத்தில் கிழக்கிந்திய நிறுவனம், பிரிட்டிஷ் ஆட்சியில் வேளாண்மை மேம்பாட்டிற்கு முன்னெடுக்கப்பட்ட முயற்சிகள்பற்றியும், வேளாண்மை சாகுபடியில் ஏற்பட்ட மாற்றங்கள், நாட்டின் மொத்த வருமானத்தில் வேளாண்மையின் பங்களிப்பு, உள்கட்டமைப்பு உருவாக்கம், வேளாண் வர்த்தகம், இடைத்தரகர்கள், வேளாண்மை மீதான வரி, விவசாயிகளின் கடன், பஞ்சம், அரசின் கொள்கைகள், சுதந்திரப் போராட்டத்தில் விவசாயிகளின் பங்கேற்பு போன்றவை விவாதிக்கப்பட்டுள்ளது.

ஜவஹர்லால் நேரு இந்தியாவின் முதல் பிரதம மந்திரியாகப் பதவியேற்றபோது காலனி ஆதிக்கத்தினால் இந்தியா சீர்குலைந்திருந்ததைக் கட்டமைக்க பெரும் முயற்சிகளை மேற்கொண்டார். குறிப்பாக உடனடியாக வேளாண்மை மேம்பாட்டிற்காக நீர்ப்பாசன வசதி, மின்சாரம் போன்றவற்றின் அவசியத்தை உணர்ந்து அவற்றின் கட்டமைப்பை மேம்படுத்தினார். 1951லிருந்து 1964ஆம் ஆண்டு முடிய தன்னுடைய ஆட்சிக்காலத்தில் வேளாண்மை, தொழில் ஆகிய துறைகள் மேம்படவேண்டும் என்று உணர்ந்து பல்வேறு திட்டங்கள் நடைமுறைப்படுத்தப்பட்டது. இவற்றைப் பற்றி மூன்றாவது கட்டுரை விவாதிக்கிறது.

லால் பகதூர் சாஸ்திரி நேருவின் மறைவிற்குப்பிறகு பிரதமராக 1964 முதல் 1966 வரையில் பதவி வகித்தார். அரசியல்ரீதியாகவும், வெளிநாட்டு அச்சுறுத்தல்கள், பஞ்சம், போன்ற நிலையினைச் சாஸ்திரி தன்னுடைய ஆட்சிக் காலத்தில் எதிர்கொண்டாலும் உணவுப் பற்றாக்குறையினை தீர்ப்பதற்குக் குறுகிய கால தீர்வுகளை மேற்கொண்டது மட்டுமல்லாமல், நீண்டகால நோக்கில் பசுமைப் புரட்சிக்கான அடித்தளத்தை உருவாக்கினார். இதனைப்பற்றி நான்காவது கட்டுறையில் விவரிக்கப்பட்டுள்ளது.

கடுமையான உணவுப் பற்றாக்குறை, விலை உயர்வு, வறுமை, தீவிரவாதம், அரசியல் எதிர்ப்புபோன்ற பெரும் சவால்களை இந்திரா காந்தி பிரதமராகப் பதவிவகித்தபோது (1966 முதல் 1977 வரையும், மீண்டும் 1980 முதல் 1984வரையும்) எதிர்கொண்டார்.

கிராமப்புற மேம்பாடு, உணவுப் பற்றாக்குறையைப் போக்க நீண்டகால அணுகுமுறை ஆகிய இரண்டு முக்கிய உத்திகள் இவர் காலத்தில் மேற்கொள்ளப்பட்டது. இதனால் இந்தியா உணவு உற்பத்தியில் தன்னிறைவை அடைந்து, வறுமையின் தீவிரம் குறைக்கப்பட்டது, பொருளாதார அடிப்படையில் கடைநிலையில் வாழும் குறிப்பாகக் கிராமப்புற மக்களின் வாழ்வு நிலை மேம்பட்டது. இத்துடன் புதிய பொருளாதாரச் சீர்திருத்தத்திற்கு அடிகோலினார். பெருமளவிற்கான பொருளாதார மாற்றங்கள் இந்திரா காந்தியின் ஆட்சியில் நடைபெற்றதைப் பற்றி ஐந்தாவது கட்டுரையில் விவரிக்கப்பட்டுள்ளது.

இந்திரா காந்திக்கு எதிராக எதிர்க்கட்சிகள் ஒன்றிணைந்து மொரார்ஜி தேசாய் மற்றும் சரண்சிங் தலைமையில் ஜனதா அரசானது 1977 முதல் 1979வரை ஆண்ட காலங்களில் நிலம் மற்றும் குத்தகைச் சீர்திருத்தம், கிராமப்புற மேம்பாடு, வேளாண்மை ஏற்றுமதிக்கான அடித்தளம் அமைத்தது என பல்வேறு செயல்பாடுகள் முன்னெடுக்கப்பட்டன. அரசியல் நிலையற்றபோக்கினால் இம் முயற்சிகள் பெருமளவிற்குப் பயன் அளிக்கவில்லை. இந்நூலில் ஆறாவது கட்டுரையில் இவற்றைப்பற்றி விவாதிக்கப்பட்டுள்ளது.

இந்தியா நவீன நிலைக்குச் செல்லக் காரணமானவர் ராஜீவ் காந்தி ஆவார். வேளாண்மை உள்ளிட்ட துறைகளில் தொழில்நுட்பங்களின் அவசியத்தை உணர்ந்து நடைமுறைப்படுத்தினார். உணவு உற்பத்தியில் சுயச் சார்பு அடைந்து அதனை ஏற்றுமதி செய்திருந்த அதேவேலையில் சமையல் எண்ணெய்க்கான தேவையினை நிறைவு செய்ய இறக்குமதியினை அதிகமாக நாடவேண்டியிருந்தது. எனவே தாவர எண்ணெய் வித்துக்களின் உற்பத்திக்கான மஞ்சள் புரட்சியானது நடைமுறைப்படுத்தப்பட்டது. வேளாண்மையில் புதிய தொழில்நுட்பங்கள் புகுத்தப்பட்டது. இவற்றைப்பற்றி ஏழாவது கட்டுரையானது விளக்குகிறது.

ராஜீவ் காந்திக்கு எதிரான அரசியல் நிலைப்பாடு, எதிர்க்கட்சிகளின் கூட்டு என்ற அடிப்படையில் வி.பி.சிங் காங்கிரஸ் அல்லாத இரண்டாவது பிரதமராக 1989ல் பதவி ஏற்றார். பிற்படுத்தப்பட்ட மக்களுக்காக வேலைவாய்ப்பில் இட ஒதுக்கீட்டிற்கான மண்டல் கமிஷன் நடைமுறைபடுத்தப்பட்டததை தொடர்ந்து கூட்டணியில் பிளவு ஏற்பட்டு 1990ல் இவருடைய

ஆட்சி கவிழ்ந்தது அதனைத் தொடர்ந்து குறுகிய காலம் சந்திரசேகர் தலைமையில் காங்கிரசின் ஆதரவுடன் ஆட்சியமைத்தது பின் 1991ல் இவருடைய ஆட்சியும் கவிழ்ந்தது. இவ்வாறு நிலையற்ற அரசியல் போக்குகளுக்கிடையே பொதுவான விலை மட்டம் உயர்வு, அந்நியச் செலாவணி கையிருப்பு வறண்டு போனது போன்றவற்றால் வேளாண்மை பெரும் சவால்களைச் சந்தித்து. இவ் அரசியல் மாற்றங்களால் பொருளாதாரம் எவ்வாறு பாதிக்கப்பட்டது என்பதைப்பற்றி எட்டாவது கட்டுரையானது விளக்குகிறது.

இந்தியப் பொருளாதாரம் கடுமையான நெருக்கடி, அரசியலில் நிலையற்றப் போக்கு, விலை உயர்வு, அந்நியச் செலாவணி பற்றாக்குறைபோன்ற சூழலில் பி.வி.நரசிம்மராவ் பிரதமராக 1991ல் பதவியேற்று இந்தியாவில் முதன்முதலில் பெரும் பொருளாதாரச் சீர்திருத்தங்களை நடைமுறைப்படுத்தினார். இச்சீர்திருத்தங்கள் தடையற்ற வணிகம், மானியங்களைக் குறைப்பது, தொழில்களைத் தொடங்கப்படும்போது ஏற்படும் தடைகளைக் களைவது, தனியார் முதலீட்டை ஊக்குவிப்பது என்ற உத்திகள் மேற்கொள்ளப்பட்டன. இதன் விளைவு வேளாண்மையின் இடுபொருள்களின் விலை கடுமையாக உயர்ந்தது அதேசமயம் இந்திய வேளாண்மை மாற்றத்தை நோக்கிப் பயணிக்கத் தொடங்கியது. உலக அளவில் தேவையான உணவுப் பொருள்களை உற்பத்தி செய்யும் நிலை உருவானது. வேளாண்மைக்கான முக்கியத்துவம் மற்ற துறைகளை ஒப்பிடும்போது குறைந்துபோனது. இந்த நிலையைப்பற்றி ஒன்பதாவது கட்டுரை விவரிக்கிறது.

எந்தக் கட்சிக்கும் பெரும்பான்மை கிடைக்காத நிலையில் ஐக்கிய முன்னணி அரசு முதலில் தேவகௌடா தலைமையிலும் பின்னால் குஜரால் தலைமையிலும் 1996 முதல் 1998ஆம் ஆண்டுவரையில் ஆட்சியில் இருந்தது. இக்கால கட்டங்களில் கிராமப்புற மற்றும் வேளாண்மை மேம்பாட்டிற்கு முன்னுரிமை அளிக்கப்பட்டது. குறிப்பாக வேளாண்மை ஏற்றுமதி, கிராமப்புறக் கடன், வேளாண் மானியம் போன்றவற்றுக்கு முக்கியத்துவம் அளிக்கப்பட்டது. அரசியல் நெருக்கடியினால் திட்டங்கள் தீவிரமாக நடைமுறைப்படுத்தப்பட இயலவில்லை. இக்கால கட்ட நிகழ்வுகளைப் பற்றி பத்தாவது கட்டுரை விளக்குகிறது.

தொடர்ந்து ஒன்றிய அளவில் கூட்டணி ஆட்சிகள் அமைந்து வந்த நிலையில் அட்டல் பிஹாரி வாஜ்பாய் தலைமையில் தேசிய ஜனநாயகக் கூட்டணி 1996 முதல் 2004வரையில் பதவியில்

இருந்தது. இக்கால கட்டங்களில் கிராமப்புறக் கட்டமைப்பு மேம்படுத்தப்பட்டது. குறிப்பாகப் பிரதம மந்திரி கிராமப்புறச் சாலைகள் மேம்பாட்டுத் திட்டமானது கிராமப்புற வேலைவாய்ப்பினை அதிகரிக்கவும், வட்டார ஏற்றத்தாழ்வுகளைக் குறைக்கவும் உதவியது. வேளாண்மை மேம்பாட்டிற்குப் பல முக்கிய உத்திகள் இக் கால கட்டத்தில் நடைமுறைப்படுத்தப்பட்டது. பதினோராவது கட்டுரை இவற்றைப் பற்றி விரிவாக விளக்குகிறது.

ராஜீவ் காந்தி ஆட்சியில் தொடங்கி வாஜ்பாய் ஆட்சி முடிய பல்வேறு பொருளாதாரச் சீர்திருத்தங்கள் நடைமுறைப்படுத்தப்பட்டது. 2004ல் பதவியேற்ற மன்மோகன்சிங் புதுத் தாராளமயமாக்கல் கொள்கையை நடைமுறைப்படுத்தினார். வேளாண்மையில் இரண்டாம் கட்டப் பசுமைப் புரட்சியானது நடைமுறைப்படுத்தப்பட்டது. இதன்படி உணவு தானிய உற்பத்தியிலிருந்து பழம், காய்கறிகள், தோட்டப் பயிர்கள் உற்பத்தியினை அதிகரிப்பதை நோக்கமாகக்கொண்டு செயல்பட்டது. தனியார் முதலீடுகள் வேளாண்மையில் அனுமதிக்கப்பட்டது. புதுத் தாராளமயமாக்கல் நடைமுறையையும் அதன் விளைவுகளையும் பன்னிரண்டாவது கட்டுரையானது விவரிக்கிறது.

பருவம் தவறிய மழை, சுற்றுப்புறச்சூழல் பாதிப்பு போன்ற நிலைகளினால் விவசாயிகள் பெரும் பாதிப்பிற்கு உள்ளானார்கள், விவசாயிகளின் வருமானத்தை உயர்த்த பல்வேறு உத்திகளை நரேந்திர மோடி அரசானது நடைமுறைப்படுத்தியது. அதேசமயம் பண மதிப்பிழப்பு, சரக்கு மற்றும் சேவை வரிவிதிப்பு, கோவிட் பெருந்தொற்று, புதிய வேளாண் சட்டங்கள் நடைமுறைப்படுத்த மேற்கொண்ட முயற்சிகள் போன்றவற்றை வேளாண்மையும் அதனைச் சார்ந்த துறைகளும் எதிர்கொண்டது. இவற்றைப்பற்றி பதிமூன்றாவது கட்டுரையானது விவாதிக்கிறது.

பதினான்காவது கட்டுரையில் வேளாண் விளைபொருள்களுக்கானக் குறைந்தபட்ச ஆதரவு விலையினை அரசு அளிக்கிறதா? என்ற தலைப்பில் குறைந்தபட்ச ஆதார விலை எவ்வாறு தீர்மானிக்கப்படுகிறது? எம்.எஸ்.சுவாமிநாதன் குழுவின் பரிந்துரையின் அடிப்படையில் குறைந்தபட்ச ஆதரவு விலையானது நடைமுறைப்படுத்தப்படுகிறதா என்பது பற்றியும் இக்கட்டுரை விளக்குகிறது. குறைந்தபட்ச ஆதரவு விலையினால் விவசாயிகளின் பயன் அளவும், இது அனைத்து விவசாயிகளுக்குச் சென்றடைவதில் உள்ள தடைகள் பற்றியும் விரிவாக விவாதிக்கப்பட்டுள்ளது. 2020ல்

ஒன்றிய அரசு கொண்டுவந்த வேளாண்மைச் சட்டங்களைப் பற்றியும் இக் கட்டுரை விளக்கியுள்ளது.

பதினைந்தாவது கட்டுரையான 'இந்திய வேளாண் கடனும் விவசாயிகளின் தற்கொலைகளும்' என்பதில் விவசாயக் கடன், கடன் அதிகரிப்பதற்கான காரணங்கள், விவசாயக் கடனுக்கான ஆதாரங்கள், ஒன்றிய அரசின் விவசாயக் கடன் திட்டங்கள், விவசாயிகளின் தற்கொலை, இதற்கான தீர்வுகள் என்ற கோணத்தில் விவாதிக்கப்பட்டுள்ளன.

கட்டுரை பதினாறான 'இந்திய வேளாண் பயிர்க் காப்பீட்டுத் திட்டங்களும் சிக்கல்களும்' என்பதில் விவசாயிகள் எதிர்கொள்ளும் பிரச்சனைகள், இடுபொருள்களின் விலை உயர்வு, ஒன்றிய, மாநில அரசுகளின் காப்பீட்டுத் திட்டங்கள், பயனாளிகள், காப்பீட்டைப் பெறுவதில் உள்ள சிக்கல்கள், தீர்வுகள் பற்றி விவாதிக்கப்படுகிறது.

இந்தியா வேளாண்மையில் அன்மைக் காலமாக இடுபொருள்கள் பயன்பாட்டினால் எவ்வாறு சுற்றுப்புறச் சூழல் பாதிப்படைகிறது, குறிப்பாக நீர்ப்பாசன முறைகளில் ஏற்பட்ட மாற்றங்கள் எவ்வாறு நிலத்தடி நீர்மட்ட அளவினைப் பாதிப்படையச் செய்துள்ளது, இதனை எதிர்கொள்ள அரசு என்ன நடவடிக்கைகளை மேற்கொள்ள வேண்டும் என்ற அடிப்படையில் பதினேழாவது கட்டுரை வடிவமைக்கப்பட்டுள்ளது.

அன்மைக் காலமாக உலக அளவிலும், தேசிய அளவிலும் உணவு விலையானது மிகவும் அதிக அளவில் அதிகரித்து வருகிறது. இதற்கான காரணங்கள், இதனை எவ்வாறு சரிசெய்ய முடியும் என்பதைப்பற்றி பதினெட்டாவது கட்டுரையானது விளக்குகிறது.

பொருளாதார நிலையில் ஆய்விடப்படக்கூடிய மூன்று முக்கியத்துறைகளில் வேளாண்மை முதன்மையானதாகும். இந்தியா சுதந்திரம் அடைந்து பல்வேறு மாற்றங்களை இத்துறை உள்வாங்கி வளர்ச்சியினைக் கண்டாலும் அண்மைக்காலமாக பெரும் சிக்கல்களை எதிர்கொண்டு வருகிறது. இவற்றைப்பற்றி ஆயவிட்டு அதற்கான தீர்வைப்பற்றி பட்டியலிடுகிறது பத்தென்பதாவது கட்டுரை.

இக்கட்டுரைகளில் கடந்த காலங்களில் எடுக்கப்பட்ட உத்திகள் அதன் விளைவாக எவ்வாறு வேளாண்மையில் மாற்றங்கள்

கண்டுள்ளது என்பதுபற்றியும், நடப்பில் வேளாண்மை எதிர்கொள்ளும் அறைகூவல்களையும் அவற்றைச் சரிசெய்யக்கூடிய வழிமுறைகள்பற்றியும் மாணவர்கள், போட்டித் தேர்வு எழுதுபவர்கள், சமூக ஆர்வலர்கள், ஆய்வாளர்கள், அரசியல் சார்புடையவர்கள், வெகுஜன மக்கள், ஆட்சியாளர்கள் எனப் பலதரப்பட்டவர்களும் தெரிந்துகொள்ளும் வகையில் அனைவருக்கும் புரியும் வகையில் எளிமையாக இப்புத்தகம் வடிவமைக்கப்பட்டிருக்கிறது.

2

சுதந்திரத்திற்கு முன்பு வேளாண்மையின் நிலை

பொருளாதார வளர்ச்சியில் வேளாண்மை மிக முக்கியப் பங்காற்றுகிறது. தொன்மைப் பொருளியல் அறிஞரான ஆடம் ஸ்மித், 'வேளாண்மையின் மிகை உற்பத்தியானது வேளாண்சாராத் தொழில்களின் உற்பத்திக்கு உதவுகிறது என்றும் இதனால் பொருளாதாரம் வளர்ச்சியினை அடையும்' என்றார். 'வேளாண்மையானது உச்ச அளவில் செல்வத்தினை உருவாக்கும் வல்லமை படைத்தது' என்கிறார். தொழில் வளர்ச்சிக்கான மூலப் பொருள்களை அளிப்பது, மனித உழைப்பினை நல்குவது, உணவினை அளிப்பது போன்ற பணிகளை வேளாண்மைச் செய்கிறது. வேளாண்மை வேலைவாய்ப்பினை உருவாக்குவதில் தொன்றுதொட்டு முன்னிலையில் உள்ளது. உலகில் வாழும் பெரும்பான்மையான மக்களின் வாழ்வாதாரமாக வேளாண்மை திகழ்கிறது. இந்திய வேளாண்மையானது வாழ்வியல், கலாச்சாரம், பாரம்பரியம் போன்றவற்றை அடிப்படையாகக்கொண்டதாகும். இந்தியா பல்வேறு காலநிலைகள், மண், தாவர இனங்கள், இயற்கை வளங்களை உடையதாகும். இந்திய வேளாண்மையானது பாரம்பரிய முறையில் பயிர் சாகுபடி செய்தல், அதிக அளவில் பெண்களின் ஈடுபாடு, விவசாயிகள் வறுமை மற்றும் பட்டினியில் வாழ்வது, வெள்ளம் மற்றும் வறட்சியினை எதிர்கொள்ளுதல் என பல்வேறு இயல்புகளைக் கொண்டுள்ளது.

இந்திய வேளாண்மையானது சுமார் 11000 ஆண்டுகள் வரலாற்றுப் பின்புலம் கொண்டது. கால்நடை வளர்ப்பு, தாவரங்களை வளர்த்தல், வேளாண்மை செய்தல் போன்றவை தொடர்ந்து தழைத்தோங்கியது. இந்தியாவில் வேறுபட்ட வேளாண் சூழல் மண்டலங்கள், மண், தாவர இனங்கள் எனக் காணப்படுகிறது. வரலாற்று அடிப்படையில் இந்திய விவசாயம் பருவமழையினைச் சார்ந்து உள்ளது. இயற்கைச் சீற்றம், பருவமழை பொய்த்ததன் காரணமாகப் பயரிடுவதில் தோல்வியினைக் கண்டுள்ளது. இந்தியா உலக அளவில் மிகப்பெரிய பொருளாதார நாடாகப் பிரிட்டிஷ் காலனி ஆதிக்கத்திற்கு முன்பு இருந்தது. ஆனால் இந்தியா சுமார்

200 ஆண்டுகள் காலனி ஆதிக்கத்தின்கீழ் (90 ஆண்டுகள் நேரடி பிரிட்டிஷ் ஆட்சி) இந்தியப் பொருளாதாரம் கொள்ளையடிக்கப்பட்டும், சுரண்டப்பட்டும் இருந்தது. 1757ல் நடந்த பிளாசி போர் மூலம் கிழக்கிந்திய கம்பெனி வங்காளத்தில் ஆட்சியினைத் துவக்கி நில வரி வசூலைத் துவக்கியது இந்திய வருமானத்தை 1947ல் சுதந்திரம் அடையும்வரை தொடர்ந்து சுருட்டிக்கொண்டிருந்தது. இதனால் இந்தியாவில் முதன்மைத் தொழிலான வேளாண்மையினைச் சார்ந்து வாழ்ந்த பெரும் பகுதி மக்கள் பல்வேறு வடிவங்களில் (பஞ்சம் உட்பட) துயரங்களைச் சந்தித்தனர். இதனைத் தடுக்க அவ்வப்போது சில திட்டங்களையும், சீர்திருத்தங்களையும் மேற்கொண்டது. பிரிட்டிஷ் அரசு தலையிடாக் கொள்கை, கட்டுப்பாடற்ற சந்தை முறையினைப் பின்பற்றியதால் வேளாண் சிக்கல்களைத் தீர்க பெருமளவிற்கான முயற்சிகளை மேற்கொள்ளவில்லை. இந்தியாவைப் பிரிட்டிஷ் அரசு ஒரு மூலப் பொருள்கள் உற்பத்தி செய்யும் நாடாகவும், சந்தைக்கான நாடாகவும் மட்டுமே அதன் பார்வையில் இருந்தது.

பிரிட்டிஷ் அரசு மேற்கொண்ட சில வேளாண்மை வளர்ச்சிக்கான திட்டங்கள் இந்திய வேளாண்மையினைப் புதிய பாதையில் அழைத்து சென்றது என்பதை மறுப்பதற்கில்லை. 1907ல் பூனேவில் வேளாண்மைக் கல்லூரி துவக்கப்பட்டது, 1921ல் இந்திய மத்திய பருத்திக் குழு எற்படுத்தப்பட்டது, 1926ல் வேளாண்மைக்கான ராயல் குழு தொடங்கப்பட்டது, 1929ல் இந்திய வேளாண் ஆராய்ச்சிக் குழுமம் நிறுவப்பட்டது. சாயம் (துணிக்கான வண்ணம்) தயாரிக்க இண்டிகா பயிரிட விவசாயிகள் கட்டாயப்படுத்தப்பட்டனர். இதைத்தவிர கரும்பு, கோதுமை போன்றவை அதிக அளவில் பயிரிடப்பட்டது. 1869ல் சூயஸ் கால்வாய் பயன்பாட்டிற்கு வந்தது, இதனால் இந்தியாவிலிருந்து தாவர எண்ணெய் ஏற்றுமதி செய்யப்பட்டது. பல்வேறு மேற்கத்திய நாடுகளில் பயிரிடப்படும் பழம், காய்கறி வாணிபப் பயிர் வகைகள் இந்தியாவில் பயிரிட முயற்சிகள் மேற்கொள்ளப்பட்டது. இதனால் இந்தியாவில் பயிர் சுழற்சி, கலப்புப் பயிர் முறை தொடங்கப்பட்டது. பிரிட்டிஷ் இந்தியாவில் பருத்தி, இண்டிகோ, ஓப்பியம், அரிசி போன்றவை உலக வர்த்தகத்தில் முக்கிய இடத்தை வகித்தது. பஞ்சாப், நர்மதை பள்ளத்தாக்கு, மேற்கு மாகாணப்பகுதி, ஆந்திரக் கடற்கரையோரப் பகுதிகளில் வேளாண் பயிரிடலின் விரிவாக்கம் நடைபெற்றது. இதனால் இந்தியாவில்

உணவு தானிய உற்பத்தி ஆண்டுக்கு 0.4 விழுக்காடு அதிகரித்தது. ஆனால் மக்ககள் தொகை அதிகரிப்பிற்கு ஏற்ப உணவு உற்பத்தி அதிகரிக்கவில்லை. தலா உணவு இருப்பானது குறையத் தொடங்கியது. 1921-1946க்கும் இடையே ஆண்டுக்கு 0.71 விழுக்காடு உணவு உற்பத்தி குறையத் தொடங்கியது ஆனால் மக்கள் தொகை வளர்ச்சி 1 விழுக்காடு அதகரித்தது. 19ஆம் நூற்றாண்டின் இரண்டாம் பாதியில் இந்திய வேளாண்மை பெருமளவிற்கு வளர்ச்சியினை எட்டியது. இந்தியாவில் வேளாண்மைக்கு என தனித் துறையானது 1871ல் நிறுவப்பட்டது. இத்துறையின் முக்கிய குறிக்கோள் பஞ்சத்திலிருந்து மக்களை மீட்பதாகும்.

1891-1946ஆம் ஆண்டுகளுக்கிடையே வேளாண் உற்பத்தியானது ஆண்டுக்கு சராசரியாக 0.37 விழுக்காடு வளர்ச்சியினை அடைந்தது. உணவு தானிய உற்பத்தி 0.11 விழுக்காடும். உணவல்லா-வேளாண் உற்பத்தி 1.31 விழுக்காடும் இக்காலகட்டத்தில் அதிகரித்தது. நெல் உற்பத்தியில் தேக்க நிலை காணப்பட்டது ஆனால் கோதுமை உற்பத்தி அதிகரித்திருந்தது. உணவல்லா-வேளாண் உற்பத்தியில் நிலக்கடலை அதிக அளவாக ஆண்டுக்கு சராசரியாக 6.26 விழுக்காடும், பருத்தி 1.30 விழுக்காடும், கரும்பு 1.30 விழுக்காடும், தேயிலை 2.74 விழுக்காடும் 1891-1946ஆம் ஆண்டுகளுக்கிடையே அதிகரித்தது.

1891-1916ஆம் ஆண்டுகளுக்கிடையே மக்கள் தொகை ஆண்டுக்கு 0.44 விழுக்காடு உயர்ந்தது. ஆனால் அனைத்து வேளாண் விளைபொருள்களின் உற்பத்தி 0.84 விழுக்காடும், உணவு தானிய உற்பத்தி 0.61 விழுக்காடும், உணவல்லா-வேளாண் விளைபொருள்கள் 1.66 விழுக்காடும் அதிகரித்தது. இதற்கு மாறாக 1921-1946ஆம் ஆண்டுகளுக்கிடையே மக்கள் தொகை வளர்ச்சியானது ஆண்டுக்கு 1.12 விழுக்காடு உயர்ந்தது. ஆனால் அனைத்து வேளாண் விளைபொருள்களும் 0.34 விழுக்காடும், உணவு உற்பத்தி 0.13 விழுக்காடும் அதிகரித்திருந்தது (Bipan Chandra et al 2008). இதனால் உணவுத் தட்டுப்பாடு காணப்பட்டது.

இந்தியாவின் தேசிய வருமானம் 1870-1914ஆம் ஆண்டுகளுக்கிடையே ஆண்டுக்கு 1 – 2 விழுக்காடு அதிகரித்தது, தலா வருமானம் ஆண்டுக்கு 0.5 – 1 விழுக்காடு அதிகரித்தது. தொழில் துறையின் உற்பத்திப் பொருள்கள் அதிக அளவிற்கு வருமானப் பங்களிப்பை வழங்கியது. இந்தியப் பொருளாதார வளர்ச்சி 1900-01க்கும் 1945-46ஆம் ஆண்டுகளுக்கிடையே 0.3

விழுக்காட்டிலிருந்து 1.8 விழுக்காடுவரை அதிகரித்திருந்தது (Balakrishnan 2022). சிவசுப்பிரமணியம் ஆய்வின்படி, ‘இந்தியாவின் தலா வருமானம் காலனி ஆதிக்கத்தின் கடைசி 50 ஆண்டுகளில் மிகவும் சிறிய அளவிற்கே அதிகரித்தது. இதனால் இந்தியர்களின் வாழ்கைத்தரம் தேக்க நிலையில் இருந்தது என்று குறிப்பிடுகிறார்’ (Sivasubramonian 2005).

அட்டவணை 1: இந்திய வேளாண்மையின் போக்கு (1865- 1940)

ஆண்டு	வேளாண் பொருள்கள் ஏற்றுமதி (ரூ.மில்லியன், 1873 அடிப்படை விலையில்)	வேளாண் வருமானம் (ரூ.பில்லியன்)	நிகர சாகுபடி பரப்பு (மில்லியன் ஏக்கர்)	மொத்த ஏற்றுமதியில் வேளாண் ஏற்றுமதியின் பங்கு (%)
1865	513	15.5	-	87
1880	438	17.6	120 கீழ்	79
1895	631	18.9	170	72
1910	570	25.4	209	69
1925	854	22.8	207	64
1940	537	24.7	209	48

Source: Tirthankar Roy (2010): The Economic History of India 1857-1947, Oxford University Press, New Delhi.

அட்டவணை 2: இந்தியாவின் தேசிய வருமானம் மற்றும் வேலை ஆற்றலின் பங்கு

துறை / ஆண்டு	தேசிய வருமானத்தில் பங்கு (விழுக்காடு)			வேலை ஆற்றல் பங்கு (விழுக்காடு)		
	1900	1925	1946	1900	1925	1946
வேளாண்மை	51.0	42.0	40.0	74.9	76.5	74.8
தொழில்	11.5	13.0	17.0	13.6	9.0	9.6
மற்றவை	37.5	45.0	43.0	14.5	14.5	15.6
மொத்தம்	100.0	100.0	100.0	100.0	100.0	100.0

Source: Tirthankar Roy (2010): The Economic History of India 1857-1947, Oxford University Press, New Delhi.

அட்டவணை 3: மொத்த உள்நாட்டு உற்பத்தி மற்றும் துறைவாரியான வளர்ச்சி

துறை	ஆண்டு வளரச்சி (விழுக்காடு)		
	1900-1929	1930-1946	1900-1946
முதன்மைத் துறை	0.5	0.2	0.4
வேளாண்மை	0.4	0.2	0.3
இரண்டாம் நிலைத் துறை	0.9	1.2	1.5
உற்பத்தி (Manufacturing)	2.7	7.0	3.8
சிறுதொழில் & கிராமத் தொழில்கள்	0.2	-2.9	0.4
மூன்றாம் நிலைத் துறை	1.6	1.7	1.7
ஒட்டு மொத்த உள்நாட்டு உற்பத்தி	0.8	0.8	0.9
மக்கள் தொகை	0.5	1.3	0.8
தலா வருமானம் (GDPயில்)	0.4	-0.5	0.1

Source: Shankar Acharyan, Isher Ahluwalia, K.L.Krishna and Illa Patnaik (2003): India: Economic Growth, 1950-2000, Indian Council for Research on International Economic Relations, New Delhi.

மொத்த உள்நாட்டு உற்பத்தியானது 1900-01 முதல் 1946-47ஆம் ஆண்டுகளுக்கிடையே தேக்க நிலையில் இருந்தது. குறிப்பாக வேளாண்மைத் துறை மற்றும் சிறுதொழில் மற்றும் கிராமப்புறத் தொழில்களில் தேக்க நிலை காணப்பட்டது. ஆனால் உற்பத்தித் துறையானது நல்ல வளர்ச்சியினை அடைந்தது. வேலை ஆற்றலில் (Workforce) அதிக மாற்றமின்றி இக்காலகட்டங்களில் இருந்தது. பெருமளவிற்கு மக்கள் வேளாண்மையும், கிராமப்புறத் தொழில்களையும் சார்ந்திருந்தனர் எனவே தலா வருமானத்தின் வளர்ச்சி மிகக் குறைவாகவே இருந்தது என்பது குறிப்பிடத்தக்கது.

இந்திய வேளாண்மைக்கான ராயல் குழுவானது இந்திய விவசாயிகள் இடைவிடாமல் சாகுபடி செய்ததால் மண்ணின் தன்மை குறைந்துவிட்டது என்றும், விவசாயிகள் குறைந்த அளவிற்கே உரத்தினைப் பயன்படுத்துகின்றனர் என்றும் குறிப்பிட்டது. மேலும் இந்தியாவில் நீர்ப்பாசன சாகுபடிப் பரப்பு

குறைவாகவே இருந்தது. 1885-86ல் மொத்த வேளாண் சாகுபடி பரப்பில், 12.4 விழுக்காடு மட்டுமே நீர்ப்பாசன வசதியினைப் பெற்றிருந்தது. இது 1938-39ல் 22.1 விழுக்காடாக அதிகரித்தது அதாவது 23.09 மில்லியன் ஏக்கரிலிருந்து 53.73 ஏக்கராக அதிகரித்தது. பிரிட்டிஷ் ஆட்சிக் காலத்தில் வேளாண்மைக்கு பயன்படுத்தும் அடிப்படைக் கருவிகளில் மாற்றம் ஏற்பட்டது. உழுவதற்கு மர கலப்பைகளைப் பயன்படுத்துவதால் ஆழமான உழவு ஏற்படாததால் விளைச்சல் குறைவாக இருந்தது. எனவே இரும்புக் கலப்பைகள் பயன்படுத்தப்பட்டன. இதனால் விளைச்சல் அதிகரித்தது (குறிப்பாக பஞ்சாப் மாநிலத்தில் அதிகமாகப் பயன்படுத்தப்பட்டது). மேலும் கோதுமை, பருத்தி சகுபடி செய்ய மேம்படுத்தப்படட விதைகள் பயன்படுத்தப்பட்டன. பல வேளாண் ஆராய்ச்சி மையங்கள் தொடங்கப்பட்டன. ஆனால் இப்புதிய முறைகளை வசதியான விவசாயிகளால் மட்டுமே பயன்படுத்த முடிந்தது.

இந்தியா உலக அளவில் அதிகமான கால்நடைகளைப் பயன்படுத்தி விவசாயம் செய்து வந்ததும் ஒரு பின்னடைவாகப் பார்கப்படுகிறது. இந்தியாவில் 100 ஏக்கர் நிகர சாகுபடிப் பரப்பிற்கு 67 கால்நடைகள் பயன்படுத்தப்பட்டன (Tirthankar Roy 2010). எருது மாடுகள், எருமை மாடுகள் ஏர் உழுவதற்கு பரவலாகப் பயன்படுத்தப்பட்டது. இவற்றின் திறன் மிகவும் குறைவாக இருந்தது.

இந்தியாவில் ரயில், துறைமுகம், பிரிட்டிஷ் ஆட்சியில் அமைக்கப்பட்டது. இதனால் அயல் நாடுகளுக்காக வேளாண் உற்பத்தி பெருக்கப்பட்டது. ஏற்றுமதிக்கான வாய்ப்பு அதிகரிக்கத் தொடங்கியது. விவசாயத்தில் பணப்பயிர்கள் அதிமாக (கரும்பு, பருத்தி, எண்ணெய் வித்துகள்) பயிர் செய்யத் தொடங்கினர். இந்தியாவின் ஏற்றுமதி 1870-1914ஆம் ஆண்டுகளுக்கிடையே 500 விழுக்காடு அதிகரித்தது. வேளாண் விளைபொருள்களின் விலை சந்தையில் அதிகரித்தது. 1928ல் வேளாண் பொருள்களின் விலையினை 1870களுடன் ஒப்பிடும்போது மூன்று மடங்கு அதிமாக இருந்தது. சாகுபடி நிலப்பரப்பும் அதிகரிக்கத் தொடங்கியது. கிராமப்புறப் போக்குவரத்து (மாட்டுவண்டி) பயன்பாடும் அதிகரித்தது. 1869ல் சூயஸ் கால்வாய் திறக்கப்பட்டதால், இந்தியவிற்கும் ஐரோப்பிய நாடுகளுக்குமான கப்பல் போக்குவரத்துச் செலவானது குறைந்தது. இத்துடன் தொழில் புரட்சியின் விளைவால் இந்திய வர்த்தகம் அதிகரிக்கத்

தொடங்கியது. இந்தியாவில் வேளாண் விளைபொருள்கள் குறைந்த விலைக்கு கிடைக்கப்பெற்றதை ஐரோப்பிய நாடுகள் பயன்படுத்திக்கொண்டன. பயிர்த் தொழிலில் லாபம் பார்கத் தொடங்கியது. சேமிப்பு, முதலீடு அதிகரித்தது.

சாலைப் போக்குவரத்து வழியாக நீண்ட தூரம் பொருள்களை எடுத்துச்செல்ல இடர்களும், காலதாமதமும், செலவும் அதிகமானது. ரயில் போக்குவரத்து வசதிக்கேற்ற நிலையில் இல்லை. இதனைக் கருத்தில்கொண்டு உள்நாட்டு நீர்வழிப் போக்குவரத்து (கால்வாய், ஆற்றுப் போக்குவரத்து) நடைமுறைக்கு வந்தது. வேளாண் விளைபொருள்களை எற்றிச்செல்ல இப்போக்குவரத்து பெரிதும் பயன்படுத்தப்பட்டது.

1920களின் முற்பகுதியில் அபரீதமான வேளாண் விளைபொருள்கள் அளிப்பினால், விலை வீழ்ச்சியடைந்தது. இந்தியாவில் பணப்பயிர்கள் தேக்கமடைந்தன இதனால் வேளாண்மை சரியத்தொடங்கியது. 1929-1932ஆம் ஆண்டுகளுக்கிடையே ஏற்பட்ட உலகப் பெருமந்தத்திற்கு இதுவும் ஒரு முக்கியக் காரணியாக இருந்தது. இதனால் விவசாயிகள் அதிகக் கடனில் மூழ்க ஆரம்பித்தனர். தொழிலாளர் கூலி குறைந்தது, வாழ்கைத்தரம் பாதிக்கப்பட்டது. அதேசமயம் மக்கள் தொகை அதிகரித்ததினால் பயிரிடும் நிலத்தின் தேவை அதிகரித்தது. வணிகப் பயிர்களான பருத்தி, கரும்பு, கோதுமை போன்றவற்றின் பயிரிடும் பரப்பு அதிகரித்தது. 1941-1946ஆம் ஆண்டுகளுக்கிடையே 74.1 மில்லியன் ஏக்கர் சராசரியாகப் பயிர் செய்யப்பட்டது, கோதுமை 26.4 மில்லியன் ஏக்கரும், பருத்தி 11.6 மில்லியன் ஏக்கரும், கரும்பு 3.6 மில்லியன் ஏக்கரும் பயிரிடப்பட்டது. மொத்ததில் இந்தியாவின் சாகுபடி நிலப்பரப்பு 1885ல் 186 மில்லியன் ஏக்கராக இருந்தது, 1921ல் 254 மில்லியன் ஏக்கராகவும் 1938ல் 258 மில்லியன் ஏக்கராகவும் அதிகரித்தது.

1860களிலிருந்து இந்திய பருத்தி பன்னாட்டுச் சந்தையில் தேவை அதிகரித்தது. இதேபோல் இங்கிலாந்தின் மொத்த இறக்குமதியில் இந்தியாவின் கோதுமை 1883ல் 14 விழுக்காடு பங்கினைப் பெற்றிருந்தது. இதுபோன்று சர்க்கரை ஏற்றுமதியும் அதிகரித்தது. பிரிட்டிஷ் காலனி ஆதிக்கத்தில் 1867 முதல் 1921முடிய பஞ்சாப்பில் உள்கட்டமைப்பு வலுப்படுத்தப்பட்டது. நீர்ப்பாசனக் கால்வாய் 2,000 மைலிருந்து 15,000 மைல்வரை கட்டப்பட்டது. சாலைகள் இரு மடங்காக அதிகரித்தது, ரயில்வே இருப்புப்பாதை நான்கு

மடங்காக அதிகரித்தது. இதனால் சாகுபடிப் பரப்பும் வேளாண் உற்பத்தியும் அதிகரித்தது. பயிரிடப்படாத நிலங்களின் அளவு மிகவும் குறைந்தது.

இதுபோன்றே மேற்கு உத்தரப் பிரதேசம், ஹரியானா, கடலோர ஆந்திரம் போன்ற பகுதிகளில் கால்வாய்ப் பாசனம் அமைத்துத் தரப்பட்டது. பிற போக்குவரத்துக் கட்டமைப்பும் உருவாக்கப்பட்டது. இதன் விளைவு கரும்பு, கோதுமை, சோளம், பார்லிப் பயிர்களின் விளைச்சல் அதிகரித்தது. பாம்பாய், சென்னை மாகாணங்களில் பருத்தி பயிரிடப்பட்டது. வங்காளத்தில் நெல் அதிகமாக சாகுபடி செய்யப்பட்டது. கடலோர ஆந்திரத்தில் நெல், எண்ணெய் வித்துக்கள், கரும்பு, புகையிலை, மஞ்சள், மிளகாய் போன்றவை அதிகமாகப் பயிர் செய்யப்பட்டன. தமிழ்நாட்டில் தஞ்சாவூர், செங்கல்பட்டு பகுதிகளில் நெல் பயிர் செய்யப்பட்டது. கோயம்புத்தூர், ராமநாதபுரம், மதுரை, திருநெல்வேலி பகுதிகளில் பருத்தி சாகுபடி செய்யப்பட்டது. வடஆற்காடு, தென்னாற்காடு பகுதிகளில் நிலக்கடலை பயிரிடப்பட்டது. மத்திய இந்தியாவில் பருத்தி, கோதுமை பயிரிடப்பட்டது.

அட்டவணை 4: சுதந்திரத்திற்கு முன்பு இந்தியாவில் பஞ்சம்

பஞ்சம்	ஆண்டு	பாதிக்கப்பட்டவர்கள் (மில்லியன்)
வங்காளப் பஞ்சம்	*1769-1770*	*2 – 10*
சால்ஸ் பஞ்சம்	*1783-1784*	*11*
டோஜி பாரா பஞ்சம்	*1791-1792*	*11*
ஆக்ரா பஞ்சம்	*1837-1838*	*0.8*
மேல் தோவாப் பஞ்சம்	*1860-1861*	*2*
ஒடிசா பஞ்சம்	*1865-1867*	*4 – 5*
ராஜஸ்தான் பஞ்சம்	*1868-1870*	*1.5*
பீகார் பஞ்சம்	*1873-1874*	*2.5*
தென்னிந்தியப் பஞ்சம்	*1876-1878*	*6 – 10*
இந்தியப் பஞ்சம்	*1896-1897*	*12 – 16*

இந்தியப் பஞ்சம்	*1899-1900*	*3 – 10*
பெரும் வங்காளப் பஞ்சம்	*1943*	*2 – 3*

Source: ICAR 2022.

பஞ்சம் இயற்கையினாலும், மனிதர்களாலும் உருவானது. இந்திய விவசாயம் தென்மேற்கு, வடகிழக்குப் பருவமழையினைச் சார்ந்துள்ளது. பருவமழை பொய்த்ததினால் விவசாயத்தில் தோல்வி ஏற்பட்டு உணவுத் தட்டுப்பாட்டினால் பஞ்சம் உண்டானது. காலனி ஆதிக்கத்தில் ஏற்பட்ட பஞ்சங்கள் மனிதர்களால் உருவானதாகும். பயிர்த் தொழில் வணிகமயாக்க உந்தப்பட்டதனால் உணவு தானிய உற்பத்தி அளவு குறைந்து போனது. உபரியாக உற்பத்தி செய்யும் காலங்களில் உணவு தானியங்கள் ஏற்றுமதி செய்யப்பட்டது. எனவே உள்நாட்டுக்குத் தேவையான உணவுக் கையிருப்பு குறைந்துபோனது. அறுவடை குறைவான காலங்களில் உணவு தட்டுப்பாடு ஏற்பட்டது. நீண்ட கால அடிப்படையில் பயிர்த் தொழில் வணிகமாயமானதால், பணப்பயிர்களான கரும்பு, பருத்தி, புகையிலை போன்றவை அதிகமாகப் பயிர் செய்யப்பட்டன. இவை அதிமாக ஏற்றுமதி செய்யப்பட்டது. இதனால் உணவுப் பஞ்சம் எற்பட்டது. 1876-77 மற்றும் 1896ல் மிகப்பெரிய பஞ்சம் ஏற்பட்டது. இதனால் லட்சக்கணக்கானவர்கள் மாண்டுபோனார்கள். 1900ல் பெரும் பஞ்சம் ஏற்பட்டது. இது பருவமழை பொய்த்ததால் எற்பட்டது. இதன்பிறகு 1943ல் பெரும் பஞ்சம் வங்காளத்தில் உருவானது. இக்காலகட்டத்தில் இந்திய ரயில்வே பிரிட்டிஷ் ராணுவ வீரர்களையும், அவர்களின் பொருள்களையும் ஏற்றிச் செல்லும் வேலையில் ஈடுபட்டிருந்தது, உணவினை பஞ்சம் பாதிக்கப்பட்ட பகுதிக்குக் கொண்டுசெல்ல முற்படவில்லை.

1899-1900 ஆண்டுகளுக்கிடையே கடுமையான பஞ்சம் ஏற்பட்டபோது இதனைப் போக்கும் வகையில் வேளாண்மைத்துறைக்கு முக்கியத்துவம் அளிக்கப்பட்டது. இதற்காக 1905ல் பீகாரில் உள்ள பாஷ என்ற இடத்தில் வேளாண் ஆராய்ச்சி நிறுவனம் தொடங்கப்பட்டது. 1868ல் சென்னை சைதாப்பேட்டையில் வேளாண் கல்லூரி துவக்கப்பட்டது இது 1906ல் கோயம்புத்தூருக்கு மாற்றப்பட்டது. இதனால் பல்வேறு புதிய விதை ரகங்கள் அறிமுகப்படுத்தப்பட்டன. 1905ல் இந்திய வேளாண்மைக் கழகம் துவக்கப்பட்டது, 1906ல் இந்திய வேளாண்

ஆட்சிப் பணி அறிமுகப்படுத்தப்பட்டது. நீர்ப்பாசன வசதியினை மேம்படுத்த கிருஷ்ணராஜ் சாகர் (1911-1931), நிசாம் சாகர் (1921-1931), காவிரி மேம்பாட்டுத் திட்டம் (1921-1935), சட்லெட்ஜ் கால்வாய்த் திட்டம் (1921-1935) கட்டப்பட்டது.

பிரிட்டிஷ் காலனி அரசு இந்திய விளைநிலங்களுக்கு அதிக அளவில் நிலவரியினை விதித்தனர். ஜமீன்தார் இடைத்தரகர்களாக இருந்துகொண்டு விவசாயிகளிடமிருந்து வரிவசூல் செய்து கொடுத்தனர். நிலம்மூலம் பெறும் வருவாய் பல்வேறு காரணங்களினால் குறைந்திருந்தாலும் குறிப்பிட்ட வரியினைக் கட்டாயம் செலுத்தவேண்டியிருந்தது. ஜமீன்தார்கள் பகுதியில் விவசாயம் செய்தவர்கள் அனைவரும் குத்தகைதாரர்கள். இவர்கள் குத்தகையை ஜமீன்தார்களுக்கு அளித்தனர். இதிலிருந்து ஜமீன்தார்கள் பிரிட்டிஷ் அரசுக்கு நில வரியைச் செலுத்தினர். உலகப் பெருமந்தம் 1930களில் ஏற்பட்டபோது 75 விழுக்காடு அளவிற்கு மொத்த நிகர நில உற்பத்தியில் வரியாக வசூல் செய்யப்பட்டது. பிரிட்டிஷ் காலனி அரசின் மொத்த வருவாயில் பாதி அளவிற்கு நில வருவாய் மூலம் பெறப்பட்டது. சில பகுதிகளில் அரசுக்கு நேரடியாக வரியினைச் செலுத்தும் ரயத்துவாரிய முறையும் பின்பற்றப்பட்டது. இதில் விதிக்கப்படும் நில வரியானது நிலையானதாக இல்லை. இம்முறையினால் 40 முதல் 50 விழுக்காடு நிலங்கள் ரயத்துவாரிய முறையில் நிலப் பிரபுக்கள் வசம் இருந்தது. அரசுக்குக் கிடைத்த வருமானத்தில் 33 விழுக்காடு இராணுவத்திற்கும், 22 விழுக்காடு நிர்வாகச் செலவிற்கும், எஞ்சியவை கல்வி, சுகாதாரம், நீர்ப்பாசனம் போன்றவற்றுக்குச் செலவிடப்பட்டது. கட்டுப்பாடற்ற பொருளாதாரத்தை பிரிட்டிஷ் அரசு பின்பற்றியதால் ஏற்றுமதி, இறக்குமதி மீது அதிக வரியினை விதிக்கவில்லை. ஏற்றுமதி பொருள்களில் பெருமளவிற்கு இந்திய வேளாண் பொருள்களின் பங்கிருந்தது. இந்தியப் பொருளியல் அறிஞரான தாதா பாய் நௌரோஜி தன்னுடைய புத்தகத்தில் (Poverty and Un-British Rule in India) 'வடிகால் கோட்பாடு' (Drain Theory) என்பதில் இந்தியாவில் விளையும் பொருள்களைக் குறைந்த விலையில் வாங்கி இங்கிலாந்தின் செல்வம் பெருகுவதற்கு ஏற்றுமதி செய்யப்பட்டது இதனால் இந்தியர்களின் வருமானம் குறைந்தது என்று குறிப்பிட்டுள்ளார்.

தாதாபாய் நௌரோஜி - செல்வம் வடிந்து செல்லும் கொள்கை

இந்தியா 18ஆம் ஆண்டின் பிற்பகுதி மற்றும் 19ஆம் நூற்றாண்டிற்கு முன்பு பல்வேறு ஆளுகையின்கீழ் இருந்தாலும் உலகப் பொருளாதாரத்திற்கு மூன்றில் ஒரு பங்கினை அளித்துவந்தது. இதனை அடிப்படையாகக்கொண்டே பல்வேறு நாடுகளிலிருந்து இந்தியாவை நோக்கி வந்தனர். இதனைப் பிரிட்டிஷாருக்கு முன்பு, பின்பு எனப் பிரித்துப் பார்த்தால். பிரிட்டிஷாருக்கு முன்பு, முகலாயர்கள், ஆப்கானியர்கள் முக்கியமானவர்கள் ஆவார்கள். இவர்களின் ஆளுகையில் இந்தியச் செல்வங்கள் கொள்ளையடிக்கப்பட்டன அல்லது சுரண்டப்பட்டன என்று எடுத்துக்கொண்டாலும், இவை அனைத்தும் இந்தியாவிலேயே ஏதேனும் வடிவத்தில் செலவிடப்பட்டது என்பது குறிப்பிடத்தக்கது. ஆனால் பிரிட்டிஷரைப் பொருத்தமட்டில் இந்தியாவின் செல்வங்கள் சுரண்டப்பட்டு இங்கிலாந்திற்கு எடுத்துச்செல்லப்பட்டது. இதனால் இந்தியர்கள் பெரும் துயரத்தைச் சந்தித்தனர். ஆனால், ஆங்கிலேயர்கள் செல்வமுடன் வாழவும் வழிவகை செய்யப்பட்டது. இந்த நிலை 1600ல் ஆரம்பித்து 1947வரை நீடித்தது.

இதனைத் தாதாபாய் நௌரோஜி 'செல்வம் வடிந்து செல்லும் கொள்கை' என்று அழைத்தார். இந்திய தேசிய உற்பத்தியில் ஒரு பகுதி இங்கிலாந்து நாட்டிற்குச் சென்றது என்றும். இது ஆண்டிற்குச் சராசரியாக 12 மில்லியன் பவுண்டு எனவும் கணக்கிட்டார். 'இதனால் இங்கிலாந்து விழிப்படைந்தது' எனக் குறிப்பிட்டார். 'இதுபோன்று உலகில் எந்த ஒரு நாட்டிலும் நடைபெறவில்லை' என்றார். இந்தியாவிலிருந்து பொருள்கள் இங்கிலாந்திற்கு ஏற்றுமதி செய்யப்பட்டது ஆனால் இதில் வரும் லாபத்தை இந்தியாவில் பகிரவில்லை.

இந்திய வருமானம் இங்கிலாந்துக்குச் சென்றதை பல்வேறு முறைகளில் கணக்கிட்டார். '1867ல் 8 மில்லியன் பவுண்டும், 1870ல் 12 மில்லியன் பவுண்டும், 1905ல் 34 மில்லியன் பவுண்டும் இங்கிலாந்திற்குச் சென்றது' என்கிறார். இந்தியாவிலிருந்து தேசிய வருமானம் ஆண்டுக்கு 10 விழுக்காட்டிற்குக் குறைவாகவே இங்கிலாந்திற்குச் சென்றது. 'ஆயினும் இவை ஆண்டுக்கணக்கில்

செல்லும்போது மிகவும் அதிக அளவிலிருந்தது' என்றார். இதில் பெரும் பகுதி ஆங்கிலேய சிவில், ராணுவ, ரயில்வே துறைகளில் செலவிடப்பட்டது. இவ்வாறு செல்வம் வடிதலால் இந்தியா ஏழ்மையான நாடாகவும், பொருளாதாரரீதியாகப் பாதிக்கப்பட்டதாகவும் இருந்தது. மேலும் அதிக அளவிலான ஆங்கிலேயர்கள், இந்தியாவில் உற்பத்தியாகும் பொருள்களை நுகர்ந்ததால் இந்தியர்களுக்குக் கிடைக்கவேண்டியதைப் பறித்துக்கொண்டதாகவே கருதமுடியும் என்கிறார். இது இந்திய வறுமைக்கான ஒரு காரணமாக பார்க்கவேண்டியுள்ளது.

செல்வம் வடிதலால் இந்தியாவின் மூலதன சேர்க்கை தடைப்பட்டுப்போனது. இதனால் இந்தியத் தொழில், வேளாண்மை பாதித்தது. குறிப்பாக வேளாண்மையின்மீது செய்யும் மூலதனம் குறைந்தது. இதனால் விளைச்சல் அதிகரிக்கவில்லை. காலனி அரசின் மொத்த வருமானத்தில் பாதி அளவிற்கு நில வருவாயிலிருந்து கிடைத்து வந்தது. இது குறையாமல் இருக்கக் கடுமையான முறைகளைப் பின்பற்றி வரி திரட்டுதலில் ஈடுபட்டனர். இதனால் வேளாண்மை பிரிட்டிஷ் ஆட்சியில் பெரும் நெருக்கடிக்கு ஆளானது. விவசாயிகள் வறுமையில் வாடினர் (*Dadabhai Naroji 2020*).

19ஆம் நூற்றாண்டில் 80 விழுக்காடு மக்கள் வேளாண்மையினைச் சார்த்திருந்தனர். கிராமப்புறங்களில் 75 விழுக்காடு மக்கள் நிலமற்றவர்களாகவும், குத்தகைதாரர்களாகவும், விவசாயக் கூலிகளாகவும் இருந்தனர். குத்தகையின் அளவு விளைச்சலில் 50 முதல் 85 விழுக்காடுவரை நில உரிமையாளர்களுக்கு வழங்கப்பட்டது. வேளாண் பயிரிடுதலில் பாரம்பரிய முறைகளையே பின்பற்றினர். ஆதலால் விளைச்சல் அதிக அளவில் கிடைக்கவில்லை. இந்தியா சுதந்திரம் அடையும்போது 2.5 ஏக்கருக்குக்கீழ் நிலம் வைத்திருந்தவர்கள் 40 விழுக்காகவும், 5ஏக்கருக்குக்கீழ் வைத்திருந்தவர்கள் 60 விழுக்காடாகவும் இருந்தனர். விவசாயத்திற்கான நீர்ப் பாசனம் முக்கியப் பங்கு வகிக்கிறது. இந்திய அரசர்கள் பல்வேறு வழிமுறைகளில் தண்ணீரைத் தேக்கி வேளாண்மையினை தழைத்தோங்கச் செய்தனர். ஆனால் காலனி ஆதிக்கத்தில் இதற்கான முக்கியத்துவம் குறைந்திருந்தது. காலனி அரசில் பல்வேறு குத்தகை, இடைத்தரகர், நில வரி முறைகள் புழக்கத்திலிருந்தன.

காலனி ஆதிகத்தினால் விவசாயிகள், கிராமப்புறக் கைவினைஞர்கள், நெசவாளர்கள் என அனைவரும் பாதித்திருந்தனர். காலனி அரசின் நிலவரிக் கொள்கையினால் விவசாயிகள் அதிகமாகப் பாதிக்கப்பட்டிருந்தனர். நிலவரி அதிகம் செலுத்தவேண்டியிருந்ததால் பாரம்பரிய பயிர் வகைகளைத் தவிற்று வருமானம் அதிகம் தரக்கூடிய பணப் பயிர்களான கரும்பு, பருத்தி, நிலக்கடலை, புகையிலை ஆகியவை பயிரிட்டனர். நிலவுடைமையில் ஏற்றத்தாழ்வுகள் அதிகரித்தன. இதற்கு முக்கியக் காரணம் வணிக நோக்கில் பயிர் செய்யப்பட்டதாகும். இதற்கான முதலீடு அதிகம் தேவைப்பட்டது. இச்செலவுகளை எதிர்கொள்ள முடியாமல் அளவிற்கு அதிகமாகக் கடன் பெற்று விவசாயிகள் கடனில் மூழ்கினர். கடனைத் திரும்பச் செலுத்தவும், வட்டி செலுத்தவும் இயலாத நிலைகளில் நிலங்கள் விற்கப்பட்டன. நிலங்கள் பயிர்த்தொழில் செய்யாத வட்டிக்காரர்களின் கைகளுக்குச் சென்றது. நிலவுடைமை முறையானது, விவசாயிகளை விவசாயக்கூலிகளாகவும், குத்தகைதாரர்களாகவும் மாற்றியது. நிலமற்ற விவசாயிகள் அதிகரிக்கத் தொடங்கினர். வட்டிக்காரர்கள் (வட்டிக்காரர்கள் என்பவர்கள் மார்வாரிகள், பணியா, செட்டியார் என்ற வகுப்பினராகப் பரவலாக இருந்தனர்) நிலத்தின் மீது முதலீடு செய்யத் தயக்கம் காட்டினர். வட்டி மற்றும் குத்தகை வழியாக வட்டிக்காரர்களுக்கு வருமானம் குவியத் தொடங்கியது. ஆனால் இதன் தொடர்ச்சியாக நுகர்ச்சிக்கான கடன் குறையத் தொடங்கியதால், வட்டிக்குக் கடன் பெறுவது குறைந்தது, வட்டிக்காரர்களின் வருமானம் குறையத் தொடங்கியது. எனவே நிலையான நில உரிமை முறையான ஜமீன்தார் முறை வங்காளத்தில் உருவானது. ரயத்துவாரிய முறை பாம்பே மாகாணத்தில் தோன்றியது. தென்னிந்தியாவில் நிலங்கள் பிராமணர்களிடமிருந்து. சமூகத்தில் கீழ்மட்டத்திலிருந்த ஜாதியினர் தோட்ட வேலைகளுக்குக் கூலியாள்களாக இருந்தனர். உயர் ஜாதியினர் நகரங்களுக்கு இடம் பெயர்ந்தனர். இதனால் பிராமணர் அல்லாத உயர் ஜாதியினரிடம் நிலங்கள் கைமாறியது.

பருவமழை பொய்த்த காலத்தில்கூட குறிப்பிட்ட நில வரியினைக் கட்டவேண்டும் எனக் கட்டாயப்படுத்தினர். ஜமீன்தாரர்கள் தங்களின் நிலங்களைக் குத்தகைக்குவிட்டு அதன் மூலம் வரும் குத்தகையில் வரியினைச் செலுத்திவந்தனர். குத்தகையின் அளவு எக்காரணம் கொண்டும் குறைக்கப்படுவதில்லை. ரயத்துவாரிய முறையில் அரசுக்கு உழவர்கள் நேரடியாக

வரியினைச் செலுத்தி வந்தனர். வரி செலுத்தாத விவசாயிகளின் நிலங்கள், சொத்துகள் (அசையும், அசையா சொத்துகள்) அரசினால் கையகப்படுத்தப்பட்டது (ஜப்தி). இதனால் விவசாயிகள் வாழ்வாதாரம் இழந்தும், வறுமையிலும் தள்ளப்பட்டனர். இவ்விரண்டு முறைகளிலும் விவசாயிகள் கடும் துன்பத்திற்கு ஆளானார்கள். மேலும் காலனி ஆதிக்கத்தில் வணிக நோக்கில் பயிர் செய்ய வலியுறுத்தியதால், விவசாயிகள் உணவல்லா-வேளாண் விளைபொருள்களை விளைவித்தனர். இதனால் தங்களின் உணவுத் தேவையினை நிவர்த்தி செய்ய கடன் வாங்கினர். குத்தகை செலுத்துவதற்கு உற்பத்தியினைத் தவிர்த்து பணம் செலுத்துவதற்குப் பணம் தேவைப்பட்டது. வேளாண் விளைபொருள்கள் சந்தைப் படுத்துதலுக்கு வெகுதொலைவிற்கு எடுத்துச் செல்ல பணம் தேவைப்பட்டது. பணப்பயிர்கள் பயிர் செய்ய இடுபொருள்கள் வாங்குவதற்குப் பணம் தேவைப்பட்டது. இவ்வாறு பல்வேறு வேளாண் நடவடிக்கைகளுக்குப் பணம் தேவைப்பட்டதால் விவசாயிகள் கடன் பெற்றனர். கடன் வழங்கும் குறிப்பிட்ட சமூகத்தினர் அதிகரித்ததால் கடனுக்கான அளிப்பும் இருந்தது. நில அடமான முறை, நில உரிமை போன்றவை கடன் பெறுவதற்கான வாய்ப்புகளை உருவாக்கித் தந்தது. பிரிட்டிஷ் ஆட்சிக் காலத்தில் நீதிமன்றம், புதிய சட்ட நடைமுறையினால் கடன் குறித்த சட்டப்படி அணுகும் முறை இருந்தது. பணக்காரர்கள் மேலும் பணக்காரர்களாகவும், ஏழைகள் மேலும் ஏழைகளாகவும் இருக்கும் நிலை உருவானது. இதனால் வேளாண்மையில் தேக்க நிலை காணப்பட்டது. கடனைப் பொதுவெளியில் வாங்கினார்கள். 97 விழுக்காடு கடன் அதிக வட்டிக்கு முறைசாராக் கடன் பெற்றிருந்தனர். 3 விழுக்காடு மட்டுமே முறைசார் கடனாகப் பெறமுடிந்தது. இவ்வட்டியினைச் செலுத்த இயலாதவர்களின் நிலங்கள் வட்டிக்குக் கொடுத்தவரிடமே அல்லது வசதி படைத்தவர்களிடமே பறிபோனது. இதனால் ஒரு புதிய நிலவுடைமையளர்கள் தோன்றத் தொடங்கியது. தரிசு நிலங்கள் அதிகரித்தன. இது அரசியல் பிரச்சனையாக உருவெடுத்தது.

இந்தியக் கிராமங்களில் பாரம்பரியமாக நிலமற்ற தொழிலாளர் குழுக்கள் இருந்தனர். இவர்கள் சமுதாயத்தில் கடைநிலையில் உள்ள ஜாதியினைச் சார்ந்தவர்கள் ஆவார்கள். பிரிட்டிஷார் இந்தியாவிற்கு வருவதற்கு முன்பே இந்த முறை நடப்பிலிருந்தது. இவர்கள் நிலப்பிரபுகளின் அடிமைகளாகவே இருந்து வந்தனர். காலனி ஆதிக்கத்தில் இந்த நிலை குறையத் தொடங்கியது. உயர்

வகுப்பினரால் நடைமுறைப்படுத்தப்பட்ட சமூகக் கட்டுப்பாடு குறைந்தது. கடன் காரணமாக நிலங்களை இழந்தவர்கள் விவசாயக் கூலிகளாக இருந்தனர். இதனால் வேளாண்மையில் புலம்பெயரும் முறை அதிகரிக்கத் தொடங்கியது. இவர்கள் நகரங்களை நோக்கியும், பிரிட்டிஷ் காலனிக்கு உட்பட்ட நாடுகளில் தோட்டங்களிலும், சுரங்கங்களிலும், நகரப் பணிகளிலும், அரசுத் துறைகளிலும் வேலையில் ஈடுபட்டனர். புலம்பெயர்ந்தவர்கள் பெருமளவிற்கு ஆண்களாக இருந்தனர். பெண்கள் சொந்த ஊர்களில் விவசாயம் சார்ந்த வேலைகளைச் செய்ததால், பெண்கள் வேளாண்மையில் அதிகப் பங்கினை ஏற்றனர். கிராமக் கைவினைஞர்கள் தங்களின் வாழ்வாதாரங்களை இழந்தனர். இவர்களும் வேலை தேடி நகர்ப்புறங்களுக்குச் செல்லத் தொடங்கினர்.

விவசாயிகளின் வறுமையினை மூலதனமாகக்கொண்ட வட்டிக்காரர்கள் பற்றி 1899ல் நடந்த இந்திய தேசிய காங்கிரஸ் மாநாட்டில், வட்டிக்காரர்கள் மனிதனும் விலங்கும் சேர்ந்த விசித்திரக் கலவை என்றும், சிங்கத்தின் நகங்களையும் நரியின் மூளையினையும் ஆட்டின் இதயத்தையும் கொண்டவர்கள் என்றும், இவர்கள் பணம் பறிப்பவர்கள், ஏழைகளின் ரத்தத்தை உறிஞ்சும் வெறுக்கத்தக்க அட்டை என்றும் குறிப்பிட்டது. விவசாயிகள் தாங்கள் வாங்கிய கடனுக்கு வட்டி செலுத்தாமல் போகும்போது இவர்களின் நிலங்கள் பறித்துக்கொள்ளப்பட்டன. இதனால் விவசாயம் பார்க்காதவர்கள் கைகளில் நிலங்கள் கைமாறின. ஆனாலும் இவர்கள் விவசாயிகளுக்குத் தேவைப்படுபவர்கள் ஆவார்கள். இந்த அதிக வட்டியை முறைப்படுத்த முதன்முதலில் 1879ல் தக்காண விவசாயிகள் நிவாரணச் சட்டம் கொண்டுவந்தனர். ஆனாலும் கடன் பிரச்சனையினால் நிலம் விற்பனை செய்யப்படுவதை தடுக்க முடியவில்லை. இதனால் நில உரிமையை மாற்றும் அதிகாரத்தைப் பறித்தது. இதன்படி பஞ்சாப் உடைமை மாற்றுச் சட்ட மசோதா 1900ல் கொண்டுவரப்பட்டது. தேசியத் தலைவர்கள், நடைமுறையில் இச்சட்டம் விவசாயிகளைக் காக்க இயலவில்லை என்று கருதினர். எனவே விவசாயிகள் வட்டிக்காரர்களிடம் செல்லாமல் மாற்றுவழியில் கடன் பெறும் வசதியினை ஏற்படுத்தவேண்டும் என்ற கோரிக்கையினை முன்வைத்தனர். பிரிட்டிஷ் காலனி அரசானது 1903-04ல் அரசு கூட்டுறவுக் கடன் சொசைட்டி தொடர்பான மசோதா கொண்டுவந்தது. இதற்கு விவசாயிகளிடமிருந்து வரவேற்பு இருந்தது. இவ்வாறு பல

சட்டங்கள் கொண்டுவந்தும் விவசாயிகள் பெரும் இன்னல்களைச் சந்தித்தனர். பி.சி.ரே, ரானடே போன்ற தலைவர்கள் 'வேளாண்மையில் அதன் தேவையினைவிட அதிக அளவில் தொழிலாளர்களைச் சார்ந்திருப்பதைக் குறைக்கத் தொழில் துறையினை வளர்த்தெடுப்பது அவசியமாகும் என்றும், இதனால் விவசாயிகளுக்கு மாற்றுவேலை கிடைக்கும், வாழ்வு நிலை மேம்படும், வறுமை குறையும்' என்றனர். நாட்டை தொழில்மயமாக்க வேண்டிய கட்டாயமும் ஏற்பட்டது (பிபின் சந்திரா 2012).

அதிக அளவிற்கான குத்தகை, நில வரி போன்றவற்றால் விவசாயிகள் வாழ்நிலை பாதிக்கப்பட்டது, பலர் வறுமை நிலைக்குத் தள்ளப்பட்டனர். இதனால் விவசாயிகளுக்கு ஆதரவான நிலையில் அரசியல் கட்சிகள் போராடத் தொடங்கினர். விவசாயச் சங்கங்களும் பெரும் போராட்டங்களை முன்னெடுத்தனர். 1869ல் ஒருவர் 12 ஆண்டுகளுக்குக் குத்தகைக்குப் பயிர் செய்திருந்தால் அவர் நில அனுபவப் பாத்தியம் வந்துவிடுமென்றும், இதுபோல் நில உரிமையாளர்கள் தங்களின் விருப்பத்தின் அடிப்படையில் குத்தகையினை அதிகரிக்கவும் அனுமதி அளிக்கப்பட்டது. ஆனால் இச்சட்டம் எந்த வகையிலும் நிலப்பிரபு-குத்தகைதாரர்கள் மோதலைக் குறைக்கவில்லை. இதனைத் தொடர்ந்து வங்காளத்திலும், பீகாரிலும் விவசாயிகள் பெரும் கிளர்ச்சியில் ஈடுபட்டனர். எனவே 1883ல் காலனி அரசால் மசோதா தாக்கல் செய்யப்பட்டது. இதன்படி, 12 ஆண்டுகள் நிலத்தை தம் வசம் வைத்திருந்தவர்களுக்கு அதன் உரிமை வழங்கப்படும், இந்த உரிமை பரம்பரையாக வரும், எந்தவிதக் கட்டுப்பாடுமின்றி உள்குத்தகைக்கு விடலாம், குத்தகைமீது பல கட்டுப்பாடுகள் விதிக்கப்படும் (குத்தகையானது மொத்த உற்பத்தியில் 16ல் 5 பங்கிற்குமேல் இருக்கக்கூடாது) என்றது. உடைமை உரிமையற்ற ரயத்து நீக்கப்பட்டால் அவர்களுக்கு இழப்பீடு வழங்க வேண்டும் என்றும், ஜமீன்தாரர்களின் புகார்களைக் கவனிக்க எளிய நடைமுறையினையும் மேற்கொண்டது. இந்த மசோதாவை ஜமீன்தாரர்கள் கடுமையாக எதிர்த்தனர். எனவே இதில் பல மாற்றங்களுடன் 1885ல் சட்டமாக்கப்பட்டது. இந்தச் சட்டம் உண்மையில் உழுபவர்களுக்குச் சாதமாக இல்லை. இதனைத் தொடர்ந்து அவுத் குத்தகைச் சட்டம் 1886ல், வங்காளக் குத்தகைச் சட்டம் 1898ல், மலபார் குத்தகைச் சட்ட மசோதா 1899ல், வடமேற்குக் குத்தகை மசோதா 1901ல் கொண்டுவரப்பட்டது.

இந்தியாவில் ரயில், துறைமுக உள்கட்டமைபுகளைத் தங்களின் சுயலாபத்திற்காகக் காலனி ஆட்சியாளர்களால் அமைக்கப்பட்டது. இந்தியாவில் உற்பத்தியாகும் வேளாண் பொருள்கள் பெருமளவிற்கு ரயில்-துறைமுகங்கள் வழியாக ஐரோப்பிய நாடுகளுக்கு ஏற்றுமதி செய்யப்பட்டது. இதனால் உள்நாட்டு உணவுத் தேவையினை நிறைவு செய்ய இயலாத நிலை ஏற்பட்டது. உபரியான உணவு தானியங்களைச் சேமிக்கக் கிடங்குகளும் கட்டமைக்கப்படவில்லை. பஞ்ச காலங்களில் இதனால் பெரும் உணவுத் தட்டுப்பாடு ஏற்பட்டு லட்சக்கணக்கானோர் மாண்டுவிட்டனர். இக்கால கட்டங்களில் பிரிட்டிஷ் அரசு தொன்மை பொருளியல் அறிஞரான ஆடம் ஸ்மித்தின் 'தலையிடாக் கொள்கை', 'கட்டுப்பாடற்ற சந்தை' கொள்கையினைப் பின்பற்றியது. இதனால் அரசு பஞ்சத்தைப் போக்க எந்தவித நடவடிக்கைகளையும் எடுக்கவில்லை. பஞ்ச காலங்களில் பிழைப்பு தேடி பிரிட்டிஷ் காலனி நாடுகளுக்குத் தோட்ட வேலைகள் செய்ய ஆயிரக்கணக்கான மக்கள் புலம்பெயர்ந்தனர்.

காலனி ஆதிக்கத்தில் வேளாண்மைத் தொழில் பெரும் பாதிப்புக்குள்ளானது. இத்துடன் பெரும் பஞ்சங்களும் அவ்வப்போது தோன்றின. பிரிட்டிஷ் அரசு இதனைப் பெரிதாகக் கண்டுகொள்ளவில்லை. இதனால் விவசாய இயக்கங்கள் தோன்றத் துவங்கியது. குத்தகைப் பாதுகாப்பு, நில வாடகையினைக் குறைத்தல் போன்ற கோரிக்கைகள் இயக்கங்களால் முன்வைக்கப்பட்டன. ஒத்துழையாமை இயக்கம், காலிபத் இயக்கம் விவசாயிகளின் கோரிக்கைகளை முன்னிறுத்தியது. 1931ல் கராச்சியில் நடந்த இந்திய தேசியக் காங்கிரஸ் மாநாட்டில் விவசாயிகளுக்கு ஆதரவான கருத்துகள் விவாதிக்கப்பட்டன. 1935ல் அலகாபாத் இந்திய தேசிய காங்கிரஸ் மாநாட்டில் ஜமீன்தாரி ஒழிப்பு தீர்மானமாகக் கொண்டுவரப்பட்டது. கம்யூனிஸ்ட்டுகளும், சோசியலிஸ்டுகளும் விவசாய அமைப்பில் பங்கேற்றனர். ரயத்துவாரிய முறையில் நில உரிமை விவசாயிகளிடம் இருந்ததால் அரசியல் அளவில் ஜமீன்தாரி ஒழிப்பினை முன்னெடுத்தனர். ரயத்துவாரிய முறையினை ஆதரித்தனர். 1936ல் அகில இந்திய விவசாயக் காங்கிரஸ் துவக்கப்பட்டது. 1937ல் நடந்த தேர்தலில் இந்திய தேசியக் காங்கிரஸின் தேர்தல் அறிக்கையில் விவசாயிகளுக்கான கோரிக்கைகள் இடம் பெற்றன.

1937-1939ஆம் ஆண்டுகளுக்கிடையே 28 மாத இந்திய தேசியக் காங்கிரஸ் ஆட்சியில், இந்திய மாகாணங்களில் வேளாண்

சீர்திருத்தம் கொண்டுவரப்பட்டது. ஆனால் இதற்குப் பிரிட்டிஷ் அரசு ஒப்புதல் அளிக்கவில்லை. ஜமீன்தார் ஒழிப்பிற்கு இந்தியா முழுவதும் விவசாயிகள் குரல் கொடுத்தனர். குமரப்பா குழு (காங்கிரஸ் வேளாண்மை சீர்திருத்தக் குழு) அரசுக்குப் பல்வேறு வேளாண் சீர்திருத்தங்களைப் பரிந்துரைத்தது. எனவே சுதந்திரம் அடைந்தவுடன் சில சீர்திருத்தங்கள் கொண்டுவரவேண்டிய கட்டாயம் ஏற்பட்டது. இந்தியா சுதந்திரம் அடைந்தவுடன் 1960க்கு முன்பு நான்கு முக்கிய வேளாண் சீர்திருத்தங்கள் கொண்டுவரப்பட்டன அதன்படி 1) இடைத்தரகர்கள் ஒழிப்பு, 2) குத்தகை சீர்திருத்தம் (குத்தகையின் கால அளவு, வாடகைக் குறைப்பு, குத்தகைதாரர்களுக்கு நில உரிமை, 3) நில உச்சவரம்பு, 4) கூட்டுறவு மற்றும் சமுதாய வளர்ச்சித் திட்டங்கள் நடைமுறைப்படுத்தப்பட்டன. இது நிர்வாகச் சீர்திருத்தங்கள் (Institutional reforms) என அழைக்கப்பட்டது. 1960களின் இரண்டாம் பகுதியில் வேளாண் தொழில்நுட்பச் சீர்திருத்தங்கள் (Technological reforms) கொண்டுவரப்பட்டன அதன் முக்கியப் பகுதியாகப் பசுமைப் புரட்சி (ரசாயன உரங்கள், தரமான விதைகள், வேளாண் கருவிகள், நீர்ப்பாசன வசதி) கொண்டுவரப்பட்டது.

நிலவுடைமைச் சிக்கல் இந்திய வேளாண்மையின் மிக முக்கியமானதாக நீண்டகாலமாகவே நிலவி வருகிறது. நிலவுடைமையளர்களை மூன்று வகைகளாகப் பிரிக்கலாம். முதல் வகை: தங்களது நிலத்தை நேரடியாக சாகுபடி செய்யாமல் மற்றவர்களிடம் நிலத்தைக் குத்தகைக்குக் கொடுப்பவர்கள். இரண்டாவது வகை: நிலத்தை தங்களின் நேரடி மேற்பார்வையின் கீழ் விவசாயக் கூலிகளைக்கொண்டு சாகுபடி செய்வது. மூன்றாவது வகை: நிலத்தை தாங்களாகவே பாடுபட்டு உழைத்து சாகுபடி செய்பவர்கள். இதில் முதல் வகையினரால் வேளாண்மையில் பெரும் சிக்கல்கள் தொடர்ந்து எழுந்து வந்தது. எனவே நிலச்சீர்திருத்த நடவடிக்கைகள் கொண்டுவரப்பட்டன. இந்த முதல் வகையில் ஜமீன்தாரி, ஜாகிரிதாரி, இனாம் போன்றவர்கள் 40 விழுக்காடு சாகுபடி நிலங்களைத் தங்கள் வசம் வைத்திருந்தனர். ரயத்துவாரி முறையில் 60 விழுக்காடு சாகுபடி நிலங்கள் இருந்தன. குத்தகைதாரர்கள் பாதுகாப்பு இன்றியும், அதிக நில வாரம் கொண்டதாகவும் இருந்தனர். இந்த இடைத்தரகர்கள் நில வருவாயினைப் பெறுவதற்காகக் காட்டிய ஆர்வம் வேளாண் உற்பத்தி அதிகரிக்க காட்டவில்லை. இவர்கள் குத்தகைதாரர்களிடம்

அதிக கெடுபிடியுடன் நடந்துகொண்டனர். எனவே, இம்முறையினை ஒழிக்க சட்டங்கள் கொண்டுவரப்பட்டன (அன்சர் அலி 1972).

இடைத்தரகர்கள் ஒழிப்பிற்கு மிகப்பெரிய எதிர்ப்பினை சந்திக்கவேண்டியிருந்தது. இடைத்தரகர்கள் ஒழிப்பின் மூலமாக 20 மில்லியன் குத்தகைதாரர்கள் நில உரிமையாளர்களாக்கப்பட்டனர். குத்தகையின் அளவு வெகுவாகக் குறைந்தது (1950-51ல் 42 விழுக்காடாக இருந்தது 1960களின் முற்பகுதியில் 20 முதல் 25 விழுக்காடாகக் குறைந்தது. ஜமீன்தார் ஒழிப்பிற்காக அவர்களுக்கு (ஜமீன்தாரர்களுக்கு) இழப்பீடு தவணை முறையில் நீண்ட கால அடிப்படையில் வழங்கப்பட்டது. பல ஜமீன்தார்கள், 'சொந்தப் பயிரிடல்' (personal cultivation) என்ற அடிப்படையில் நில உரிமையினைத் தக்கவைத்துக் கொண்டனர். இதனால் குத்தகைக்குப் பயிரிட்டவர்கள் பெருமளவிற்கு வெளியேற்றப்பட்டனர். இவர்கள் வேளாண் கூலிகளாக மாறினர். சொந்த பயிரிடல் என்ற அடிப்படையில் முதலாளித்துவப் பயிரிடல் உருவாக்கத் தொடங்கியது. பணப்பயிர்கள் அதிகரிக்கத் தொடங்கின. மாநிலங்களின் இடைத்தரகர்கள் ஒழிப்பிற்குப் நாடாளுமன்றத்தில் ஒப்புதல் பெற காலதாமதம் ஆனது. பல ஜமீன்தாரர்கள் நீதிமன்றம் சென்றதால் இடைத்தரகர்கள் ஒழிப்பிற்கு நீண்டகாலம் எடுத்துக்கொண்டது. நில வரைபடம் சரியாக இல்லாததும் ஒரு பின்னடைவாக இருந்தது. பெரும், நடுத்தர நிலவுரிமையாளர்கள் உள்-குத்தகைக்கு விடும் செயலில் ஈடுபட்டனர். இதனால் குத்தகைதாரர்கள் பெருகத் தொடங்கினர் (Bipan Chandra et al 2008). இதன் அடிப்படையில் குத்தகைச் சீர்திருத்தம் கொண்டுவரவேண்டிய அவசியம் ஏற்பட்டது.

குத்தகைச் சீர்திருத்தத்தின் முக்கியக் குறிக்கோள்கள் 1) குத்தகை கால வரம்பினை உறுதி செய்தல், 2) நில வாடகையினைக் குறைத்தல், மொத்த நிலத்தின் உற்பத்தியில் நான்கில் ஒரு பங்கிலிருந்து ஆறில் ஒரு பங்குவரை நில உரிமையாளர்களுக்குச் செலுத்தப்படுவது, 3) குத்தகைதாரர்களுக்கு நில உரிமையினைப் பெற்றுக்கொள்ளும் நிலை போன்றவை ஆகும். குத்தகை பெரும்பாலும் வாய்மொழியாகவும், முறைசாரா நிலையிலும் நடைமுறையிலிருந்தது. 1961ல் கணக்கெடுப்பின்படி 82 விழுக்காடு குத்தகைதாரர்கள் எந்தப் பாதுகாப்பும் இல்லாமல் இருந்தனர். குத்தகைச் சீர்திருத்த சட்டம் கேரளா, மேற்கு வங்காள மாநிலங்களில் சிறப்பாக நடைமுறைப்படுத்தப்பட்டது. ஆனாலும் குறிப்பிடத்தக்க

வெற்றியினை அடையவில்லை. பெருமளவிற்கான குத்தகைதாரர்களுக்குப் போதுமான பாதுகாப்பு வழங்கப்படவில்லை. குத்தகைதாரர்கள் நில உரிமையாளர்களுக்கு நிலையான (fixed) அளவில் வேளாண் விளைபொருள்களைப் பகிர்வது அல்லது ரொக்கமாக அளிப்பது தொடர்ந்துகொண்டிருந்தது. எனவே நியாயமான குத்தகையினை நிர்ணயிக்க சீர்திருத்தத்திற்கு வழிவகுத்தது. ஆனால் பஞ்சாப், ஆந்திரப்பிரதேசம், தமிழ்நாடு, ஹரியானா மாநிலங்களில் 33.3லிருந்து 40 விழுக்காடு அளவிற்கு மொத்த உற்பத்தியில் குத்தகை விதிக்கப்பட்டது. பிற மாநிலங்களில் 50 விழுக்காடுவரை இது இருந்தது. மற்றோர்புறம் 1960களின் பிற்பகுதியில் பசுமைப் புரட்சி அறிமுகப்படுத்தப்பட்டது. இதனால் உற்பத்தி, நிலப் பயன்பாடு, குத்தகை அளவு போன்றவை அதிகரித்தது. எனவே குத்தகை சீர்திருத்தம் சிறிய அளவிற்கே வெற்றி கண்டது.

ஜமீன்தார் ஒழிப்பு, குத்தகைச் சட்டம், நில உச்சவரம்புச் சட்டம் போன்ற நிலச்சீர்திருத்தங்களால் விவசாயிகள் முதலீடு செய்வதை அதிகப்படுத்தினர். இதனால் வேளாண் உற்பத்தித் திறன் அதிகரித்தது. இச் சீர்திருத்தத்தினால் அதிக அளவிற்கான விவசாயிகள் நில உரிமையாளர்களானார்கள். பல ஜமீன்தாரர்கள் சொந்தப் பயிரிடல் நிலைக்குத் திரும்பினர். இதனால் குத்தகைதாரர்கள் பயிர் செய்வதை இழந்தனர். நிலமற்ற விவசாயிகள் பயிரிட நிலம் வழங்கப்பட்டது. குத்தகை அளவு குறைந்தது. முறைசார் கடன் கிடைக்கப்பெற்றனர்.

1950களின் கடைசி ஆண்டுகளில் நில உச்சவரம்புச் சட்டம் மாநிலங்களில் இயற்றப்பட்டது. இவ் நில உச்சவரம்பிற்குச் சில விதிவிலக்கும் அளிக்கப்பட்டது. நில உச்சவரம்பானது மாநிலங்களுக்கிடையே வேறுபாட்டுடன் காணப்பட்டது. 1970களின் கடைசி ஆண்டுகளில் 2.4 மில்லியன் ஏக்கர் உபரி நிலமாக அறிவிக்கப்பட்டது. இது மொத்த சாகுபடி நிலப்பரப்பில் 0.3 விழுக்காடாகும். 1985ல் 7.2 மில்லியன் ஏக்கர் உபரி நிலமாக அறிவிக்கப்பட்டது இதில் 4.3 மில்லியன் ஏக்கர் நிலம் பகிர்ந்தளிக்கப்பட்டது. இதன்மூலம் 3.3 மில்லியன் விவசாயிகள் பயனடைந்தனர். இதில் 98.2 விழுக்காடு தாழ்த்தப்பட்டோர் மற்றும் பழங்குடி மக்களாவார்கள். 1992ல் 7.3 மில்லியன் ஏக்கர் உபரி நிலங்களாக அறிவிக்கப்பட்டது. இதில் 5 மில்லியன் ஏக்கர் பகிர்ந்தளிக்கப்பட்டது. இதன்மூலம் 4.7 மில்லியன் விவசாயிகள்

பயன் அடைந்தனர். இதனால் சிறு, குறு விவசாயிகளின் எண்ணிக்கை பெருகியது (Bipan Chandra et al 2008).

இந்திய விடுதலைக்கு முன்பு பெரும் பஞ்சங்கள் 18ஆம் நூற்றாண்டு முதல் 20ஆம் நூற்றாண்டின் முற்பகுதிவரையில் உணவு அளிப்பின் பற்றாக்குறையினால் ஏற்பட்டன. பருவமழை பொய்த்தது. அதனைத் தொடர்ந்து பயிரிடுவதில் தோல்வி, உணவு விளைபொருள்கள் உற்பத்தியின்மை போன்ற காரணங்களினால் 1769 முதல் 1943ஆம் ஆண்டு முடிய உள்ள காலங்களில் பஞ்சத்தால் சுமார் 30 மில்லியனுக்குமேல் செத்து மடிந்தனர். எனவே இந்தியா சுதந்திரம் அடைந்தபோது, "அதிகம் பயிர் செய்வோம்" என்ற இயக்கம் 1947ல் உதயமானது. 1948ல் வேளாண் சீர்திருத்தத்தின் முக்கியமானதான இடைத்தரகர்கள் ஒழிப்பு நிறைவேற்றப்பட்டது. 1948ல் இந்தியாவின் முதல் பல்நோக்கு ஆற்றுப்பள்ளத்தாக்கு திட்டம் கட்டமைக்கப்பட்டது. வங்கத்தின் துயரம் என்று அழைக்கப்பட்ட தாமோதர் நதியினைப் பல்நோக்கு நிலைக்கானதாக வெள்ளத் தடுப்பு, நீர்ப்பாசனம், நீர் மின்சார உற்பத்தி மற்றும் பகிர்வு, காடு வளர்ப்பு, போன்றவற்றை அடைய அணை கட்டப்பட்டது. உணவுப் பொருள்களின் தேவை அதிகமாகவும் அளிப்பு குறைவாகவும் இருந்தது. இதனைப் போக்க 1951ல் பண்டிட் ஜவஹர்லால் நேரு தலைமையில் அமைந்த அரசு முன்னுரிமை அளித்தது.

இந்தியாவில் மண்ணின் தன்மை குறைந்ததாகவும், கால்நடை உற்பத்தித்திறன் ஒப்பீட்டு அளவில் குறைவான தரத்திலிருந்தது. தண்ணீர்ப் பற்றாக்குறை, வேளாண் விளைபொருள்களைச் சந்தை படுத்துதலில் பின்தங்கிய நிலை, விவசாயிகள் உரம், தரமான விதை, வேளாண் கருவிகளைப் பயன்படுத்துதல் போன்றவற்றில் போதுமான அளவிற்குத் தெளிவில்லாமல் இருந்தது, வேளாண்மையினைச் சார்ந்த மக்கள் அதிக அளவிற்கு வளர்ச்சி அடைந்தால் சாகுபடிக்கான நில பற்றாக்குறை, வேளாண் தொழிலாளர்களின் குறைந்த அளவு கூலி, குறைவான முதலீட்டின் மீதான திரும்பப் பெறுதல் போன்றவை இந்திய வேளாண்மையில் காணப்பட்டன. அதேசமயம் 19ஆம் நூற்றாண்டின் பிற்பகுதியில் உலகமயமாக்கல் நடைபெற்றது இதனால் வாணிப நோக்கில் பயிர்கள் சாகுபடி செய்யப்பட்டன. வாணிபநோக்கில் அதிகமாகப் பயிர் செய்த பகுதிகள் வேளாண்மையில் முன்னேற்றம் கண்டிருந்தன. பாரம்பரியப் பயிர்த் தொழில் முறை குறையத்தொடங்கியது. 1930களில் ஏற்பட்ட உலகப் பெருமந்தம் இந்திய வேளாண்மையினைப் பாதித்தது. எனவே வேளாண்மையில் பல்வேறு சீர்திருத்தங்களைப் பிரிட்டிஷ் கொண்டுவந்தது.

இந்தியா சுதந்திரம் அடைந்த பிறகு வேளாண்மையில் இந்தியா பல்வேறு கட்டங்களைக் கடந்து வந்துள்ளது. இந்தியா சுதந்திரம் அடைந்தபோது அதிகமாக வேளாண் உற்பத்தி நடைபெறும் பகுதிகளான சிந்து மாகாணம் பாகிஸ்தான் நாட்டிற்கும், கிழக்கு வங்காளம் தற்போதைய பங்களாதேஷ் நாட்டிற்கும் சென்றது. மேலும் இந்தியப் பிரிவினையினால் அதிகமான அகதிகள் பாகிஸ்தான் நாட்டிலிருந்து இந்தியாவிற்குள் வந்தடைந்தனர். இதனால் உணவுப் பற்றாக்குறை ஏற்பட்டது. இதனைச் சரிசெய்ய திட்ட காலங்களில் வேளாண் உற்பத்திக்கு முக்கியத்துவம் அளிக்கப்பட்டது. 1950களிலிருந்து 1990கள்வரை வேளாண்மை உற்பத்தியினையும், உற்பத்தித் திறனை அதிகரிக்கவும் தொடர்ந்து திட்டங்கள் வகுக்கப்பட்டன. இதற்கான அடிப்படை ஆதாரமான நீர்ப்பாசனக் கட்டமைப்புகள் அதிக அளவில் உருவாக்கப்பட்டன, நவீனத் தொழில்நுட்பங்களைப் பயன்படுத்தி வேளாண் மேம்பாட்டிற்கு வழிவகை செய்தது. இதன் விளைவு இந்தியா வேளாண்மையில் சுயச்சார்பினை அடைந்துள்ளது. 2000ஆம் ஆண்டுகளிலிருந்து 2010ஆம் ஆண்டுகளில் இடைப்பட்ட காலங்களில் இந்த நோக்கத்தில் மாற்றம் ஏற்பட்டு உணவுப் பாதுகாப்பு என்ற நிலையினை அடைய கொள்கைகள் வகுக்கப்பட்டன. 2010களின் இறுதியில் இதிலும் மாற்றம் கண்டு வேளாண் விவசாயிகளின் வருமானத்தைப் பெருக்கும் வழிமுறைகளைக் கண்டுவருகிறது. பால், பருப்பு வகைகள், சணல், அரிசி, கோதுமை, பருத்தி, பழங்கள், காய்கறிகள், நறுமண விளைபொருள்கள், மீன், கால்நடைகள் எனப் பலநிலைகளிலும் உலக அளவில் அதிக உற்பத்தி செய்யும் நாடாகத் தற்போது இனம் காணப்படுகிறது. அதேசமயம் அதிக விவசாயிகள் வறுமையில் வாழ்வதும், உலகில் விவசாய தற்கொலைகளின் நாடாக இந்தியா இருப்பதும், அதிக அளவிற்குச் செயற்கை இடுபொருள்களைப் பயன்படுத்துவதும், அதிக அளவில் குறு-சிறு விவசாயிகளை உடையதாகவும், சராசரி பயிரிடும் நிலம் ஒரு ஹெக்டேருக்குக் கீழ் உள்ளதும், அதிக அளவிற்கான பருவ மழையினைச் சார்ந்து இருப்பதும், நிலத்தடிநீர் அதிகமாக உறிஞ்சப்படுவதும், குறைவான வேளாண்மைக்கான முதலீடு, அதிக அளவில் விவசாயிகள் வேளாண்மையினை விட்டு வெளியேறி வருவதும், வேளாண்மை லாபமற்ற தொழிலாக மாறிவருவதும் எனப் பல்வேறு அறைகூவல்களை தற்போது இந்திய வேளாண்மை சந்தித்து வருகிறது.

3

நேருவும் வேளாண்மை உள்கட்டமைப்பும்

"மற்ற அனைத்தும் காத்திருக்கலாம்
ஆனால் விவசாயம் அல்ல"
– நேரு

இந்தியா சுமார் 200 ஆண்டுகள் காலனி ஆதிக்கத்திலிருந்த காலத்தில் தன் சொந்த அடையாளங்களை இழந்திருந்தது. இந்தியா சுதந்திரம் அடைந்தபோது நவீன தொழில்நுட்பம் உலக அளவில் பல மாற்றங்களை உருவாக்கியிருந்தது. எனவே இந்தியா உலக நாடுகளுடன் போட்டியிட்டு வளரவேண்டிய நிலைக்கு வந்தது. அதிக அளவிலான வறுமை, கல்வியறிவின்மை, வேளாண்மையில் பாரம்பரியப் பின்பற்றல், பாரம்பரிய கிராமப்புறத்துத் தொழில்களை அழித்தொழித்தது, குறைவான உற்பத்தித் திறன், நிலப்பிரபுத்துவம், இடைத்தரகர்களின் கொடுமைகள், அளவிற்கு அதிகமான வேளாண்மையின் மீதான வரி, வங்காளப் பஞ்சம், பாகிஸ்தானிலிருந்து அகதிகள் வருகை, உணவுப் பற்றாக்குறை, பணவீக்கம், அதிக அளவில் தாழ்த்தப்பட்டோர் மற்றும் பழங்குடியினர் நிலமற்ற வேளாண்மைக் கூலிகளாக இருந்தது போன்றவற்றைச் சரிசெய்யவேண்டிய கட்டாயம் இருந்தது. குறிப்பாக வேளாண் துறையில் உடனடி நடவடிக்கையாக ஜமீன்தாரி ஒழிப்பு, குத்தகைச் சீர்திருத்தம், கூட்டுறவு வேளாண்மை, சந்தைப்படுத்துதல், கடன் வசதி போன்றவை இருந்தன (Sharma 2020). பல்வேறு துறைகளை வளர்ச்சியடையச் செய்யவும் பொருளாதார மேம்பாட்டை அடையவும் நேரு தலைமையிலான அரசுத் திட்டங்களை வகுத்தது. நேரு கலப்புப் பொருளாதார முறையினைப் பின்பற்றினார். 15 மார்ச் 1950ல் நேருவைத் தலைவராகவும் பல துறைகளின் அறிஞர்களை உறுப்பினராகவும் கொண்டு திட்டக்குழு அமைக்கப்பட்டது. இக்குழு அரசுக்குப் பல்வேறு ஆலோசனைகளை வழங்கியது (Bipan Chandra et al 2000). மாநில அரசுகள் நாட்டின் வளர்ச்சிக்கு ஒன்றிணைந்து செயல்பட வேண்டும் என்ற உயர்ந்த லட்சியத்துடன் உயர் அதிகார பீடமாகத் திட்டக்குழு செயல்பட்டது. நாட்டின் வளர்ச்சி ஒன்றே

குறிக்கோள் என்ற அடிப்படையில் எவற்றுக்கு முன்னுரிமை தரவேண்டும் என்பதை வடிவமைத்துக் கொடுத்தது திட்டக் குழு (ஹரீஷ்கரே 2022). வேளாண்மை, இந்திய அரசியலமைப்பு ஏழாவது அட்டவணையில் பட்டியல் பிரிவு இரண்டில் 14ன்படி மாநில அரசுகளின் அதிகாரத்திற்கு உட்பட்டதாகும். ஆனால் சில அம்சங்கள் கூட்டுப்பட்டியலில் இடம் பெற்றுள்ளது.

வேளாண்மையும், தொழில் துறையும் ஒன்றை ஒன்று சார்ந்துள்ளது. தொழிற்புரட்சியின் விளைவால் இயந்திரக் கருவிகள், வேளாண் சாதனங்கள், ரசாயன உரம், மோட்டார் வாகனங்கள் உற்பத்தி செய்யப்பட்டன. இதனை அடிப்படையாகக் கொண்டு பல நாடுகள் வேளாண் உற்பத்தியில் தன்னிறைவினை அடைந்தது. இதுபோல் தொழில்துறைக்குத் தேவையானதைக் காபி, ரப்பர், சணல், பருத்தி, தேயிலை, கரும்பு போன்றவற்றை அளிக்கிறது. இரும்பு எஃகு, ரசாயனப் பொருள்கள், இயந்திரச் சாதனங்கள் போன்றவை நேரடியாகவே வேளாண்மைக்கான இடுபொருள்களை அளிக்கிறது. இதுபோல் சேவைத்துறை குறிப்பாக வர்த்தகம், நிதி நிறுவனங்கள், போக்குவரத்து வேளாண்மைத் துறையுடன் நெருங்கிய தொடர்புடையது. எனவேதான் வேளாண்மைத் துறை இந்தியாவின் இதயம், முதுகெலும்பு என்று அடையாளப் படுத்தப்படுகிறது.

நேரு, தொழில் மற்றும் வேளாண்மை இரண்டிற்கும் முக்கியத்துவம் அளித்தார். நவம்பர் 1952ல் நேரு நாடாளுமன்றத்தில் உரையாற்றும்போது, ‘நாங்கள் நிச்சயமாக தொழில்துறைக்கு முக்கியத்துவம் கொடுக்கிறோம், ஆனால் தற்போதைய சூழலில் விவசாயம், உணவு மற்றும் விவசாயம் தொடர்பான விஷங்களுக்கு அதிக முக்கியத்துவம் கொடுக்கிறோம். நமது அடித்தளமான விவசாயம் வலுவாக இல்லாவிட்டால் நாம் உருவாக்க விரும்பும் தொழிலுக்கு வலுவான அடித்தளம் இருக்காது’ என்றார். ‘எனவே வேளாண் வளர்ச்சியானது தொழில் துறையின் வளர்ச்சிக்கு அடிப்படையானது’ என்று குறிப்பிட்டார். வேளாண்மையில் சீர்திருத்தம், பெரிய நீர்ப்பாசனக் கட்டமைப்புத் திட்டங்கள், கூட்டுறவுக் கடன் நிறுவனங்களை வலுப்படுத்துவது, இடைத்தரகர்களை ஒழிப்பது, உழுபவர்களுக்கு நில உரிமை, சமுதாய மேம்பாட்டுத் திட்டங்கள், பரவலாக்கப்பட்ட திட்டங்கள், தீவிர பகுதி மேம்பாட்டுத் திட்டங்கள் போன்றவை நடைமுறைப்படுத்தப்பட்டன. நிலச்சீர்திருத்தத்தில் இரண்டு முக்கிய

நோக்கங்கள் இடைத்தரகர்களை ஒழிப்பது, நில உச்சவரம்பு ஆகியனவாம். இச்சீர்திருத்தம் நடைமுறைப்படுத்தப்பட்டதால் உபரியான நிலங்கள் கையகப்படுத்தப்பட்டு நிலமற்ற விவசாயிகளுக்கும், சிறு விவசாயிகளுக்கும் பகரிந்தளிக்கபட்டன. இதனால் இவ்விவசாயிகள் கடினமாக உழைத்து வேளாண் விளைச்சலைப் பெருக்கும் நோக்கில் ஈடுபட்டனர். அதேசமயம் பகிர்ந்தளிக்கப்பட்ட உபரி நிலங்களைவிட உபரியாக கண்டறியப்பட்ட நிலங்கள் பல்வேறு காரணங்களினால் (அரசியல் மற்றும் சட்டச் சிக்கல்கள்) கையகப்படுத்த இயலாமல் இருந்தது அதிகம் என்பது குறிப்பிடத்தக்கது. வெகுசில மாநிலங்கள் மட்டுமே நிலச்சீர்திருத்தங்களை சிறப்பாக நடைமுறைப்படுத்தியிருந்தன. எனவே நிலச்சீர்திருத்திருத்தம் நேருவின் ஆட்சிக் காலத்தில் முழுமையாக வெற்றி பெறவில்லை என்றே குறிப்பிட வேண்டும் (Tirthankar Roy 2020).

இந்தியா சுதந்திரம் அடைந்தபோது இந்தியாவின் முதன்மையான பிரச்சனையாக உணவுப் பற்றாக்குறை இருந்தது. இதனைப் போக்க நீண்ட கால மற்றும் குறுகியகாலத் தீர்வுகள் மேற்கொள்ளப்பட்டன. குறுகியகாலத் தீர்வாக இந்திய அரசு அமெரிக்காவுடன் பி.எல்.480 என்ற ஒப்பந்தத்தை ஏற்படுத்தி அமெரிக்காவின் உபரி உணவுப் பொருள்களை 1956 முதல் 1966 வரை இறக்குமதி செய்து உணவுப் பற்றாக்குறையினைப் போக்கியது. 1956ல் 3 மில்லியன் டன் உணவு தானியம் இறக்குமதி செய்யப்பட்டது இது 1963ல் 4.5 மில்லியன் டன்னாகவும், 1966ல் 10 மில்லின் டன்னாகவும் அதிகரித்தது (Manas Kumar Das, Contemporary History of India from1947-2010) நீண்டகால நோக்கில் நேருவின் வேளாண்மை வளர்ச்சிக் கொள்கையினை நான்கு முக்கியக் குழுக்களாகப் பிரிக்கலாம் 1) உழவர் மேம்பாட்டிற்கானது, 2) சுற்றுச்சூழல் பாதுகாப்பு, 3) கிராமப்புறக் கட்டமைப்பு வளர்ச்சி மற்றும் இடுபொருள்களின் தேவைகளுக்கான உற்பத்திப் பகிர்வு, 4) வேளாண்மை மேம்பாட்டிற்கான அறிவியல் மற்றும் தொழில்நுட்பத்தினை துரிதப்படுத்துதல் ஆகும் (Swaminathan 1990). வேளாண்மைக்கான அடிப்படைக் கட்டமைப்பான நீர்ப்பாசனம், மின்சாரம், வேளாண் ஆராய்ச்சி, கடன் வசதி, சந்தைப் படுத்துதல், குத்தகை சீர்திருத்தம் போன்றவற்றுக்கு முன்னுரிமை அளிக்கப்பட்டது. உழவர்கள் வேளாண்மையில் புதிய தொழில்நுட்பங்களைப் பயன்படுத்துவதை ஊக்குவிக்கும் பொருட்டு 1964ல் வேளாண் விளைபொருள்களுக்கான

ஊக்கவிலைக் கொள்கை நடைமுறைப்படுத்தப்பட்டது. வேளாண் விளைபொருள்களுக்கு ஆதரவு விலையினை நிருணயம் செய்ய வேளாண் விலைக் குழு அமைக்கப்பட்டது. அத்தியாவசியப் பொருள்கள் சட்டம் 1955 கொண்டுவரப்பட்டு உற்பத்தி, பகிர்வு பொருள்களின் விலை சரிசெய்யப்பட்டன.

ஜே.சி.குமரப்பா குழுவின் அறிக்கையின் அடிப்படையில் இந்திய வேளாண்மைக்கான முன்னெடுப்பானது 1951ல் முதல் ஐந்தாண்டுத் திட்டத்தில் நடைமுறைப்படுத்தப்பட்டது. முதல் ஐந்தாண்டுத் திட்டத்தின் மொத்தச் செலவு ரூ.1960 கோடியாகும் இதில் வேளாண்மைக்கு ரூ.601 கோடி ஒதுக்கீடு செய்யப்பட்டது அதாவது மொத்தத்தில் 31 விழுக்காடு பங்காகும். நீர்ப்பாசன வசதியினை உருவாக்கப் பெரிய அணைகளான ஹிராகுட், பக்ரா நங்கல், சட்லெட்ஜ், நாகார்ஜூன சாகர், பவானி சாகர் கட்டப்பட்டன, இவற்றை நேரு இந்தியாவின் 'நவீனக் கோவில்கள்' என அழைத்தார். இந்தியப் பிரிவினையின்போது அதிகமான அகதிகள் பஞ்சாப் பகுதியில் வந்தடைந்தனர். இவர்களில் பெரும்பாலும் விவசாயிகளாக இருந்தனர். எனவே அரசியல் அழுத்தம் மற்றும் அகதிகளாக வந்த மக்களின் வாழ்நிலையினை கருத்தில்கொண்டு நீர்ப்பாசன திட்டம் பஞ்சாப் மாநிலத்தில் தீவிரமாக நடைமுறைப்படுத்தப்பட்டது. நாட்டின் பிற பகுதிகளில் கிராமப்புற மேம்பாட்டிற்கும் நிலச் சீர்திருத்தத்திற்கும் முக்கியத்துவம் அளிக்கப்பட்டது (Tirthankar Roy 2020). வேளாண்மைத் துறைக்கு முன்னுரை அளித்திருந்தாலும் தொழில்துறையின் வளர்ச்சியினை விரைவுபடுத்த வேண்டியிருந்தது. இதற்கு அடிப்படைத் தேவை 'மின்சாரம்'. எனவே வேளாண்மை-தொழில் வளர்ச்சிக்கும் சேர்த்து மிகப்பெரிய நீர்த் தேக்கங்களைக் கட்ட முன்னுரிமை அளிக்கப்பட்டது (கே.என்.ராஜ் 2022). உரத்தொழிற்சாலை, எஃகு ஆலைகள் போன்றவை வேளாண் மேம்பாட்டிற்கு அடிப்படையானவை. எனவே இவற்றைத் துவக்குவதற்கு முன்னுரிமை அளிக்கப்பட்டது. 1950ல் ஜவுளி கொள்கை மாற்றியமைக்கப்பட்டது. இதனால் ஜவுளித் தொழில் மற்றும் தோட்டப் பயிர்கள் மீது தனியார் முதலீடுகள் அதிகரித்தன. கைத்தறித் தொழில்நுட்பங்களுக்கு முக்கியத்துவம் அளிக்கப்பட்டது. இந்தியாவில் சிறு நிலவுடைமையாளர்கள் அதிகமாக உள்ளனர். இதனால் அறிவியல்பூர்வமான வேளாண்மையினை மேற்கொள்வதில் சிரமம் ஏற்படுகிறது எனவே கூட்டுறவு

பயிர்செய்யும் முறையினைக் கொண்டுவந்தார். இதனைத் தொடர்ந்து 'அடுத்த 10 ஆண்டுகளில் அதிக அளவிற்கான நிலங்கள் இம்முறையின்கீழ் வந்துவிடும்' என்றார். ஆனால் நடப்பில் இது வெற்றிபெறவில்லை. அறிவியல்பூர்வமான நீர்மேலாண்மை, ஒருங்கிணைந்த பூச்சிக் கட்டுப்பாடு மற்றும் உயிர் ஊட்டச்சத்து, நிலம் சரியாகப் பயன்படுத்துதல், உணவு தானியச் சேமிப்பு போன்றவை சுற்றுப்புறச் சூழலியல் வழியாகச் சாத்தியமாகும் என்ற அடிப்படையில் இதற்கான முக்கியத்துவம் அளிக்கப்பட்டது. வேளாண்மை வளர்ச்சியினை அடைய கிராமப்புறச் சாலை, மின்சாரம், வேளாண் சந்தை போன்ற கட்டமைப்புகள் இன்றி முடியாது என்று கருதினார் (Swaminathan 1990).

கிராமப்புற மக்களின் வாழ்நிலையினை மேம்படுத்த தகவல்தொடர்பு, சுகாதாரம், கல்வி ஆகிய நிலைகளை உயர்த்தி வேளாண்மையில் மேம்பட்ட விதைகள், ரசாயன உரங்கள் பயன்படுத்தி உணவு தானிய உற்பத்தியினை அதிகரிக்க இரண்டு திட்டங்களான 1) 1952ல் சமுதாய மேம்பாட்டுத் திட்டம் (Community Development Project) என்ற வேளாண்மை விரிவாக்கத் திட்டம் தொடங்கப்பட்டது. 2) பஞ்சாயத்து ராஜ் குறித்து ஆய்விட 1957ல் பல்வந்ராய் மேத்தா தலைமையில் குழு அமைக்கப்பட்டது. அரசின் அதிகார வர்க்கமானது இதில் போதுமான ஈடுபாட்டினைக் காட்டவில்லை என்று குற்றம் சாட்டி பல்வேறு பரிந்துரைகளை இக்குழு அரசுக்கு வழங்கியது (அன்சர் அலி 1972). இதன் அடிப்படையில் பஞ்சாயத்து ராஜ் 1959ல் கொண்டுவரப்பட்டது.

கரும்பு, கோதுமை, சணல் போன்றவற்றில் புதிய வகை விதைகள் அறிமுகப்படுத்தப்பட்டன. 1954ல் தேசிய அளவில் மாடுகளின் கொள்ளைநோய் ஒழிப்புத் திட்டம் நடைமுறைப்படுத்தப்பட்டது. 1958ல் தேசிய வேளாண்மை கூட்டுறவுச் சந்தை கூட்டமைப்பு தொடங்கப்பட்டது. கட்டாக்கில், மத்திய நெல் ஆராய்ச்சி நிறுவனம் துவக்கப்பட்டது. இரண்டாவது ஐந்தாண்டுத் திட்டம் தொழில் துறைக்கு (ரூ.1,080 கோடி, அதாவது மொத்தத்தில் 24 விழுக்காடு ஒதுக்கீடு) முன்னுரிமை அளித்தாலும் வேளாண் துறைக்கான (ரூ.950 கோடி, அதாவது மொத்தத்தில் 20 விழுக்காடு பங்கு) முன்னுரிமையும் தொடர்ந்தது. தொழில்துறை வளர்ச்சி ஆண்டுக்கு 7 விழுக்காடு என்ற அளவினை அடைய வேளாண் துறையின் உயர் வளர்ச்சியின்றி அடைய முடியாது

என்று கருதப்பட்டது. உண்மையில் பாதிக்கு மேற்பட்ட தொழில்கள் வேளாண் தொழிலினை அடிப்படையாகக் கொண்டிருந்தது. மேலும் தொழில் துறையினைவிட வேளாண் துறை வலுவான அடிப்படையினைக் கொண்டிருந்தது. மூன்றாவது ஐந்தாண்டுத் திட்டத்தின் மொத்த ஒதுக்கீடான ரூ.8,580 கோடியில் வேளாண்மை மற்றும் அதனைச் சார்ந்த துறைகளுக்கு ரூ.1,750 கோடி ஒதுக்கீடு செய்யப்பட்டது, இது மொத்தத் தொகையில் 21 விழுக்காடு ஆகும். இந்த திட்ட காலத்தில் ஒருங்கிணைந்த மாவட்ட வேளாண்மைத் திட்டம் கொண்டுவரப்பட்டது. வேளாண்மையில் புதிய தொழில்நுட்பங்கள் அறிமுகப்படுத்தப்பட்டன. இந்த திட்ட காலத்தில் உணவு தானிய உற்பத்தி, எண்ணெய் வித்துக்கள், பருத்தி, சணல் போன்றவை நிர்ணயிக்கப்பட்ட இலக்கினை அடையவில்லை என்பது குறிப்பிடத்தக்கது.

இந்தியாவின் முதல் ஐந்தாண்டுத் திட்ட காலத்தில் வேளாண்மையில் அடைந்த முன்னேற்றம் இரண்டாவது ஐந்தாண்டு திட்டக் காலத்தில் அடையவில்லை (முதல் ஐந்தாண்டுத் திட்டத்தில் உணவு தானிய உற்பத்தியின் இலக்கு 61.6 மில்லியன் டன். ஆனால் உண்மையில் 65.8 மில்லியன் டன் உற்பத்தி செய்யப்பட்டிருந்தது. இரண்டாவது திட்ட காலத்தில் இதன் இலக்கு 80.5 மில்லின் டன் ஆகும். ஆனால் 79.7 மில்லியன் டன் உற்பத்தியை அடைந்திருந்தது). உணவு தானிய உற்பத்தி மற்றும் அளிப்பு குறைவான அளவிற்கு வளர்ச்சியினை அடைந்திருந்தது. ஆனால் மக்கள் தொகை அதிகரிப்பின் விளைவால் உணவுத் தேவை அதிகமாக இருந்தது (அன்சர் அலி 1972). இதனால் பணவீக்கம் அதிகரித்தது. உணவு தானியத் தேவையினை இரண்டாம் திட்ட காலத்தில் சரியாகக் கணிக்கத் தவறியிருந்தது. இந்தியப் பொருளியல் அறிஞரான கே.என்.ராஜ் அவர்களின் கருத்துப்படி '1950களின் தொடக்கத்தில் கோதுமை, அரிசி உள்ளிட்ட உணவு தானியங்களின் விலை உயர்வு மிகப் பெரிய நெருக்கடியை அரசுக்கு ஏற்படுத்தியது. அத்தியாவசிய உணவு தானியங்களின் விலை உயரும்போது, குறைந்த வருவாய்ப் பிரிவினரை அது வெகுவாகப் பாதிக்கிறது. அதனால் திட்டமிட்டபடி பொருளாதார நடவடிக்கைகளை மேற்கொள்ள முடியாமல் தடைகள் ஏற்பட்டுவிடுகின்றன' என்றார் ('இந்து தமிழ் திசை,' 31.08.2022, பக்கம் 9).

அட்டவணை 5: இந்தியப் பொருளாதார வளர்ச்சி (1900-1965) (விழுக்காட்டில்)

விவரங்கள்	1900-01முதல் 1946-47 வரை	1950-51 முதல் 1964-65 வரை
முதன்மைத் துறை	0.4	2.6
தொழில் துறை	1.5	6.8
சேவைத் துறை	1.7	4.5
ஒட்டுமொத்த உள்நாட்டு உற்பத்தி (GDP)	0.9	4.0
தலா வருமானம் (GDP யில்)	0.1	1.9
மக்கள் தொகை	0.8	2.0

குறிப்பு: 1947க்கு முந்தைய புள்ளிவிவரம் பிரிக்கப்படாத இந்தியாவைப் பற்றியது.

Source: Pulapre Balakrishnan (2007): Visible Hand: Public Policy and Economic Growth in the Nehru Era, CDS, WP:391, (www.cds.edu).

1951-1956 ஆண்டுகளுக்கிடையே வேளாண் உற்பத்தியானது 17 விழுக்காடு அதிகரித்தது. ஆனால் தொடர்ந்து பருவ மழை பொய்த்ததினால் 1956-1961 ஆண்டுகளில் இது 16 விழுக்காடு மட்டுமே அதிகரித்தது. ஒட்டுமொத்தத்தில் உணவு உற்பத்தியானது 108 மில்லியன் டன்னாக (1951ல் 55 மில்லின் டன்னாக இருந்தது) நேருவின் காலகட்டத்தில் அதிகரித்தது. ஆனால் இது உணவுத் தேவையினை நிறைவுசெய்யவில்லை. எனவே 4 மில்லின் டன் உணவு தானியம் இறக்குமதி செய்யப்பட்டது. வேளாண் உற்பத்தித் திறன் சிறிய அளவிலே அதிகரித்தது. நிலச்சுவான்தாரர்களின் கடுமையான எதிர்ப்பினால் நிலச்சீர்திருத்தம் பெரிய அளவிற்கு வெற்றியடையவில்லை. நேரு பொதுத்துறைக்கு முக்கியத்துவம் அளித்ததால் வேளாண்மையில் தனியார்த் துறை கால் பதிக்காமல் போனது. விவசாயிகளின் தலைவராக அறியப்பட்ட சௌத்ரி சரண்சிங் நேருவின் விவசாயக் கொள்கையினைக் கடுமையாக எதிர்த்தார். 1951 முதல் 1964-65 முடிய உள்ள காலகட்டங்களில் நாட்டின் மொத்த உள்நாட்டு உற்பத்தியானது 4 விழுக்காட்டினை எட்டியது. 1949-50 மற்றும் 1967-98ஆம் ஆண்டுகளுக்கிடையே உணவு உற்பத்தியில் 30 விழுக்காடு அதிகரித்தது ஆனால் உணவல்லாத உற்பத்தியில் 8 விழுக்காடு மட்டுமே அதிகரித்தது (அன்சர் அலி 1972). இது காலனி ஆதிக்க ஆட்சிக் காலங்களில் ஏற்பட்ட

வளர்ச்சியைவிட அதிக அளவாக இருந்தது குறிப்பிடத்தக்கது. தொழில் துறையின் வளர்ச்சியானது ஆண்டுக்கு 7 விழுக்காடும், வேளாண் துறையின் வளர்ச்சி ஆண்டுக்கு 3 விழுக்காடும் இருந்தது. இது ஒப்பீட்டு அளவில் சீனா, ஜப்பான் போன்ற நாடுகளைவிட அப்போது அதிக அளவிலே இருந்தது. அதேசமயம் அதிகரித்த மக்கள் தொகைக்குத் தேவையான அளவிற்கு உணவு உற்பத்தி நடைபெறாததால் உணவுப் பொருள்களின் விலை உயர்ந்திருந்தது. வெளிநாடுகளிலிருந்து உணவுப் பொருள் இறக்குமதி செய்யப்பட்டதால் அந்நியச் செலாவணி கையிருப்பு குறைந்தது. 1965-66 மற்றும் 1967-68ல் ஏற்பட்ட கடுமையான வறட்சியின் காரணமாக வேளாண்மை உற்பத்தி அதிகமாகப் பாதிக்கப்பட்டது. 1962ல் நிகழ்ந்த சீனப் படையெடுப்பு இந்தியப் பொருளாதாரத்தைப் பாதித்தது. வேலையில்லா திண்டாட்டம், விலைவாசி உயர்வு போன்றவற்றால் மக்களின் வாழ்க்கைத்தரம் பாதிக்கப்பட்டது. வேளாண்மையின் மேம்பாட்டிற்குப் பல்வேறு திட்டங்களை வகுத்து நடைமுறைப்படுத்தினாலும், நேருவின் ஆட்சிக்காலத்தில் இடைத்தரகர்கள் ஒழிப்பில் முழு அளவிற்கு வெற்றி பெறவில்லை, புதிய வேளாண் தொழில்நுட்பங்கள் விவசாயிகளால் உடனடியாக ஏற்றுக்கொள்வதில் தயக்கம் நிலவியது போன்றவை வேளாண் வளர்ச்சியின் தடைக்கற்களாக அறியப்படுகிறது.

நேருவின் காலகட்டத்தில் பொதுத்துறை வளர்ச்சிக்கு முக்கியத்துவம் அளிக்கப்பட்டது. அரசின் முதலீடானது 1950-1964 ஆண்டுகளுக்கிடையே மொத்த உள்நாட்டு உற்பத்தியில் 12.9 விழுக்காடாக இருந்தது (Tirthankar Roy 2020). இதனால் மின்சார உற்பத்தி, நீர்ப்பாசன வசதி, ரசாயன உர உற்பத்தி போன்றவை தொடங்கப்பட்டு வேளாண்மை வளர்ச்சிக்குப் பெரிதும் உதவியது. இதுபோல் தொழில்துறையின் மீதான முதலீடானது வேளாண்மைத் துறையின் வளர்ச்சிக்கு உதவும் வகையிலிருந்தது. டிராக்டர் உற்பத்தித் தொழிற்சாலை, நீர்ப்பாசனக் கட்டமைப்பிற்குத் தேவையான சிமெண்ட் உற்பத்தித் தொழிற்சாலை, ரசாயன உரம் தயாரிக்கும் தொழிற்சாலை போற்றவை நேரடியாகவே வேளாண்மையினை தொழில்நுட்ப மேம்பாட்டிற்கு அழைத்துச் சென்றது. தரமான விதைகள், வேளாண் ஆய்வகங்கள் போன்றவையும் வேளாண்மை வளர்ச்சியினை மேம்பாடு அடையச் செய்வதற்கு உதவியது. தொழில் மேம்பாட்டிற்கு உருவாக்கப்பட்ட உள்கட்டமைப்பான சாலை, பாலங்கள் போன்றவை வேளாண்மை மேம்பட வழிவகுத்தது. இந்தியாவில் நிலவிவந்த வறுமையினை ஒழிக்க உணவு உற்பத்தியில் சுயச்சார்பினை அடையவும்,

வேலைவாய்ப்பினை அதிகரிப்பதையும் முதன்மையாகக்கொண்டு திட்டங்கள் வகுக்கப்பட்டிருந்தன. நேருவின் அயல்நாட்டுப் பொருளாதாரக் கொள்கை அயல்நாட்டுப் போட்டியினைத் தவிர்க்க கட்டுப்பாடான (மூடிய) பொருளாதாரக் கொள்கை பின்பற்றப்பட்டது. உள்நாட்டு உற்பத்தியைப் பெருக்க பொது-தனியார்த் துறைகள் ஊக்குவிக்கப்பட்டன. தொழிற்சாலைகள் தொடங்கப்பட்டதால் அளவிற்கு அதிகமான மனித ஆற்றல் வேளாண்மையிலிருந்தது தொழில்துறைக்கு மடைமாற்றமடைய வழிவகை செய்தது. நேரு ஆட்சிக் காலத்தில் பிரிட்டிஷ் ஆட்சியைவிட வேளாண்மை வளர்ச்சி அடைந்ததால் கிராமப்புற வறுமை குறைந்ததாக மான்டெக் சிங் அலுவாலியா குறிப்பிடுகிறார். இதுபோல் தலா வருமானம் காலனி ஆதிக்கத்திலிருந்ததைவிட 50 விழுக்காடு நேரு காலத்தில் அதிகரித்து, மக்களின் வாழ்க்கைத்தரம் உயர்ந்திருந்தது.

நேருவின் ஆட்சிக்காலம் சுதந்திரம் அடைந்ததிலிருந்து அவர் மறைந்த 1964ஆம் ஆண்டுவரை உள்ளடக்கியதாகும். இக்காலகட்டங்களில் பொதுவாக நோக்கும்போது இந்திய வேளாண்மை புறக்கணிக்கப்பட்டதாகவே கருதவேண்டியுள்ளது. வேளாண்மையில் நிறுவன மாற்றங்களுக்கு முன்னுரிமை அளிக்கப்பட்டிருந்தது. ஆனால் தொழில்நுட்ப மாற்றங்கள் ஏதும் நடைபெறவில்லை. முதல் ஐந்தாண்டுத் திட்டத்தில் மட்டுமே வேளாண்மைக்கு மொத்த திட்டச் செலவில் அதிக அளவாக ஒதுக்கீடு (வேளாண்மை மற்றும் நீர்ப்பாசனத்திற்கு 31 விழுக்காடு) செய்யப்பட்டிருந்தது அதற்கு அடுத்துவந்த ஐந்தாண்டுத் திட்டங்களில் ஒதுக்கீடு (விழுக்காட்டு நிலையில்) குறைக்கப்பட்டது. முதல் மற்றும் இரண்டாம் திட்ட காலத்தில் வேளாண் உற்பத்தி அதிகரித்ததற்கு முக்கியக் காரணம் கூட்டுறவு வேளாண்மை, உள்கட்டமைப்பு, வேளாண் ஆராய்ச்சி, நிலச் சீர்திருத்தம் நடைமுறைப்படுத்தப்பட்டதும் சாகுபடிப் பரப்பு அதிகரித்ததும் ஆகும். புதிய வேளாண்மைக் கொள்கை நடைமுறைகள் இயற்கையாகவே வேளாண்மை சிறப்பாகப் பயிரிடும் பகுதிகளில் மேற்கொள்ளப்பட்டன. இம்முறைகளினால், இந்தியா எதிர்கொண்ட 'உணவு' பஞ்சங்களை எளிதாகக் கடந்துவர முடிந்தது (Bipan Cheandra et al 2008). ஆனால் 1960களின் பிற்பகுதியில் வேளாண்மையில் தேக்கநிலை உண்டானது. இதற்கு முக்கியக் காரணம் மக்கள் தொகை அதிகரிப்பாகும். அதிகரித்த மக்கள்தொகைக்கு ஏற்ப உணவு உற்பத்தி செய்ய முடியாமல் போனது. எனவே 1960களில் பிற்பகுதியில் உணவுத் தட்டுப்பாடு நிலவியது.

4

லால்பகதூர் சாஸ்திரியும் உணவுப் பற்றாக்குறையும்

"ஜெய் ஜவான் ஜெய் கிசான்"

– *சாஸ்திரி*

லால் பகதூர் சாஸ்திரி நேரு தலைமையிலான அமைச்சரவையில் 1951-1956ல் ரயில்வே அமைச்சராகவும், 1957 முதல் நாட்டின் முதல் போக்குவரத்து மற்றும் தகவல் தொடர்பு அமைச்சராகவும் பின்பு வர்த்தகம் மற்றும் தொழில்துறை அமைச்சராகவும் இருந்தார். 1961ல் உள்துறை அமைச்சராகப் பதவி வகித்தார். நேரு மறைந்த பிறகு லால் பகதூர் சாஸ்திரி 9.6.1964ல் இந்தியாவின் இரண்டாவது பிரதம மந்திரியானார். ஜனவரி 11, 1966வரை 19 மாதங்கள் இவர் ஆட்சியிலிருந்தார். இவரை மறைக்கப்பட்ட பிரதமர் என்று அழைப்பதுண்டு. சாஸ்திரி பிரதம அமைச்சராகப் பொறுப்பேற்றபோது, அரசியல் ரீதியாக இந்தி எதிர்ப்பு, பஞ்சாப் தனிமாநிலக் கோரிக்கை, கோவாவை மகாராஷ்டிரா மாநிலத்துடன் இணைப்பது போன்றவை அறைகூவல்களாக இருந்தன. பொருளாதார நிலையில், சில ஆண்டுகளாகப் பொருளாதாரத் தேக்க நிலை, தொழில் வளர்ச்சியில் சரிவு, செலுத்து நிலை இருப்பில் (Balance of Payment) மோசமான நிலை, கடுமையான உணவுப் பற்றாக்குறை போன்றவை முதன்மையான பிரச்சனைகளாக இருந்தன. பல மாநிலங்களில் வறட்சி நிலவியதால் உணவுப் பொருள் உற்பத்தி குறைந்தது. 1939-1952 காலகட்டங்களில் உணவுப் பற்றாக்குறை காணப்பட்டது. 1953-54 முதல் 1958-59வரையிலான காலகட்டங்களில் உணவுப் பொருள்களின் விளைச்சல் அதிகமாக இருந்ததால் நிலைமை சீராக இருந்தது. அதற்கடுத்த ஆண்டுகளில் தேக்கமான நிலையே நீடித்தது. 1962-63ல் சாதகமற்ற காலநிலையினாலும், வெள்ளத்தாலும் கோதுமை, அரிசி பற்றாக்குறை நிலவியது. இக்காலத்தில் கோதுமை உற்பத்தி 10.8 மில்லியன் டன்னாக இருந்தது (முந்தைய ஆண்டில் 12.0 மில்லியன் டன்னாக இருந்தது). செப்டம்பர் 1963க்கு பின்பு கோதுமை விளைச்சல் அதிகரித்ததாலும், உத்தரப் பிரதேசம், பஞ்சாப், பீகார்,

ராஜஸ்தான், மேற்கு வங்காளம் போன்ற மாநிலங்களில் அதிக அளவிற்கு உணவுப் பஞ்சத்தால் பாதிக்கப்பட்டது. 1962-63ல் நெல் மற்றும் இதர தானியங்களின் விளைச்சல் 31.9 மில்லியன் டன்னாக இருந்தது (முந்தைய ஆண்டில் 34.8 மில்லியன் டன்னாக இருந்தது). இதனால் நியாவிலைக் கடைகள் மூலமாக 1962ல் 1 மில்லியன் டன், 1963ல் 1.1 மில்லியன் டன், 1964ல் 1.3 மில்லியன் டன் உணவுப் பொருள்கள் பொதுமக்களுக்கு வழங்கப்பட்டன. அதே சமயம் 1962-63ல் பொதுச் சந்தையில் உணவுப் பொருள்களின் விலை 33 விழுக்காடு அதிகரித்திருந்தது. இதனிடையே இந்திய அரசு பாகிஸ்தான், கம்போடியா, தாய்லாந்து நாடுகளிலிருந்து அரிசி இறக்குமதி செய்தது. சந்தையில் அரிசி விலை அதிகரித்திருந்தது. பொருளாதார அளவில் மட்டுமல்ல, அரசியல் மட்டத்திலும் முக்கியப் பிரச்சனையாக உருவெடுத்தது. எனவே அரசு துரிதமாக உணவுப் பதுக்கலைக் கடுமையாகக் கையாண்டு தடுத்தது. அதிக உணவு உற்பத்தி செய்ய அடுத்த போகத்திற்கு (season) வழிவகை செய்தது. கோதுமையை, ஆஸ்திரேலியாவிலிருந்து இறக்குமதி செய்ய அன்னியச் செலாவணியை ஒதுக்கியது, விவசாயிகளை நேரடியாகச் சந்தித்தது அவர்களை ஊக்குவித்து ராபி போகத்திற்கு அதிக பயிர் செய்யும்படி செய்தது. இதற்கிடையே தென்னிந்திய மாநிலங்களில் அரிசிப் பற்றாக்குறை கடுமையாக இருந்தது. அந்நியச் செலாவணி கையிருப்பும் குறைந்திருந்தது. எனவே சில நாடுகளுடன் பேச்சுவார்த்தை நடத்தி நெல் உற்பத்தியினைப் பெருக்கவும், அதற்கானச் செலாவணியினை குறிப்பிட்ட காலஇடைவெளியில் செலுத்தவும் வழிவகை செய்யப்பட்டது. மேலும் இச்சிக்கலைப் போக்க கம்பு, கேழ்வரகு, சோளம், திணை போன்ற உணவுப் பொருள்கள் மாற்றாக வழங்கப்பட்டன. 1965ல் இந்த நிலைமையே நீடித்தது.

1966-67ல் பீகாரில் பஞ்சம் உருவெடுத்தது. இதனால் 60 மில்லியன் மக்கள் பாதிக்கப்பட்டனர். இதனைப் போக்க அமெரிக்காவிலிருந்து கோதுமை இறக்குமதி செய்து சமாளித்தது (Rakesh Ankit 2020). 1965-1966ல் இந்தியா, அமெரிக்காவிடமிருந்து 15 மில்லியன் டன் கோதுமையினைப் பொதுக் கடன் திட்டம் (பி.எல்.480) மூலம் இறக்குமதி செய்தது. இதனால் 40 மில்லியன் மக்களின் பசி போக்கப்பட்டது. அடுத்தடுத்த ஆண்டுகளில் உணவுப் பஞ்சம் ஏற்பட்டதால் இந்தியா உணவு இறக்குமதி செய்தது. இதனால் இந்தியாவின் அந்நியச் செலாவணி கையிருப்பு குறைந்தது. இதன்

எதிரொலியாக 1966ல் இந்தியாவின் பண மதிப்பு அமெரிக்க டாலருக்கு எதிராக ஒரு டாலருக்கான பணமாற்று மதிப்பு ரூ.4.76லிருந்து ரூ.7.50 ஆகக் மாற்றப்பட்டது. இதனால் கடும் எதிர்ப்புகளை அரசு எதிர்கொண்டது (Ramachandra Guha 2017).

உணவுப் பற்றாக்குறை கடுமையாக இருந்ததால் உணவுத் தேவையினைக் குறைக்க ‘பொதுமக்கள் வாரத்தில் ஒருநாள் உண்ணா நிலையில் இருக்க வேண்டும்’ என்று சாஸ்திரி வேண்டுகோள் வைத்தார். இதற்கான பலன் நாடுமுழுவதும் காணப்பட்டது. இது ‘சாஸ்திரி விரதம்’ என்று அழைக்கப்பட்டது. தீவிர உணவுப் பற்றாக்குறையினைப் போக்க தினமும் ஒருவேளை உணவினை தவிர்க்கும்படியும் கோரிக்கை வைத்தார். இதனால் உணவின்றித் தவித்த மக்களுக்கு உணவு அளிக்கப்பட்டது. வேளாண் உற்பத்தியினை அதிகரிக்கவும் இறக்குமதியினைக் குறைக்கவும் விவசாயிகளை ஊக்கப்படுத்தும் விதமாக ‘ஜெய் ஜவான்-ஜெய் கிசான்’ என்ற முழுக்கதையை முன்னெடுத்தார்.

உணவுப் பற்றாக்குறையினைப் போக்க அரசு உணவு கூட்டுறவுச் சட்டத்தை நிறைவேற்றியும், விவசாயிகளை அதிக அளவிற்கு உற்பத்தி செய்ய ஊக்குவித்தும், விவசாயக் கடன் வசதியினை உருவாக்கியும், ரசாயன உரம் பயன்படுத்தவும், நீர்ப்பாசன வசதி மற்றும் வேளாண்மை தொடர்பான ஆலோசனைகளையும் விவசாயிகளுக்கு அரசு வழங்கியது. விளைச்சல் உயர வாய்ப்பு இருந்த அதேசமயம் கட்ச் முதல் காஷ்மீர்வரை கோடைக்காலத் தாக்கத்தினால் 1965ல் உணவுப் பஞ்சம் ஏற்பட்டு விலைகள் அதிகரித்தன. ஒட்டுமொத்தமாகவே சாஸ்திரி பிரதம அமைச்சரான காலத்தில் உணவுப் பஞ்சம் பெருமளவிற்கு இருந்தது. இதற்காக நீண்டகால தீர்வாகப் பசுமைப் புரட்சி வித்திடப்பட்டது. நேருவால் கடைப்பிடிக்கப்பட்ட தொழில் சார்ந்த அணுகுமுறையில் மாற்றப்பட்டு சாஸ்திரி காலத்தில் வேளாண்சார் அணுகுமுறை பின்பற்றப்பட்டது. சாஸ்திரி வேளாண்மைக்காகக் கடைப்பிடிக்கப்பட்ட கொள்கைகளும் அணுகுமுறைகளும் தன்னுடைய அமைச்சரவையினைச் சார்ந்த டி.டி. கிருஷ்ணமாச்சாரி, நாடாளுமன்ற கம்யூனிஸ்ட் உறுப்பினர்களான ஹரின் முகர்ஜி மற்றும் பூபேஷ் ஆகியோரால் கடும் விமர்சனத்துக்கு ஆளானது.

பஞ்சத்தால் இந்தியாவின் உணவுத் தொகுப்பின் இருப்பு தீர்ந்திருந்தது. உணவு உற்பத்தியில் உபரியாக இருந்த சில மாநிலங்கள் இந்த நிலைமையினைத் தீர்க்க ஒத்துழைப்பை

அளிக்கவில்லை. இத்துடன் இந்தியா-பாகிஸ்தான் போரைக் காரணம் காட்டி பி.எல்.480 ஒப்பந்தம்மூலம் அமெரிக்கா இந்தியாவிற்கு உணவுக்காக அளித்த அனைத்து மானியத்தையும் நிறுத்திவிட்டது. சாஸ்திரி அனைத்து மாநில முதல்வர்களுக்கும், இடைத்தரகர்களையும், உணவுப் பதுக்கலையும் கட்டுப்படுத்த ஒன்றிணைந்து செயல்படவேண்டும் என்று கடிதம் எழுதினார். எதிர் கட்சித் தலைவர்களின் கூட்டத்தைக் கூட்டி, 'இது ஒரு தேசியப் பிரச்சனை என்றும் இதனை அரசியலாக்க வேண்டாம்' என்றும் வேண்டுகோள் விடுத்தார். இதன் அடிப்படையில் இரண்டு முக்கிய முடிவுகளை மேற்கொண்டார். 1) ஒரு மில்லின் மக்கள் தொகைக்கு அதிகமாக இருந்த 6 நகரங்களில் விகிதாச்சார உணவு விநியோகமும், முறைசாரா உணவு விநியோகத்தை ஒரு லட்சம் மக்கள்தொகைக்கு மேல் உள்ள 105 நகரங்களில் நடைமுறைப்படுத்தினார். 2) உணவுப் பொருள்களை அதிக விலைக்கு விற்ற வியாபாரிகள்மீது வழக்குத் தொடுத்து கடுமையான நடவடிக்கை மேற்கொள்ளப்பட்டது (Ramachandra Guha 2017). அரசு வரையறுக்கப்பட்ட நிலையில் உணவுப் பகிர்மான முறையினை நடைமுறைப்படுத்தியது. இது இந்தியாவில் உள்ள 7 முக்கிய நகரங்களில் மட்டுமே சாத்தியப்பட்டது. 1965ல் மாநில உணவு வாணிபக் கழகம் தோற்றுவிக்கப்பட்டது. இதன்படி மாநில அரசு நேரடியாகவே வேளாண் உணவுப் பொருள்களை வெளிச் சந்தையில் கொள்முதல் செய்தது. ஆனால் இது போதுமான அளவிற்கு வெற்றியினைப் பெறவில்லை. எனவே நீண்டகால அடிப்படையில் உணவு உற்பத்தியைப் பெருக்கவும், சுயச்சார்பினை அடையவும் கொள்கைகள் வகுக்கப்பட்டு பசுமைப் புரட்சிக்கு வித்திடப்பட்டது. இதனை இந்திரா காந்தி பிரதம அமைச்சராக இருந்த காலத்தில் தீவிரமாக நடைமுறைப்படுத்தினார் (Bipan Chandra 2008).

சாஸ்திரி பிரதமராக இருந்தபோது மூன்றாவது ஐந்தாண்டுத் திட்டம் தோல்வியினை எதிர்கொண்டது. நாட்டின் தேசிய வருமானம் குறைவான அளவிற்கே வளர்ச்சியினைக் கண்டது. பொருள்களின் விலை அதிக அளவிற்கு உயர்ந்தது. உணவு தானியப் பற்றாக்குறை கடுமையாக நிலவியது. எனவே உணவு உற்பத்தியினை அதிகரிக்கப் பசுமைப் புரட்சிக்கு வழிவகுத்தார். நேருவின் ஜனநாயக சோசியலிசக் கொள்கையினை சாஸ்திரி பின்பற்றினாலும், நேருவினால் அமைக்கப்பட்ட திட்டக்குழுவினை மாற்றி அமைத்தார். இதன்படி திட்டக்குழுவின் உறுப்பினர்களின்

காலம் வரையற்ற நிலையில் இருந்ததைக் குறிப்பிட்ட காலம்வரை பணியாற்ற வழிவகை செய்தார். மேலும் திட்டக்குழுவிற்கு இணையாக, 'தேசிய வளர்ச்சிக் குழு' 1964ல் பொருளாதார, அறிவியல் அறிஞர்களைக்கொண்டு உருவாக்கினார். சாஸ்திரி நேரு வழியில் பயணித்தாலும் கனரகத் தொழிலுக்கு முன்னுரிமை என்று இருந்ததை வேளாண்மைக்கான முன்னுரிமை என மாற்றி அமைத்தார். தன்னுடைய அமைச்சரவை சகாக்களையும், உயர் அதிகாரிகளையும் 'கிராமங்களுக்குச் செல்லுங்கள், மக்களையும், விவசாயிகளையும் சந்தியுங்கள்' என்றார்.

நேருவினால் முன்னெடுக்கப்பட்ட கனரகத் தொழிலுக்கான வளர்ச்சியானது சாஸ்திரி காலகட்டத்தில் வேளாண்மையினை மேம்படுத்த முன்னுரிமை தரப்பட்டது. சாஸ்திரி பிரதம மந்திரி ஆனதும் முதல் பணியாக வேளாண்மைத் துறைக்கான நிதி ஒதுக்கீட்டினை அதிகரித்தார். மழை பொய்த்துப்போனதால் உணவு உற்பத்தி குறைந்து, பற்றாக்குறை நிலவியது. அரசின் உணவுக் கையிருப்பும் குறைந்துவிட்டது. இதனைப் பயன்படுத்தி கள்ளச் சந்தை நடவடிக்கைகள் பெருகியது என்பதை உணர்ந்து இதற்கு நீண்டகாலத் தீர்வினை மேற்கொள்ள வேண்டும் என்ற நோக்கில் தன்னுடைய அமைச்சரவையில் உணவு மற்றும் வேளாண்மை அமைச்சராக இருந்த சி.சுப்பிரமணியம் அவர்களிடம் இதற்கான பொறுப்பினை ஒப்படைத்தார். சுப்பிரமணியம் உடனடியாக வேளாண் விஞ்ஞானிகளை அங்கீகரித்து, அவர்களின் ஊதியத்தை உயர்த்தி, வேலைக்கான சூழ்நிலையினை மேம்படுத்தி அரசின் அதிகார வர்க்கம் தலையிடாமல் பார்த்துக்கொண்டார். வேளாண்மையில் தனியார் துறையினை ஊக்குவிப்பது, தொழில்நுட்பக் கண்டுபிடிப்புகள், அன்னிய நேரடி முதலீடு போன்றவை நடைமுறைப்படுத்தப்பட்டன. இதனைத் தொடர்ந்து இந்திய வேளாண்மை ஆராய்ச்சிக் கழகத்தை புத்துயிர்பெறச் செய்தார், மாநிலங்கள் வேளாண் பல்கலைக்கழகங்கள் துவக்கவும், அதில் ஆராய்ச்சிகளை மேற்கொள்ளவும் முயற்சிகள் மேற்கொள்ளப்பட்டன. வேளாண் சாகுபடியினை அதிகரிக்கப் பரிசோதனைப் பண்ணைகள், இந்திய விதைக் கழகம் போன்றவை உருவாக்கப்பட்டன. பி.சிவராமன், எம்.எஸ்.சாமிநாதன் போன்ற வல்லுநர்களின் ஆலோசனைகளின்படி மெக்சிகன் கோதுமை விதை வகை இந்தியாவில் அறிமுகப்படுத்தப்பட்டது. 1965ல் இந்திய-அமெரிக்க (சுப்பிரமணியம் - ஃபிரிமேன்) ஒப்பந்தத்தின்படி இந்தியா கணிசமான அளவிற்கு வேளாண்மை மீதான முதலீட்டை

அதிகரிக்கவும், கிராமப்புறக் கடன் வழங்க சீர்திருத்தங்களைக் கொண்டுவரவும், ரசாயன உர உற்பத்தியினைப் பெருக்கி அதன் பயன்பாட்டை அதிகரிக்கவும் முடிவு எடுக்கப்பட்டது (Ramachandra Guha 2017). வேளாண்மை உற்பத்தியினை அதிகரிக்கச் சந்தை நோக்கு முறை பரிந்துரைக்கப்பட்டது.

எல்.கே.ஜா தலைமையில் குழு அமைக்கப்பட்டு அதன் பரிந்துரையின் அடிப்படையில் இந்திய உணவுக் கழகம் 1964ல் துவக்கப்பட்டது. இந்தியா உணவு உற்பத்தியில் தன்னிறைவினை அடைய மூன்று முக்கிய பிரகடனங்கள் செய்யப்பட்டன (அதிக மகசூல் தரும் உயர் ரக விதைகள் பயன்படுத்துதல், உழவர்களுக்கு ஊக்கத்தொகை வழங்குதல், நீர்ப்பாசன விளைநிலங்களுக்கு மேம்படுத்தப்பட்ட இடுபொருள்களைப் பயன்படுத்துதல்). வலதுசாரி கட்சியினரும், எதிர்க்கட்சிகளும் ‘வேளாண்மையில் முன்னெடுக்கப்பட்ட செயல்களால் முதலாளித்துவ விவசாயம் உருவாகும் என்றும் பெரிய விவசாயிகளுக்கு மட்டுமே பயன் உடையதாக இருக்கும்’ என விமர்சனம் செய்தனர். ஆனால் 1966-67ஆம் ஆண்டு வேளாண்மையில் கடைப்பிடிக்கப்பட்ட புதிய முறையினால் கோதுமை உற்பத்தியானது 5.5 விழுக்காடு அதிகரித்தது. சாஸ்திரி இந்தியாவில் வேளாண்மையில் முதல் சீர்திருத்தத்தினைக் கொண்டுவந்தார் இதனால் இன்று உணவு உற்பத்தியில் இந்தியா தன்னிறைவினை அடைந்தது மட்டுமல்ல, உலகில் வேளாண்மை உற்பத்தியில் முன்னணி நாடாகவும் உள்ளது.

வேளாண்மை செலவு மற்றும் விலைக் குழு 1965ல் துவக்கப்பட்டது, இக்குழுவானது வேளாண் விளைபொருள்களின் குறைந்தபட்ச விலையினைத் தீர்மானிப்பதற்கான பரிந்துரையினை வழங்குகிறது. முதன்முதலில் கோதுமைக்கான குறைந்தபட்ச ஆதார விலையினை இக்குழு பரிந்துரைத்தது. பழைமையான நெல் ரகங்களின் பயிர் செய்யும் கால அளவு குறைந்தது 6 மாதங்களாக இருந்தது. இதனைக் குறைக்கும் பொருட்டு குறுகிய கால நெல் ரகமான ஐ.ஆர். 8 அறிமுகப்படுத்தப்பட்டன. இதனால் ஆண்டுக்கு மூன்று போகம் பயிரிடும் நிலை உருவாக்கப்பட்டது. இதுபோன்றே கோதுமையில் புதிய ரக விதைகள் அறிமுகப்படுத்தப்பட்டது (ICAR 2022). இவருடைய காலத்தில் உணவுப் பற்றாக்குறை அதிக அளவிலிருந்ததால் 1966-67ல் 10 மில்லியன் டன் உணவு தானியங்கள் இறக்குமதி செய்யப்பட்டன. அரசின் பல்வேறு நடவடிக்கையின் காரணமாக இது 1970ல் 3 மில்லியன் டன்னாகக் குறைந்தது.

சாஸ்திரி காலத்தில் வெண்மைப் புரட்சிக்கு அடிகோலப்பட்டது. பால் உற்பத்தியைப் பெருக்கி, அளிப்பினை அதிகரிக்கத் தேசிய பிரச்சார இயக்கத்தை உருவாக்கினார். குஜராத் மாநிலத்தில் உள்ள ஆனந்தில் 1965ல் குரியனால் தேசிய பால் வளர்ச்சிக் கழகமும், அமுல் பால் கூட்டுறவும் தொடங்கப்பட்டது. இதன் அடிப்படையில் பால் பற்றாக்குறையாக இருந்த இந்தியா தன்னிறைவினை அடைந்துள்ளது. இன்று உலக அளவில் அதிகப் பால் ஏற்றுமதி செய்யும் நாடாக மாற்றமடைந்துள்ளது.

சாஸ்திரி காலத்தில் 1964-65ல் மொத்த உள்நாட்டு உற்பத்தி ரூ.8.96 லட்சம் கோடியாக இருந்தது 1965-66ல் ரூ.8.73 லட்சம் கோடியாகக் குறைந்தது. அதாவது 2.63 விழுக்காடு குறைந்தது. தலா வருமானம் ரூ.16,836 ஆக இருந்தது ரூ.16,423ஆக குறைந்தது அதாவது 2.45 விழுக்காடு குறைந்தது. வேளாண்மையும் அதனைச் சார்ந்த துறையும் நாட்டின் நிகர தேசிய உற்பத்திக்கு 1965-66ல் ரூ.99.45 மில்லியன் பங்களிப்பினை வழங்கியது (1964-65ல் இது ரூ.102.14 மில்லியனாக இருந்தது) (Jagdish N Bhagwati and T.N.Srinivasan 1975).

அட்டவணை 6: சாஸ்திரி காலத்தில் இந்தியப் பொருளாதார மாற்றம் (2011-12 விலை அடிப்படையில்)

விவரங்கள்	1964-65	1965-66
வேளாண்மையும் அதனைச் சார்ந்த துறைகளின் வளர்ச்சி (விழுக்காடு)	8.7	-9.6
உற்பத்தி, கட்டுமானம், மின்சாரம், எரிவாயு, தண்ணீர் வழங்கல் துறைகள் (விழுக்காடு)	7.4	3.3
வர்த்தகம், உணவகம், போக்குவரத்து, தகவல் தொடர்பு (விழுக்காடு)	6.7	1.9
நிதி, மனைத் தொழில், தொழில்முறை சேவை (விழுக்காடு)	2.8	3.0
மொத்த உள்நாட்டு உற்பத்தி (ரூ.கோடியில்)	896221	872598
தலா வருமானம் (ரூ) (at NNP)	16836	16423

Source: GoI (2022): Economic Survey 2021-2022, Ministry of Finance, Government of India, New Delhi.

ஒட்டுமொத்த உள்நாட்டு உற்பத்திக்கு வேளாண்மையும் அதனைச் சார்ந்த துறைகளும் 57 விழுக்காடு பங்களிப்பும், தொழில் துறை 28 விழுக்காடும், சேவைத் துறை 15 விழுக்காடு பங்களிப்பும் 1950-51ல் இருந்தது 49 விழுக்காடு, 31 விழுக்காடு, 21 விழுக்காடு என முறையே 1964-65 மாற்றமடைந்தது. சாஸ்திரி ஆட்சிக் காலத்தில் மூன்றாவது ஐந்தாண்டுத் திட்டமானது தோல்வியினைத் தழுவியது. அதிக மக்கள் தொகைப் பெருக்கம், விலைவாசி உயர்வு, உணவுப் பற்றாக்குறை போன்றவை நிலவியது (Sanjeet Kashyap 2019).

சாஸ்திரி பிரதம அமைச்சராக இருந்தபோது அரசியல்ரீதியாகக் கட்சிக்கு உள்ளேயும் வெளியிலும் கடுமையான விமர்சனங்களை எதிர்கொண்டார். பல பிரச்சனைகளுக்கு உடனுக்குடன் முடிவெடுக்காமல் காலம் தாழ்த்தினார் என்றும், காஷ்மீர் பிரச்சனை, பாகிஸ்தானுடனான போர், வியட்நாம் போர்மீதான நிலைப்பாடு போன்றவை இந்தியப் பொருளாதாரத்தை வெகுவாகப் பாதித்தது. உஸ்பெகிஸ்தான் என்ற நாட்டில் உள்ள தாஷ்கண்ட் என்ற இடத்தில் இந்தியா-பாகிஸ்தான் ஒப்பந்தம் கையெழுத்தான 10.01.1966ல் திடீரென சாஸ்திரி காலமானர். சாஸ்திரி ஆட்சிக் காலத்தில் நவீன வேளாண் வளரச்சிக்கான அடித்தளத்தை உருவாக்கினார், தாரளமயக்கொள்கைக்கான முன்னெடுப்பும் இவர் காலத்தில்தான் தொடங்கப்பட்டது. இவரைப்பற்றி இந்திரா காந்தி குறிப்பிடுகையில் ‘அவர் இயல்பாக மிகவும் கண்ணியமானவர், அமைதியானவர் ஆனால் போரின்போது அவர் நமது மன உறுதியை வலுவாக ஊக்குவித்தார். நாட்டின் ஒற்றுமை மற்றும் வலிமைக்குப் பங்களித்து தேசத்திற்குத் தலைமையை ஏற்று வழிநடத்தினார்’ என்றார்.

சாஸ்திரி 582 நாள்கள் மட்டுமே பிரதமராக இருந்தாலும், இவருடைய காலத்தில் பல்வேறு பிரச்சனைகள் காணப்பட்டன அதனைத் திடமாகவும், நீக்குப்போக்குடனும் எதிர்கொண்டார். இவர் சிறந்த நிர்வாகியாகத் திகழ்ந்தார், சிக்கல்களைத் தீர்க்க கூட்டு முயற்சியினை மேற்கொண்டார். தன்னுடைய அமைச்சரவை முடிவுகளை தீவிர ஆலோசனைக்குப் பிறகே மேற்கொள்ளப்பட்டது. (Ramandeep Kaur 2019). வேளாண்மை வளரச்சிக்காக அவர் மேற்கொண்ட முயற்சியே இன்று இந்தியா உலக அளவில் வேளாண் பொருள்கள் ஏற்றுமதி செய்யும் முன்னணி நாடுகளில் ஒன்றாகத் திகழ்கிறது.

5

இந்திரா காந்தியும் பசுமைப் புரட்சியும்

"ஒவ்வொரு புதிய அனுபவமும் அதனுடைய முதிர்ச்சியையும் தெளிவான தொலைநோக்கத்தையும் கொண்டு வருகிறது"

- **இந்திரா காந்தி**

இந்திரா காந்தி, லால் பகதூர் சாஸ்திரி மறைவிற்குப் பிறகு இந்தியாவின் பிரதமராக 1966ல் பொறுப்பினை ஏற்றார். இந்திரா காந்தி பதவி ஏற்பதற்கு முந்தைய இரண்டு ஆண்டுகளில் தொடர் பஞ்சம், உணவுக் கையிருப்பு குறைந்திருந்தது, அதிக அளவிற்கு உணவு இறக்குமதி, அந்நியச் செலாவணி கையிருப்பு வற்றிப்போனது, அதிக அளவில் நடப்புக் கணக்குப் பற்றாக்குறை, விலை உயர்வு போன்றவை காணப்பட்டன. இதனால் சாஸ்திரியால் கடைப்பிடிக்கப்பட்ட கொள்கைகள் கைவிடப்பட்டு பல்வேறு புதிய சீர்திருத்தங்களை இந்திரா காந்தி முன்னெடுத்தார்.

இதன்படி வேளாண் உற்பத்தியினை அதிகரிக்க நீர்ப்பாசன நிலப்பரப்பினை அதிகரித்தல், அதிக அளவிற்கான இடுபொருள்களைப் பயன்படுத்துதல், விவசாய கடன் வசதியினைச் செய்து தருதல், விவசாயிகளுக்குக் கட்டுப்படியாகும் விலையினை அளிப்பது, சந்தை படுத்துதலுடன் தொடர்புடைய சேமிப்புக் கிடங்கினை உருவாக்குதல், போக்குவரத்து வசதியினை ஏற்படுத்தித் தருதல் போன்றவை ஆகும். நுகர்வோருக்கான உணவு கிடைப்பதற்கு உறுதிசெய்யப் போதுமான அளவிற்கு காப்பு இருப்பினை (Buffer Stock) ஏற்படுத்துதல், பொதுவிநியோக முறையினை விரிவுபடுத்துதல், சரியான சேமிப்புக் கிடங்குகளை உருவாக்குதல் போன்ற நடவடிக்கைகள் நாடு முழுமைக்கும் பின்பற்றப்பட்டன. வேளாண் உற்பத்திப் பொருள்களுக்கு குறைந்த பட்ச ஆதரவு விலை அறிவிக்கப்பட்டது. வேளாண்மையில் புதிய தொழில்நுட்பம், உயர் விளைச்சல் தரும் விதை ரகங்களை மக்கள் இயக்கமாகக் கொண்டு செல்லப்பட்டது. பசுமைப் புரட்சி அரசின் தலையாய முன்னுரிமையாக இருந்தது. எனவே உயர் ரக விதைகள், அரசு மானியங்கள், மின்சார வசதி, நீர் மேலாண்மை, உரம், கடன் போன்றவற்றைப் பெற வசதி செய்து தரப்பட்டது.

அட்டவணை 7: இந்திரா காந்தி பிரதமராக இருந்தபோது மேற்கொண்ட நடவடிக்கைகள்.

ஆண்டு	செயல்பாடுகள்
1967	நாகார்ஜுன சாகர் அணை தெலுங்கானாவில் கட்டப்பட்டது.
1968	இந்தியாவின் முதல் உள்நாட்டு உயர் நெல் விதை ஜெயா அறிமுகப்படுத்தப்பட்டது.
1969	14 முதன்மை வணிக வங்கிகள் தேசியமயமாக்கப்பட்டன, ஒருங்கிணைந்த பூச்சிக் கட்டுப்பாடு கருத்து உருவாக்கப்பட்டது.
1970	காப்புரிமைச் சட்டம் கொண்டுவரப்பட்டது.
1971, 1972	புதிய மாம்பழ வகைகள் அறிமுகப்படுத்தப்பட்டன
1980	6 வங்கிகள் தேசியமயமாக்கப்பட்டன
1982	தேசிய வேளாண்மை மற்றும் கிராமப்புற வளர்ச்சி வங்கி துவக்கப்பட்டன
1984	தேசிய தோட்டக்கலைக்கு கழகம் தோற்றுவிக்கப்பட்டது

Source: ICAR (2022): Indian Agriculture after Independence, Indian Council of Agricultural Research, New Delhi.

இந்தியப் பொருளாதாரம் 1960களின் இடையில் பெரிய பொருளாதார நெருக்கடியினைச் சந்தித்தது. 1965, 1966 ஆகிய இரண்டு ஆண்டுகள் தொடர்ந்து பருவமழையானது பொய்த்துப் போனது. எனவே வேளாண்மையில் தோல்வி ஏற்பட்டிருந்தது. இதனால், தேக்க நிலை காணப்பட்டது. மொத்த வேளாண் உற்பத்தி 17 விழுக்காடும், உணவு தானிய உற்பத்தி 20 விழுக்காடும் குறைந்தது. இதனால் பணவீக்கம் 1965-1968களுக்கிடையே 12 விழுக்காடாக அதிகரித்தது (1963ல் 2 விழுக்காடு மட்டுமே பணவீக்கம் இருந்தது குறிப்பிடத்தக்கது). இதில் உணவுப் பொருள்களின் விலையானது ஆண்டிற்கு 20 விழுக்காடு அதிகரித்தது. பணவீக்கம், வறட்சி, 1962ல் சீனாவுடன் போர் மற்றும் 1965ல் பாகிஸ்தானுடன் போர் போன்றவற்றால் அரசு செலவு அதிகரித்தது. அரசின் பற்றாக்குறை உச்ச அளவாக ஒட்டு மொத்த உள்நாட்டு உற்பத்தியில் 7.3 விழுக்காடாக 1966-67ல் காணப்பட்டது.

செலுத்து நிலை இருப்பு நிலையானது 1956-57லிருந்து சாதகமற்ற நிலை (வருமானம் குறைவாகவும் செலுத்துதல் அதிகமாகவும்

இருப்பது) தொடர்ந்து அதிகரித்து வந்தது. அந்நியச் செலாவணி இருப்பானது 1964-65 மற்றும் 1966-67ல் 340 மில்லியன் அமெரிக்க டாலர் இருப்பாக இருந்தது. இது அடுத்து இரண்டு மாதங்களுக்கு இறக்குமதியினை எதிர்கொள்ளும் அளவிற்கே இருந்தது. இதுபோல் வெளிநாட்டு உதவி முதல் மூன்று ஐந்தாண்டுத் திட்ட காலங்களில் மட்டுமே அதிகரித்திருந்தது. 1960களில் கடைசிக் காலங்களில் உணவுப் பற்றாக்குறையினை எதிர்கொள்ள அதிக இறக்குமதி செய்யவேண்டிய நிலை ஏற்பட்டு செலுத்துநிலை இருப்பில் பலவீனம் அடைந்தது. 1951-52ல் வெளிநாட்டு நிதி உதவியானது தேசிய வருமானத்தில் 0.86 விழுக்காடாக இருந்தது 1956-57ல் 1.05 விழுக்காடாகவும், 1957-58ல் 2.37 விழுக்காடாகவும், 1960-61ல் 2.86 விழுக்காடாகவும், 1965-66ல் 3.8 விழுக்காடாகவும் அதிகரித்திருந்தது. ஏற்றுமதி-கடனுக்கான ரொக்கம் திரும்பச் செலுத்துதல் மற்றும் வட்டிக்கான விகிதமானது தொடர்ந்து அதிகரித்து வந்தது (முதல் ஐந்தாண்டுத் திட்டத்தில் 0.8 ஆக இருந்தது, இரண்டாவது திட்டத்தில் 3.9 ஆகவும் மூன்றாவது திட்டத்தில் 14.3 ஆகவும், 1966-67ல் 20.6 ஆகவும், 1966-67ல் 27.8 ஆகவும் அதிகரித்தது). இதனால் 1966-1969 ஆண்டுகளுக்கிடையே ஆண்டுத் திட்டங்கள் நடைமுறைப்படுத்தப்பட்டன.

அதிக அளவிற்கான பணவீக்கம் (விலை உயர்வு), குறைவான அந்நியச் செலாவணி இருப்பு, குறைவான உணவுக் கையிருப்பு, அதிக இறக்குமதி காணப்பட்டன. அமெரிக்கா, இந்திய-பாகிஸ்தான் போரை அடிப்படையாகவும், இந்தியாவானது அமெரிக்க-வியட்நாம் போரில் வியட்நாமிற்கு சாதகமான நிலைப்பாட்டிலிருந்ததால் பி.எல்.480 ஒப்பந்தத்தைப் புதுப்பிக்க மறுத்துவிட்டது போன்ற நிலைகள் இந்தியப் பொருளாதாரத்தில் பெரும் பின்னடைவினைக் கண்டது. அமெரிக்கா, உலக வங்கி, பன்னாட்டுப் பணநிதியம் போன்றவை வர்த்தக, தொழில் கட்டுப்பாட்டில் சீர்திருத்தம், பண மறுமதிப்பீடு செய்வது, புதிய வேளாண்மை அணுகுமுறை தேவை என வலியுறுத்தியது. எனவே வேளாண்மையில் புதிய முன்னெடுப்புகள் மேற்கொள்ளப்பட்டன, பண மறுமதிப்பீடு (36.5 விழுக்காடு டாலருக்கு நிகரான ரூபாயின் மதிப்பு குறைக்கப்பட்டது), வர்த்தகத்தில் சீர்திருத்தம் கொண்டுவரப்பட்டது. ஆனால் இவை எதுவும் எதிர்பார்த்த அளவிற்கு நிலைமையினை சரிசெய்ய இயலவில்லை. இச்சீர்திருத்தங்கள் நீண்ட காலத்திற்கே பயனளிப்பதாக இருந்தது. எனவே அரசு தலையிடும் கொள்கையினைக் கடைப்பிடித்தது.

இதனால் அந்நியச் செலாவணி இருப்பு அதிகரித்தது. வேளாண் உற்பத்தி அதிகரித்ததைத் தொடர்ந்து உணவுக் கையிருப்பு அதிகரித்து உணவு இறக்குமதியினைச் சார்ந்த நிலை குறையத் தொடங்கியது. அரசு வரியினை அதிகரிப்பதற்குப் பதில் அரசு செலவுகளை கட்டுப்படுத்தியது. குறிப்பாக மூலதனச் செலவு 1966-67 மற்றும் 1970-71ல் 50 விழுக்காடு குறைத்தது. இதனால் தொழில் வளர்ச்சி சரியத் தொடங்கியது. இது 1970களின் மத்தியில்வரை தொடர்ந்தது. 1951 மற்றும் 1966ஆம் ஆண்டுகளுக்கிடையே ஆண்டுக்கு 7.8 விழுக்காடு தொழில் வளர்ச்சி இருந்தது, 1966-1974 ஆண்டுகளுக்கிடையே 4.99 விழுக்காடாகக் குறைந்தது.

தொடர்ந்து மூன்று ஐந்தாண்டுத் திட்டங்கள் நடைமுறைப்படுத்தப்பட்டு வந்த நிலையில் பாகிஸ்தானுடன் போர் (1965), தொடர்ந்து இரண்டு ஆண்டுகள் (1965-66 முதல் 1966-67 முடிய) கடும் வறட்சி, 1966ல் ரூபாயின் மதிப்பு அமெரிக்க டாலருக்கு எதிராகக் குறைந்தது மற்றும் பணவீக்கம் அதிகரித்தது போன்ற காரணங்களால் 1966-67 முதல் 1968-69 முடிய ஆண்டு திட்டங்கள் நடைமுறைப்படுத்தப்பட்டன. 1967-69ல் காங்கிரஸில் உட்கட்சிப் பிரச்சனையினால் இந்திரா காந்தி வலதுசாரி இயக்கத்தின் உதவியுடன் ஆட்சியினைத் தக்கவைத்து கொண்டார். நான்காவது ஐந்தாண்டுத் திட்டத்தில் (1969-1974) வேளாண்மையில் பல்வேறு சீர்திருத்தங்கள் நடைமுறைப்படுத்தப்பட்டன. 1971ல் நாடாளுமன்ற தேர்தலில் ‘வறுமையை ஒழிப்போம்’ என்ற முழக்கத்தை இந்திரா காந்தி முன்வைத்தார். இத்துடன் பொதுத்துறை வளர்ச்சி, கிராமப்புற நிலஉச்சவரம்பு, வருமானம் மற்றும் வேலைவாய்ப்புகளில் ஏற்பட்ட ஏற்றத்தாழ்வினைக் களைவது, சமஸ்தானங்களின் சிறப்புச் சலுகைகளை ரத்து செய்தல் போன்றவற்றை முன்னிறுத்தித் தேர்தல் பிரச்சாரம் செய்தார். இத் தேர்தலில் இந்திரா காந்தி அமோக வெற்றியினைப் பெற்றார். இதன்பின் நீண்டகால நோக்கில் திட்டங்கள் நடைமுறைப்படுத்தப்பட்டன. 21 ஜூலை 1969ல் 14 வங்கிகள் தேசியமயமாக்கப்பட்டன. இதே ஆண்டில் முற்றுரிமை கட்டுப்பாட்டு வர்த்தகப் பயன்பாட்டுச் சட்டம் கொண்டுவந்தது. இதனால் முற்றுரிமை நிறுவனங்கள் கட்டுப்படுத்தப்பட்டன. இதே ஆண்டில் இந்திய சமஸ்தானங்களுக்கு வழங்கிவந்த சிறப்பு அந்தஸ்தை விலக்கிக்கொண்டார். 1972ல் தனியார் காப்பீடு நிறுவனங்கள் தேசியமயமாக்கப்பட்டன, 1973ல் நிலக்கரித் தொழில்

தேசியமயமாக்கப்பட்டது. இதே ஆண்டு கோதுமை மொத்த விலை நிலை தேசிய அளவில் பின்பற்றப்பட்டது. 1973ல் அன்னியச் செலாவணி மாற்று முறைப்படுத்தல் சட்டம் நிறைவேற்றப்பட்டது. அயல்நாட்டு நிறுவனங்களின் செயல்பாடுகள் கண்காணிக்கப்பட்டது. அதேசமயம் நலிவுற்ற தொழிற்சாலைகள் அரசு ஏற்று நடத்தக் கொள்கை முடிவு எடுக்கப்பட்டது. நிலச் சீர்திருத்தத்தையும், நிலஉச்சவரம்பையும் தீவிரமாக நடைமுறைப்படுத்த வேண்டும் என மாநில அரசுகளுக்கு அறிவுறுத்தப்பட்டது. இந்த நடவடிக்கைகளால் பொதுமக்களிடமும் குறிப்பாக ஏழை, நடுத்தர கிராமப்புற, நகர்ப்புற மக்களிடையேயும், இடதுசாரிகளிடமும் நன்மதிப்பினைப் பெறமுடிந்தது. ஐந்தாவது ஐந்தாண்டுத் திட்டமானது (1974-1979) உணவு உற்பத்தி மற்றும் எரிசக்திக்கு முன்னுரிமை அளிக்கப்பட்டது. ஆனால் ஆட்சி மாற்றம் காரணமாக (ஜனதா கட்சி ஆட்சி அமைத்தது) இந்தத் திட்டம் ஓராண்டுக்கு முன்பே முடித்து வைக்கப்பட்டது.

எல்.கே.ஜா தலைமையில் பொருளாதார, நிருவாக நடவடிக்கைகளை ஆராயவும், ஆபித் உசைன் தலைமையில் வர்த்தகத்தை ஆய்விடவும் குழு அமைக்கப்பட்டது. இதன் பலன் இந்திரா காந்தியின் ஆட்சிக்காலமான 1960களின் மத்தியிலிருந்து 1980களின் இறுதி முடிய இந்தியப் பொருளாதாரம் பெருமளவிற்குச் சாதனைகளைக் கண்டது. 1960களின் மத்தியில் கிழக்குப் பாகிஸ்தான் (தற்போதைய பங்களாதேஷ்) பிரிவினை காரணமாக இனப்படுகொலைகள் நடந்தேறின. இதனால் 10 மில்லியன் மக்கள் அகதிகளாக இந்தியாவிற்கு வந்தடைந்தனர். 1971ல் பாகிஸ்தானுடன் போர், 1972 மற்றும் 1974ல் இரண்டு பஞ்சங்கள், 1973ல் பன்னாட்டு அளவில் கச்சா எண்ணெய் விலை அதிகரித்தது இதனால் இறக்குமதி செலவு அதிகரிக்கத் தொடங்கியது, பெட்ரோல் விலை இரண்டு மடங்காக அதிகரித்தது, இதனைத் தொடர்ந்து பொருள்களின் விலை உயர்வு, 1978-79ல் சுதந்திரத்திற்குப்பின் கடுமையான பஞ்சம் போன்றவை நிகழ்ந்தன.

இந்திரா காந்தி இந்த அறைகூவல்களை கையாள்வதற்கு பல்வேறு உத்திகளைக் கடைப்பிடித்தார். குறிப்பாக உணவுத் தட்டுப்பாடு அடிக்கடி ஏற்பட்டு மக்களையும் பொருளாதாரத்தையும் வெகுவாகப் பாதித்தது. எனவே நீண்டகால நோக்கில் பசுமைப் புரட்சியினை 1966ல் நடைமுறைப்படுத்தினார். இதன்படி அதிக விளைச்சல் தரக்கூடிய உயர் ரக விதைகள், உரங்கள், பூச்சிக்கொல்லி

மருந்துகள், இயந்திரங்களைப் பயன்படுத்துதல் போன்றவை தேர்ந்தெடுக்கப்பட்ட பகுதிகளில் அறிமுகப்படுத்தப்பட்டன. துவக்கத்தில் கோதுமைக்கான புதிய மெக்சிகன் விதைகள் (சோனால 64 மற்றும் லர்மா ரோஜே 64) குறுகியகாலப் பயிர் செய்வது அறிமுகப்படுத்தப்பட்டது. பின்னால் இந்தியாவில் புதிய வகை விதைகள் பயன்படுத்தப்பட்டன. இதுபோல் நெல்லுக்கு புதிய உயர் விளைச்சல் தரும் ரகமான ஐ.ஆர்.8, அறிமுகப்படுத்தப்பட்டது. இதன் விளைவு உற்பத்தி அதிக அளவிற்கு உயர்ந்தது (ICAR 2022). இதன்மூலம் உணவுப் பாதுகாப்பு உறுதி செய்யப்பட்டது, வறுமை ஒழிப்பில் முன்னேற்றம் கண்டது. இந்திரா காந்தி உணவு உற்பத்திக்கு மிக முக்கியத்துவம் கொடுத்த முதல் அரசியல் தலைவராவார். வேளாண்மை மாநில அரசுகளின் பட்டியலில் உள்ளது. அப்போது பெரும்பாலான மாநிலங்களில் காங்கிரஸ் ஆட்சியிலிருந்ததால் பல்வேறு வேளாண்மைச் சீர்திருத்தங்களை எளிதில் நடைமுறைப்படுத்த முடிந்தது. இதனால் 1967-68 மற்றும் 1970-71ஆம் ஆண்டுகளுக்கிடையே உணவு உற்பத்தி 35 விழுக்காடு அதிகரித்தது. உணவு இறக்குமதியானது 10.3 மில்லியன் டன்னிலிருந்து 3.6 மில்லியன் டன்னாகக் குறைந்தது. உணவுக் கையிருப்பானது 73.5 மில்லியன் டன்னிலிருந்து 89.5 மில்லியன் டன்னாக இவ்வாண்டுகளில் அதிகரித்தது. இது 1978ல் 110.25 மில்லியன் டன்னாகவும், 1984ல் 128.8 மில்லியன் டன்னாகவும் அதிகரித்தது. இதனால் இந்தியா உணவிற்காக அயல் நாடுகளிடமிருந்து கையேந்தும் நிலைமை மாறி உணவுப் பாதுகாப்பினை உறுதி செய்தது. உணவுப் பஞ்சம் ஏற்படும் காலங்களில் அவற்றை எதிர்கொள்ளும் துணிவும் உருவானது (Bipan Chandra et al 2008). அதேசமயம் விவசாயிகளிடையே ஏற்றத்தாழ்வு அதிகரித்துக் காணப்பட்டது. இதற்கு முக்கியக் கரணம் பசுமைப் புரட்சியானது வளமான பகுதியான பஞ்சாப் மற்றும் மேற்கு உத்தரப் பிரதேசத்தில் கோதுமையும், ஆந்திரப் பிரதேசம் (பிரகாசம் மாவட்டம்) மற்றும் தமிழ்நாட்டில் (தஞ்சாவூர் மாவட்டம்) பகுதிகளில் புதியவகை நெல் விதை ரகங்கள் மற்றும் செயற்கை உரங்கள் பயன்படுத்தி வேளாண் சாகுபடி செய்தனர். இதன் விளைவு அதிக அளவிற்கு உணவு உற்பத்தி அதிகரித்தது. இதனால் விவசாயிகளை ஊக்குவிக்கும் நோக்கில் நெல், கோதுமைக்கு விவசாயப் பணிகள் துவக்கும் போது குறைந்த பட்ச ஆதார விலை அறவிக்கப்பட்டது. இக்குறைந்த பட்ச ஆதார விலையானது அதன் செலவுகளை அடிப்படையாகக்கொண்டு

அறிவிக்கப்பட்டது. இதைத் தவிர அரசு பொது விநியோகத்திற்காக நேரடியாக விவசாயிகளிடமிருந்து கொள்முதல் மையங்கள் வழியாக நெல், கோதுமையினைக் கொள்முதல் செய்தது. இக் கொள்முதல் விலையானது குறைந்தபட்ச ஆதார விலையினை விட அதிகமாக இருந்தததது. விவசாய இடுபொருள்கள் வாங்குவதற்கு வங்கிகள் கடன்களைத் தாராளமாக வழங்கியது. இதனால் விவசாயிகள் லாபம் பார்க்கத் தொடங்கினர். வேளாண்சாரப் பொருள்களின் தேவை அதிகரித்தது, வேலைவாய்ப்பு பெருகியது, வறுமை பெருமளவிற்குக் குறைந்தது. கிராமப்புற மேம்பாடு அடையத் தொடங்கியது. அதே சமயம் வேளாண் இடுபொருள்களின் செலவுகளில் ஒன்றான தொழிலாளர் கூலி அதிகரித்தது.

பசுமைப் புரட்சியின் ஒரு முக்கிய விளைவு சிறு விவசாயிகள் புதிய தொழில்நுட்பங்களையும், மேம்படுத்தப்பட்ட விதைகள், இதர இடுபொருள்களைப் பயன்படுத்தத் தொடங்கியதால் விளைச்சல் பெருகி வருமானம் அதிகரித்தது. இதனால் நிலமற்ற விவசாயிகள் எண்ணிக்கை அதிகரிப்பு அதிக அளவில் குறைந்தது. வேளாண்மையில் வருமானம் அதிகரித்ததால் விவசாயத்தில் அதிக அளவில் ஈடுபடுத் தொடங்கினர். வேளாண் நிலத்தின் தேவை அதிகரித்ததைத் தொடர்ந்து குத்தகையும் அதிகரிக்கத் தொடங்கியது. அதே சமயம் தொழிலாளர் கூலி அதிகரித்தது, வேளாண்மையில் தொழில்நுட்பங்கள் அதிகமாகப் பயன்படுத்தப்பட்டதால் அதனைச் சார்ந்த தொழில்கள் பெருகின. (டிரக்டர் உற்பத்தி, உரம் மற்றும் பூச்சிக் கொல்லி உற்பத்தி, மோட்டர் பம்பு உற்பத்தி, போக்குவரத்து வாகன உற்பத்தி, வாகனப் பழுது பார்த்தல்). பசுமைப் புரட்சி குறிப்பிட்ட மாநிலங்களில் தீவிரமாக நடைமுறைப்படுத்தப்பட்டதால் விவசாயத் தொழிலாளர்களின் தேவை அதிகரித்தது புலம்பெயரும் விவசாயத் தொழிலாளர்கள் பெருகினர். இதனால் கிராமப்புற வருமானம் பெருகத் தொடங்கியது, வேளாண்சாரா தொழில்களை நோக்கி கிராமப்புறத் தொழிலாளர்கள் நகரத் தொடங்கினர். அதே சமயம் அளவிற்கு அதிகமாக நிலத்தடி நீர் உறிஞ்சப்பட்டது, அதிக அளவிற்கு ரசாயன உரங்கள் பயன்படுத்தப்பட்டதால் நிலத்தின் தன்மை குறைந்தது, சுற்றுப்புறச்சூழல் பாதிக்கப்பட்டது.

இந்திரா காந்தியின் முதல் ஆட்சி காலகட்டத்தில், இந்தியா சுதந்திரம் பெற்று 20 ஆண்டுகள் கழிந்தும் வறுமையின் தாக்கம் குறையவில்லை. 1960களின் மத்தியில் இந்தியாவின் கிழக்குப் பகுதியில் கடும் வறட்சி நிலவியது, உணவுப் பற்றாக்குறை

ஏற்பட்டது. 1962ல் சீனாவுடன் போர், 1965ல் பாகிஸ்தானுடன் போர் இதன் காரணமாகப் பாதுகாப்பு செலவு அதிகரித்தது. இதனால் மேற்கத்திய நாடுகளின் உதவியினைச் சார்ந்து இருக்க வேண்டிய நிலை ஏற்பட்டது. வறுமையினைப் போக்க எடுக்கப்பட்ட நடவடிக்கையில் சுணக்கம் ஏற்பட்டது. இத்துடன் 1960களில் எப்போதும் இல்லாத நிலையில் மக்கள் தொகை அபரீதமாக வளர்ச்சியடைந்தது (1971ல் 548.2 மில்லியன் மக்களில் 80 விழுக்காட்டினர் கிராமங்களிலிருந்தனர். இவர்களில் 68.3 விழுக்காடு வேளாண்மையினைச் சார்ந்து வாழ்ந்தனர், வேளாண்மை தொழிலாளர்கள் 37.8 விழுக்காடாக அதிகரித்திருந்தனர்). பெரும்பான்மையான தொழிலாளர்கள் பங்கேற்பானது வேளாண்மையினைச் சார்ந்திருந்தது. இவர்கள் அதிக அளவில் வறுமையிலிருந்தனர். இந்திரா காந்தி பிரதம மந்திரியாகப் பதவி ஏற்றவுடன் வறுமையினைக் குறைப்பதற்காக பல்வேறு திட்டங்களைத் தீட்டினார். வறுமை நகர்ப்புறங்களைவிடக் கிராமப்புறங்களில் அதிக அளவிலிருந்தது. இதற்கு முக்கியக் காரணம் கிராமப்புறங்களில் நான்கில் மூன்று பங்கு மக்கள் வேளாண்மையினையும் அதனைச் சார்ந்த தொழிலையும் சார்ந்து வாழ்ந்ததாகும். எனவே வறுமையினை ஒழிக்க, 'கிராமப்புற வேலைவாய்ப்புதிட்டம்', 'சிறு விவசாயிகள் வளர்ச்சி முகவர்கள் திட்டம்', 'குறு விவசாயிகள் மற்றும் விவசாயத் தொழிலாளர்கள் திட்டம்', 'கிராமப்புற வேலைவாய்ப்பினை உருவாக்கும் திட்டம்', 'வேலைவாய்ப்பு உறுதித் திட்டம்' போன்றவை தொடர்ந்து நடைமுறைப்படுத்தப்பட்டன. சிறு, குறு விவசாயிகளுக்கு முறையே 25 விழுக்காடு மற்றும் 33.3 விழுக்காடு மானியங்கள் வழங்கப்பட்டன. இதனால் விவசாயிகள் பெருமளவிற்கு முறைசார் கடன்களைப் பெற்றனர். இதனால் விவசாயிகளின் வருமானம் பெருகி வறுமை குறைந்தது. வேளாண்மையில் புகுத்தப்பட்ட சீர்திருத்தங்களினாலும், வறுமை ஒழிப்புத் திட்டங்களை தீவிரமாக நடைமுறைப்படுத்தியதாலும் வறுமையின் தீவிரம் குறைந்தது (Balakrishnan 2022). 1965-66ல் கிராமப்புற வறுமை 53.9 விழுக்காடாக இருந்தது. 1977-78ல் 39.1 விழுக்காடகக் குறைந்தது. (Montek Ahluwalia 1985).

ஒட்டுமொத்தப் பார்வையில் இந்திரா காந்தி தன்னுடைய முதல் காலகட்டத்தில் வேளாண்மை நிலஉடைமையின் மீதான உச்ச வரம்பு குறைக்கப்பட்டது, கண்டறியப்பட்ட உபரி நிலங்களை நிலமற்ற விவசாயக் கூலிகளுக்கும் குறு விவசாயிகளுக்கும்

வழங்கும் சட்டத்தைப் பல மாநில அரசுகள் நிறைவேற்ற நிர்ப்பந்திக்கப்பட்டது, சமுதாயத்தில் பொருளாதார நிலையில் பாதிக்கப்பட்ட குடும்பங்களுக்குக் குறைந்த விலையில் உணவு தானியம் வழங்கும் திட்டம் நடைமுறைப்படுத்தப்பட்டது. சிறு தொழில், விவசாயம், சாலைப் போக்குவரத்து இயக்குபவர்கள் மற்றும் சுயமாக வேலை செய்பவர்களுக்குக் கடன் கிடைக்க வழிசெய்யும் பொருட்டு வங்கிகள் தேசியமயமாக்கப்பட்டன, இதனால் சிறு நகரங்கள் மற்றும் கிராமங்களில் வங்கிக் கிளைகள் தொடங்கப்பட்டது, இதன் விளைவு 1951ல் நிறுவனம் சாரா கடனின் பங்கானது 92.7 விழுக்காடாக இருந்தது. 1971ல் 68.3 விழுக்காடாகக் குறைந்தது. மாறாக நிறுவனம் சார் கடனின் பங்கானது 7.3 விழுக்காடாக இருந்தது, 32.7 விழுக்காடாக இவ் ஆண்டுகளில் அதிகரித்தது (ICAR 2022). 1966-67ல் விவசாயிகள் வங்கிகளிடம் 2.2 விழுக்காடு மட்டுமே கடன் பெற்றிருந்தனர் இது அடுத்த பத்தாண்டுகளுக்குப் பிறகு 9.1 விழுக்காடாக அதிகரித்திருந்தது (Abheek Barman 2016). ஒட்டுமொத்த உள்நாட்டு உற்பத்திக்கான கடன் அளவு 1967ல் 8.5 விழுக்காடாக இருந்தது 1984ல் 18.6 விழுக்காடாக அதிகரித்தது (Tadit Kundhu 2016). திட்டக்குழுவினைச் சிறப்பாகக் கட்டமைத்துத் திட்டமிடலைச் சரியாக நடைமுறைப்படுத்தப்பட்டது.

இந்திரா காந்திக்கு எதிராக ஜெயப்பிரகாஷ் நாராயண் தலைமையில் தேசிய அளவில் ஊழல், தவறான நிர்வாகம் ஆகியவற்றிற்கு எதிராகப் பிரச்சாரமும் போராட்டமும் தீவிரமாக நடைபெற்றன. இப்பிரச்சனையினைக் கையாள இந்திரா காந்தி ஜூன் 25, 1975ல் நெருக்கடி நிலை பிரகடனம் செய்தார். இதனை நியாயப்படுத்த இந்திரா காந்தி சமுதாயத்தில் அடிமட்டத்தில் இருப்பவர்களையும், வறுமையில் வாழ்பவர்களையும் வளர்ச்சிப் பாதையில் அழைத்துச் செல்ல தொடர் பொருளாதார வளர்ச்சித் திட்டங்களை நடைமுறைப்படுத்தவும், உள்நாட்டு நலனையும், பிற நாடுகளின் தலையீட்டைக் கட்டுப்படுத்தவும் நெருக்கடி நிலையினை அறிவிப்பதாகக் குறிப்பிட்டார். இதன் விளைவு தவறு செய்தவர்கள் கடுமையாகத் தண்டிக்கப்பட்டனர். பதுக்கல்காரர்கள், வரி ஏய்ப்பவர்கள் இச்சட்டத்தின்படி சிறையில் அடைக்கப்பட்டனர். இதனால் நாட்டின் பொருளாதார நிலை சீரடையத் தொடங்கியது. உணவுக் கையிருப்பு அதிகரித்தது. இதனைத் தொடர்ந்து கிராமப்புற ஏழைகளை மேம்படுத்த ஜூலை 1, 1975ல் 20 அம்சத் திட்டம்

கொண்டுவரப்பட்டது. இதில் நிலமற்ற விவசாயத் தொழிலாளர்களுக்கு கடன் அளித்தல், சிறு விவசாயிகளுக்கும், கிராமப்புற கைவினைஞர்களுக்கும் மாற்றுக் கடன் அளித்தல், கொத்தடிமைத் தொழிலாளர்களை ஒழித்தல், நில உச்சவரம்பை நடைமுறைப்படுத்துதல், கையகப்படுத்தப்பட்ட உபரி நிலங்களை நிலமற்ற விவசாயக் கூலிகளுக்கு வழங்குதல், நலிவடைந்த நிலமற்ற கூலித் தொழிலாளர்களுக்கு வீடுகளைக் கட்டித் தருதல், விவசாயத் தொழிலாளர்களுக்குக் குறைந்தபட்ச கூலியினை வழங்குதல், கைத்தறித் துறைக்குச் சிறப்பு உதவி, பொது விலையினைக் குறைத்தல், வரி ஏய்ப்பு மற்றும் கடத்தல்களைத் தடுத்தல், உற்பத்தியினை அதிகரித்தல், பொருள்களின் பகிர்வினை முறைப்படுத்துதல், வருமான வரியின் உச்சவரம்பை அதிகரித்தல், முதலீட்டில் தாராள நடைமுறையினைப் பின்பற்றுதல் போன்ற வேளாண்சார் அம்சங்கள் இடம்பெற்றிருந்தன. இதனால் உடனடியாக விளைவுகள் பொருளாதாரத்தில் ஏற்படத் தொடங்கின. 20 அம்சத் திட்டத்தின் ஒட்டுமொத்த குறிக்கோள் கிராமப்புற ஏழைகளை மேம்படுத்துவது என்பதாகும்.

20 அம்சத் திட்டத்தினால் உணவுப் பொருள்கள் விலை குறைந்தது, இன்றியமையாத பொருள்களின் இருப்பு தாராளமாக இருந்தது. வரி ஏய்ப்பு, பதுக்கல், கடத்தல் போன்றவை குறைந்தது. 3 மில்லியன் வீடுகள் நிலமற்ற விவசாயிகளுக்கும், பட்டியல் இனத்தவருக்கும் வழங்கப்பட்டன. 1.1 மில்லியன் ஏக்கர் உபரி நிலங்கள் நிலமற்ற விவசாயிகளுக்கு வழங்கப்பட்டன. ஆனால் இது உபரி நில இருப்பில் 10.1 விழுக்காடு மட்டுமே. விவசாயக் கடன் வசூல் செய்வது நிறுத்திவைக்கப்பட்டது. குறிப்பாக நிலமற்ற விவசாயக் கூலிகள் மற்றும் சிறு விவசாயிகளிடம் இது பின்பற்றப்பட்டது. கூட்டுறவு நிதி நிறுவனங்கள், தேசிய வங்கிகள் மூலம் விவசாயிகளுக்குக் கடன் வழங்கப்பட்டன. குறைந்தபட்ச கூலியினை விவசாயத் தொழிலாளர்களுக்குக் கிடைக்க வழிவகை செய்யப்பட்டது. ஆனால் 20 அம்சத் திட்டம் லஞ்சம், திறமையற்ற நிருவாக நடவடிக்கைகள், அரசியல் தலையீடு போன்றவற்றால் பெரும் வெறியுடன் அமையவில்லை. நீதியரசர் ஷா அவர்களின் தலைமையில் அமைந்த கமிஷன் அவசரக் கால பிரகடனத்தில் நடந்தவற்றைப்பற்றி ஆராய்ந்தபோது முறைகேடுகள், விதிமீறல்கள், தவறான நடைமுறைகள், அட்டூழியங்கள், பழிவாங்கல் போன்றவை நடைபெற்றதாகக் குறிப்பிட்டது.

இந்திரா காந்தி 1980ல் நடந்த தேர்தலில் மீண்டும் வெற்றிபெற்று பிரதம மந்திரி ஆனார். இரண்டாம் கட்ட ஆட்சிக் காலத்தில் உலக அளவில் ஏற்பட்ட பொருளாதார உத்தியின் மாற்றங்களால் இந்தியப் பொருளாதாரத்தின் மீதான தாக்கத்தை உணர்ந்து தாராளமயப் பொருளாதாரக் கொள்கைகளை அரைமனதுடன் நடைமுறைப்படுத்தினார். இந்திரா காந்தி பன்னாட்டு நிறுவனங்களின் பங்கினால் இந்தியாவின் சுயச் சார்பு பாதிக்கப்படும் என்று கருதினார். இந்தியாவின் 6 வங்கிகளை தேசியமயமாக்கினார். இக்காலகட்டத்தில் ஆண்டுக்கு 4 விழுக்காடு பொருளாதார வளர்ச்சி அடைந்தது. ஆறாவது ஐந்தாண்டுத் திட்டம் (1980-1985) வறுமையை ஒழிப்பது, வேளாண்மையில் சுயச் சார்பினை அடைவதைக் குறிக்கோளாகக் கொண்டு நடைமுறைப்படுத்தப்பட்டது. இதன் விளைவு வேளாண்மை உற்பத்தி அதிமாக உயர்ந்தது. இதனால் விலை உயர்வானது (பணவீக்கம்) 1984ல் 7 விழுக்காடாகக் குறைந்தது. இந்த நிலையில் அக்டோபர் 31, 1984ல் இந்திரா காந்தி சுட்டுக்கொள்ளப்பட்டார்.

அட்டவணை 8: இந்திரா காந்தி ஆட்சியில் பொருளாதார வளர்ச்சி (விழுக்காடு)

பொருளாதாரம்	1952-1966 (இந்திரா காந்தி ஆட்சிக்கு முன்பு)	1967-1984 (இந்திரா காந்தி ஆட்சி)
மொத்த உள்நாட்டு உற்பத்தி	3.57	3.96
வேளாண்மைத் துறை	1.98	3.31
தொழில் துறை	6.45	4.29
சேவைத் துறை	4.46	4.63

Source: Tadit Kundu (2016): 'How India fared Under Indira Gandhi,' Mint, 30.11.2016.

இந்திரா காந்தி 20 ஆண்டுகள் ஆட்சியிலிருந்தார். இந்தியாவின் வளர்ச்சிக்கு அவரின் பங்கு அளப்பரியது. அரசியல்ரீதியாக 1969ல் காங்கிரஸ் உடைந்தது, 1971ல் பங்களாதேஷ் பிரச்சனை, இதன் தொடர்பாக அமெரிக்காவின் நெருக்குதல், 1966ல் பஞ்சாப் சபா உருவானது. 1975ல் நெருக்கடிக்கால பிரகடனம், இதன்மீதான

விசாரணைக் கமிஷன் போன்றவை அரசியல்ரீதியான சவால்களாக இருந்தன. 1960களின் பிற்பகுதியில் ஏற்பட்ட உணவுப் பற்றாக்குறை, 1970களில் ஏற்பட்ட எண்ணெய் (குருடாயில்) நெருக்கடி, போன்றவற்றால் விலை உயர்ந்தது. உணவுப் பற்றாக்குறைக்கு நிரந்தரத் தீர்வாகப் பசுமைப் புரட்சியைக் கொண்டுவந்து உணவு உற்பத்தியில் சுயச்சார்பு அடைய செய்தது. உணவுப் பாதுகாப்பிற்கு வழிவகுத்தது. பொதுத்துறை வளர்ச்சிக்கு முக்கியத்துவம் கொடுத்து நேருவின் வழியினையே பின்பற்றினார். கிராமப்புற, நகர்ப்புறங்களில் வாழும் ஏழை, நடுத்தர மக்கள், சிறுபான்மையினர், மகளிர் பாதுகாப்பு உறுதி செய்யவும் அவர்களின் வாழ்வாதாரத்தை மேம்படுத்தவும் பல்வேறு திட்டங்களைக் கொண்டுவந்தார். அதே சமயம் நிர்வாகத் தோல்வி, அரசியல் பழிவாங்கல் போன்ற நடவடிக்கை அதிகமாக இவர் காலத்தில் காணப்பட்டது.

1980களில் இந்திய வேளாண்மை சீர்திருத்தத்தினால் உணவு உற்பத்தி பெருகி இருந்தாலும், பசுமைப் புரட்சியின் விளைவுகள், பெருமளவிற்கு வட்டார ஏற்றத்தாழ்வுகளை ஏற்படுத்தியிருந்தன மேலும் இது இந்தியாவின் கிராமப்புற மாவட்டங்களில் பத்தில் ஒரு பங்கு மட்டுமே செயல்பாட்டில் இருந்தது. பெரும்பான்மையான மழை மறைவு விளைநிலங்களில் பசுமைப் புரட்சி நடைமுறைப்படுத்தவில்லை. தண்டேக்கர் மற்றும் ராத் அவர்களின் ஆய்வின்படி 40 விழுக்காடு கிராமப்புற மக்களும் 50 விழுக்காடு நகர்ப்புற மக்களும் வறுமையிலும் அடிப்படை வாழ்க்கை மட்டத்தினைப் பெறமுடியாமலும் இருந்தனர் என்கிறது. இந்தியாவின் கிராமப்புற ஏழைகள் தங்கள் வருவாயில் 80 விழுக்காடு உணவிற்காகச் செலவிட்டனர். ஒட்டுமொத்தமாகப் பார்த்தால் இந்திரா காந்தி ஆட்சிக் காலத்தில் வேளாண் வளர்ச்சியில் குறிப்பிடத்தக்க முன்னேற்றம் கண்டது. இதனால் ஏழை, விளிம்பு நிலையில் வாழும் மக்களின் வாழ்நிலைக்கான நம்பிக்கையினை உருவாக்கித் தந்தது.

6

ஜனதா அரசும் [மொரார்ஜி தேசாய், சரண்சிங்] வேளாண்மையும்

'உண்மையான இந்தியா அதன் கிராமங்களில் வாழ்கிறது.'

– *சரண்சிங்*

ஜன சங்கம், பாரதிய லோக் தளம், சோசியலிஸ்ட் கட்சி, மொரார்ஜி தேசாயின் பழைய காங்கிரஸ் ஒன்றிணைந்து 23.1.1977ல் ஜனதா கட்சியினைத் துவக்கி 1977ல் நடந்த நாடாளுமன்றத் தேர்தலில் போட்டியிட்டது. இத்துடன் பாபு ஜகஜீவன்ராமின் ஜனநாயகத்திற்கான காங்கிரஸ் இயக்கமும் ஒன்று சேர்ந்தது. 22.03.1977ல் அறிவிக்கப்பட்ட தேர்தல் முடிவில் ஜனதா கட்சி 298 இடங்களைப் பெற்று மொரார்ஜி தேசாய் பிரதம மந்திரியாகப் பதவி ஏற்றார். இது காங்கிரஸ் கட்சிக்கு மாற்றாகச் சுதந்திரம் பெற்று 30 ஆண்டுகளுக்குப் பிறகு முதலில் ஆட்சி அமைத்தது என்பது குறிப்பிடத்தக்கது. ஜனதா கட்சியானது வடஇந்திய மாநிலங்களான உத்தரப்பிரதேசம், பீகார், மத்தியப்பிரதேசம், ராஜஸ்தான் மாநிலங்களில் பெரும் வெற்றியினைப் பெற்றிருந்தது. ஆனால் தென்னிந்திய மாநிலங்களில் காங்கிரஸ் வெற்றி பெற்றது. மொரார்ஜி அமைச்சரவையில் பாபு ஜகஜீவன்ராம், அடல் பிஹாரி வாஜ்பாய், ஜார்ஜ் பெர்னாண்டஸ், எச்.எம்.பட்டேல், சரண்சிங், மது தன்டவதே போன்ற முக்கியத் தலைவர்கள் இடம் பெற்றிருந்தனர். இதன்பின் பல மாநிலங்களில் ஜனதா கட்சி ஆட்சியில் அமர்ந்தது. மேற்கு வங்காளத்தில் ஜோதி பாசு தலைமையிலான இடதுசாரி ஆட்சியானது நிலச்சீர்திருத்தத்தினை தீவிரமாக நடைமுறைப்படுத்தியது. இதன்படி உழவர்களுக்கு நிலம் சொந்தம், நிலக்குத்தகையை 50 விழுக்காட்டிலிருந்து 25 விழுக்காடாகக் குறைத்தல் உட்பட பல சீர்திருத்தங்கள் நடைமுறைப்படுத்தப்பட்டதன் விளைவு ஒரு மில்லியனுக்கு மேற்பட்ட ஏழை, நிலமற்ற விவசாயிகள் இம்மாநிலத்தில் பயனடைந்தனர்.

மார்ச்சு 1977லிருந்து ஜூலை 1979 முடிய 20 மாதங்கள் ஜனதா கட்சி மத்தியில் ஆட்சியிலிருந்தது. வளர்ச்சி சார்ந்த கொள்கைகளை

நடைமுறைப்படுத்துவது, உண்மையான சமூக நீதியினை செயல்படுத்துவது, செயல்படாமல் அல்லது முடங்கியிருந்த நிர்வாகத்தைச் செயல்பட வைப்பது என்ற அடிப்படையில் மொரார்ஜி தேசாய் தலைமையிலான ஆட்சி அமைக்கப்பட்டது. பின்னால் சில நாள்கள் சரண்சிங் பிரதம மந்திரியாகப் பதவியிலிருந்தார். பல்வேறு சித்தங்களின் கூட்டு ஆட்சியாக (ஜனதா, ஜனசங்கம், சோசலிஸ்ட் கட்சி, இளம் துருக்கியர்கள், காங்கிரஸின் ஜனநாயகப் போராளிகள்) இது அமைந்தது. மொரார்ஜி தேசாய் காந்திய நெறியில் பயணித்தவராக இருந்தாலும் முதலாளித்துவச் சார்புடையவர், சரண்சிங் விவசாயிகள் சார்புடையவர், ஜார்ஜ் பெர்னாண்டஸ் பன்னாட்டு நிறுவனங்களுக்கு எதிரான மனப்பான்மை உடையவர், ராஜ் நாராயண் கிராமப்புறத் தொழில் சார்ந்த நிலைப்பாடு உடையவர். ஜன சங்கத்தினர், உயர் ஜாதி ஆதரவாளர்கள் இவ்வாறு கலவையான சித்தாந்தத்தைக் கொண்டுள்ளவர்கள் ஒன்று சேர்ந்து ஆட்சியினை நடத்தினர். மேலும் ஜனதா கட்சி வடஇந்தியாவில் அதிகச் செல்வாக்குடனும், தென்னிந்தியாவில் செல்வாக்கற்ற நிலையிலும் இருந்தது. பெரும் நிலக்கிழார்கள், நகர்ப்புற உயர் ஜாதியினர், இடைப்பட்ட ஜாதியினரின் ஆதரவு என ஜனதா கட்சிக்குக் காணப்பட்டது. இதனால் கிராமப்புறங்களில் சமூகப் பதற்றம், ஏழை, பட்டியல் இன மக்கள் மீதான அடக்குமுறை இருந்தது. கிராமப்புறங்களில் ஏழைகள், நிலமற்ற விவசாயிகள், பட்டியல் இனத்தவர்கள் தங்களின் உரிமைக்காகப் போராடினர். நெருக்கடிக் காலங்களில் விவசாயிகளுக்குக் கடன் கொடுத்த லேவாதேவியர்களால் கொடுத்த கடனைத் திரும்பப்பெற இயலவில்லை. எனவே ஜனதா ஆட்சிக் காலத்தில் இதற்கான முயற்சிகளை மேற்கொண்டனர். இதனால் விவசாயிகளிடையேயும், ஏழை மக்களிடமும் பதற்றம் நிலவியது. இது ஜாதி மோதலை உருவாக்கியது. பல வடமாநிலங்களில் கலவரம் ஏற்பட்டு பட்டியலினத்தவர்கள் கொல்லப்பட்டனர். சட்டவிரோதமாகக் குவிக்கப்பட்ட செல்வங்களை ஒழிப்பதற்காக ஜனதா அரசு ரூ.1,000, ரூ.5,000, ரூ.10,000 செலாவணியினை செல்லத்தக்கதல்ல என்று அறிவித்தது. நெருக்கடி காலத்தில் போராட்டம் சட்டப்பூர்வமானது இல்லை என்ற நிலை திரும்பப் பெறப்பட்டது. அந்நிய முதலீடு உச்ச அளவாக 40 விழுக்காட்டுக்கு மிகக்கூடாது என்று அறிவிக்கப்பட்டது. விவசாயிகளையும், விளைநிலங்களையும் பாதிக்கும் கோகோ கோலா நிறுவனம் இந்தியாவில் இயங்கத் தடை விதிக்கப்பட்டது. இதுபோல் ஐபிஎம் நிறுவனமும் தடைசெய்யப்பட்டது (Mint 2019). ரயில்வே துறை

அமைச்சராக இருந்த மது தன்டவதே ஏழை மக்கள் பயணிக்கவும், துறையினை நவீனப்படுத்தவும் பல்வேறு சீர்திருத்தங்களை அத்துறையில் கொண்டுவந்தார்.

ஜனதா கட்சி ஆட்சி அமைந்தபோது காந்தியவாதிகள் மகிழ்ச்சியடைந்தனர். வேளாண்மையிலும், தொழில்துறையிலும் காந்திய சித்தாந்தம் பின்பற்றப்பட்டது. கிராமப்புறம் சுயச்சார்பினை அடைய முயற்சிகள் மேற்கொள்ளப்பட்டன. துரிதமான வேளாண் உற்பத்தியினை அடையச் செய்தல் என்பது உணவுப் பற்றாக்குறையினை தீர்ப்பதற்கானதாக மட்டுமல்ல, தொழில் துறையில் உற்பத்தி செய்யப்படும் பொருள்களை வாங்கும் சக்தியையும் உண்டாக்க வேண்டும் என்ற அடிப்படையில் திட்டங்கள் வகுக்கப்பட்டன (Georger Cristoffel Lieten 1980). அடிப்படையில் பல்வேறு சித்தாந்தங்களில் கூட்டாக இருந்தாலும் வேளாண் உற்பத்தி மற்றும் உற்பத்தித் திறனை அதிகரிக்கவும் திட்டங்கள் வகுக்கப்பட்டன. ஜனதா அரசின் முதன்மையான சித்தாந்தமாக முறைசாரா சிறு மற்றும் பாரம்பரிய தொழில்களின் வளர்ச்சிக்கு முக்கியத்துவம் தரப்பட்டது. எனவே ஆறாவது ஐந்தாண்டுத் திட்டத்தில் (1978-1983) வேளாண் உற்பத்தியை அதிகரிக்கவும், சிறு மற்றும் பாரம்பரியத் தொழில் வளர்ச்சிக்கும் முக்கியத்துவம் அளிக்கப்பட்டது. சுயச்சார்பினை அடையவும், உள்நாட்டுத் தொழில்களை உருவாக்கவும் உத்திகள் வகுக்கப்பட்டன.

ஜனதா அரசு பொறுப்பேற்றபோது வேலையின்மையும் வறுமையும் முக்கிய அறைகூவல்களாக இருந்தன. இந்த நிலை பொதுவாகக் கிராமப்புறங்களைச் சார்ந்ததாக இருந்தது. அப்போது உள்துறை அமைச்சராக இருந்த சரண்சிங் முயற்சியால் திட்டக்குழுவில் தொழில்துறையினைச் சார்ந்த வல்லுநர்கள் உறுப்பினர்களாக இருந்த நிலையினை மாற்றி வேளாண் துறையினைச் சார்ந்த வல்லுநர்கள் உறுப்பினர்களாக நியமிக்கப்பட்டனர். இதனால் கிராமப்புற மேம்பாட்டிற்கான திட்டமிடுதலுக்கு முக்கியத்துவம் அளிக்கப்பட்டது. நவம்பர் 1977ல் கங்கை நதி நீரைப் பகிர்வு செய்வதற்கு இந்தியா-பங்ளாதேஷ்க்குமிடையே வற்றுக் காலங்களில் (Lean season) 20,500 கன அடி தண்ணீரும் மற்ற காலங்களில் 34,500 கன அடி தண்ணீர் பெற ஒப்பந்தம் கையெழுத்தானது. இது வடக்கு மற்றும் வடகிழக்கு மாநிலங்களில் வேளாண்மையினை மேம்படுத்த உதவியது (Ramachandra Guha 2017).

வேளாண் இடுபொருள்களுக்கு மானியங்கள் வழங்கப்பட்டன, குறைந்தபட்ச ஆதார விலை வேளாண் விளைபொருள்களுக்கு அளிக்கப்பட்டது. இவ்விரண்டையும் பெரிய விவசாயிகள் பயன்படுத்தி அதிக லாபம் பெற்றனர். இதனால் மானியம் 1977-78ல் ரூ.4,500 மில்லியனாக இருந்தது 1979-80ல் ரூ.5,700 மில்லியனாக உயர்ந்தது. உணவுப் பொருள்களின் கையிருப்பு அதிகரித்திருந்தது. இதனால் 1971ல் கிராமப்புற வறுமை 49 விழுக்காடாகவும் நகர்ப்புற வறுமை 56 விழுக்காடாகவும் இருந்தது குறையத் தொடங்கின. எனவே உபரியாக இருந்த உணவு உற்பத்தியினை ஏற்றுமதி செய்ய ஜனதா அரசு வல்லுநர்களைக்கொண்ட பணிக் குழுவினை அமைத்தது. இக்குழு பாரம்பரிய வணிகப் பயிர்கள் மற்றும் உணவுப் பயிர்களை ஏற்றுமதி செய்ய பற்றாக்குறை நிலவும் நிலையினை அடிப்படையாகக்கொண்டு மேற்கொள்ளலாம் என்று பரிந்துரை செய்தது. 'இதனால் விவசாயிகளின் வருமானம் அதிகரிக்கும்' என்று ஜனதா கட்சி ஆட்சியில் நிதி அமைச்சராகவும் இருந்த சரண்சிங் குறிப்பிட்டார். இதற்கான முயற்சிகள் மேற்கொள்ளப்பட்டன. 'நகர்ப்புறங்களில் வாழும் மேல்தட்டு வர்க்கம் நீண்ட காலமாகவே கிராமப்புற வெகுஜனங்களைச் சுரண்டி வாழ்ந்து வந்தனர் என்றும் அவர்கள் பொருளாதார வளர்ச்சியினைத் தங்கள் பக்கம் திருப்பிவிட்டுக்கொண்டுள்ளனர்' என்று சரண்சிங் குறிப்பிட்டார். 'இத்துடன் தொழில் துறையும் முதலாளித்துவ வர்க்கத்தினரும் கூட்டாகக் கிராம மக்களைச் சுரண்டுகின்றனர்' என்றார். 'இதனால் காலம் காலமாக நிலமற்ற விவசாயிகள், சிறு மற்றும் நடுத்தர விவசாயிகள், நகர்ப்புற, நடுத்தர வர்க்கத்தினர் தொடர்ந்து தங்களின் பொருளாதார நிலையினை இழந்துவந்தனர்' என்றார். எனவே ஆறாவது ஐந்தாண்டுத் திட்டத்தில் கிராமப்புற மேம்பாட்டிற்கு முக்கியத்துவம் அளிக்கப்பட்டது. 1978-79ன் வரவு-செலவுத் திட்டத்தில் வேளாண்மைக்கு ரூ.10270 மில்லியன் ஒதுக்கப்பட்டது. இது காங்கிரஸ் ஆட்சியில் 1975-76ல் ரூ.7,270 மில்லியனா இருந்தது. ஜனதா ஆட்சிக்கு முந்தைய 20 ஆண்டுகால காங்கிரஸ் ஆட்சியில் வேளாண்மை வளர்ச்சியானது 20 விழுக்காடாக இருந்தது, 1978-79ல் 1–2 விழுக்காடு அளவிற்கே வளர்ச்சி காணப்பட்டது. இது நெருக்கடி கால கட்டத்திலிருந்ததைவிட (8 விழுக்காடு) குறைவாகவே இருந்தது. ஆனால் தொழில்துறை வளர்ச்சியானது 7 விழுக்காடு வளர்ச்சி காணப்பட்டது (Jay Dubashi 2014). பல்வேறு முயற்சிகள் ஜனதா அரசினால் முன்னெடுக்கப்பட்டாலும்

கிராமப்புற ஏழைகள் தொடர்ந்து பாதிக்கப்பட்டிருந்தனர். எனவே அமைப்புரீதியில் சீர்திருத்தங்கள் மேற்கொள்ளவேண்டிய அவசியம் ஏற்பட்டது.

1978-79ல் சுவிஸ் நாட்டுப் பொருளியல் அறிஞரான கில்பர்ட் எட்டியன் என்பவர் கடந்த 15 ஆண்டுகளில் இந்தியக் கிராமங்களில் ஏற்பட்ட மாற்றங்கள் குறித்த ஆய்வினை மேற்கொண்டார். இவ்வாய்வானது, வேளாண்மைக்கான நீர்ப்பாசன வசதியினை மேம்படுத்தியதால் வேளாண் உற்பத்தித் திறன் அதிகரித்ததாகவும், இதனால் கிராமப்புற வருமானம், வாழ்க்கைத் தரம் உயர்ந்தது என்று குறிப்பிடுகிறார். பசுமைப் புரட்சியின் விளைவினால் ரசாயன உரப் பயன்பாடானது நான்கு மடங்கு அதிகரித்தது. வெண்மைப் புரட்சியின் விளைவால் இந்தியாவில் ஆண்டுக்கு 500 மில்லியன் லிட்டர் பால் உற்பத்தி மற்றும் விற்பனை நடைபெற்றது. இதனால் நடுத்தர மற்றும் பெரிய விவசாயிகள் பயன் அடைந்தனர். வேளாண்மையும் அதனைச் சார்ந்த துறைகளில் அதிக அளவில் பிற்படுத்தப்பட்ட மக்கள் சாந்திருந்ததினால் அவர்களின் வாழ்க்கை நிலை மேம்பாடு அடைந்தது. இதனால் அரசியல் ரீதியாகப் பிற்படுத்தப்பட்ட மக்கள் முக்கியத்துவம் பெறத் தொடங்கினர். 1977ல் நடந்த நாடாளுமன்றத் தேர்தலில் 36 விழுக்காடு நாடாளுமன்ற உறுப்பினர்கள் கிராமப்புறங்களை சார்ந்தவர்களாக இருந்ததால் கிராமப்புற மேம்பாட்டிற்கு அதிகத் திட்டங்களைக் கொண்டுவர அழுத்தம் கொடுத்தனர். இதனால் நகர-கிராமப்புறப் போராட்டங்கள் அதிகரித்தன, விவசாய-தொழில்துறை போட்டிகள் உருவாயின. ஜனதா கட்சி கிராமப்புற மேம்பாட்டிற்கு அதிக முக்கியத்துவம் அளித்ததால் பிற்பட்ட மக்களின் குரலாக இது பார்க்கப்பட்டது. இதனைத் தொடர்ந்து பிற்படுத்தப்பட்ட மக்களுக்கான இட ஒதுக்கீடு அளிக்கப்பட வேண்டும் என்ற கோரிக்கை வலுப்பெற்றது. எனவே இதனைப்பற்றி ஆராய்ந்து அறிக்கை பெற பி.பி.மண்டல் தலைமையில் குழு அமைக்கப்பட்டது (Ramachandra Guha 2017).

காங்கிரஸ் கட்சிபோன்றே ஜனதா கட்சியின் சித்தாந்தமும் பல்வேறு பொருளாதாரப் பிரச்சனைகளுக்குத் தீர்வாக நிலச் சீர்திருத்தம் அவசியமானது என்று கருதப்பட்டது. எனவே ஜனதா அரசு ஆறாவது ஐந்தாண்டுத் திட்டத்தில் நிலச்சீர்திருத்தத்தைத் துரிதப்படுத்துதல் மற்றும் நிலப்பகிர்வினை செயல்படுத்துதலை முன்னிறுத்தியது. ஆனால் காங்கிரஸ் ஆட்சியில் கண்ட

தோல்வியை ஜனதா அரசும் எதிர்கொண்டது. நிலச்சீர்திருத்தம், நிலப்பகிர்வில் மார்க்சிஸ்ட் கம்யூனிஸ்ட் ஆட்சி நடைபெற்ற மாநிலங்களில் சிறப்பாக நடைமுறைப்படுத்தப்பட்டது. இதற்கு முக்கிய காரணம் விவசாயச் சங்கங்களின் தொடர் போராட்டமும் அரசியல் கட்சிகளின் அழுத்தமும் ஆகும்.

அட்ல் பிஹாரி வாஜ்பாய், எல்.கே.அத்வானி தலைவர்களாகக் கொண்ட பாரதிய ஜன சங்கமானது, இந்து-முஸ்லிம்களுக்கிடையே ஏற்பட்ட மோதலைத் தொடர்ந்து ஜனதா கட்சியிலிருந்து வெளியேறியது. இதனால் மொரார்ஜி தேசாய் அரசானது கவிழ்ந்தது. இதனைத் தொடர்ந்து சரண்சிங் 28.07.1979ல் காங்கிரஸ் கட்சி வெளியிலிருந்து ஆதரவு அளிக்கிறது என்ற அடிப்படையில் பிரதம மந்திரியாகப் பதவி ஏற்றார். ஆனால் பாராளுன்றத்தில் காங்கிரஸ் ஆதரவாக இல்லாத நிலையில் சரண்சிங் 20.8.1979ல் பதவியினை ராஜினாமா செய்தார். சரண்சிங் 23 நாள்கள் மட்டுமே பிரதம மந்திரியாக இருந்தார். ஆனால் 14.01.1980வரை காபந்து பிரதம மந்திரியாகப் பதவி வகித்தார். சரண்சிங் இந்திய அரசியலில் விவசாயிகளின் முகமாகவே பார்க்கப்பட்ட முக்கிய தலைவர் ஆவார். சரண்சிங் விவசாயிகளின் நலனையும், வாழ்வினையும் மேம்படுத்துவது மட்டுமே முக்கிய குறிக்கோளாகக் கொண்டவர். உத்தரப் பிரதேசத்தில் முதல்வராக பதவி வகித்தபோது நிலச் சீர்திருத்திற்கான முக்கிய முடிவுகளை மேற்கொண்டார். ஜமீன்தார் ஒழிப்பிற்கான சட்டத்தை தீவிரமாக நடைமுறைப்படுத்தினார். இதனால் இவரை இடைத்தரகர்களின் ஒழிப்பிற்கான வடிவமைப்பாளராகக் காணமுடிகிறது. விவசாயிகள் நிறுவனம்சாரக் கடனாக வட்டிக்கார்களிடம் பணம் பெற்றுப் படும் துயரத்தினை ஒழிக்க சட்டம் கொண்டுவந்தார், நிலப் பயன்பாட்டுச் சட்டம், உழுபவர்களுக்கு நிலம் சொந்தம், குத்தகைச் சட்டம் போன்ற சீர்திருத்திற்கு முன்னோடியாக இவர் கருதப்படுகிறார். 1959ல் நேருவினால் கொண்டுவரப்பட்ட கூட்டுறவு விவசாய முறையினை கடுமையாக எதிர்த்தார் (https://theprint.in/theprint-profile/chaudhary-charan-singh-prime-minister).

அட்டவணை 9: ஜனதா அரசில் வேளாண்மையின் போக்கு (1980-81 விலையின்படி)

ஆண்டு	வேளாண் உற்பத்தி (ரூ.கோடியில்)	GDPயில் வேளாண் உற்பத்தியின் பங்கு
1977	37,323	35.1
1978	41,994	36.8
1979	63,327	28.1
1980	37,108	32.5

Source: Kalirajan et al 2001.

ஜனதா அரசிலிருந்த சரண்சிங் வேளாண்மையை ஊக்குவித்தாலும் அடிப்படையில் தொழிற்சாலைகளுக்குச் சாதகமான போக்கே இவ்வாட்சியில் காணப்பட்டது. வேளாண் இடுபொருள்களான ரசாயன உரம், உயர் விளைச்சல் தரும் விதைகள், வேளாண் இயந்திரங்கள், வங்கிக் கடன் போன்றவை வேளாண் சார்ந்ததாக இருந்தாலும் தொழில் வளர்ச்சிக்குப் பெருமளவிற்கு உதவியது. விவசாயிகளில் குறைந்த அளவிற்கே கடன் பெறும் நம்பிக்கை நிலையிலிருந்தனர். இவர்கள் வாணிபப் பயிர்களான ரப்பர், பழவகைகள், கரும்பு போன்றவற்றை பயிர் செய்தனர். குறைந்த அளவிற்கு உணவு உற்பத்தியில் ஈடுபட்டனர். எனவே உணவுக் கையிருப்பானது குறைந்தது. அதேசமயம் உயர் ரக உணவு தானிய உற்பத்தியில் ஈடுபட்டு அதனை உள்நாட்டு, பன்னாட்டுச் சந்தைகளில் விற்று லாபம் பெற்றனர். இவர்கள் பெரும்பாலும் பெரிய விவசாயிகளாக இருந்தனர் என்பது குறிப்பிடத்தக்கது. மேலும் இந்திய விவசாயிகள் பாரம்பரிய பயிர் சாகுபடி முறையினைப் பின்பற்றியதால் பசுமைப் புரட்சிக்கு வெகு தொலைவிலிருந்தனர். ஆனால் பன்னாட்டு வேளாண் வாணிபம் என்ற சரண்சிங்கின் திட்டமானது இந்திய விவசாயிகளை புதிய தளத்திற்கு அழைத்துச் சென்றது (Georges Kristoffel Lieten 1980). ஜனதா அரசினை அன்றைய காங்கிரஸ் ஆட்சியினை ஒப்பிடும்போது வேளாண்மையில் பெரிய அளவில் மாற்றங்கள் ஏற்படவில்லை. ஆனால் கிராமப்புற மேம்பாட்டில் நேர்மறை மாற்றம் கண்டது என்பது மறுப்பதற்கில்லை.

7

ராஜீவ் காந்தியும் மஞ்சள் புரட்சியும்

'விவசாயிகள் நலிவடைந்தால் நாடு சுயசார்பை இழந்துவிடும்.
மாறாக அவர்கள் வலுவாக இருந்தால் சுதந்திரமும் வலுப்பெறும்.
வேளாண்மையில் நமது முன்னேற்றத்தைத் தக்க
வைத்துக்கொள்ளாவிட்டால் இந்தியாவிலிருந்து
வறுமையை ஒழிக்க முடியாது.'

– ராஜீவ் காந்தி

இந்தியாவின் பொருளாதாரச் சீர்திருத்தத்திற்கு அடித்தளம் அமைத்தவர் ராஜீவ் காந்தி ஆவார். அக்டோபர் 31, 1984ல் இந்திரா காந்தி இறந்ததை அடுத்து பிரதமராகப் பொறுப்பேற்றார். ராஜீவ் காந்தி அமெரிக்கக் காங்கிரஸ் கூட்டுக் கூட்டத்தில் உரையாற்றும் போது 'நான் இளைஞன், எனக்கு ஒரு கனவு உண்டு, அது இந்தியாவை வலுவான, சுதந்திரமான தன்னம்பிக்கை அடிப்படையில் வளர்ந்து உலக நாடுகளில் முன்வரிசைக்குக் கொண்டுசெல்வதற்கு மக்களின் வாழ்வாதாரத்தை மேம்படுத்துவதாகும்' என்றார். 'ஒட்டுமொத்தப் பொருளாதார வளர்ச்சியினை அடைய அனைத்துத் துறைகளின் மேம்பாட்டின் அவசியம், தொழில்நுட்பம் மற்றும் புதிய கண்டுபிடிப்புகளை உண்டாக்க வேண்டும்' என்றார். ராஜீவ் காந்திக்கு முன்பாக 35 ஆண்டுகளாக இந்திய மக்களின் வாழ்க்கைத் தரத்தில் எந்தப் பெரிய மாற்றமும் அடையவில்லை. எனவே மக்களின் அடிப்படைத் தேவைகளை அளிக்கத் தொழில்நுட்ப மாற்றங்கள் வழியாக இவற்றை அளிக்க முற்பட்டார். தகவல் தொழில்நுட்பம் இவற்றிற்கான அடிப்படை மாற்றங்களை ஏற்படுத்தும் என்ற அடிப்படையில் இதற்கு முன்னுரிமை அளிக்கப்பட்டது.

ராஜீவ் காந்தி, தகவல் தொழில்நுட்பம், கணினி மற்றும் மென்பொருள், அணுக்கரு வளர்ச்சி, பாதுகாப்பு, ஆயுத ஒழிப்பு, பொருளாதார வளர்ச்சி, வறுமை ஒழிப்பு, பயங்கரவாதத்தை ஒழிப்பது, ஏழை-பணக்காரர் பேதத்தை அகற்றுதல், அமைதியான வாழ்வினை உறுதி செய்தல், கல்வி மேம்பாடு, சுகாதாரம்,

அறிவியல் தொழில்நுட்பம், வேளாண் வளர்ச்சி, தொழில் மேம்பாடு, சுயசார்பு இந்தியாவினை உருவாக்குதல், இளைஞர் நலம் மற்றும் விளையாட்டு, நீதி, சுற்றுப்புறச் சூழல் பாதுகாப்பு, உள்ளாட்சி அமைப்பு போன்றவற்றின் மீது கவனம் செலுத்தினார். இதற்காக பல்வேறு திட்டங்கள் கொண்டுவரப்பட்டன. நாட்டின் இறையாண்மையையும் நல்லிணக்கத்தையும் காக்க கல்வி அவசியம் என்று உணர்ந்த ராஜீவ் காந்தி புதிய கல்வி முறையினைக் கட்டமைத்தார். இனம், ஜாதி, பிறப்பு வருணம், பாலினம், செல்வம் போன்றவற்றை அடிப்படையாகக்கொண்டு நிகழும் ஏற்றத்தாழ்வுகளைப் போக்கி சமூக நீதியினை நிலைநாட்ட ஏழாவது ஐந்தாண்டுத் திட்டத்தைப்பற்றி நாடாளுமன்றத்தில் உரையாற்றும்போது, ‘நம்முடைய முதன்மைக் குறிக்கோள் வறுமையினை ஒழிப்பது, சமூக நீதி மற்றும் சுயசார்பினைத் தோற்றுவிப்பதாகும்’ என்றார். பட்டியல் இனத்தவர், பழங்குடியினரின் வளர்ச்சிக்கான திட்டங்களை முன்னெடுத்து பெண்களுக்கான அதிகாரம் அளிக்க உறுதியான நடவடிக்கைகள் மேற்கொள்ளப்பட்டன (Shasi Skumar Shingh 2021).

ராஜீவ் காந்தி பிரதம மந்திரியானதும் வி.பி.சிங்கை நிதி அமைச்சராக்கினார். மார்ச்சு 1985ல் தாக்கல் செய்யப்பட்ட நிதி அறிக்கையில் இந்தியப் பொருளாதாரத்தின் மீதிருந்த கடுமையான கட்டுப்பாடுகளை நீக்கினார், வர்த்தகத்தில் இறக்குமதியின்மீதான கட்டுப்பாடுகள் தளர்த்தப்பட்டன, ஏற்றுமதி ஊக்குவிக்கப்பட்டது, இயந்திரத் தளவாடங்கள் உற்பத்தி, நூற்பாலைகள், கணினி உற்பத்தி, மருந்து உற்பத்தி போன்றவற்றைப் பெருக்க எளிமையான உரிம முறை நடைமுறைப்படுத்தப்பட்டது. தனிநபர் வரி, நிறுவன வரி குறைக்கப்பட்டன. இம்முயற்சியினால் நாட்டின் உற்பத்தி பெருகியது. நடுத்தர மக்களும், வணிகர்களும் இதனால் அதிகம் பயனடைந்தனர். ஆனால் இடதுசாரி இயக்கங்கள் அரசின் முயற்சிகள் பணக்காரர்களுக்குச் சாதகமானது என்று குறிப்பிட்டது. அரசின் புதிய முயற்சியினால் இதற்கு முன்பு எப்போதும் இல்லாத அளவில் நுகர்வுப் பொருள்கள் அதிக அளவில் விற்பனையாயின. தொழில் துறை மற்றும் நடுத்தர மக்கள் அதிக அளவில் ராஜீவ் காந்தி ஆட்சியில் பயனடைந்தனர். வறுமை பெருமளவிற்குக் குறைந்தது. அதேசமயம் நாட்டின் சில பகுதிகளில் மழை பொய்த்ததன் காரணமாக வேளாண்மை தோல்வியைக் கண்டு பட்டினிச் சாவுகள் காணப்பட்டன. விவசாயிகள் கடுமையாகப்

பாதிக்கப்பட்டனர். இந்த நிலையில் நாட்டின் முக்கிய விவசாயத் தொழிற்சங்கங்களான ஷேத்காரி சங்கதனா (மகாராஷ்டிர மாநிலம்), இந்திய விவசாயச் சங்கம் (பஞ்சாப், ஹரியானா மாநிலங்கள்) துவக்கப்பட்டது (Ramachandra Guha 2017).

கணினி தொழில்நுட்ப வளர்ச்சியினை ஏற்படுத்த அமெரிக்க-ஐரோப்பிய நாடுகளுடன் கூட்டு அடிப்படையில் பல திட்டங்களை நடைமுறைப்படுத்தினார். கிராமப்புறங்களில் தகவல் தொழில்நுட்ப மேம்பாட்டைச் சென்றடையச் செய்தார். 1984ல் கணினிக் கொள்கை அறிவிக்கப்பட்டது. இதன்படி, மென்பொருள் ஒரு தொழிலாக அங்கீகரிக்கப்பட்டது. இதனைத் தொடர்ந்து இதன்மீதான முதலீடுகள் அதிகரிக்கத் தொடங்கின. 1986ல் கணினி மென்பொருள் ஏற்றுமதி, வளர்ச்சி மற்றும் பயிற்சிக் கொள்கை அறிவிக்கப்பட்டன. இதன் விளைவு இந்தியாவின் மென்பொருள் ஏற்றுமதியானது ரூ.100 கோடியாக 1988ல் அதிகரித்தது. இந்தியாவின் மொத்த உள்நாட்டு உற்பத்திக்கு மென்பொருளின் பங்களிப்பு அதிகரித்தது. 1990களில் தகவல் தொழில்நுட்பம் இந்தியா முழுவதும் பரந்து வளர்ந்தது. ராஜீவ் காந்தி இதனால் இந்தியாவின் தகவல் தொழில்நுட்பத் தந்தையாகக் கருதப்படுகிறார்.

நடுத்தர மக்களின் அபிலாசைகளை நிறைவேற்ற பல்வேறு புதிய முயற்சிகளை மேற்கொண்டார். இந்தியா இதற்கு முன்பு மகாலநோபிசின் உத்திகளை அடிப்படையகாகக்கொண்டு மூலதனப் பொருள்களை உற்பத்தி செய்யும் நோக்கிலே இருந்தது. நுகர்வுப் பொருள்களை உற்பத்தி செய்வதற்கு எந்தவிதத்திலும் ஊக்கமளிக்கவில்லை. இதனை நிவர்த்தி செய்ய தனியார் துறை சிறந்ததாக இருக்கும் என்ற அடிப்படையில் கட்டுப்பாடுகள் தளர்வு செய்யப்பட்டன. தனியார் முதலீடுகள் கொண்டுவர அதற்கான சூழலை உருவாக்கினார். இதற்காக வரிகள் குறைக்கப்பட்டன, முதல் முயற்சியாக இடுபொருள்களின்மீதான மறைமுக வரியும் குறைக்கப்பட்டது. தொழில் தொடங்க உரிமம் பெறும் முறை ரத்து செய்யப்பட்டது. 1987ல் இந்தியப் பத்திரங்கள் மற்றும் மாற்றுக் கழகம் உருவாக்கப்பட்டது. பங்குச் சந்தை முறைப்படுத்தப்பட்டது. தகவல் தொடர்பு அனைவருக்கும் குறிப்பாகக் கிராமப்புறங்களிலும் கிடைக்க வழிவகை செய்யப்பட்டது. இதற்காகத் தனியார் துறை முதலீடுகள் ஊக்குவிக்கப்பட்டன. இதனால் வேளாண்மைத்துறை பயன் அடைந்தது.

இந்தியாவை 21ஆம் நூற்றாண்டிற்கு அழைத்துச்செல்ல வேண்டும் என்பது அவருடைய நோக்கமாக இருந்தது. இந்தியப் பொருளாதார வளர்ச்சிக்கு அன்னிய முதலீடு தேவையின் அவசியத்தை உணர்ந்தவர், இறக்குமதிமீதான காட்டுப்பாட்டை விலக்கிக்கொண்டார். இந்தியாவின் முக்கியத் துறையான வேளாண்மை வேகமாகவும் சீராகவும் வளர்ச்சியடைய வேண்டும் என்பதற்காகப் பசுமைப் புரட்சியினை மழைமறைவுப் பகுதிகளில் விரிவாக்கம் செய்தார். இதற்காக எண்ணெய் வித்துக்களின் உற்பத்தியினை மேம்படுத்த தொழில்நுட்ப இயக்கம், பருப்பு வகைகளை உற்பத்தி செய்ய தேசியத் திட்டத்தை முன்னெடுத்தார்.

ராஜீவ் காந்தி காலத்தின் முக்கியமாக வறுமை, பசியின்மை, ஆகியவற்றினை போக்க மாநிலங்களுக்கு இலக்குகளை நிர்ணயித்துச் செயல்பட வலியுறுத்தப்பட்டது. வறுமையில் வாழ்பவர்களுக்குக் குடியிருக்க வீடு கட்டும் திட்டம் நடைமுறைப்படுத்தப்பட்டது. சமூகத்தில் பொருளாதார அளவில் நலிவுற்றவர்களுக்கு வீடு கட்டித்தருதல், குடிநீர் இணைப்பு வழங்குதல், கழிவுநீர் வெளியேற்றம், குளியல் அறை, கழிப்பறை, சாலை விளக்குகள், போன்ற வசதிகள் செய்து தரப்பட்டன (Prabhaakaran 2008). இதற்கு அடித்தளமாகத் தொழில்நுட்ப மேம்பாட்டிற்கு வங்கிக் கடன், இறக்குமதித் தீர்வையைக் குறைத்தல், மென்பொருள் ஏற்றுமதி, தொழில் தொடங்க அனுமதி ரத்து, அயல் நாட்டு நிறுவனங்களைத் தொழில் தொடங்க அனுமதி அளிப்பது, கணினி ஏற்றுமதிக்குச் சிறப்பு மண்டலங்களை அமைப்பது போன்றவற்றை முன்னெடுத்தார்.

ராஜீவ் காந்தி இந்திய அரசின் அதிகாரிகள் சாமானிய மக்களுக்கு எதிராகவும் பணக்கார விவசாயிகள், தொழிலதிபர்கள் போன்றவர்கள் சாதகமான நிலைப்பாட்டை உடையவர்கள் என்றும் எனவே இவர்களுக்காக விட்டுக்கொடுக்க வேண்டியிருந்தது என்ற கருத்திலிருந்தார். இந்த நிலையினைப் போக்க அதிகாரத்தைப் பரவலாக்க குறிப்பாகக் கிராமப்புறங்கள் மேம்பாடு அடைய உள்ளாட்சி அமைப்புகளான பஞ்சாயத்து மற்றும் முனிசிபல் உள்ளாட்சிகளுக்கு அதிகாரம் அளிக்கும் முயற்சிகளை மேற்கொண்டார்.

வேளாண்மையின் வளர்ச்சிக்கும் வறுமைக்கும் நெருங்கிய தொடர்பு உள்ளது. 1980களில் முதன்முதலாக இந்தியாவில் வறுமை குறையத் தொடங்கியது. இதற்கு முக்கியக் காரணம்

வேளாண்மையில் அடைந்த உயர் வளர்ச்சியாகும். 1991க்குப் பிறகு பொருளாதாரச் சீர்திருத்தங்கள் வர்த்தகம், தொழில், நிதி துறைகளில் மேற்கொள்ளப்பட்டன. இவை மூன்றும் நகர்ப்புறங்களை அடிப்படையாகக் கொண்டதாகும். இதனால் 1991க்குப் பிறகு நகர்ப்புற வறுமை குறையத் தொடங்கியது. கிராமப்புறங்களில் உற்பத்தியாகும் பொருள்களுக்கு (வேளாண் விளைபொருள்கள் உட்பட) நகர்ப்புறங்களில் இதற்கான தேவையை அதிகரித்தது. இது கிராமப்புற மக்களின் வருவாயினை உயர்த்தி வறுமையின் தீவிரத் தன்மையினைக் குறைந்தது. 2004-05 மற்றும் 2009-10ஆம் ஆண்டுகளுக்கிடையே கிராமப்புற வறுமை 15 விழுக்காடு குறைந்தது இது நகர்ப்புறங்களில் 5 விழுக்காடாகக் காணப்பட்டது (Pulapare Balakrishna 2022). இதற்கான அடித்தளம் ராஜீவ் காந்தியால் வித்திடப்பட்டது என்பது குறிப்பிடத்தக்கது.

அட்டவணை 10: வேளாண் உற்பத்தி வளர்ச்சி (1950-1990)(%)

வேளாண் பயிர்	1950-60	1960-70	1970-80	1980-90
நெல்	4.53	2.12	1.73	4.08
கோதுமை	5.79	7.73	4.15	4.29
சோளம்	7.84	3.90	0.64	3.20
பருப்பு	3.80	-0.47	-1.18	2.45
மொத்த உணவு தானியங்கள்	4.35	2.63	1.76	3.31
எண்ணெய் வித்துகள்	3.05	2.41	1.34	6.01
கரும்பு	5.62	2.54	2.27	4.38
பருத்தி	4.54	2.03	2.69	3.23
சணல்	5.60	0.32	2.13	1.28

Source: GoI (2004): Agricultural Statistics at a Glance, Government of India, New Delhi.

1980களில் வேளாண் துறையில் அனைத்துப் பகுதிகளிலும் வேளாண் உற்பத்தியின் வளர்ச்சி சாதகமாகக் காணப்பட்டது. தென்னிந்திய மற்றும் கிழக்கிந்தியப் பகுதிகளில் பிரதான உணவான அரிசியானது 1980களில் தொடர்ந்து அதிகரித்துக்

காணப்பட்டது. இதற்கு முக்கியமாகத் தொழில்நுட்ப மேம்பாட்டினை அடிப்படையாகக் கொண்டு தனியார் துறை நிறுவனங்கள் குறைவான விலையில் தண்ணீர் குழாய்கள் உற்பத்தி செய்யப்பட்டன. இதனால், ஆழ்துளைக் கிணறுகள், குழாய் நீர்ப் பாசனம் பெருமளவிற்குப் பயன்பாட்டிற்கு வந்தது, விவசாயிகள் பாரம்பரிய ரகங்களிலிருந்து நவீன ரகங்கள் பயிர்செய்யத் தொடங்கியது, ஒன்றுக்கு மேற்பட்ட சாகுபடிப் போகங்கள் செய்யப்பட்டது போன்றவை உணவு உற்பத்தியினை 1980களில் அதிகரிக்க முக்கியக் காரணமாக விளங்கியது. இதன் விளைவு கிராமப்புறங்களில் விவசாயக் கூலி அதிகரித்து கிராமப்புற வறுமை குறையத் தொடங்கியது. இது இந்திய வரலாற்றில் முக்கியத் திருப்பமாகப் பார்க்கப்படுகிறது (Koichi FUJITA ue.org/files/events/ Fujita_green_rev_in_india.pdf).

பசுமைப் புரட்சியின் விளைவால் நெல், கோதுமை உற்பத்தி பெருமளவிற்கு அதிகரித்தது ஆனால், சமையல் எண்ணெயின் தேவை அதிகரித்த அளவிற்கு எண்ணெய் வித்துக்களின் உற்பத்தி அதிகரிக்கவில்லை. ஆண்டுக்குச் சராசரியாக 125 லட்சம் டன் சமையல் எண்ணெய் தேவை இருந்தது. ஆனால் இந்தியாவில் 75 லட்சம் டன் மட்டுமே உற்பத்தி செய்யப்பட்டது. இதனால் இந்தியா அர்ஜெண்டினா, மலேசியா, பிரேசில், இந்தோனேசியா போன்ற நாடுகளிலிருந்து இறக்குமதி செய்து மக்களின் தேவைகளைப் பூர்த்தி செய்து வந்தது. சமையல் எண்ணெய்க்காகச் சூரியகாந்தி, கடுகு, நிலக்கடலை, ஆமணக்கு, நைஜர், ஆளிவிதை போன்ற பயிர்களிலிருந்து சமையலுக்கான எண்ணெய் பெறப்பட்டது. இவ்விளைச்சலை அதிகரிப்பதன்மூலம் வெளிநாடுகளிலிருந்து இறக்குமதி செய்யும் எண்ணெய் குறையும். எனவே ராஜீவ் காந்தி மஞ்சள் புரட்சிக்கான அடித்தளத்தினை அமைத்தார். இதன் முக்கிய நோக்கம் புதிய வகை எண்ணெய் வித்து ரகங்களைப் பயன்படுத்தி எண்ணெய் உற்பத்தியினை அதிகரிப்பதாகும். எண்ணெய் வித்து தொழில்நுட்ப இயக்கம் 1986ல் துவக்கப்பட்டது. இதனால் 1985-86ல் 10.8 மில்லியன் டன் சமையல் எண்ணெய் உற்பத்தி செய்யப்பட்டது 1998-99ல் 24.7 மில்லியன் டன்னாக அதிகரித்தது. 1985ல் எண்ணெய் வித்து சாகுபடி பரப்பு 19.0 மில்லியன் ஹெக்டேராக இருந்தது 1996ல் 26.0 மில்லியன் ஹெக்டேராக அதிகரித்தது. இதன்படி 36 விழுக்காடு சாகுபடிப் பரப்பும், 125 விழுக்காடு உற்பத்தியும் இக்கால கட்டத்தில்

வரைபடம் 1: இந்தியாவின் மொத்த உள்நாட்டு உற்பத்தி
(ஆண்டு, வளர்ச்சி – விழுக்காட்டில்)

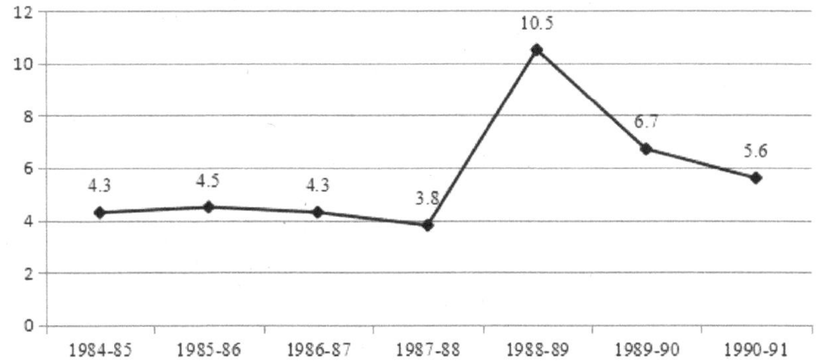

Source: Arivind Pangariya (2004): India in the 1980s and 1990s: A Triumph of Reforms, IMF Working Paper, WP/04/43.

அதிகரித்தன. அதிக விளைச்சல் தரும் உயர் ரகவிதைகள், மேம்படுத்தப்பட்ட தொழில்நுட்பம் போன்ற அடிப்படையில் சாகுபடி செய்ததால் இக்கால கட்டத்தில் ஒரு ஹெக்டேருக்கு 570 கிலோவாக இருந்தது. 926 கிலோவாக அதிகரித்துக் காணப்பட்டது. இத்துடன் 200 மேற்பட்ட விதை ரகங்கள் பயிரிடப்பட்டன. இதனால் இந்தியாவின் சமையல் எண்ணெய் இறக்குமதியானது 1985ல் ரூ.700 கோடி மதிப்பிற்கு இறக்குமதி செய்யப்பட்டது 1995-96ல் ரூ.300 கோடியாகக் குறைந்தது (ICAR 2022). எண்ணெய் வித்து தொழில்நுட்ப இயக்கம் துவக்கப்பட்ட 10 ஆண்டுகளுக்குள் இந்தியா அதிக சமையல் எண்ணெய் இறக்குமதி செய்யும் நாடாக இருந்தது 1993-94ல் சமையல் எண்ணெய் உற்பத்தியில் தன்னிறைவினை அடைந்த நாடாக மாற்றமடைந்தது. 1993-94ல் இந்தியா தனக்குத் தேவையான சமையில் எண்ணெயில் 97 விழுக்காட்டை இந்தியாவிலேயே உற்பத்தி செய்துகொண்டது, 3 விழுக்காடு மட்டுமே இறக்குமதி செய்தது. எண்ணெய் வித்துக்களின் வளர்ச்சியானது 1980களில் மற்ற உணவு உற்பத்தியினைவிட அதிக அளவிற்குப் பதிவாகியுள்ளது.

ராஜீவ் காந்தி ஆட்சியில் வேளாண் வளர்ச்சிக்காக 1985ல் ஒருங்கிணைந்த பயிர் காப்பீட்டுத் திட்டம் கொண்டுவரப்பட்டது, 1988ல் SAFAL என்கிற அமைப்பு பழம் மற்றும் காய்கறிகள் சில்லறை விலையில் விற்பனை செய்யத் துவக்கப்பட்டது. 1990ல்

தேசிய வேளாண்மை அறிவியல் கழகம் தொடங்கப்பட்டது. 1989ல் ஐ.ஆர் 64 என்ற நெல் ரகம் அறிமுகப்படுத்தப்பட்டது, இதுபோல் பாசுமதி நெல் ரகமான புசா பாசுமதி-1 அறிமுகப்படுத்தப்பட்டது.

அட்டவணை 11: இந்தியப் பொருளாதாரத்தின் போக்கு (1950-1990) (விழுக்காடு – ஆண்டிற்கு)

பொருளாதாரம்	1950-1964	1965-1979	1980-1990
ஒட்டுமொத்த உள்நாட்டு உற்பத்தி	3.7	2.9	5.8
தொழில் துறை	7.4	3.8	6.5
வேளாண் துறை	3.1	2.3	3.9
மொத்த முதலீடு ஒட்டுமொத்த உள்நாட்டு உற்பத்தி	13.0	18.0	22.8

Source: https://www.princeton.edu/~kohli/docs/PEGI_PartI.pdf

ஒட்டுமொத்தப் பார்வையில் ராஜீவ் காந்தி பிரதம மந்திரியாக இருந்த காலகட்டத்தில் இவருக்கு முன்பு பிரதமராக இருந்த இந்திரா காந்தியினால் முன்னெடுக்கப்பட்ட கிராமப்புற மேம்பாட்டு முயற்சிகளின் நேர்மறை விளைவுப் பலன்கள் இவருடைய ஆட்சிக் காலத்தில் காணப்பட்டன. ராஜீவ் காந்தியினால் அடித்தளமிடப்பட்ட தகவல் தொழில்நுட்ப மேம்பாடு உடனடியாக வேளாண்மையில் தாக்கத்தை உருவாக்கவில்லை. காரணம் இந்திய வேளாண்மையானது பாரம்பரிய முறையிலிருந்து விடுபட நெடுங்காலம் எடுத்துக்கொண்டது. ஆனால் கிராமப்புற வறுமை குறையத் தொடங்கியது, பசுமைப் புரட்சியின் இரண்டாம் கட்ட நகர்விற்கான அடித்தளம் ராஜீவ் காந்தி பிரதமராக இருந்தபோது தொடங்கியது என்பது குறிப்பிடத்தக்கது.

8

வி.பி.சிங் - குழப்பமான அரசியல் நிலையும் வேளாண்மையும்

"விவசாயிகள் இயக்கம் எப்போதும் நிலைத்திருக்கும். ஆனால் தேர்தலில் போட்டியிட முறையான அரசியல் கட்சி தேவை."

– **வி.பி.சிங்**

ராஜீவ் காந்தி ஆட்சிக் காலத்தில் முன்பு எப்போதும் கண்டிராத பொருளாதார வளர்ச்சி (ஆண்டுக்கு 5.5 விழுக்காடு), வறுமை ஒழிப்புத் திட்டங்களுக்கு அதிக அளவில் செலவிட்டது. 1987ல் ஏற்பட்ட பஞ்சத்தை எவ்வித தோய்வின்றி கையாண்டது, சட்டப்பூர்வமற்ற அயல்நாட்டு பணப்பரிவர்த்தனையினை தடுத்தது என அனைத்து அம்சங்களிலும் சாதகமான நிலை நிலவினாலும் ஊழல் வெளிப்பாடு இருந்தது. இதனை எதிர்த்து வி.பி.சிங், தொழிற் சங்கங்கள், விவசாயிகள், சர்வோதய மற்றும் காங்கிரஸில் மாற்று நிலைகொண்டவர்களின் ஒத்துழைப்புடன் போராடினார். அதிகார வர்க்கத்தினரின் ஊழல் கீழ்மட்டத்தில் பரவி இருந்தது. அன்றாடம் அனைத்துத் தரப்பினரையும் இது பாதித்திருந்தது. ராஜீவ் காந்தியின் நெருங்கிய நண்பரான ஆரிப் முகமது கான், உறவினர் அருண் நேரு, வி.சி.சுக்லா, சத்யபால் மாலிக் ஆகியோருடன் ஒன்றிணைந்து வி.பி.சிங் ஜனமோர்ச்சா என்ற இயக்கத்தை 2 அக்டோபர் 1987ல் துவக்கினார். 1988ல் நடந்த அலகாபாத் நாடாளுமன்ற இடைத்தேர்தலில் வலதுசாரி இயக்கங்கள், பாரதிய ஜனதா கட்சியின் (பாஜக) ஆதரவுடன் வி.பி.சிங் வெற்றி பெற்றார். இதனைத் தொடர்ந்து பல முன்னணித் தலைவர்களுடன் ஒன்றிணைந்து 11 அக்டோபர் 1988ல் ஜனதா தளம் துவக்கப்பட்டது. அதில் வி.பி. சிங்கின் ஜனமோர்ச்சா இயக்கத்தை இணைத்துக்கொண்டார். 7 கட்சிகள் ஒன்றிணைந்து தேசிய முன்னணி என்ற அமைப்பினை 6 ஆகஸ்ட் 1988ல் ஏற்படுத்தி நாடாளுமன்றத் தேர்தலில் போட்டியிட்டனர். இதில் காங்கிரஸ் அதிக இடங்களில் தனிக்கட்சியாக வெற்றி பெற்றிருந்தாலும், ஆட்சி அமைக்கப் போதுமான நாடாளுமன்ற உறுப்பினர்கள் இல்லை. தேசிய முன்னணி 146 இடங்களிலும், பாஜக 86 இடங்களிலும்,

வலதுசாரிகள் 52 இடங்களிலும் வெற்றிபெற்றிருந்தன. இக்கட்சிகள் ஒன்றிணைந்து வி.பி.சிங் தலைமையில் 2.12.1989ல் ஆட்சி அமைக்கப்பட்டது. வி.பி.சிங் இந்தியாவின் காங்கிரஸ் அல்லாத தேர்ந்தெடுக்கப்பட்ட இரண்டாவது பிரதம மந்திரியாவார்.

7.8.1990ல் வி.பி.சிங் பிற்படுத்தப்பட்ட மக்களுக்காக அரசு மற்றும் பொதுத்துறைகளில் வேலைவாய்ப்பினை அளிக்க 27 விழுக்காடு இட ஒதுக்கீட்டை அறிவித்தார். இதனால் பாஜக, வலதுசாரிகள், சில அமைச்சரவை சாகக்கள் இதனைக் கடுமையாக எதிர்த்தனர். பாஜகவானது வி.பி.சிங் அரசுக்கு அளித்து வந்த ஆதரவை விலக்கிக்கொள்வதாக மிரட்டல் விடுத்தது. வட மாநிலங்களில் ஒரு சில இடங்களில் இட ஒதுக்கீட்டிற்கு எதிராகப் போராட்டம் கடுமையாக இருந்தது. இப்போராட்டங்கள் மேல் ஜாதி வர்க்கத்தினரால் தூண்டிவிடப்பட்டது என அறியப்படுகிறது. பெரும்பாலான இப் பிற்பட்ட மக்கள் நிலச்சீர்திருத்தம் மற்றும் பசுமைப் புரட்சியின் நன்மைகளைப் பெற்றவர்கள் என்பது குறிப்பிடத்தக்கது.

இதனைத் தொடர்ந்து 1.10.1990ல் பிற்படுத்தப்பட்ட மக்களுக்கு இட ஒதுக்கீடு நடைமுறைப்படுத்துவதை உச்ச நீதிமன்றம் நிறுத்திவைத்தது. இதனிடையே பாஜகவின் தலைவரான எல்.கே.அத்வானி 25.9.1990ல் சோமநாத்திலிருந்து ரதயாத்திரையைத் தொடங்கினார். இது பீகார் மாநிலம் சமஸ்திபூர் சென்றடைந்தவுடன் அவர் கைது செய்யப்பட்டார். இதனைத் தொடர்ந்து பாஜகவானது வி.பி.சிங்கிற்கு அளித்து வந்த ஆதரவை விலக்கிக்கொண்டது. மேலும் ஜனதா தளத்தின் ஒரு பகுதி நாடாளுமன்ற உறுப்பினர்கள் சந்திரசேகருக்கு ஆதரவாக மாறியதால் வி.பி.சிங் அரசு கவிழ்ந்தது. சந்திரசேகர் தலைமையில் காங்கிரஸ் ஆதரவுடன் 7.11.1990ல் ஆட்சி அமைக்கப்பட்டது. மிகக் குறுகிய காலமே நீடித்த சந்திரசேகர் அரசு 5.3.1991ல் காங்கிரஸ் அளித்துவந்த ஆதரவை விலக்கிக் கொண்டதால் கவிழ்ந்தது.

இக்கால கட்டத்தில் அரசின் செலவுகள் பல மடங்கு அதிகரித்தன ஆனால் அரசு மற்றும் பொதுத்துறை சேமிப்பானது தொடர்ந்து குறைந்துவந்தது. இதன் விளைவு அரசின் நிதிப் பற்றாக்குறை தொடர்ந்து அதிகரித்தது (1979-80ல் நிதிப் பற்றாக்குறையானது மொத்த உள்நாட்டு உற்பத்தியில் 9.7 விழுக்காடாக இருந்தது. 1991ல் 10.4 விழுக்காடாக அதிகரித்தது). இதனை எதிர்கொள்ள அரசு உள்நாட்டு மற்றும் வெளிநாடுகளிலிருந்து கடன் வாங்கியது.

இதனால் அரசின் முதலீட்டிற்கும் பொதுச் சேமிப்பிற்குமான இடைவெளி அதிகமானது (1980-81ல் மொத்த உள்நாட்டு உற்பத்தியில் 5.3 விழுக்காடாக இருந்தது, 1989-90ல் 9 விழுக்காடாக அதிகரித்தது). நிதிப் பற்றாக்குறை அதிகரிப்பினால் செலுத்துநிலை இருப்பில் எதிர்மறை விளைவுகள் உண்டாகியது. செலுத்து நிலை இருப்பின் பற்றாக்குறையானது 3.5 பில்லியன் டாலராக (மொத்த உள்நாட்டு உற்பத்தியில் இது 1.8 விழுக்காடு) 1987-88ல் இருந்தது, 1990-91ல் 9.9 பில்லியன் டாலராக அதிகரித்தது (மொத்த உள்நாட்டு உற்பத்தியில் இது 3.5 விழுக்காடு). 1985-1990ஆம் ஆண்டுகளுக்கிடையே மொத்தப் பொருளாதாரத்தில் முதலீட்டுக்கும் சேமிப்பிற்கும் உள்ள இடைவெளியானது ஆண்டுக்கு சராசரியாக 2.5 விழுக்காடு அதிகரித்தது. 1985-1990ஆம் ஆண்டுகளுக்கிடையே இந்தியாவின் மொத்த உள்நாட்டு உற்பத்தியானது ஆண்டுக்கு 5.5 விழுக்காடு வளர்ச்சியினைக் கண்டது. குறிப்பாக தொழில் துறையானது 7 விழுக்காடாக இருந்தது. ஆனால் சேமிப்பானது முதலீட்டை மேம்படுத்த உதவவில்லை. இதனால் அதிகக் கடன் வாங்கி செலவிட செய்தனர். இதனால் நிதிநிலை மேலும் மோசமடைந்தது. செலுத்து நிலை இருப்பில் பாதகப் போக்கு காணப்பட்டது. 1980களின் இறுதியில் கடன் அளவு அதிகமாகக் காணப்பட்டது. உள்நாட்டுக் கடன் 1974-75ல் மொத்த உள்நாட்டு உற்பத்தியில் 31.8 விழுக்காடாக இருந்தது 1984-85ல் 45.7 விழுக்காடாகவும், 1989-90ல் 54.6 விழுக்காடாகவும் அதிகரித்திருந்தது. வெளிநாட்டுக் கடன் 1980-81ல் 23.5 பில்லின் டாலராக இருந்தது 1985-86ல் 37.3 பில்லியன் டாலராகவும், 1990-91ல் 83.8 பில்லியன் டாலராகவும் அதிகரித்தது. இதன் விளைவு இந்தியாவில் அந்நியச் செலாவணி கையிருப்பானது 1980-81ல் 5.85 பில்லியன் டாலராக இருந்தது, 1989-90ல் 4.1 பில்லியன் டாலராகக் குறைந்தது. இது மேலும் 1990-91ல் 2.24 பில்லியன் டாலராகக் குறைந்தது. இந்தக் கையிருப்பானது அடுத்து வந்த ஒரு மாதத்திற்கு மட்டுமே போதுமானதாக இருந்தது. இதற்கிடையே 1990ல் ஈராக்-குவைத் போரினால் பெட்ரோல் விலை அதிகரித்தது. இதனால் மேலும் அந்நியச் செலாவணிப் பற்றாக்குறை அதிகரித்திருந்தது. பன்னாட்டுக் கடன் தர மதிப்பீடு இந்தியாவின் மீதிருந்தது வேகமாகக் குறைந்தது. இதனால் வெளிநாட்டுக் கடன் பெறுவதில் பெரும் சவால்கள் காணப்பட்டன. இதற்கிடையே அயல்நாடுவாழ் இந்தியர்கள் தங்களின் வைப்புகளைத் திரும்பப் பெறத்தொடங்கினர். இந்த நிலையினை எதிர்கொள்ள முடியாமல் இந்தியா 20 டன் தங்கத்தை சுவிட்சர்லாந்து யூனியன் வங்கியிடம்

ஜூலை 1991ல் அடகு வைத்து அந்நியச் செலாவணியினைப் பெற்று நடப்பு நிலையினை சரிசெய்தது. இதனைத் தொடர்ந்து பன்னாட்டுப் பண நிதியத்திடம் இந்தியக் கடன் பெற்றது. இவ்வாறு இந்தியாவின் வெளிநாட்டு, உள்நாட்டுக் கடன்கள் அதிகரித்தன.

இந்தியாவின் பெரும் சவாலாக செலுத்துநிலை இருப்பில் ஏற்பட்ட பாதகமான நிலையினால் வெளிநாட்டுக் கடன் தொடர்ந்து அதிகரித்ததால் (1980-81ல் 20.6 பில்லியன் டாலராக இருந்தது. 1989-90ல் 64.4 பில்லியன் டாலராக அதிகரித்தது) இதற்குச் செலுத்தவேண்டிய வட்டி அதிகமானது. அரசின் வருவாய் இதற்காகத் திருப்பிவிடப்பட்டது. எனவே நடப்புக் கணக்கில் பற்றாக்குறை ஏற்பட்டது. இதனால் அந்நியச் செலாவணி கையிருப்பு தொடர்ந்து குறைந்துகொண்டு வந்தது. இதனைக் கட்டுப்படுத்த 1 ஏப்ரல் 1990ல் புதிய இறக்குமதி-ஏற்றுமதிக் கொள்கையினை அறிவித்தது. இதன்படி இந்திய ஏற்றுமதியினை ஊக்குவிக்கும் நடவடிக்கைகள் மேற்கொள்ளப்பட்டன. இதேசமயம் கடந்த 5 ஆண்டுகளில் எண்ணெய் (எரிபொருள்) நுகர்ச்சியானது 8 விழுக்காடு அளவிற்கு அதிகரித்திருந்தது. இதனால் பெட்ரோல் இறக்குமதி அதிகரித்தது, அந்நியச் செலாவணி செலவு அதிகரித்தது.

வி.பி.சிங் பிரதமராகப் பதவியேற்றபோது விலைவாசி அதிக அளவில் காணப்பட்டது. எனவே இதனைக் கட்டுப்படுத்த முக்கிய நுகர்வுப் பொருள்களின் அளிப்பினை அதிகரிக்கவேண்டிய கட்டாயம் ஏற்பட்டது. உணவு தானிய விலையினைக் கட்டுப்படுத்த அரசு உணவு தானியக் கையிருப்பினைப் போதுமான அளவில் அதிகரிக்க உணவுக் கொள்முதலை மேற்கொள்ள முன்னுரிமை அளித்தது. இதனால் உணவு தானியக் கையிருப்பு (ஒன்றியத் தொகுப்பு) 11.67 மில்லியன் டன்னாக 1991ல் அதிகரித்தது (கடந்த ஆண்டில் இது 8.34 மில்லியன் டன்னாக இருந்தது). அரசு, ஏழை மக்கள் விலை உயர்வினால் பாதிக்கப்படுவதை உணர்ந்து அவர்களைப் பாதுகாக்க பொது விநியோக முறை மூலமாக அடிப்படையாகத் தேவைப்படும் உணவுப் பொருள்களை வழங்கியது. இதுபோல் வெளிச்சந்தை நடவடிக்கையில் தலையிட்டு முக்கிய உணவுப் பொருள்களின் விலைகளைக் கட்டுப்படுத்தியது.

1980களின் கடைசியில் ஏற்பட்ட பஞ்சத்தை இந்தியா எந்த நாடுகளின் உதவியுமின்றி எளிதாக எதிர்கொண்டது. காரணம் 1980களில் இந்தியா உணவு உற்பத்தியில் தன்னிறைவினை அடைந்தது மட்டுமல்லாமல், அரசின் உணவு தானிய இருப்பை

அதிகரித்துக் கொண்டது. 1990களில் உணவு உற்பத்தி வளர்ச்சியானது (3 விழுக்காடு) மக்கள் தொகை வளர்சியினைவிட (2.1 விழுக்காடு) அதிகமாக இருந்தது என்பது குறிப்பிடத்தக்கது. பசுமைப் புரட்சியின் விளைவாக 1967-68 மற்றும் 1989-90ஆம் ஆண்டுகளுக்கிடையே வேளாண் உற்பத்தியானது 80 விழுக்காடு அதிகரித்திருந்தது, உற்பத்தித் திறனானது ஆண்டுக்கு 2.5 விழுக்காடு அதிகரித்தது. இதன் விளைவு உபரியான உணவு உற்பத்தியினைச் சந்தைப்படுத்துதல் அதிகரித்துக் காணப்பட்டது. பசுமைப் புரட்சியின் விளைவினால் பெருமளவிற்கு உணவு உற்பத்தி அதிகரித்திருந்தாலும் (உணவு தானிய சாகுடிப் பரப்பானது 1980-81க்கும் 1989-90க்குமிடையே கடந்த பத்தாண்டுகளில் ஒப்பிடும்போது குறைந்திருந்தாலும் உணவு உற்பத்தியானது 2.81 விழுக்காடு அதிகரித்திருந்து), இது அனைத்துப் பகுதியிலும் சீரான நிலையில் இல்லை. சிறு, குறு விவசாயிகள், நிலமற்ற வேளாண் கூலிகள், அதிக அளவில் பாதிக்கப்பட்டிருந்தனர்.

இதனால் பசுமைப் புரட்சியானது சிவப்புப் புரட்சியாக பல இடங்களில் உருவெடுத்தது. இந்தியாவின் மக்கள்தொகை தொடர்ந்து அதிகரித்ததன் விளைவு நிலம் துண்டாடப்பட்டு சராசரி நிலக் கைப்பற்று அளவானது குறைந்து வந்தது (1970-71ல் 2.28 ஹெக்டேராக இருந்தது 1990-91ல் 1.57 ஹெக்டேராகக் குறைந்தது). மேலும் மொத்த விவசாயிகளில் சிறு, குறு விவசாயிகளின் (இரண்டு ஹெக்டேருக்குக் கீழ்) பங்கு அதிகரித்தது. இதன் அடிப்படையில் ஏழை விவசாயிகள் பயன்பெறத் திட்டங்கள் வகுக்கப்பட்டன. இந்த அடிப்படையில் கிராமப்புற வேலைவாய்ப்புத் திட்டம், சிறு விவசாயிகள் வளர்ச்சி முகமைத் திட்டம், குறு விவசாயிகள் மற்றும் நிலமற்ற விவசாயத் தொழிலாளர் திட்டங்கள் தொடங்கப்பட்டன. இதன் விளைவு 1960களில் 20 மில்லியன் மனித வேலை நாள்கள் உருவாக்கப்பட்ட நிலையில் 1988-89ல் 850 மில்லியன் மனித வேலை நாள்கள் உருவாகியிருந்தது. தமிழ்நாடு–கர்நாடகா இடையே நீண்டகாலமாகக் காவிரி ஆற்று நீரைப் பகிர்ந்துகொள்வதில் சச்சரவு தொடர்ந்து வந்தது. 1990-91ல் இப் பிரச்சனையால் இரு மாநிலங்களுக்கிடையே பெரிய அளவில் சர்ச்சை உருவாகியது. இதனைத் தீர்க்க வி.பி.சிங் அரசானது காவிரி சர்ச்சை தீர்ப்பாயம் அமைக்கப்பட்டது.

வி.பி.சிங்கின் அரசு வேலைவாய்ப்பிற்கு முக்கியத்துவம் அளித்தது. இந்தியப் பொருளாதாரம் 1980களில் சராசரியாக 5 விழுக்காடு வளர்த்திருந்தாலும் நீடித்த வேலையின்மை 1983ல்

8 மில்லியான இருந்தது. 1987-88ல் 12 மில்லியனாக அதிகரித்தது. இத்துடன் குறை வேலையின்மை (under employment) அதிக அளவில் காணப்பட்டது. எனவே வி.பி.சிங் அரசானது மதிப்புடைய வேலைவாய்ப்பினை உருவாக்க 'வேலைவாய்ப்பு உறுதித் திட்டத்தை' நடைமுறைப்படுத்தியது. இத்திட்டத்தை நாடு முழுக்க அனைத்துப் பகுதிகளிலும் நடைமுறைப்படுத்த போதுமான நிதி இல்லாததால், வேலையின்மை அதிகமாக இருந்த கிராமப்புற வறட்சியினை எதிர்கொண்ட பகுதிகளில் முதல் கட்டமாக நடைமுறைப்படுத்தியது.

அட்டவணை 12: இந்தியாவின் மொத்த உள்நாட்டு உற்பத்தியின் சராசரி ஆண்டு வளர்ச்சி வீதம் (%)

துறைகள்	1967-68 முதல் 1980-81 வரை	1981-82 முதல் 1990-91 வரை
வேளாண்மைத் துறை	3.3	3.5
தொழில் துறை	4.1	7.1
சேவைத் துறை	4.3	6.8
மொத்த உள்நாட்டு உற்பத்தி (காரணிகளின் விலையில்)	3.8	5.6
மொத்த உள்நாட்டு உற்பத்தியில் தலா வருமானம்	1.5	3.4

Source: Illa Patnaik (2006): India: Ecnomic Growth, 1950-2000, Indian Council for Research on International Relations, New Delhi.

வேளாண்மையில் வேகமான வளர்ச்சியினை அடைய பல்வேறு உத்திகள் கையாளப்பட்டன. இந்தியாவில் நீர்ப்பாசன வசதியினைப் பெற்ற பகுதிகளில் ஈர்க்கத்தக்க அளவில் உற்பத்தித் திறன் அதிகரித்திருந்தது. ஆனால் மழைப்பொழிவினைச் சார்ந்தும், பகுதியான அளவில் வறண்ட விளைநிலப் பரப்பில் குறைவான உற்பத்தித் திறன் காணப்பட்டது. எனவே இப்பகுதிகளில், உற்பத்தித் திறனை அதிகரிக்க நீர்ப்பாசன, நிலமேம்பாட்டு, மண் மற்றும் ஈரப்பதத்தை மாற்றியமைக்க அதிக அளவிற்கு முதலீடு செய்யப்பட்டது. இதன்மூலம் வேளாண் தொழிலாளர்களை அதிக

அளவில் ஈடுபடுத்தத் திட்டம் வகுக்கப்பட்டது. இத்துடன் வேளாண்மையில் பன்முகத் தன்மையினை உருவாக்கவும், வேளாண்சார் தொழில்களை உருவாக்கவும் முனைந்தது. கிராமப்புறப் பொருளாதாரத்தை நகர்ப்புறங்களுடன் இணைத்துச் சிறப்பான சந்தைப்படுத்துதலை உறுதி செய்யத் திட்டம் வகுக்கப்பட்டது.

இந்தியத் தொழில் கொள்கை 1956போல் வேளாண்மைக்கான சிறப்பான கொள்கையினை வகுக்கப்பட வேண்டிய அவசியத்தை உணர்ந்து பல்வேறு அறிவிப்புகளை வி.பி.சிங் அரசு வெளியிட்டது. வேளாண்மையினை மேம்படுத்த 'வேளாண்மைக் கொள்கை நிருணயம்' கொண்டுவரப்பட்டது. வேளாண்மை மற்றும் கிராமப்புற மேம்பாட்டிற்கு அரசின் நிதி ஆதாரங்களிலிருந்து 50 விழுக்காடு செலவு செய்ய முயற்சி மேற்கொள்ளப்பட்டது. இதற்காக 1989-90வது திட்ட கால ஒதுக்கீடானது 44 விழுக்காடாக இருந்தது, 1990-91வது திட்ட காலத்தில் 49 விழுக்காடாக அதிகரித்தது. ஏழை விவசாயிகள், கைவினைஞர்கள், நெசவாளர்கள் தொடர்ந்து கடனால் பாதிக்கப்பட்டும், அதனைத் திரும்பச் செலுத்த இயலாமலும், குறைவான வருவாயினை ஈட்டிக்கொண்டு இருந்ததாலும் காலம் காலமாக வறுமையின் பிடியில் சிக்கித் தவிர்ப்பதை உணர்ந்து 2, அக்டோபர் 1989ல் தேசியமயமாக்கப்பட்ட வங்கிகள், வட்டார வளர்ச்சி வங்கிகளில் கடன் பெற்றவர்களின் கடனை ரூ.1,000 கோடி தள்ளுபடி செய்தது. ஒன்றிய அரசு போலவே மாநில அரசுகளும் தங்களின் கட்டுப்பாட்டில் உள்ள கூட்டுறவு வங்கிகளில் கடன் பெற்றவர்களுக்குக் கடன் தள்ளுபடி நடவடிக்கையை மேற்கொள்ள ஆலோசனைகள் வழங்கப்பட்டன. ரூ.4000 கோடி உர மானியம் அளிக்கப்பட்டது. நிலச்சீர்திருத்தினை தீவிரமாக நடைமுறைப்படுத்த முயற்சிகள் மேற்கொள்ளப்பட்டன.

வேளாண் விளைபொருள்களின் விலையினைத் தீர்மானிக்க உற்பத்திச் செலவினைக் கணக்கிடும் முறையில் சில மாற்றங்களைக் கொண்டுவந்தது. இதன்படி வேளாண் தொழிலாளர் (குடும்ப உறுப்பினர்களின் உழைப்பு உட்பட) செலவு, குறைந்தபட்சக் கூலி அல்லது பெயரளவுக் கூலி இதில் எது அதிகபட்சமோ அதனைக் கணக்கில் கொண்டது. விவசாயிகளின் வேளாண் சாகுபடி செய்தலின் மேலாண்மைக்கான மதிப்பீடு கணக்கில் கொள்ளப்பட்டது. வேளாண் விளைபொருள்கள் சந்தைக்கு வருவதற்கும் அரசு அறிவிக்கின்ற விலைக்கும் உள்ள செலவு வேறுபாட்டில் உள்ளீட்டுச் செலவின் உயர்வினைக் கொள்முதல்

அல்லது குறைந்தபட்ச ஆதரவு விலையில் சரிசெய்துகொள்ளும் என்ற நடைமுறை மேற்கொள்ளப்பட்டது. சுற்றுப்புறச்சூழல் மேம்பாட்டைப் பாதுகாக்கக் கிராமப்புற மேம்பாட்டின் அவசியத்தை உறுதி செய்தது. இதுபோன்று இளைஞர்களுக்குப் பயிற்சி அளித்து அவர்கள் சுயவேலைவாய்ப்பினைப் பெருக்கத் திட்டம் வகுக்கப்பட்டது. தொழில் வளர்ச்சியினை மேம்படுத்த பல்வேறு முன்னெடுப்புகள் மேற்கொள்ளப்பட்டன. குறிப்பாகப் பின்தங்கிய பகுதிகளில் வேளாண்சார் தொழில்கள் ஊக்குவிக்கப்பட்டன. வேளாண்மையில் சரியான தொழில்நுட்ப மேம்பாட்டை ஏற்படுத்த முறைசாரா மற்றும் புதுப்பிக்கத்தக்க ஆற்றலைப் பயன்படுத்தத் திட்டங்கள் வகுக்கப்பட்டன.

இந்திய வேளாண்மை வளர்ச்சி 7வது ஐந்தாண்டுத் திட்ட காலத்தில் ஆண்டுக்கு 4.1 விழுக்காடு வளர்ச்சியைக் கண்டது. இது 6வது ஐந்தாண்டுத் திட்ட காலத்தைவிட (6 விழுக்காடு) குறைவு என்பது குறிப்பிடத்தக்கது. மழைப்பொழிவு சிறப்பாக இருந்தால் உணவு உற்பத்தியானது 1989-90ல் 171.04 மில்லியன் டன்னாக இருந்தது, 1990-91ல் 176.39 மில்லியன் டன்னாக அதிகரித்தது. நெல், கோதுமை, பயறு வகைகளின் உற்பத்தியினை அதிகரிக்க திட்டங்கள் நடைமுறைபடுத்தப்பட்டன. இந்தியாவின் கிழக்குப் பகுதியில் நெல் உற்பத்தித் திட்டம் தொடங்கப்பட்டது, சிறப்பு உணவு தானிய உற்பத்தி செய்யும் மாநிலங்களில் ஒன்றிய அரசின் தேசிய பயறு வளர்ச்சித் திட்டம் 1990-91ல் தொடர்ந்து நடைமுறைப்படுத்தப்பட்டது. அரசின் எண்ணெய் வித்துக்கள் தொழில்நுட்ப இயக்கம் (1986ல் தொடங்கப்பட்டது) தொடர்ந்து நடைமுறைப்படுத்தப்பட்டது. ஆனால் எண்ணெய் வித்துக்களின் உற்பத்தியானது 1988-90ல் 18 மில்லியன் டன்னாக இருந்தது, 1989-90ல் 16.8 மில்லியன் டன்னாகக் குறைந்தது. 1990-91ல் நல்ல மழைப் பொழிவு இருந்ததால் உரப் பயன்பாடு 12.7 மில்லியன் டன்னாக அதிகரித்தது (1988-90ல் 11.7 மில்லியன் டன்னாக இருந்தது). இதுபோல் வேளாண் கடன் 1990-91ல் ரூ.13,240 கோடியாக இருந்தது, 1989-90ல் ரூ.13,022 கோடியாக அதிகரித்தது. கிராமப்புறங்களில் வேலைவாய்ப்பினை உருவாக்க ஜவஹர் ரோஜ்கர் யோஜனா 1989ல் ராஜீவ் காந்தியால் தொடங்கப்பட்டது. இத்திட்டம் தீவிரமாக நடைமுறைப்படுத்தப்பட்டது. கிராமப்புறங்களில் வறட்சியினை எதிர்கொண்ட பகுதிகளில் வேலைவாய்ப்பு உறுதித் திட்டம் நடைமுறைப்படுத்தப்பட்டது (Chandra Shekhar Prasad 2009).

வி.பி.சிங் அமைச்சரவையில் நிதி அமைச்சராக இருந்த பேரா.மது தண்டவதே 1990-91ஆம் ஆண்டு நிதிநிலை அறிக்கையினைத் தாக்கல் செய்யும்போது வேளாண்மைக்கான பல்வேறு அறிவிப்புகளை அறிவித்தார். உர மானியத்திற்கு ரூ.950 கோடியும், உணவு மானியத்திற்கு ரூ.276 கோடியும் ஒதுக்கப்பட்டன. இதுபோல் வறுமையை ஒழிக்க வரவு-செலவுத் திட்டத்தில் 30 விழுக்காடு ஒதுக்கப்பட்டது (கடந்த ஆண்டு இது 23 விழுக்காடாக இருந்தது). வேளாண்மைத் துறைக்கு ரூ.950 கோடி ஒதுக்கீடு செய்யப்பட்டது. வேலைவாய்ப்பு உறுதித் திட்டத்திற்கு ரூ.3115 கோடி ஒதுக்கீடு செய்யப்பட்டது. வேளாண்மைக்கான முன்னுரிமைத் தருவதாக அறிவித்த அரசு பூச்சிக்கொல்லி மருந்து இறக்குமதிக்கான வரியினைக் குறைத்தது.

1980களின் இடையில் இந்தியப் பொருளாதாரம் முதல் கட்ட பொருளாதாரச் சீர்திருத்தங்களை நடைமுறைப்படுத்தியிருந்தது. இதன்படி புதிய தொழில்நுட்பங்கள் அனைத்துத் துறைகளிலும் புகுத்தப்பட்டன, வர்த்தகக் கட்டுப்பாடுகள் தளர்த்தப்பட்டன. ஆனால் குழப்பமான அரசியல் நிலையினாலும், பொது விலைமட்ட உயர்வினாலும் இச்சீர்திருத்தங்கள் பெருமளவிற்குக் கைகொடுக்கவில்லை. மேலும் இச்சீர்திருத்தங்கள் தொழில்துறை சார்பானதாக இருந்ததால் வேளாண்மைக்கான முக்கியத்துவத்தை இழக்கத் தொடங்கியது. இக்கால கட்டத்திலிருந்து இந்திய வேளாண்மைத் துறையானது பெரும் சவால்களை எதிர்கொள்ள வேண்டியிருந்தது. இரண்டாம் கட்டமாகப் பொருளாதாரச் சீர்திருத்தமானது 1991ல் நடைமுறைப்படுத்தப்பட்டது. இது இந்தியப் பொருளாதாரம் உயர் வளர்ச்சியில் பயணிப்பதற்கான அடித்தளத்தை உருவாக்கித் தந்தது. இந்தியப் பொருளாதாரம் மெதுவான வளர்ச்சி நிலையிலிருந்து சந்தை சார்ந்த தொடர் வளர்ச்சிக்கு மாற்றமடைந்தது. இதன் விளைவு மக்களின் வருமானம் அதிகரித்தது, வறுமை குறைந்தது, வட்டார ஏற்றத் தாழ்வுகள் உருவாயின, கிராமப்புறங்களில் வேளாண்மை நெருக்கடிக்குத் தள்ளப்பட்டது. கிராமப்புறங்களில் வேளாண் சாரா தொழில்களின் ஆதிக்கம் அதிகரிக்கத் தொடங்கியது. வேளாண்மையினைச் சார்ந்திருந்தவர்கள் குறிப்பாக சுயமாகப் பயிர் செய்பவர்கள் குறைந்தனர், விவசாயக் கூலித் தொழிலாளர்கள் அதிகரித்தனர். வேளாண்மை சாத்தியமற்றதாக விவசாயிகள் கருதத் தொடங்கினர். இதனை அடுத்து தொடர்ந்து வேளாண்மை பெருமளவிற்குச் சரியும் போக்கு உருவானது.

9

பி.வி.நரசிம்மராவின் பொருளாதாரச் சீர்திருத்தங்களும் வேளாண்மையும்

"காலம்தான் அனைத்துப் பிரச்சனைகளுக்கும் தீர்வு."

- *பி.வி.நரசிம்மராவ்*

இந்தியாவில் 1960களிலே பொருளாதாரச் சீர்திருத்தங்கள் தொடங்கப்பட்டன. ஆனால் பல்வேறு காரணங்களினால் சீர்திருத்தங்கள் முழு வீச்சில் நடைமுறைப்படுத்த முடியாத நிலை ஏற்பட்டது. இந்திரா காந்தி பிரதமரானதும் தொழில் தொடங்க உரிமம் பெறும் கட்டுப்பாடுகளையும், தொழில் முற்றுரிமை கட்டுப்பாடுகளைத் தளர்த்தினார். அடுத்து பிரதமராகப் பதவி வகித்த ராஜீவ் காந்தி ஆட்சியில் தொழில்துறையின்மீதான கட்டுப்பாடுகளை விலக்கிக்கொண்டது, செலாவணி மாற்றில் இணக்கத் தன்மை, இறக்குமதி மீதான பகுதி அளவில் கட்டுப்பாடுகளை நீக்கியது எனப் பல சீர்திருத்தங்கள் முன்னெடுக்கப்பட்டன. போபர்ஸ் உழல் பிரச்சனை எழுந்ததன் காரணமாக ராஜீவ் காந்தியின் சீர்திருத்தங்ளுக்குப் போதுமான சாதகமான சூழல் காணப்படவில்லை. அடுத்து ஆட்சிக்கு வந்த வி.பி.சிங் நிலையற்ற அரசியல் மற்றும் குழப்ப நிலையினால் சீர்திருத்தங்கள் முன்னெடுக்கப்படவில்லை. ஆனால் இவருடைய காலகட்டங்களில் முன்பு எப்போதும் கண்டிராத அளவிற்கு அந்நியச் செலாவணி கையிருப்பு மிகவும் வற்றிய நிலையிலிருந்தது. இதனை எதிர்கொள்ள அடுத்துப் பிரதமராகப் பதவி ஏற்ற நரசிம்மராவ் பல்வேறு பொருளாதாரச் சீர்திருத்த முயற்சிகளை மேற்கொண்டார். சீனா, 33 ஆண்டுகளுக்கு முன்பு (1978ல்) பொருளாதாரச் சீர்திருத்தங்களை மேற்கொண்டது. சோவியத் யூனியன் 1980களின் மத்தியில் சீர்திருத்தங்களை மேற்கொண்டது. ஆனால் இந்தியா இச்சீர்திருத்தங்களை மேற்கொள்ள காலதாமதமானது. மேற்கண்ட நாடுகள் போன்ற அரசியல் முறையை இந்தியா பெற்றிருக்கவில்லை என்பது குறிப்பிடத்தக்கது. நேருவின் சோசியலிச சித்தாந்த முறையை இந்தியா நீண்டகாலமாகப்

பின்பற்றி வந்தது. ஒரு நிலையில் உலக நாடுகள் பலவும் பொருளாதாரச் சீர்திருத்தங்களை பின்பற்றத் தொடங்கியது. எனவே இந்தியா இந்த முறைக்குப் பயணம் செய்யவேண்டிய நிலை உருவாகியது. இந்தியா சுதந்திரம் அடைந்து 44 ஆண்டுகள் கடந்த நிலையில் சந்தைச் சீர்திருத்தங்கள் 1991ல் நடைமுறைப் படுத்தப்பட்டது.

மே 1991ல் நடந்த நாடாளுமன்றத் தேர்தல் பரப்புரையின்போது ராஜீவ் காந்தி கொல்லப்பட்டார். இத் தேர்தலில் காங்கிரஸ் 232 இடங்களில் வெற்றி பெற்றது. இதனைத் தொடர்ந்து நரசிம்மராவ் ஜூன் 21, 1991 முதல் மே 16, 1996 வரையில் பிரதம மந்திரியாக பதவியிலிருந்தார். நரசிம்மராவ் பிரதம மந்திரியாகப் பதவி ஏற்றபோது இந்தியாவின் வெளிநாட்டு கடன் அரசுக்கு பெரும் சுமையாக இருந்தது. இந்தியாவின் கடன் 1991ல் 70 பில்லியன் டாலராக இருந்தது. அந்நியச் செலாவணி கையிருப்பு அடுத்து வந்த இரு வாரங்களுக்கே போதுமானதாக இருந்தது. இதைத் தவிர்த்து வளைகுடா போரினால் கச்சா எண்ணெய் விலை அதிகரித்திருந்ததால் இந்தியாவின் இறக்குமதிச் செலவு உயர்ந்தது. பணவீக்கம் மிகவும் அதிக அளவிலிருந்தது. இந்தியாவில் நிலையற்ற அரசு நடைபெற்றதால் வெளிநாடுவாழ் இந்தியர்கள் தங்களின் வைப்புக்களைத் திரும்பப்பெற்றுக்கொள்ளத் தொடங்கினர். இது மேலும் சிக்கலை உருவாக்கியது. எனவே இந்த நிலையினை எதிர்கொள்ள அனுபவம் மிக்க பொருளியல் அறிஞரான மன்மோகன்சிங்கை நிதி அமைச்சராக நியமனம் செய்தனர். பொருளாதாரச் சீர்திருத்தங்களைச் சுதந்திரமாகச் செயல்படுத்த இவருக்கு அனுமதி அளிக்கப்பட்டது (அரசியல் ரீதியான சவால்களை நரசிம்மராவ் எதிர்கொண்டார்). இதன் அடிப்படையில் அதிக வெளிப்படைத்தன்மையும், குறைவான பொருளாதாரக் கட்டுப்பாடும் வேண்டும் என்ற நிலைப்பாட்டை மன்மோகன்சிங் முன்னெடுத்தார். முதல் முயற்சியாக இரு முறை பண மதிப்பு குறைத்தல் நடவடிக்கை மேற்கொள்ளப்பட்டது. இதன்படி முக்கிய வெளிநாட்டுச் செலாவணியுடன் இந்தியப் பணத்தின் மதிப்பை 9 விழுக்காடு குறைப்பினை ஜூலை 1, 1991அன்றும், மேலும் 11 விழுக்காடு மதிப்புக்குக் குறைப்பினை ஜூலை 3, 1991 அன்றும் மேற்கொள்ளப்பட்டன. இதன் முக்கிய நோக்கம் இந்தியாவின் ஏற்றுமதியினை அதிகரிப்பதாக இருந்தது. ஜூலை 4-18, 1991ல் நான்கு கட்டங்களாக இந்தியா, இங்கிலாந்து

வங்கியில் தங்கத்தை அடமானம் வைத்து 400 மில்லியன் டாலர் கடன் பெற்றது. இதுமட்டுமல்லாமல், ஏற்றுமதியை அதிகரிக்கப் புதிய வர்த்தகக் கொள்கை அறிவிக்கப்பட்டது. இதன்படி உரிமம் பெறும் நடைமுறையில் மாற்றம் கொண்டுவரப்பட்டது. தேவையற்ற பொருள்கள் இறக்குமதி செய்வதை ஊக்கப்படுத்தவில்லை. ஏற்றுமதியை அதிகரிக்க பணமதிப்பினைக் குறைத்தது மட்டுமல்லாமல், மானியமும் வழங்கப்பட்டது. இறக்குமதிக்கான ஒதுக்கீட்டு அளவு (quotas) விலக்கிக்கொள்ளப்பட்டது, சுங்க வரி குறைக்கப்பட்டு ஏற்றுமதி ஊக்குவிக்கப்பட்டது, அந்நிய நேரடி முதலீடு வரவேற்கப்பட்டது. இதன்படி 51 விழுக்காடுவரை தங்குதடையற்ற முதலீட்டிற்கான ஒப்புதலுக்கு வழிவகுத்தது. இதுபோன்று உள்நாட்டில் உரிமம் பெறும் நடைமுறை விலக்கிக் கொள்ளப்பட்டது. பொதுத்துறை விரிவாக்கம் ஊக்குவிக்கப்படவில்லை, மொத்த உள்நாட்டு உற்பத்தியில். 8 விழுக்காடு அளவிற்கு நிதிப்பற்றாக்குறையாக இருந்தது. இதனைக் குறைக்கும் முயற்சிகள் மேற்கொள்ளப்பட்டன. இதற்காக நிறுவன வரி 45 விழுக்காடு அதிகரித்தது. சமையல் எரிவாயு உருளை, உரம், பெட்ரோல் விலை அதிகரிக்கப்பட்டன, சர்க்கரைக்கு அளிக்கப்பட்ட மானியம் விலக்கிக்கொள்ளப்பட்டது (Ramya Nair 2021).

1991 ஜூலையில் புதிய தொழிற்கொள்கை அறிவிக்கப்பட்டது. இதன்படி தொழில் உரிமம் பெறும் நடைமுறை நிறுத்திவைக்கப்பட்டது. ஆனால் சில குறிப்பிட்ட தொழில்களுக்கு விதிவிலக்கு இருந்தது. முற்றுரிமை வர்த்தகக் கட்டுப்பாட்டு நடைமுறைச் சட்டத்தில் தளர்வு அளிக்கப்பட்டது. பொதுத்துறை முற்றுரிமைக்கு முற்றுப்புள்ளி வைக்கப்பட்டது. இதுபோல் தனியார் துறை முற்றுரிமைக்கும் கட்டுப்பாடுகள் விதிக்கப்பட்டன (Ramya Nair 2021). 1991வது தொழிற்கொள்கையானது இந்தியாவில் எளிதாக வாணிபம் செய்ய வழிவகை செய்தது. சேவைத்துறையிலும் பல்வேறு சீர்திருத்தங்கள் கொண்டுவரப்பட்டது. காப்பீட்டுத்துறை, வங்கி, தகவல் தொடர்பு, வான்வழிப் போக்குவரத்து போன்றவைமீது தனியார் முதலீடுகள் ஊக்குவிக்கப்பட்டன. அதே சமயம் தொழிலாளர் சட்டங்கள் வளைந்து கொடுக்கும் நிலை உருவானது. அரசியல்ரீதியாகப் புதிய பொருளாதாரச் சீர்திருத்தங்களுக்கு கட்சிக்கு உள்ளேயும், வெளியிலும் கடுமையான எதிர்ப்பு உருவானது. ஆனால் இவற்றைத் திறமையாக நரசிம்மராவ்

எதிர்கொண்டார். சுருக்கமாகக் குறிப்பிட்டால் இந்த வளர்ச்சி வீதம் (3.5 விழுக்காட்டுக்கும் குறைவாக உள்ள பொருளாதார வளர்ச்சி) என்ற நிலையினை 1950களிலிருந்து - 1970கள் வரை காணப்பட்டது. இதனை மீட்டெடுக்க 1980களில் வர்த்தக சீர்திருத்தங்கள் முன்னெடுக்கப்பட்டன. 1990களில் சந்தை சார்பான சீர்திருத்தங்கள் நடைமுறைப்படுத்தப்பட்டன. இதனால் இந்தியப் பொருளாதாரத்தில் 2000ஆம் ஆண்டுகளில் நல்ல முன்னேற்றம் காணப்பட்டது (Ramachandra Guha 2017).

அட்டவணை 13: இந்தியாவின் பொருளாதார வளர்ச்சி (1972-2002) (விழுக்காடு)

ஆண்டு	மொத்த உள்நாட்டு உற்பத்தி	தலா வருமானம்
1972-1982	3.5	1.2
1982-1992	5.2	3.0
1992-2002	6.0	3.9

Source: Ramachandra Guha (2017): India After Gandhi, Macmillan, New Delhi.

1991ஆம் ஆண்டு நிதி நிலை அறிக்கையைப் நாடாளுமன்றத்தில் சமர்ப்பிக்கும்போது நிதி அமைச்சரான மன்மோகன்சிங் பல்வேறு சீர்திருத்த நடவடிக்கைகளை அறிவித்தார். இதற்கான முக்கியக் காரணம் சோவியத் ஒன்றியதில் மிக்கைல் கோர்பச்சோவ் கொண்டுவந்த பெரெஸ்த்ரோயிக்கா என்ற மறுசீரமைப்புக் கொள்கையினைப் பின்பற்றி இந்திய அரசு பல நடவடிக்கைகளை மேற்கொண்டது. அடிப்படையில் இந்தியப் பொருளாதாரத்தில் 1991ன்படி 80 விழுக்காடு தேசிய உற்பத்தியில் தனியாரிடமிருந்து பெறப்படுகிறது. ஆனால் இது சோவியத் ரஷ்யாவில் காணப்படவில்லை. எனவே இந்தியா தனி அடையாளக் கொள்கையினைப் பின்பற்றவேண்டிய கட்டாயம் ஏற்பட்டது. இந்தியாவின் பொருளாதாரத்தை மேம்படுத்த அந்நிய முதலீடுகள் தேவைப்பட்டன எனவே இதற்கான கொள்கைகள் வகுக்கப்பட்டன. இந்தியாவில் பெரும் தொழில் நிறுவனங்களை ஒழுங்குபடுத்த MRTP சட்டம் 1969ல் கொண்டுவரப்பட்டது. இதன்மீதான அனுமதி பெறுவது நீக்கப்பட்டது. இந்தியா உலக அளவில் பொருளாதார நடவடிக்கைகளில் நுழைவதற்காக சுங்கக் கட்டணங்கள்

குறைக்கப்பட்டன, நடப்பு கணக்கு பரிமாற்றம், வர்த்தக நிலையினைத் தீர்மானிக்க சீர்திருத்தங்களைக் கொண்டுவந்தது. அந்நிய நேரடி முதலீடு, போர்ட்ஃபோலியோ முதலீடுகள் வருவதற்கு நடைமுறைகள் எளிதாக்கப்பட்டன. சந்தை அடிப்படையில் செலாவணி மாற்று செயல்படுத்தப்பட்டது, வர்த்தகம் தாராளமயமாக்கப்பட்டது, தொழிற்சாலைகளுக்கு தேவையானதைத் தடையற்ற முறையில் இறக்குமதி செய்துகொள்ளுதல், தொழில் உரிமம் ரத்து செய்தல், பொதுத் துறையில் சீர்திருத்தம், மூலதனச் சந்தை மற்றும் நிதித்துறையில் சீர்திருத்தம், பன்னாட்டு நிறுவனம் மற்றும் அந்நிய முதலீடு பெறுவதிலிருந்த கட்டுப்பாடுகள் நீக்கம் எனப் பல்வேறு முன்னெடுப்புகள் மேற்கொள்ளப்பட்டன. இவற்றின் ஒட்டுமொத்த நோக்கம் இந்தியா உலகப் பொருளாதாரத்துடன் ஒன்றிணைந்து செயல்பட வழிவகுப்பதாகும்.

பொருளாதாரம் சார்ந்த சீர்திருத்த நடவடிக்கைகளின் விதிவிலக்காக ரயில்வே, துறைமுகம், பாதுகாப்பு மற்றும் அணு ஆற்றல் இருந்தது. நுகர்வோர்களுக்குச் சாத்தியப்படக்கூடிய நன்மைகள் கிடைக்கச் சீர்திருத்தங்கள் மேற்கொள்ளப்பட்டன. 1991ஆம் ஆண்டு சீர்திருத்தமானது உள்நாட்டுத் தொழில்களைப் பாதுகாக்க முற்றிலுமாக நடவடிக்கைகளை மேற்கொள்ளவில்லை. பகுதியாக அந்நியச் செலாவணி பொதுச் சந்தையில் மாற்றிக்கொள்ள வழிவகுத்தது. லாபம் தரும் மூலதன வரவு கட்டுப்படுத்தப்பட்டது. அதேசமயம் பன்னாட்டு முதலீட்டாளர்கள் நாட்டில் முதலீடு செய்ய எந்தத் தடையும் விதிக்கப்படவில்லை. உலக வர்த்தக அமைப்பின்கீழ் வந்த நடைமுறையில் வர்த்தக அளவு கட்டுப்பாட்டு முறை விலக்கிக்கொள்ளப்பட்டது. இந்தியா உலக அளவிலான தாராளப் பொருளாதாரமயமாக்கலின் கொள்கையின் ஒரு பகுதியாகச் செயல்பட்டது. இதன் விளைவு இந்தியா மிகவும் திறனுடன் வேகமான வளர்ச்சியினை நோக்கி பயணிக்கத் தொடங்கியது.

புதிய பொருளாதாரச் சீர்திருத்தங்களின் விளைவு, இந்திய பொருளாதாரம் விரைவாக மீண்டெழுந்தது. 1991-92ல் மொத்த உள்நாட்டு உற்பத்தியானது 0.8 விழுக்காடு வளர்ச்சியைக் கண்டிருந்தது 1992-93ல் 5.5 விழுக்காடு வளர்ச்சியினை எட்டியது, 1993-94ல் 6.2 விழுக்காடு என மேலும் அதிகரித்தது. எட்டாவது ஐந்தாண்டு திட்டக் காலத்தில் 7 விழுக்காடு பொருளாதார

வளர்ச்சியினைக் கண்டது. முதலீடு, தொழில்துறை, வேளாண்மை, சேவைத்துறை போன்றவை வளர்ச்சிப் பாதையில் சென்றன. வேளாண்மையின் வளர்ச்சியானது 1991-92 மற்றும் 1996-97களுக்கிடையே ஆண்டுக்குச் சராசரியாக 3 விழுக்காடு மட்டுமே வளர்ச்சியடைந்தது. ஆனால் இது தொழில் மற்றும் பணித் துறையினை ஒப்பிடும் போது குறைவான அளவிற்கே பதிவாகியிருந்தது. 1991-1996ஆம் ஆண்டுகளுக்கிடையே நேரடி அந்நியச் செலாவணி முதலீடானது 100 விழுக்காடு அதிகரித்திருந்தது. 1992-93க்கு முன்பு இந்தியாவின் சில பகுதிகளில் பஞ்சம் ஏற்பட்டதன் காரணமாகக் கிராமப்புறங்களில் வறுமை அதிகரித்திருந்தது. ஆனால் அடுத்த ஆண்டே வறுமையின் அளவு 6 விழுக்காட்டுப் புள்ளிகள் குறைந்திருந்தது. 1993-1998ஆம் ஆண்டுகளுக்கிடையே சமூகச் செலவு மற்றும் கிராமப்புற வளர்ச்சி செலவானது 10 விழுக்காடு அளவிற்கு அதிகரித்திருந்தது. இதனால் வேளாண் கூலியானது 1992-93 மற்றும் 1993-94ஆம் ஆண்டுகளுக்கிடையே 5 விழுக்காடு அதிகரித்திருந்தது. இதே ஆண்டுகளில் இந்தியாவின் வேலைவாய்ப்பானது ஆண்டுக்கு 6.3 மில்லியன் அதிகரித்தது. நரசிம்மராவ் பிரதமராகப் பதவி ஏற்றபோது பணவீக்கம் 1991ல் 17 விழுக்காடாக இருந்தது. ஆனால் பணக்கொள்கைகள் மற்றும் நிதி சீர்திருத்தங்களினால் 1996ல் 5 விழுக்காடாகக் குறைக்கப்பட்டது. உணவுப் பொருள்களுக்கான மானியம் 1991-92ல் ரூ.28.5 பில்லியனாக இருந்தது. 1996-97ல் ரூ.61.14 மில்லியனாக அதிகரித்தது. உர மானியம் 1989-90ல் ரூ.45.42 பில்லியனாக இருந்தது. 1995-96ல் ரூ.62.35 பில்லியனாக அதிகரித்தது. 1992ல் 7.3 மில்லியன் ஏக்கர் பயிர் செய்யும் நிலங்கள் உபரி நிலங்களாக அறிவிக்கப்பட்டது. இதில் 5 மில்லியன் ஏக்கர் ஏழை விவசாயிகளுக்குப் பகிர்ந்தளிக்கப்பட்டது. இதனால் 4.7 மில்லியன் விவசாயிகள் பயனடைந்தனர்.

பொருளாதாரச் சீர்திருத்தங்களின் பலன் 2003-04 முதல் 2008-09 முடிய இந்தியா இதுவரை கண்டிராத வளர்ச்சியினை எட்டியது (10 விழுக்காடு). சேவைத்துறையானது மற்ற துறைகளைக் காட்டிலும் அபரீதமான வளர்ச்சியினைக் கண்டது. மறுகட்டமைப்பு செய்யப்பட்ட வர்த்தகம் மற்றும் தொழிற்கொள்கையானது சேவைத்துறையினை வேகமான வளர்ச்சியினை எட்டுவதற்கு உதவியது. 2008க்குப் பின்பு உற்பத்தித் துறையின் வளர்ச்சி மிகவும் குறைவான அளவிலிருந்தது. வேளாண்மைத் துறையினைப்

பொருத்தமட்டில் ஏற்றத்தாழ்வுடனான வளர்ச்சி பதிவாகியிருந்தது. உத்திரவாத உணவு உறுதியானது மக்கள் தொகை வளர்ச்சிக்கு ஏற்ப அதிகரிக்கவில்லை. இந்தியா சுதந்திரம் அடைந்து 50 ஆண்டுகள் நிறைவடைந்த நிலையில் உணவுக் கையிருப்பு குறைந்திருந்தது. புதிய பொருளாதாரக் கொள்கையானது சேவை மற்றும் தொழிற் துறைகளுக்குச் சாதகமாகவும் வேளாண்மைத் துறைக்கு எதிராகவும் இருந்தது. அதே சமயம் வர்த்தக, தொழிற் கொள்கைகளின் சீர்திருத்தத்தினால் வர்த்தக நிலையை மேம்படுத்துவதாகவும், இது வேளாண்மையினை நோக்கியதாகவும் இருந்தது. இதனால் வேளாண் பொருள்களின் உற்பத்தியாளர்களுக்கு ஊக்கமளிப்பதாகவும் இருந்தது. புதிய பொருளாதாரக் கொள்கையினால் இந்தியாவில் தகவல் தொழில்நுட்பம், வாகன உற்பத்தி, வெளிநாட்டு முதலீடுகளை ஈர்ப்பது போன்ற நிலைகளில் பெருமளவிற்கு நன்மைகளை உண்டாக்கியிருந்தது. இதன் விளைவு வேளாண் வளர்ச்சியில் 1991லிருந்து சீரற்ற போக்கு காணப்படுகிறது. சராசரி உற்பத்தியானது மக்கள் தொகையின் வளர்ச்சிக்கு ஏற்றவாறு இல்லை. உலகளவில் தலா உணவு நுகர்ச்சி அளவினைவிடக் குறைவாக உள்ளது. குடும்பங்களின் சராசரியாக உணவிற்குச் செலவிடுவது உலக அளவில் உள்ள பணக்கார நாடுகளுடன் ஒப்பிடும்போது மிகவும் குறைவாகவே காணப்படுகிறது. இதனால் உணவுப் பண்டங்களின் விலை அதிகரித்து பணவீக்கத்திற்கான காரணமாக உருவெடுத்தது. இது ஏழை மக்களை அதிகமாக பாதிப்பிற்கு உண்டாக்கியது. தற்போது வறுமையினைக் கணக்கிடுவதில் பல்வேறு பரிமாணங்கள் எடுத்துக் கொள்ளப்பட்டுள்ளன. உணவு மட்டுமல்லாமல் சமூகக் காரணிகளும் (கல்வி, சுகாதாரம்) கணக்கில்கொண்டு வறுமையினை அன்மைக் காலமாக அளவிடப்படுகிறது. இதனைக்கொண்டு பார்க்கும்போது, வறுமையில் வாழ்ந்தவர்கள் நிலை மேம்படுத்தப்பட்டுள்ளது. ஆனால் இது பெரும் ஏற்றத்தாழ்வுடன் உள்ளது என்பதைப் பல ஆய்வுகள் வெளிப்படுத்துகின்றன. பொருளாதாரச் சீர்திருத்தங்களினால் சமுதாயத்தில் ஒரு பகுதி மக்கள் மட்டுமே பயன் பெற்றுள்ளனர். அதேசமயம், மக்களிடையே பெரும் ஏற்றத் தாழ்வுகள் காணப்படுகிறது (Thomas Piketty 2014). சில பொருளியல் அறிஞர்கள் பொருளாதாரச் சீர்திருத்தங்கள் நடைமுறைப்படுத்தப்பட்ட பின்பு 1991லிருந்து வறுமையானது அதிக அளவில் குறையத் தொடங்கியது என்று குறிப்பிடுகின்றனர்.

நரசிம்மராவ் பிரதம மந்திரியாக இருந்தபோது எட்டாவது ஐந்தாண்டுத் திட்டம் (1992-93 முதல் 1996-97) நடைமுறைப்படுத்தப்பட்டது. வேளாண் பொருள்களை ஏற்றுமதி செய்யவும், உற்பத்தித் திறன் அனைத்துப் பகுதிகளிலும் சமமாக அதிகரிக்கவும், பசுமைப் புரட்சியை இந்தியாவின் கிழக்கு மற்றும் வடகிழக்குப் பகுதிகளிலும் தீவிரமாக நடைமுறைப்படுத்தவும், வறண்ட நிலப்பரப்பில் வேளாண்மைச் சாகுபடியினைச் செய்யவும், எண்ணெய் வித்துக்கள் அதிகமாக உற்பத்தி செய்யவும் உத்திகள் நடைமுறைப்படுத்தப்பட்டன. கிராமப்புற வறுமைக்கான முக்கியக் காரணம் விவசாயிகளிடையே நிலமற்ற தன்மையாகும் என்றும் எனவே நிலச்சீர்திருத்தத்தை வேகப்படுத்த அரசு முயற்சிகள் மேற்கொண்டன. கிராமப்புறங்களில் நிலவும் வலுவற்ற உள்கட்டமைப்பே அவற்றின் பின்தங்கிய நிலைக்கான காரணமாகக் கருதப்பட்டு அவற்றை மேம்படுத்த 1995-96ல் தேசிய வேளாண்மை மற்றும் கிராமப்புற வளர்ச்சி வங்கியானது (NABARD) கிராமப்புற உள்கட்டமைப்பு வளர்ச்சி நிதியை (RIDF) உருவாக்கியது. இதன்படி கிராமப்புறக் கட்டமைப்பினை மேம்படுத்த முன்னுரிமை அடிப்படையில் வேளாண்மைத்துறைக்குக் கடன் வழங்கியது (Chandra Shekhar Prasad 2009).

நரசிம்மராவின் பொருளாதாரச் சீர்திருத்த உத்தியில் ஒன்றானதாக வேளாண் உற்பத்திப் பொருள்களின் கொள்முதல் விலையினை உயர்த்தியதாகும். இது உழவர்கள் வேளாண் விளைபொருள்களின் உற்பத்தியினை அதிகரிக்க ஊக்கப்படுத்தியது. வேளாண் உற்பத்தி பொருள்கள் தங்கு தடையின்றி வணிகப் போக்கிற்கு வழிவகை செய்யப்பட்டது. ஏற்றுமதிக்கான ஒதுக்கீட்டில் தளர்வு செய்யப்பட்டது. விவசாயக் கடன்களை திரும்பப் பெறுவதற்காக விவசாயிகளின் வருமானம் அதிகரிக்க பல்வேறு முயற்சிகள் மேற்கொள்ளப்பட்டன. இவற்றின் விளைவால் பெரிய விவசாயிகள் அதிக அளவிற்கு பயனடைந்து லாபம் ஈட்டினர். 1991-92ல் வேளாண் வளர்ச்சி எதிர்மறையாக 2 விழுக்காடு இருந்தது. 1993-94ல் 4.9 விழுக்காடாக அதிகரித்தது. வேளாண் பொருள்கள் ஏற்றுமதியானது ரூ.700 கோடியாக 1990-91ல் இருந்தது. ரூ.10,840 கோடியாக 1993-94ஆக அதிகரித்தது. அதேசமயம் வேளாண்மையின்மீதான முதலீட்டில் தேக்க நிலை காணப்பட்டது.

முதல் கட்டப் பசுமைப் புரட்சி நடைமுறைப்படுத்தப்பட்டபோது அப்போதைய பிரதமரான இந்திரா காந்தி கிராமங்களை நோக்கிய

உத்திகளை நடைமுறைப்படுத்தினார். இதன்படி வேளாண் இடுபொருள்களான மின்சாரம், உரம், நீர்ப்பாசனம் போன்றவற்றுக்கு மானியம் வழங்கப்பட்டன. 1991-92ல் இம்மூன்று இடுபொருள்களின் மானியமானது ரூ. 122.6 பில்லியன் ஆகும் (இது மொத்த உள்நாட்டு உற்பத்தியில் 2.22 விழுக்காடு). இது 1995-96ல் ரூ.279.4 பில்லியனாக அதிகரித்தது (மொத்த உள்நாட்டு உற்பத்தியில் 2.62 விழுக்காடு ஆகும்). இம்மூன்றுக்கும் வழங்கப்பட்ட மானியத்தில் பாதி அளவிற்கு மின்சாரத்திற்கு வழங்கப்பட்டது குறிப்பிடத்தக்கது. 1970ல் நாட்டில் 35 விழுக்காடு கிராமங்களும், 1990ல் 90 விழுக்காடு கிராமங்களும் மின்சார வசதியினைப் பெற்றது (தற்போது 100 விழுக்காடு கிராமங்கள் மின்சார இணைப்பு பெற்றுள்ளன). இதன் விளைவு வேளாண்மையில் மின்சாரப் பம்ப் செட்டுகள் பயன்பாடு அதிகரித்தது. அதுவரை பயன்பாட்டிலிருந்த கால்வாய்ப் பாசனம், குழாய்நீர்ப் பாசன முறைக்கு மாற்றமடைந்தது. இதனால் விவசாயத்தில் விரிவாக்கம் அதிகமாக நடைபெற்றது. அதேசமயம் மின்சார பம்ப் செட்டுகளின் அதிகப் பயன்பாட்டால் நிலத்தடி நீர் வெகுவாக உறிஞ்சப்பட்டு நீர்ப்பாசனப் பற்றாக்குறை ஏற்பட்டது. பீகார், மேற்கு வங்காளம் போன்ற மாநிலங்களில் இரண்டாம் கட்ட பசுமைப் புரட்சி நடைமுறைப்படுத்தப்பட்டபோது நெல் பயிர் செய்யும் பகுதிகள் பயன்பெற்று உற்பத்தி பெருகின. வேளாண் உற்பத்தி உயர்ந்ததால் இதன்மூலம் விவசாயிகளின் வருமானம் 1970களுக்கும் 1990களுக்கும் இடையில் 2லிருந்து 4 விழுக்காடு வளர்ச்சியினை கண்டது. இதனால் பஞ்ச காலங்களில் உணவு இறக்குமதி தவிர்க்கப்பட்டது. பசுமைப் புரட்சியின் விளைவால் 1980களில் வறுமை குறையத் தொடங்கியது. குறிப்பாக 1990களில் வறுமை பெருமளவிற்கானதாகக் குறைந்தது. வேளாண் இடுபொருள்களின் விலைகளும் (குறிப்பாக ரசாயன உரம், பூச்சிக்கொல்லி, விதை) கடுமையாக உயர்ந்தன. இதனால் விவசாயிகள் வருமான இழப்பையும், கடன் அதிகரிப்பையும் எதிர்கொண்டனர். குறு, சிறு விவசாயிகள் இடுபொருள்களின் விலை ஏற்றத்தால் சாகுபடி செய்ய இயலாத நிலைக்குத் தள்ளப்பட்டதால் பெருமளவிற்கு வேளாண் பணிகளைத் தவிர்த்து வேளாண்சாரா தொழில்களை நோக்கிப் பயணிக்கத் தொடங்கினர். இதன் விளைவு பெரிய முதலாளிகள், மனை வியாபாரிகள், தொழில் நிறுவனங்கள், அரசியல்வாதிகளின் கைகளில் விளைநிலங்கள் மாறின. விளைநிலங்கள் பெருமளவிற்குச் சாகுபடியற்ற நிலங்களாக மாறத் தொடங்கின. நிகர விளைநிலங்களின் பரப்பு குறையத் தொடங்கின.

அரசு பஞ்ச காலங்களில் புதிய உத்தியினைக் கையாண்டு உணவு தானிய ஏற்றுமதிக்குத் தடை விதித்தது. பன்னாட்டு அளவில் வேளாண் விளைபொருள்கள் விற்பனை செய்வதால் அதிக லாபம் பெற இயலும். அவ்வப்போது உணவு தானிய ஏற்றுமதிக்குத் தடைவிதிக்கப்படும்போது உள்ளூர் விலைக்கு விவசாயிகள் தங்களின் விளைபொருள்களை விற்பனை செய்வதால் பெரும் இழப்பினைச் சந்திக்க வேண்டியுள்ளது. உலக வர்த்தக மையத்தின் உருகுவே சுற்றின்படி விவசாயப் பொருள்களின் சுங்க வரியினைக் குறைத்ததால் வெளிநாடுகளுடன் காய்கறி, பழம், அதிக இறக்குமதி செய்யப்பட்டு சந்தைகளில் வரத்து அதிகமாகி உள்ளூர் வேளாண் விளைபொருள்கள் பெரும் பாதிப்பிற்கு உள்ளாகின. இதனால் இந்திய விவசாயிகள் அதிகப் பாதிப்பினை அன்மைக் காலமாக எதிர்கொண்டு வருகின்றனர். பன்னாட்டு அளவில் அதிக தேவையினை உடைய பாசுமதி அரிசி, சோயாபீன்ஸ், மலர்கள், பழங்கள் போன்றவற்றை சாகுபடி செய்வதன் மூலம் நல்ல லாபம் கிடைப்பதால் பல விவசாயிகள் பரம்பரைச் சாகுபடிப் பயிர்களிலிருந்து புதிய வகைப் பயிர்களுக்கு மாறினர் (Tirthankar Roy 2020).

நரசிம்மராவ் பிரதமராக இருந்தபோது வேளாண்மையின் முக்கியப் பிரச்சனையாக நீர்ப்பாசனப் பற்றாக்குறை, அதிக அளவில் நிலத்தடி நீரைப் பயன்படுத்தியதால் தண்ணீர் உவப்புத் தன்மையினை அடைந்தது. இந்தியாவில் பல பகுதிகளில் தண்ணீர் தேங்கும் நிலையும் இருந்தது. இவற்றால் 6 முதல் 13 மில்லியன் ஹெக்டேர் விளைநிலங்கள் பாதிக்கப்பட்டிருந்தன. விவசாயிகளின் கடன் தேவையினை அரசு முழு அளவிற்கு நிவர்த்தி செய்யும் நிலையினை அடையவில்லை. கடனுக்கான மானியம் அதிக அளவிலிருந்தது. இதனால் ஆண்டுக்கு ரூ.3,000 கோடி ஒதுக்கப்பட்டது. அரசின் பல்வேறு கட்டுப்பாடுகள் வேளாண்மையின்மீது திணிக்கப்பட்டது (India Today 1995).

புதிய பொருளாதார சீர்திருத்தங்களினால் முதலீடு, தொழில், வேளாண்மை, சேவைத் துறைகள் ஆகியவற்றில் நேர்மறை வளர்ச்சியினைக் காண முடிந்தது. வேளாண்மையின் வளர்ச்சியானது 1991-92 மற்றும் 1996-97 ஆண்டுகளுக்கிடையே சராசரியாக ஆண்டுக்கு 3 விழுக்காட்டுக்குமேல் வளர்ச்சியடைந்தது. ஆனால் இது தொழில் மற்றும் சேவைத்துறையினை ஒப்பிடும்போது குறைவான அளவிற்கே இருந்தது. 1991-1996ஆம் ஆண்டுகளுக்கிடையே

அந்நிய நேரடி முதலீடு 100 விழுக்காடு அதிகரித்தது. ஆனால் கிராமப்புற வறுமை 1992-93ல் அதிகமாக இருந்தது. இதற்கு முக்கியக் காரணம் இக்காலத்தில் ஏற்பட்ட பஞ்சமாகும். 1993-1998க்கும் இடைப்பட்ட காலகட்டங்களில் சமூகச் செலவு மற்றும் கிராமப்புற வளர்ச்சி செலவானது 10 விழுக்காடு அளவிற்கு அதிகரித்தது. இதனால் வேளாண் கூலி 1992-93 மற்றும் 1993-94ஆம் ஆண்டுகளுக்கிடையே 5 விழுக்காடு அதிகரித்தது. இதே ஆண்டில் 6.3 மில்லியன் மக்களுக்கான வேலைவாய்ப்பு அதிகரித்திருந்தது. பணவீக்கம் 1991ல் 17 விழுக்காடாக இருந்தது. 1996ல் 5 விழுக்காடாகக் குறைந்தது. உணவு தானிய மானியமானது 1991-92ல் ரூ.28.5 பில்லியனாக இருந்தது, 1996-97ல் ரூ.61.4 பில்லியனாக அதிகரித்தது. உர மானியம் 1989-90ல் ரூ.45.42 பில்லியனாக இருந்தது, 1995-96ல் ரூ.62.35 பில்லியனாக அதிகரித்தது. 1992ல் 7.3 மில்லியன் ஏக்கர் விளைநிலங்கள் உபரியானது என அறிவிக்கப்பட்டது. இதில் 5 மில்லியன் ஏக்கர் ஏழை விவசாயிகளுக்குப் பகிர்ந்தளிக்கப்பட்டது. இதனால் 4.7 மில்லியன் விவசாயிகள் பயன் அடைந்தனர். வேளாண் சார்ந்த முக்கியத் தொழிலான கால்நடை வளர்ப்பு விவசாயிகளுக்கு வருமானத்தை ஈட்டித் தருவதில் முக்கியப் பங்கு வகிக்கிறது. 1995ல் இந்தியாவில் 69,875 கிராமப்புற பால் கூட்டுறவு செயல்பட்டதில் 8.9 மில்லியன் விவசாயிகள் ஈடுபட்டுவந்தனர். இதில் 60 விழுக்காடு விவசாயிகள் குறு, சிறு விவசாயிகள் ஆவார்கள். 'வெண்மைப் புரட்சி' என்ற பால் உற்பத்தியினை அதிகரிக்க அரசு பல்வேறு நடவடிக்கையினை மேற்கொண்டது. இத் திட்டமானது கிராமப்புற வறுமை ஒழிப்பிற்காக நடைமுறைப்படுத்தப்பட்டது (Bipan Chandra et al 2008). வறுமையை ஒழிக்க 1997ல் தகுதியுடையவர்களுக்கான பொது விநியோக முறை நடைமுறைப்படுத்தப்பட்டது. இதனால் வேளாண்மை விளைபொருள்களின் கொள்முதல் அதிகரித்தது.

1950-51 மற்றும் 1994-95ஆம் ஆண்டுகளுக்கிடையே மொத்த சாகுபடி பரப்பானது 132 மில்லியன் ஹெக்டேரிலிருந்து 88 மில்லியன் ஹெக்டேராக அதிகரித்தது. மேம்படுத்தப்பட்ட விதையானது 1950-51ல் மிகவும் குறைவான அளவில் பயன்படுத்தப்பட்டிருந்தது. 1996-97ல் 70 லட்சம் குவிண்டாலாக அதிகரித்தது. உரப் பயன்பாடு இக்கால கட்டத்தில் மிகக் குறைவாக 6900 டன்னிலிருந்து இது 14 மில்லியன் டன்னாக அதிகரித்தது. உரம் ஓர் ஏக்கருக்கு 1950-51ல் மிகவும் குறைந்த

அட்டவணை 14: இந்திய வேளாண்மையின் போக்கு (1990-1996)

வேளாண்மைத் தரவுகளின் விவரங்கள்	*1990-91*	*1995-96*
இந்தியாவின் மொத்த மதிப்புக் கூட்டலில் வேளாண்மையின் மொத்த மதிப்புக் கூட்டல் (விழுக்காடு)	*35.13*	*30.61*
நிகரச் சாகுபடிப் பரப்பு (மில்லியன் ஹெக்டேர்)	*143.00*	*142.20*
மொத்த சாகுபடிப் பரப்பு (மில்லியன் ஹெக்டேர்)	*185.74*	*187.47*
உணவு தானிய உற்பத்தி (மில்லியன் ஹெக்டேர்)	*68.83*	*64.55*
எண்ணெய் வித்துக்கள் (மில்லியன் ஹெக்டேர்)	*13.00*	*13.85*
பருப்பு வகைகள் உற்பத்தி (மில்லியன் ஹெக்டேர்)	*13.28*	*11.88*
உணவு தானிய ஏற்றுமதி (ஆயிரம் டன்னில்)	*666.60*	*5636.29*

Source: Akina Venkateswarlu (2021): Polititical Economy of Agricultural Development in India: Policies, Achievements and Concerns, Aakar Books, Delhi.

அளவில் பயன்படுத்தப்பட்டது. ஆனால் 1996-97ல் 77 கிலோவாக அதிகரித்தது. பூச்சிக்கொல்லியானது 2,400 டன்னாக இருந்தது, 59,000 டன்னாக இதே காலகட்டங்களில் அதிகரித்தது. வேளாண்மைக்கான மின்சாரப் பயன்பாடானது 1980-81ல் 15,200 மில்லியன் கிலோ வாட்டாக இருந்தது. 1995-96ல் 85,736 மில்லியன் கிலோவாட்டாக அதிகரித்தது. 1990-91ல் மொத்த வேளாண்மையின் உள்நாட்டு

அட்டவணை 15: வேளாண் சாகுபடியின் பரப்பளவு, உற்பத்தி, உற்பத்தித் திறனின் போக்கு (விழுக்காட்டில் ஆண்டுக்கான வளர்ச்சி)

விளைபொருள்கள்	பரப்பளவு		உற்பத்தி		உற்பத்தித் திறன்	
	1980 களில்	1990 களில்	1980 களில்	1990 களில்	1980 களில்	1990 களில்
அனைத்துப் பயிர்களும்	0.1	0.4	3.2	2.2	2.6	1.4
உணவு தானியங்கள்	-0.2	-0.1	2.9	1.8	2.7	1.4
உணவல்லா பயிர்கள்	1.1	1.5	3.8	3.3	2.3	1.4
நெல்	0.3	0.5	3.6	1.9	3.2	1.3
கோதுமை	0.5	1.7	3.6	3.1	3.1	1.6
சிறு தானியங்கள்	-1.4	-1.8	0.4	0.2	1.7	2.0
பருப்பு வகைகள்	-0.1	-0.2	1.5	1.0	1.6	1.7
எண்ணெய் வித்துக்கள்	2.4	0.8	5.5	3.4	2.9	2.6
கரும்பு	1.5	1.8	2.7	2.5	1.2	0.7
பருத்தி	-1.3	3.3	2.8	1.7	4.1	-2.0

Source: Uma Kapila et al (2003): Indian Economy Since Independance, Academic Foundation, New Delhi.

உற்பத்தியில் அதன் ஏற்றுமதிப் பங்கானது 4.5 விழுக்காடாக இருந்தது. 1995-96ல் 8 விழுக்காடாக அதிகரித்தது (Rao et al 2003).

ராஜீவ் காந்தி பிரதமராக இருந்தபோது உள்ளாட்சி அமைப்புகளுக்கான அதிகாரம் அளிக்கும் சட்டத்திருத்தம் கொண்டுவரப்பட்டு நிறைவேற்றப்படாமல் இருந்ததை நரசிம்மராவ் பிரதம மந்திரியாக இருந்தபோது உள்ளாட்சி அமைப்புகள் அதிகாரம் பெறும் 73 (ஏப்ரல் 24, 1993ல்) மற்றும் 74வது சட்டம் (ஜூன் 1, 1993ல்) கொண்டுவரப்பட்டது. இதன்வழியாக கிராமப்புற, நகர்ப்புற உள்ளாட்சி அமைப்புகள் தங்களின் தேவைகளை நிறைவுசெய்து கொள்ளும் அதிகாரம் வழங்கப்பட்டது.

நீர்ப்பாசனம், கல்வி, சுகாதாரம், சாலை போன்ற உள்கட்டமைப்புகள் மேம்படுத்தப்பட்டன. 1988ல் தொடங்கப்பட்ட வேளாண் சூழலியல் வட்டாரத் திட்டமானது முன்னுரிமை நோக்கில் உள்கட்டமைப்பிற்கான முதலீடுகளைச் செய்தது.

நரசிம்மராவ் ஆட்சிக் காலத்தில் மொத்த உள்நாட்டு உற்பத்தியின் வளர்ச்சியானது 5.2 விழுக்காடாக இருந்தது. இது ராஜீவ் காந்தி (5.7 விழுக்காடு) மற்றும் இந்திரா காந்தி (1980-84 கால கட்டத்தில் 5.5 விழுக்காடு) ஆட்சிக் காலங்களுடன் ஒப்பிடுகையில் குறைவானதாக இருந்தது (Montek S Ahluwalia 2018). 1990களில் பொருளாதார வளர்ச்சி தொடர்ந்து அதிகரித்ததால் வறுமையின் அளவு குறைந்தது. அதே சமயம் ஏழைகள் கிராமங்களில் அதிக எண்ணிக்கையில் வாழ்ந்து வந்தனர். பொருளாதாரச் சீர்திருத்தங்களின் விளைவு பெருமளவிற்கு நகர்ப்புறங்களுக்குச் சாதகமாக இருந்தது. 1990களில் வேளாண்மை வளர்ச்சியானது மிகவும் குறைவான அளவிற்கே இருந்தது. வேளாண் பயிர் சாகுபடியில் பெரும் மாற்றத்தைக் கண்டது. ஏற்றுமதி வழியாக அதிக லாபம் பெறும் நோக்கில் பழ வகைகள், காய்கறி, பூக்கள் பயிர் செய்ய விவசாயிகள் அதிக ஆர்வம் காட்டினர். மற்ற பயிர் வகைகளின் சந்தைப்படுத்துதலின் கட்டமைப்பானது (குறிப்பாக மின்சாரம், சேமிப்புக் கிடங்கு, சாலை போன்றவை) வலுவாக இல்லாததால் குறிப்பிடத்தக்க வெற்றியினைப் பெற இயலவில்லை.

உணவு ஆதாரம் அரசின் கையிருப்பில் (Buffer stock) 40 முதல் 50 மில்லியன் டன் இருப்பிலிருந்தது. இது மக்களுக்கு வழங்க போதுமானதாக இல்லை. பொதுவிநியோக முறையில் கிராமப்புறங்களைவிட நகர்ப்புறங்களில் இது எளிதாகச் சென்றடைந்தது. பொது விநியோக முறையில் நடைமுறைப்படுத்துதலில் ஊழல் தலைவிரித்தாடியது. கள்ள வாணிபம் வழியாகப் பொது விநியோக உணவு தானியங்கள் விற்கப்பட்டன. 20 விழுக்காடு உணவு தானியம் தகுதியான நபர்களுக்குச் சென்றடையவில்லை. பசியும், குறை ஊட்டச்சத்தும் இந்தியாவின் பல பகுதிகளிலும் தீவிரமாகவே இருந்தது. மழை பொழிவு இல்லாததால் பஞ்சம் ஏற்பட்டு இறந்தவர்கள் பற்றிய தகவல்கள் காணப்பட்டது.

நரசிம்மராவ் பிரதமராக இருந்தபோது இந்தியாவின் ஒரு முக்கிய நிகழ்வாக அப்போதைய வர்த்தகத்துறை அமைச்சராக இருந்த பிரணாப் முகர்ஜி உலக வர்த்தக அமைப்பில்

கையெழுத்திட்டுத் துவக்க (1995 முதல்) உறுப்பினராகியது. இதன்படி வேளாண் ஒப்பந்தத்தில் இந்தியா கையெழுத்திட்டது (இதற்கு முன்பு நடைமுறையில் இருந்த காப்பு வரி மற்றும் வணிகம் பற்றிய பொது ஒப்பந்தத்தில் வேளாண்மை இடம் பெறவில்லை என்பது குறிப்பிடத்தக்கது). இதன்படி உலக வர்த்தக அமைப்பின்கீழ் உள்ள உறுப்பு நாடுகள் வேளாண்மைக்கு அளித்துவந்த மானியத்தை 10 விழுக்காட்டுக்குக்கீழ் குறைக்க வேண்டும், ஒவ்வொரு நாடும் 3லிருந்து 5 விழுக்காடு நாட்டின் மொத்த வேளாண் பொருள்களின் நுகர்ச்சியின் அளவில் இறக்குமதி செய்ய வேண்டும், பொது விநியோக முறையில் கட்டுப்பாடுகள் விதித்து உண்மையாக வறுமையினால் பாதிக்கப்பட்டோர்களுக்கு உணவு தானியம் வழங்கப்பட வேண்டும் என்பதை வலியுறுத்தியது. வேளாண் ஒப்பந்தத்தில் பசுமைப் பெட்டி (Green Box) மற்றும் நீலப் பெட்டி (Blue Box) என்பதைச் சேர்த்துக்கொண்டது. பசுமைப் பெட்டி என்பது ஆராய்ச்சி மற்றும் விரிவாக்கம் மற்றும் மேம்பாட்டுக் கொள்கைகள் ஆகும். நீலப் பெட்டி என்பது வருமான ஆதரவு மற்றும் கால்நடைகள் வரையறுக்கப்பட்ட அளவில் பயன்படுத்தும் திட்டங்கள் ஆகும். இவற்றை அடிப்படையாகக்கொண்டு வளர்ந்த நாடுகள் வளரும் நாடுகளின் பொருள்களின்மீது கட்டுப்பாடுகளை விதித்தது. இவையனைத்தும் ஜனநாயக முறையில் இல்லாமல் உலக வர்த்தக அமைப்பு கடைப்பிடித்தவையாகும்.

உலக வர்த்தக அமைப்பின் ஒப்பந்தத்தின் வழியாக வேளாண்மையினைப் பொருத்த அளவில் சறுக்கலைச் சந்திக்க வேண்டியிருந்தது. வளரும் நாடுகளில் வேளாண்மையின் முன்னேற்றத்திற்குப் பல செயல்பாடுகளைச் செய்துவந்த நிலையில் உலக வர்த்தக அமைப்பில் இணைந்ததால் அதன் சட்டதிட்டங்களை நடைமுறைப்படுத்தப்பட்டதால் வேளாண்மைச் செயல்பாடுகள் குறையத் தொடங்கின. வேளாண்மைக்கான நிலம் மற்றும் நீர் தவிர்த்து, விதை, உரம், பூச்சிக்கொல்லி போன்றவற்றுக்கு உலக வர்த்தக அமைப்பின் விதிப்படி காப்புரிமை பெறப்பட்டது. இதனால் காப்புரிமை வைத்திருந்த நிறுவனங்கள் இதன் விலைகளைத் தங்களின் கட்டுப்பாட்டிற்குள் வைத்துக்கொண்டன. மரபணு மாற்றம் செய்யப்பட்ட விதைகளை பன்னாட்டு நிறுவனங்கள் அறிமுகப்படுத்தியது. பல வளரும் நாடுகளின் வேளாண் பொருள்கள் பன்னாட்டு நிறுவனத்தினால் காப்புரிமை

பெறப்பட்டது. இவற்றைச் சாதாரண விவசாயிகள் (சிறு, குறு விவசாயிகள்) பயன்படுத்த முடியாத நிலை ஏற்பட்டது. இயல்பாகவே இந்திய விவசாயிகள் அறுவடையில் பெறப்படும் விளைச்சலின் ஒரு பகுதி தானியத்தை தங்களின் அடுத்த போக சாகுபடிக்காக விதையினை எடுத்தும் பயன்படுத்தும் முறை புழக்கத்திலிருந்து வந்தது. மரபணு மாற்றப்பட்ட விதைகளை விவசாயிகள் தங்களின் விருப்பப்படி பயன்படுத்த இயலாது. குறிப்பிட்ட காப்புரிமை பெறப்பட்ட நிறுவனங்களில் இருந்து விதைகளைப் பெற்றுத்தான் பயன்படுத்த முடியும். புதிதாக உருவாக்கப்பட்ட காப்புரிமையும், சந்தைப்படுத்தும் முறையினால் விவசாயிகள் பெரும் பாதிப்பிற்குள்ளானார்கள். இந்தியா உலக வர்த்தக அமைப்பின் ஒப்பந்தப்படி மூன்று முக்கியச் சீர்திருத்தங்களைக் கொண்டுவந்து. அதன்படி 1) சந்தை அணுகல்: அளவுக் கட்டுப்பாட்டு முறையில் பயன்படுத்தப்படும் சுங்கக் கட்டணத்தைக் குறைப்பது. 2) உள்நாட்டு ஆதரவு: குறிப்பிட்ட சில உற்பத்திப் பொருள்களுக்கு மற்றும் உற்பத்தி சாராத பொருள்களுக்கும் மானியத்தை அடுத்த 10 ஆண்டுகளில் 13.3 விழுக்காடு குறைத்தல். 3) ஏற்றுமதி மானியம்: 2005க்குள் மதிப்பின் அடிப்படையில் 24 விழுக்காடு மானியத்தை குறைத்தல் மற்றும் 14 விழுக்காடு பொருள்கள் அளவின் அடிப்படையில் குறைத்தல் ஆகும். பன்னாட்டு அளவில் இந்திய வேளாண்மைக்கு பெரும் வாய்ப்புகள் உண்டாகும் என எதிர்பார்ப்புடன் இருந்த நிலையில் பசுமைப் பெட்டி மற்றும் நீலப் பெட்டி என்ற காரணிகளைப் பயன்படுத்தி சில நிபந்தனைகளை வளரும் நாடுகள்மீது விதித்தது. இதனால் இந்திய வேளாண்மையானது அதிக அளவில் பாதிக்கப்பட்டது. சந்தைப் பொருளாதாரத்தைப் பின்பற்றி கட்டுப்பாடற்ற வர்த்தக நடைமுறையினால் வேளாண் பொருள்களின் விலை குறைந்தது (பன்னாட்டுச் சந்தையில்). இதன் விளைவு இந்தியாவில் பன்னாட்டு வேளாண் விளைபொருள்கள் இந்திய வேளாண் பொருள்களின் விலையினைவிடக் குறைவாகச் சந்தையில் கிடைத்தன. பன்னாட்டுச் சந்தையில் அதிக லாபம் பெற வாய்ப்புள்ள பொருள்களை இந்திய விவசாயிகள் பயிரிட அதிக கவனம் செலுத்தினர். இவர்கள் பெரும்பாலும் பெரிய மற்றும் நடுத்தர விவசாயிகளாக இருந்தனர். ஆனால் குறு மற்றும் சிறு விவசாயிகள் அதிகமாகப் பாதிக்கப்பட்டனர். உலக வர்த்தக அமைப்பின் வேளாண்மை ஒப்பந்தத்தால் மொத்த அளவில் விவசாயிகள் அதிக இழப்பினைச் சந்தித்தனர். இதனால்

வேளாண்மையிலிருந்து சிறு, குறு, நிலமற்ற விவசாயிகள் பெருமளவிற்கு வெளியேறத் தொடங்கினர்.

1991-92ஆம் ஆண்டைப் பொருத்த அளவில் 1990-91ல் ஏற்பட்ட பொருளாதார நெருக்கடியின் விளைவுகள் காணப்பட்டன. எனவே அரசு இவற்றைச் சரிசெய்யும் முயற்சியிலிருந்தது. பொருளாதார வளர்ச்சி இவ்வாண்டில் கணிசமாகக் குறைந்தது. இதற்கு அடிப்படையாகப் பகுதி அளவில் வேளாண்மையில் ஏற்பட்ட தோல்வியும், தொழில் வளர்ச்சி குறைந்ததுமாகும். மூன்றில்-ஒருபங்கு மக்கள் வேளாண்மையினைச் சார்ந்து வாழ்ந்தும், அதன் பங்களிப்பானது மொத்த உள்நாட்டு உற்பத்திக்கு மூன்றில்-ஒருபங்கினை மட்டுமே அளித்தது. வேளாண்மை வளர்ச்சிக்கு முதலீடு, குத்தகைச் சீர்திருத்தம், விவசாயக் கடன் அளிப்பை அதிகரித்தல், சரியான வேளாண் விலைக் கொள்கை, புதிய தொழில்நுட்பங்களை வேளாண்மையில் புகுத்துதல் போன்றவை கட்டாயத் தேவைகளாக இருந்தன. விவசாய இடுபொருள்களுக்கு வழங்கப்பட்ட மானியக் குறைப்பு நடவடிக்கையினால் இடுபொருள்களின் விலை அதிகரித்தது. அதே சமயம் விவசாயிகளுக்குக் கடன் வழங்கும் கூட்டுறவு வங்கிகள் மற்றும் வட்டார வளர்ச்சி வங்கிகள் பெரும் இழப்பில் இயங்கிக் கொண்டிருந்ததால் விவசாயிகளுக்குப் போதுமான கடன் வழங்கவில்லை. இதனால் விவசாயிகள் முறைசாரா நிதி அமைப்புகளிடமிருந்து அதிக வட்டிக்குக் கடனைப் பெற்றதால் கடன் சுமை அதிகரித்தது. அதே சமயம் அரசு 1992-93 வேளாண் விளைபொருள்களுக்குக் கணிசமான அளவிற்கு ஆதார விலையினை அறிவித்தது. 1993-94ல் தடையற்ற வர்த்தக நடைமுறையின் விளைவு வேளாண் விளைபொருள்கள் ஏற்றுமதி அதிகரிக்கத் தொடங்கியது, வேளாண்சார் தொழில்கள் பெருகத் தொடங்கின. 1993-94ல் வேலைவாய்ப்பு உறுதித் திட்டமும் பிரதமர் வேலைவாய்ப்பு திட்டமும் அறிமுகப்படுத்தப்பட்டன. 1994-95ல் பருவமழை இந்தியாவின் அனைத்துப் பகுதிகளிலும் கிடைத்ததால் வேளாண் உற்பத்தி அதிகரித்தது குறிப்பாக உணவு உற்பத்தியானது 185 மில்லியன் டன்னை எட்டியது. 1995-96ல் வேளாண்மை உற்பத்தி கணிசமான அளவில் அதிகரித்தது. அரசு பொதுவிநியோக முறையின் வழியாக உணவு தானியங்கள் வழங்க அதிகமாகக் கொள்முதல் செய்யத் தொடங்கியதால் விவசாயிகள் குறைந்தபட்ச ஆதார விலை கிடைத்து வேளாண்மையில் லாபம் பார்க்கத்

தொடங்கினர். இது வேளாண் சாகுபடியினை அதிகரிக்க உதவியது. ஆனால் இது நாட்டின் அனைத்துப் பகுதி விவசாயிகளையும் சென்றடையவில்லை என்பது குறிப்பிடத்தக்கது.

சுதந்திரம் அடைந்து 50 ஆண்டுகள் கடந்த நிலையிலும் 40 விழுக்காடு பயிரிடும் நிலப்பரப்பு மட்டுமே நீர்ப்பாசன வசதியினைப் பெற்றிருந்தது. பெரும்பாலான விவசாயிகள் மழைப் பொழிவினைச் சார்ந்திருந்தனர். நகர்ப்புறங்களில் தண்ணீர் பயன்பாடு பல்வேறு தேவைகளைப் பூர்த்தி செய்யப் பயன்படுத்தப்பட்டதால் விவசாய நீர் ஆதாரங்கள் பறிபோயின. வறட்சி, பஞ்சம், இடுபொருள்களின் விலை அதிகரிப்பு, கடன் பொறியில் வீழ்ந்தது போன்ற நிலைகளினால் விவசாய தற்கொலைகள் அதிகரித்தன. 1995-2005ஆம் ஆண்டுகளுக்கிடையே 10,000 விவசாயிகள் தற்கொலை செய்துகொண்டதாகப் புள்ளிவிவரம் தெரிவிக்கிறது. பசுமைப் புரட்சிக்குப்பின் வேளாண்மையில் அதிக அளவிற்கு இயந்திரங்களின் பயன்பாடு அதிகரிக்கத் தொடங்கியது, இதனால் வேளாண் தொழிலாளர்கள் வேலை இழப்பினைச் சந்தித்தனர், எனவே இவர்கள் கிராமங்களைத் தாண்டி நகரங்களுக்கு வேலைவாய்ப்பிற்கும், அதிக கூலி பெறவும் புலம் பெயர்ந்தனர். இதனால் குறு, சிறு விவசாயிகளின் நிலங்கள் தரிசு நிலங்களாக மாறின. வேளாண்சாராத் தொழில்கள் கிராமங்களிலும் அதிகரிக்கத் தொடங்கின, இதனால் வேளாண் சாரா வருமானம் கிராமப்புறக் குடும்பங்களில் முக்கியப் பங்கினை எடுத்துக்கொண்டது. 1991ஆம் ஆண்டு பொருளாதாரச் சீர்திருத்தத்தினால் இந்தியாவின் ஏற்றுமதி அதிகமாக உருவாகும் என்று எதிர்பார்த்த நிலையில், இந்திய வேளாண் பொருள்கள் மொத்த ஏற்றுமதியில் 14 விழுக்காடு அளவிற்கே இருந்தது.

வேளாண்சாரா பொருள்களின் மீதான தாராளமய நிலையும், வேளாண்மைப் பொருள்களின்மீது குறைந்த நிலையிலும் உத்திகள் நடைமுறைப்படுத்தப்பட்டதால் வேளாண்மை அதிக அளவிற்குப் பாதிக்கப்பட்டன. இந்திய இறக்குமதிக்கு அதிக மதிப்புடைய பொருள்களின்மீது அதிக சுங்க வரி விதிக்கப்பட்டது. இதனால் உள்நாட்டு உற்பத்திப் பொருள்கள் பாதுகாக்கப்பட்டது. 1980களிலும், 1990களிலும் இந்திய வேளாண்மைக்கான ஏற்றுமதி சார்ந்த நிலை காணப்படவில்லை. இக் காலகட்டங்களில் பல்வேறு கட்டுப்பாடுகள் வேளாண் பொருள்களின் மீது விதிக்கப்பட்டது. வேளாண் ஏற்றுமதிக் கொள்கையால் 1994 முதல் தொடர்ந்து

வேளாண் ஏற்றுமதி அதிகரித்தது. இக் கொள்கையால் பல சீர்திருத்தங்கள் (பொருள்களின் வர்த்தகத்துக்கு ஏற்ப எண்ணிக்கையை குறைத்தல், ஏற்றுமதி கட்டுப்பாட்டைத் தளர்வு செய்தல், குறைந்தபட்ச ஏற்றுமதி விலையினை ஒழித்தல் மற்றும் ஏற்றுமதிக் கடன் இருப்பை அதிகரித்தல்) நடைமுறைப்படுத்தப்பட்டது. உலக வர்த்தக அமைப்பின் சட்ட திட்டங்களை வளர்ந்த நாடுகள் வகுத்தது இதனால் இது வளர்ந்த நாடுகளுக்குச் சாதகமாகவும், வளரும் நாடுகளுக்குப் பாதகமாகவும் அமைந்தது. இந்திய வேளாண்மையின் மீதான மானியத்தைக் குறைந்தது என்பது வளர்ந்த நாடுகளுக்குச் சாதகமான நிலையினை உருவாக்கித் தந்தது. வேளாண்மை ஒப்பந்தத்தின் அடிப்படையில் கட்டுப்பாடுகளை நீக்கியது, இதனால் வேளாண்மை ஆராய்ச்சி கிராமப்புற உள்கட்டமைப்பு மீதான அரசின் ஆதரவு நிலைப்பாடு விலக்கிக்கொள்ளப்பட்டது. இதன் விளைவு மொத்த உள்நாட்டு உற்பத்திக்கு வேளாண்மையின் பங்களிப்பு குறையத் தொடங்கியது. வேளாண் தொழிலாளர்கள் பங்கேற்புக் குறைந்தது, வேளாண்மையில் லாபம் பார்க்கும் பயிர் வகைகளை (பழம், காய்கறி, பூக்கள்) பயிரிட தொடங்கினர். இதனால் தனியார் முதலீடு வேளாண்மையில் அதிகரிக்கத் தொடங்கியது. வேளாண்மையில் பொதுத்துறை முதலீடு மற்றும் மானியம் மொத்த உள்நாட்டு உற்பத்தியில் 1986-90ல் 7.92 விழுக்காடாக இருந்தது. 1991-95ல் 7.26 விழுக்காடாகக் குறைந்தது (Narasimha Reddy et al 2009). வேளாண்மையில் அரசின் முதலீடுகள் குறையத் தொடங்கின, இது வேளாண்மையின் நிலைமையினை பெரும் சிக்கலான நிலைக்குக் கொண்டுசென்றது.

10

ஐக்கிய முன்னணி அரசும் [எச்.டி.தேவகௌடா, ஐ.கே.குஜரால்] வேளாண்மையும்

"அரசியலில் வெற்றிபெற நல்ல பண்பட்ட குடும்பப் பின்னணி இருந்தால் மட்டும் போதாது. ஒருவன் வாழ்வதற்கு விவசாயியாகவும், நிலத்தை உழவு செய்யவும், பசு, எருமைகளை மேய்க்கவும் வேண்டும்."

- **தேவகௌடா**

1996ல் நடைபெற்ற நாடாளுமன்றத் தேர்தலில் காங்கிரஸ் கட்சி தோல்வியினைக் கண்டது. பாஜகவிற்கு 191 இடங்களும், காங்கிரஸ் கட்சிக்கு 140 இடங்களும், ஜனதா தளத்திற்கு 46 இடங்களும், இடதுசாரிகளுக்கு 44 இடங்களும் மற்ற கட்சிகளுக்கு 100 இடங்களிலும் கிடைத்தன. பாஜக தனிப்பெரும் கட்சியாக இருந்ததால் அடல் பிஹாரி வாஜ்பாய் தலைமையில் ஆட்சிப் பொறுப்பேற்றது. ஆனால் அரசுக்குப் பெரும்பான்மை ஆதரவு இல்லாததால் 13 நாள்கள் மட்டுமே வாஜ்பாய் பிரதம மந்திரியாக நீடித்தார். இதனை அடுத்து 13 கட்சிகளின் கூட்டுடன் ஐக்கிய முன்னணி அமைக்கப்பட்டு காங்கிரஸ் வெளியிலிருந்து ஆதரவு அளித்ததன் அடிப்படையில் இந்தியாவின் 11வது பிரதம மந்திரியாக எச்.டி.தேவகௌடா ஜூன் 1, 1996ல் பதவி ஏற்றார். அன்றிலிருந்து ஏப்ரல் 21, 1997 வரை 324 நாள்கள் இவர் பிரதமர் பதவியில் இருந்தார். காங்கிரஸ் கட்சியின் தலைமைப் பொறுப்பினை ஏற்ற சீதாராம் கேசரி அரசியல் காரணங்களுக்காகத் தேவகௌடா அரசுக்கு அளித்து வந்த ஆதரவினை காங்கிரஸ் விலக்கிக்கொண்டது. இதனை அடுத்து ஐக்கிய முன்னணியின் சார்பில் ஐ.கே.குஜரால் பிரதமரானர். காங்கிரஸ் கட்சி இவருக்கு வெளியிலிருந்து ஆதரவு அளித்தது. இவருடைய ஆட்சி பிப்ரவரி 1998வரையில் நீடித்தது (Amitab Tiwari 2016). மொத்தமாக ஐக்கிய முன்னணி அரசானது 17 மாதம் 21 நாள்கள் ஆட்சியில் இருந்தது. தேவகௌடா தன்னை ஒரு சாதாரண விவசாயி என அழைத்துக்கொண்டவர். 1991ல் நாடாளுமன்றத்தில் மன்மோகன்சிங் தாக்கல் செய்த வரவு-செலவுத் திட்டத்தில் 'வேளாண்மைக்கான மானியம் ரத்து செய்யப்படுகிறது'

என்ற அறிவிப்பினை வெளியிட்டார். இதனை எதிர்த்து தேவ கௌடா 'நான் ஒரு விவசாயி, உழவன் மகன், இதை நான் அனுமதிக்க மாட்டேன், நான் தர்ணாவில் அமர்வேன், நான் இந்த நாடாளுமன்ற அவையிலிருந்து வெளியே செல்ல மாட்டேன், இதை விளம்பரத்துக்காக நான் அப்படிச் சொல்லவில்லை' என்றார். தேவகௌடா தன்னுடைய வாழ்நாளை விவசாயிகளுக்காகவே அர்ப்பணித்துக்கொண்டவர். இவருடைய ஆட்சிக் காலத்தில் 1996-97ல் சமர்ப்பிக்கப்பட்ட வரவு-செலவு திட்டம் விவசாயிகளுக்கானதாக இருந்தது. பின்னால் அவர் பதவியிலிருந்து வெளியேறிய பின்பு பஞ்சாப் விவசாயிகள் அம்மாநிலத்தில் பயன்படுத்திய புதிய தரமான நெல் விதை ரகத்திற்குத் தேவகௌடா என்று பெயரிட்டு மகிழ்ந்தனர். இந்த ரகம் பத்தாண்டுகளுக்குமேலாக மிகவும் அறியப்பட்டதாக இருந்தது குறிப்பிடத்தக்கது. இந்திய விவசாயிகளின் தலைவராக அறியப்படும் மகேந்திரசிங் திகாயத், தேவகௌடாவை தென்னிந்தியாவின் சவுதிரி சரண்சிங் என்று அழைத்தார் (Outlook web dest, 12.12.2021).

1991ல் புதிய பொருளாதாரக் கொள்கையானது நேர்மறை விளைவுகளை ஏற்படுத்தியது. ஆனால் 1996ல் ஏற்பட்ட ஆட்சி மாற்றத்தாலும் நிலையற்ற அரசியல் நிலைப்பாட்டினாலும் எதிர்மறை விளைவுகள் ஏற்படத் தொடங்கின. 1996-97ல் மொத்த உள்நாட்டு உற்பத்தி 7.8 விழுக்காடாக இருந்தது, 1997-98ல் 5 விழுக்காடாகக் குறைந்தது. 1998-99ல் ஏற்றுமதி வளர்ச்சியானது எதிர்மறையாக இருந்தது. தொழில் வளர்ச்சியும் குறைத் தொடங்கியது. வெளிநாட்டு மூலதனங்களான அந்நிய நேரடி முதலீடு மற்றும் போர்ட்ஃபோலியோ முதலீடுகளின் வரத்து அதிக அளவில் குறையத் தொடங்கின. இது 1998-99ல் எதிர்மறையாகவும் இருந்தது. முதன்மைப் பற்றாக்குறையானது (Primary deficit) 1996-97ல் 0.6 விழுக்காடாக இருந்தது, 1997-98ல் 1.3 விழுக்காடாக அதிகரித்தது. மேலும் 1997ல் கிழக்கு ஆசியா நாடுகளின் ஏற்பட்ட பங்கு முதலீடு தொடர்பான நெருக்கடி இந்தியப் பொருளாதாரத்தைப் பாதித்தது. இதே நேரம் இந்தியாவுடன் வர்த்தக உறவுடன் இருந்த நாடுகளான ரஷ்யா, பிரேசிலும் பொருளாதார நெருக்கடிகளைச் சந்தித்து வந்தது, இது இந்தியாவிற்குப் பெரும் நெருக்கடியினை உருவாக்கியது. 1998ல் உலகப் பொருளாதார வளர்ச்சியும் குறையத் தொடங்கியது. இவை அனைத்தும் பகுதி அளவில் இந்தியப்

பொருளாதாரத்தின்மீது பாதிப்பினை ஏற்படுத்தியது. 1991ல் புதிய பொருளாதாரச் சீர்திருத்தங்கள் நேர்மறை விளைவுகளை ஏற்படுத்தியிருந்தாலும், இந்தியாவின் உள்கட்டமைப்பு மிகவும் பின்னிலையில் இருந்தது. இதன்பொருட்டு பொருளாதாரச் சீர்திருத்தத்தின் விளைவுகளைத் தொடர்ந்து முன்னெடுத்துச் செல்வதில் இடர்பாடுகள் தோன்றின. எனவேதான் அடல் பிஹாரி வாஜ்பாய் பிரதமராக இருந்த காலகட்டங்களில் உள்கட்டமைப்பை வலுப்படுத்த முன்னுரிமை அளிக்கப்பட்டது.

அரசியலில் நிலையற்ற தன்மை, சந்தர்ப்பவாதக் கூட்டாட்சி, அரசின் இரட்டை நிலைப்பாடு (சுதேசி, புதிய பொருளாதார சீர்திருத்தம்) ஆகியன 1990களின் கடைசி காலகட்டங்களில் பொருளாதாரச் சரிவிற்கு முக்கியக் காரணமாக அறியப்படுகிறது. அதே சமயம் புதிய பொருளாதாரக் கொள்கையினால் தொடர் வளர்ச்சி, தொழில் மயமாக்கல், சுயச்சார்பு, வறுமை ஒழிப்பு போன்ற தளங்களில் சிறப்பான வெளிப்பாட்டைக் காண முடிந்தது. இந்தியா அதுவரை கடைபிடித்து வந்த சோசியலிசக் கொள்கையானது கைவிடப்பட்டு புதியதான உலகமயமாக்கல் என்பதை இந்தியா உள்வாங்கிக்கொள்ளத் தொடங்கியது. கடந்த 40 ஆண்டுகளில் சுயசார்பு, தொழில் வளர்ச்சிக்கு இறக்குமதி மானியம் தேவைப்பட்டது. ஆனால் புதிய பொருளாதாரக் கொள்கையினால் மூலதனம், தொழில்நுட்பங்களும் தருவிக்கவேண்டிய கட்டாயம் உருவானது. பல்வேறு சித்தாந்தங்களைக்கொண்ட இந்தியாவில் உள்ள கட்சிகள் பொருளாதார சீர்திருத்த நடவடிக்கையினைப் பொருத்த வரையில் தேவை என்பதை உணர்ந்தன (Bipian Chandra et al 2008).

பி.வி.நரசிம்மராவின் பொருளாதாரச் சீர்திருத்தங்களை எதிர்த்த இடதுசாரிக் கட்சிகள் அடுத்து ஆட்சியில் அமர்ந்த ஐக்கிய முற்போக்குக் கூட்டணி ஆட்சியில் அமைச்சரவையில் பங்கெடுத்துக்கொண்டது குறிப்பிடத்தக்கது. இடதுசாரிகள் தனியார் மயமாக்கலைக் கடுமையாக எதிர்த்தனர், மானியங்களைக் குறைப்பதை இவர்கள் ஏற்றுக்கொள்ளவில்லை. ஒரு கட்டத்தில் அப்போது வேளாண்மைத் துறை அமைச்சராக இருந்த சதுரானன் மிஸ்ரா (இந்திய கம்யூனிஸ்ட் கட்சியைச் சார்ந்தவர்), அப்போதைய நிதி அமைச்சரான ப.சிதம்பரம் விவசாயிகள் மற்றும் ஏழை விவசாயிகளுக்குக் கிடைக்க வேண்டிய நன்மைகளைத் தடுக்கிறார் என்று குற்றம்சாட்டி தன் பதவியை ராஜினாமா செய்தார். ஆனால்

பின்னால் தன்னுடைய முடிவை மாற்றிக்கொண்டார். ஐ.கே.குஜரால் பிரதமராக இருந்தபோது மின்சாரத் துறையில் சீர்திருத்தங்களைக் கொண்டுவந்தார். தாராளமயமாக்கல் பொருளாதாரக் கொள்கையினைப் பின்பற்றி மாநில மின்சாரக் கழகங்களை வலுப்படுத்த வேண்டுமென்றார். ஐக்கிய முன்னணி அரசானது இறக்குமதியினை தாராளமயமாக்கியது. இதன்படி படிப்படியாகத் தடை செய்யப்பட்ட இறக்குமதியினைச் சிறப்பு இறக்குமதி பட்டியலுக்குக் கொண்டுசென்றது பின்னர் அது தடையற்ற இறக்குமதிப் பிரிவில் சேர்க்கப்பட்டது.

25 ஆண்டுகளுக்குப்பின் நிலக்கரி மற்றும் நிலக்கரிச் சுரங்கங்கள் தேசியமயமாக்கப்பட்டு முற்றுரிமை நிலையிலிருந்ததை முடிவுக்குக் கொண்டுவந்தனர். ஐக்கிய முன்னணி அரசானது உலக வரத்தக அமைப்புக் கூட்டம் பிப்ரவரி 1997ல் ஜெனிவாவில் நடந்தபோது கலந்துகொண்டு தொலைத்தொடர்பு உலகமயமாக்கல் ஒப்பந்தத்தில் கையெழுத்திட்டது. தகவல் தொழில்நுட்பம் உலகமயமாக்கலுக்கு உலக வர்த்தக அமைப்பின் அமைச்சரவை அளவிலான கருத்தரங்கில் கலந்துகொண்டு அதில் கொண்டுவந்த ஒப்பந்தத்தில் கையெழுத்திட்டது. தொழிலாளர் நிலை தொடர்பாக இந்தியா பன்னாட்டுத் தொழிலாளர் அமைப்பின் நடைமுறையினை ஏற்றுக்கொண்டு உலக வர்த்தக அமைப்பு நிலையினை நிராகரித்தது (Singh 2001).

மன்மோகன்சிங் 1991ல் தன்னுடைய முதல் நிதி நிலை அறிக்கையினைத் தாக்கல் செய்தபோது இந்தியப் பொருளாதாரம் மிகவும் தீவிரப் பொருளாதார நெருக்கடியினை (அந்நியச் செலாவணி கையிருப்பு வற்றியிருந்தது, செலுத்து நிலை இருப்பில் மோசமான நிலை, மொத்த உள்நாட்டு உற்பத்தி வளர்ச்சியில் கடும் சரிவு, தொழில்துறை வீழ்ச்சி, உச்ச அளவில் பணவீக்கம், இந்தியாமீது பன்னாட்டு நிதிச் சந்தையில் நம்பிக்கை இழந்த நிலை) சமாளித்து பொருளாதாரத்தை மீட்டெடுக்க வேண்டிய தருணம். ஆனால் 1996ல் ஒட்டுமொத்த பேரியல் பொருளாதார நிலைமை சிறப்பாக இருந்த நிலையில் (பொருளாதார வளர்ச்சி 7 விழுக்காடு, தொழில் துறை வளர்ச்சி 12 விழுக்காடு, பணவீக்கம் 4.5 விழுக்காடு, அந்நியச் செலாவணி கையிருப்பு 17 மில்லியன் டாலருக்குமேல்) அப்போதைய நிதி அமைச்சர் ப.சிதம்பரம் தனது முதல் நிதி நிலை அறிக்கையினைச் சமர்ப்பித்தார். இதில் முக்கியமானது மன்மோகன்சிங்கிக்குப் பொருளாதாரச் சீர்திருத்த

நடவடிக்கைகளை மேற்கொள்ள முழு சுதந்திரமும் அளிக்கப்பட்டிருந்தது. ஆனால் ப.சிதம்பரம் பங்கேற்றிருந்த அரசானது 13 கட்சிகளின் கூட்டணியாக இருந்ததால் தன்னிச்சையாகச் செயல்பட இயலாத நிலையிருந்தது.

1996-97ஆம் ஆண்டு நிதி நிலை அறிக்கையானது நீண்டகாலமாக நிறைவேற்றப்படாத பொருளாதாரச் சீர்திருத்தங்களை மையமாகக் கொண்டும், பேரியல் பொருளாதாரக் கண்ணோட்டத்துடன் காணப்பட்டது. இந்த நிதி நிலை அறிக்கையின் நோக்கங்கள் :

1) பொருளாதார வளர்ச்சியைத் தொடர்ந்து முடுக்கிவிட பொருளாதாரச் சீர்திருத்தங்களைத் தொடர்ந்து செயல்படுத்துவது, 2) குறைந்தபட்ச சேவைகளை வழங்கி வறுமையை ஒழிப்பது, 3) அனைத்துத் துறைகளிலும் வேலைவாய்ப்பை உருவாக்க வழிவகைகளைக் காண்பது, 4) நிதி மற்றும் பேரியல் பொருளாதார நிலைப்பாட்டை உருவாக்குவது, 5) உள்கட்டமைப்பின் மீது முதலீடு செய்வது, 6) மனித மூலதன வளர்ச்சியினை மேம்படுத்துவது, 7) செலுத்து நிலை இருப்பினை இயல்பான நிலைக்குக் கொண்டுவருவது போன்றவை ஆகும்.

வேளாண்மை முன்னேற்றத்திற்காகச் சிறப்பு நடவடிக்கையினை எடுக்க நிதிநிலை அறிக்கையில் குறிப்பிடப்பட்டிருந்தது. இதன்படி தேசிய விவசாய மற்றும் கிராமப்புற வளர்ச்சி வங்கியானது முதலில் ரூ.500 கோடியாகவும், பின்பு ரூ.1,000 கோடியாகவும் செலுத்தப்பட்ட மூலதனம் அளித்தது. அடுத்த ஐந்தாண்டுகளில் இதை ரூ.2,000 கோடியாக அதிகரிக்க உத்தேசித்தது, கிராமப்புற உள்கட்டமைப்பு வளர்ச்சி நிதிக்கு ரூ.2,500 கோடி கூடுதலாக நிதி ஒதுக்கீடு செய்யப்பட்டது. விரைவாக நீர்ப்பாசன நன்மையளிக்கும் திட்டங்கள் தொடங்கப்பட்டன. பெரிய நீர்ப்பாசனத் திட்டங்களை விரைந்து முடிக்க ரூ.1,000 கோடி ஒதுக்கப்பட்டது. குறிப்பாகப் பெரிய விவசாயிகள் பயன்பெறும் விதமாக டிராக்டர், எந்திரக் கலப்பை (பவர் டில்லர்) போன்றவற்றை வாங்க நேரடி மானியம் வழங்கப்பட்டது. இதைத் தவிற்று உள்கட்டமைப்பு வளர்ச்சி நிதி நிறுவனம் ரூ.5,000 கோடியில் உருவாக்கப்பட்டது. இதன்படி போக்குவரத்து, மின்சாரம், தகவல் தொடர்பு, சாலை போன்றவற்றைக் கட்டமைக்கத் திட்டமிடப்பட்டது (Bakul H Dhalakia 1996).

ஐக்கிய முன்னணி பல கட்சிகளின் கூட்டணியாக இருந்ததால் குறைந்தபட்ச பொது செயல் திட்டத்தை உருவாக்கியது. இதன்படி

100 விழுக்காடு பாதுகாப்பான குடிதண்ணீர் வழங்குதல், ஆரம்ப சுகாதார மைய வசதியினை ஏற்படுத்தித் தருதல், அனைவருக்கும் தொடக்கக் கல்வி, வீடற்ற ஏழைகளுக்கு வீட்டு வசதி, மதிய உணவுத் திட்டத்தை விரிவுபடுத்துதல், அனைத்துக் கிராமங்களுக்கும் சாலை இணைப்பை உறுதி செய்தல், பொது விநியோக முறையை வலுப்படுத்துதல் போன்றவை ஆகும். இதற்காக ரூ.2,466 கோடி நிதி ஒதுக்கீடு செய்யப்பட்டது.

1997-98ஆம் ஆண்டிற்கான நிதிநிலை அறிக்கையினை நாடாளுமன்றத்தில் அப்போதைய நிதி அமைச்சர் ப.சிதம்பரம் தாக்கல் செய்யும்போது, 1995-96ல் வேளாண்மையின் வளர்ச்சியானது 0.1 விழுக்காடாக இருந்தது, 1996-97ல் 3.7 விழுக்காடு வளர்ச்சியினை எட்டியதாகக் குறிப்பிட்டார். உணவு தானிய உற்பத்தியானது 191 மில்லியன் டன் அதிகரித்ததாகவும் ஆனால் மின்சாரத் துறையின் செயல்பாடுகள் திருப்தியாக இல்லை என்றும், ஏற்றுமதியின் வளர்ச்சி வீழ்ச்சியடைந்தது என்றும் குறிப்பிடப்பட்டது. வறுமையை ஒழிப்பதை முதன்மை நோக்கமாகக் கொண்டதால், பிரதம மந்திரி அடிப்படைக் குறைந்தபட்ச சேவைத் திட்டத்திற்குத் தொடர்ந்து முன்னுரிமை அளிக்கப்பட்டது. இதுபோல் நீர்ப்பாசன பயன்பாட்டுத் திட்டத்திற்குக் கூடுதல் நிதி ஒதுக்கப்பட்டது. கங்கா கல்யாண் யோஜனா என்ற திட்டமானது நிலத்தடி நீர் மற்றும் சமதளப் பகுதிகளின் நீரைத் திறம்படப் பயன்படுத்த மானியமும், கடனும் வழங்கப்பட்டது. இதுபோன்றே குறைந்தபட்ச பொது செயல் திட்டத்தின் வழியாக வேளாண்மை மற்றும் வேளாண்சார் தொழில்களுக்கு ஐந்து ஆண்டுகளுக்குள் இரண்டு மடங்கு அதிக அளவில் கடன் வழங்க முடிவு செய்யப்பட்டு நிதி ஒதுக்கீடு செய்யப்பட்டது. கிராமப்புற உள்கட்டமைப்பு வளர்ச்சி நிதியை சிறப்பாகச் செயல்படுத்த முதல் கட்ட திட்டங்களுக்கு ரூ.2,000 கோடி ஒதுக்கீடு செய்யப்பட்டது. தேசிய கிராமப்புற வளர்ச்சி வங்கியினை வலுப்படுத்தக் கூடுதல் நிதி ஒதுக்கப்பட்டது. உணவு தானியங்கள், சர்க்கரைக்கு மானியம் அதிகரிக்கப்பட்டது மொத்தத்தில் இந்த நிதி ஆண்டிற்கான செயல் திட்டங்கள் வேளாண்மைக்கு முக்கியத்துவம் அளிப்பதாக இருந்தது (Government of India 1997). 1996-97ல் உரத்துக்கான மானியம் ரூ.6,093 கோடியாக இருந்தது 1997-98ல் ரூ.10,026 கோடியாக அதிகரித்தது (Government of India 1999). மொத்த உள்நாட்டு உற்பத்தியில் வேளாண்மைக்கான இடுபொருள்களின் விழுக்காட்டு அளவு 1996-

97ல் 8.9 விழுக்காடாக இருந்தது 1997-98ல் 9.0 விழுக்காடாக அதிகரித்தது. இது ஒரு ஹெக்டேருக்கு ரூ.497.3 லிருந்து ரூ.509.4ஆக இவ் ஆண்டுகளில் அதிகரித்தது (Shovan Ray 2007).

1997-98ல் வேளாண் உற்பத்தி 6 விழுக்காடு வளர்ச்சியடைந்தது. ஆனால் 1998-99ல் இது 3.9 விழுக்காடாகக் குறைந்தது. இதே ஆண்டில் உணவு தானிய உற்பத்தியானது 192.26 மில்லியன் டன்னாக இருந்தது, 203.61 மில்லியன் டன்னாக அதிகரித்தது. உற்பத்தித் திறனானது ஒரு ஹெக்டேருக்கு 1552 கிலோவாக இருந்தது, 1627 கிலோவாக அதிகரித்தது. நெல், கோதுமை, எண்ணெய் வித்துக்கள், பருப்பு வகைகள், கரும்பு, சிறு தானியங்கள் போன்றவை உற்பத்தியில் நேர்மறை வளர்ச்சியடைந்தன (Shovan Ray 2007). இக்கால கட்டத்தில் இந்தியாவில் பருவ மழை சாதகமான நிலையில் இருந்தது என்பது குறிப்பிடத்தக்கது. 1995-96ல் நாட்டின் மொத்த ஏற்றுமதியில் வேளாண்மைத் துறையின் பங்கு 19.8 விழுக்காடாக இருந்தது. 1996-97ல் 20.4 விழுக்காடாக அதிகரித்தது, 1998-99ல் 18.8 விழுக்காடாகவும் குறைந்தது. 1950களில் உணவு தானிய உற்பத்தியானது ஆண்டுக்கு 3.22 விழுக்காடாக இருந்தது, 1960களில் ஆண்டுக்கு 1.72 விழுக்காடாகவும், 1970களில் ஆண்டுக்கு 3.08 விழுக்காடாகவும், 1980களில் ஆண்டுக்கு 3.5 விழுக்காடாகவும், 1990களில் 1.7 விழுக்காடாகவும் இருந்தது குறிப்பிடத்தக்கது (Government of India 1999).

1990களின் மத்தியில் வேளாண் வளர்ச்சி சரியத் தொடங்கியது (1980களில் ஆண்டுக்கு 3.5 விழுக்காடு என்றிருந்தது 1990களில் 2.7 விழுக்காடாகக் குறைந்தது). 1992-1997 ஆண்டுகளுக்கிடையே ஆண்டுக்கு 4.7 விழுக்காடு என்ற சராசரி வேளாண் வளர்ச்சி இருந்தது. ஆனால் இது 1997-2001 ஆண்டுகளுக்கிடையே ஆண்டுக்கு 1.2 விழுக்காடு என்ற அளவில் இருந்தது (Shankar Achary et al 2003). இதனால் வேளாண்மையைச் சார்ந்து வாழ்ந்த வேளாண் குடிகள் அதிக அளவிற்குப் பாதிக்கப்பட்டனர். வேளாண்சார் துறைகளான கால்நடை வளர்ப்பு, தோட்டக்கலை போன்றவை மீதும் பாதிப்பினை உண்டாக்கியது. இதற்கு முக்கியக் காரணம் நீர்ப்பாசனம், வெள்ளத் தடுப்பு, ஆராய்ச்சி, வேளாண் விரிவாக்கம், போன்றவைமீதான அரசின் முதலீடுகள் குறைந்ததாகும். பொதுத் துறை முதலீடு வேளாண்மையில் 1970கள்வரை தொடர்ந்து அதிகரித்து வந்தது. ஆனால் 1980களில் இது குறையத் தொடங்கியது. பொதுத்துறை முதலீடு உண்மை நிலையில் 1980-81ல் ரூ.1,793

கோடியாக இருந்தது 1990-91ல் ரூ.1,154 கோடியாகவும், 1996-97ல் இது ரூ.1,132 கோடியாகவும் குறைந்தது. ஆனால் தனியார் துறை முதலீடு வேளாண் துறைமீது அதிகரித்து வந்துள்ளது குறிப்பிடத்தக்கது (Government of India 1999). வேளாண் வர்த்தகத்தில் தாராளமயமாக்கப்பட்டதின் விளைவு பன்னாட்டுச் சந்தையில் அதிகம் தேவையான வேளாண் விளைபொருள்கள் பயிரிடப்பட்டன. இதன் விளைவு அதிக அளவிற்கான வேளாண் உற்பத்தியினால் பன்னாட்டுச் சந்தையில் இப்பொருள்களின் விலை ஏற்றத்தாழ்வுடன் காணப்பட்டது. இந்தியா வர்த்தகக் கட்டுப்பாட்டை நீக்கியது, சுங்க வரியினைக் குறைத்தது. 1990களின் இடையில் பன்னாட்டுச் சந்தையில் வேளாண் விளைபொருள்கள் விலை குறைந்தது போன்ற நிலைகளினால் விவசாயிகள் பெரும் இழப்பினைச் சந்தித்தனர்.

இந்தியாவின் மொத்த உள்நாட்டு உற்பத்தியானது பொருளாதாரச் சீர்திருத்ததிற்குப் பிந்தைய காலங்களில் குறைவான வேளாண் வளர்ச்சியினை அடைந்தது. வேளாண் வளர்ச்சி தொடர்ந்து வீழ்ச்சியினை அடைந்திருந்தபோதும் அதற்கு ஈடாக வேளாண் தொழிலில் ஈடுபடும் தொழிலாளர் ஆற்றல் (Labour force) குறையவில்லை. இது ஒரு முக்கிய முரண்பாடாகக் காணப்படுகிறது. நாட்டின் பொருளாதாரச் சீர்திருத்தத்தின் விளைவால் அடைந்த உயர் பொருளாதார வளர்ச்சியானது கிராமப்புறங்களில் வேலைவாய்ப்பினை உருவாக்கித் தரவில்லை. எனவே அதிகமாக வேளாண்மையில் சுய-தொழில் ஈடுபட்டிருந்தவர்களும், தொழிலாளர்களும் வெளியேறினார்கள். குறைவான வேளாண் உற்பத்தித் திறன், குறைந்த அளவிலான வேளாண் விளைபொருள்களின் விலை, வேளாண் பொருள்களின் தேவையில் வீழ்ச்சி, வேளாண்மைக்கு வெளியே தேவையான அளவில் வேலைவாய்ப்பினை உருவாக்கித் தராத நிலை, இவை அனைத்தும் வேளாண்மை 1990களின் கடைசி காலகட்டத்தில் எதிர்கொண்ட முக்கியப் பிரச்சனைகளாகும். நீர்ப்பாசனம்மீது பொதுத்துறையின் முதலீடு குறைந்து வந்தது. 1980களுக்கும் 1990களுக்கும் இடையே நீர்ப்பாசன சாகுபடிப் பரப்பானது ஆண்டுக்கு 0.8 மில்லியன் ஹெக்டேர் அதிகரித்தது. ஆனால் இது பசுமைப் புரட்சி நடைமுறைப்படுத்தப்பட்டபோது ஆண்டுக்கு 2.5 மில்லியன் ஹெக்டேர் அதிகரித்திருந்தது குறிப்பிடத்தக்கது. இதுபோல் வேளாண் ஆராய்ச்சி மற்றும் கல்விக்கு மொத்த உள்நாட்டு உற்பத்தியில் 0.5 விழுக்காடு மட்டுமே அதிகரித்திருந்தது. நிறுவனம் சார் அளிப்பும் குறைந்து வந்தது.

இதன் பங்கு மொத்த நிறுவனம் சார் கடனில் ஆண்டுக்கு 10-11 விழுக்காடு மட்டுமே இருந்தது. பெரும்பான்மையான விவசாயிகள் முறைசாரா ஆதாரங்கள் வழியாகக் கடன் பெற்றிருந்தனர், இதற்கு 30 விழுக்காட்டுக்குமேல் வட்டியாகச் செலுத்திவந்தனர். தொடர்ந்து வேளாண்மையில் லாமற்ற தன்மை, வேளாண்மை வணிகமயமாதல், அதிகரித்த கடன் சுமை போன்ற காரணங்களினால் விவசாயிகளின் தற்கொலைகள் அதிகரித்துக்கொண்டிருந்தன (Narasimha Reddy et al 2009).

அட்டவணை 16: ஒப்பீட்டு அளவிலான துறைவாரியான செயல்திறன் (விழுக்காடு)

துறைகள்	ஆண்டு வளர்ச்சி வீதம்		பொருளாதாரப் பங்களிப்பு		
	1981-1990	1991-1999	1980	1990	1999
வேளாண் துறை	3.6	3.0	39.7	32.2	25.2
தொழில் துறை	7.1	5.6	23.7	27.2	26.7
சேவைத் துறை	6.7	7.8	36.6	40.6	48.1

Source: Shankar Achary et al 2003.

அட்டவணை 17: வேளாண் உற்பத்தி, உற்பத்தித் திறன் வளர்ச்சி (விழுக்காட்டில் ஆண்டுக்கு)

உற்பத்தி	உற்பத்தி		உற்பத்தித் திறன்	
	1980-81முதல் 1989-90வரை	1990-91முதல் 2000-01வரை	1980-81முதல் 1989-90வரை	1990-91 முதல் 2000-01வரை
உணவு தானியங்கள்	2.85	1.66	2.74	1.34
உணவல்லா விளைபொருள்கள்	3.77	1.86	2.31	0.59
அனைத்து விளைபொருள்கள்	3.19	1.73	2.56	1.02

Source: Shankar Achary et al 2003.

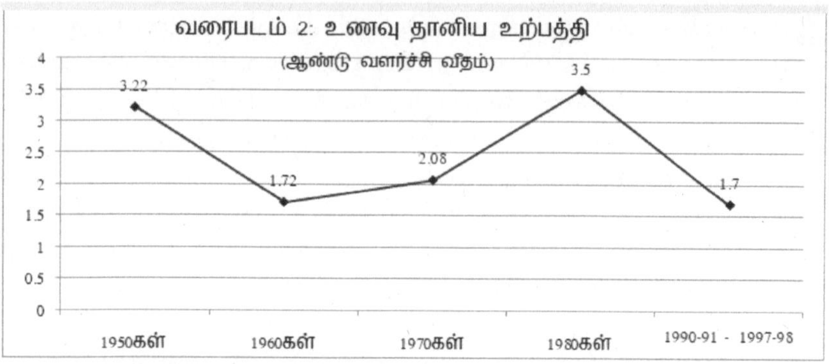

Source: Government of India (1999): Economic Survery 1998-99, Ministry of Finance, Government of India, New Delhi.

1980களின் இறுதியில் ஏற்பட்ட பொருளாதார நெருக்கடியிலிருந்து மீண்டெழ 1990களில் அமைந்த ஆட்சிகளே காரணமாக இருந்தன. இவ்வாட்சிகள் சிறுபான்மை அரசாகவும், கூட்டணி அரசாகவும் இருந்தது குறிப்பிடத்தக்கது. வேறுபட்ட சித்தாந்தங்களின் கூட்டாக இவ்வாட்சிகள் இருந்தாலும் நாட்டின் நலன் கருதி அவ்வப்போது எடுக்கப்பட்ட உத்திகள் பெருமளவிற்குக் கருத்தொற்றுமையுடன் இருந்தது குறிப்பிடத்தக்கது (Singh 2001).

ஜி.எஸ்.பல்லா மற்றும் குர்மாயில் சிங்கின் ஆய்வுக் கட்டுரையில் பொருளாதாரச் சீர்திருத்தத்தின் விளைவானது 1990-93 முதல் 2003-06ஆம் ஆண்டுகளுக்கிடையே வேளாண் வளர்ச்சியானது அதிக அளவில் வீழ்ச்சியடைந்தது. இக்கால கட்டங்களில் ஆண்டுக்கு 1.74 விழுக்காடு வேளாண் உற்பத்தி வளர்ச்சி இருந்தது. இது 1980-83 முதல் 1990-93ஆம் ஆண்டுகளுக்கிடையே பதிவான வளர்ச்சியைவிட (ஆண்டுக்கு 3.37 விழுக்காடு) மிகவும் குறைவு என்பது குறிப்பிடத்தக்கது. இந்த நிலைக்கான முக்கியக் காரணம் கிராமப்புற உள்கட்டமைப்பு, நீர்ப்பாசனம், நீர் மேலாண்மை, வேளாண் ஆராய்ச்சிமீதான முதலீடுகள் குறைந்தது எனச் சுட்டிக்காட்டுகின்றனர். புதிய பொருளாதாரக் கொள்கையின் முக்கிய விளைவாகச் சாகுபடி செய்யும் பயிர்களில் மாற்றம் ஏற்பட்டது. உணவு தானியச் சாகுபடியிலிருந்து விலகி உணவல்லாப் பயிர்களை (குறிப்பாக மதிப்பு மிக்க பயிர்கள்) நோக்கி விவசாயிகள் பயணிக்கத் தொடங்கினர். புதிய பொருளாதாரக் கொள்கை நடைமுறைப்படுத்தப்பட்டபின் கோதுமை, நெல், எண்ணெய் வித்துக்கள், கரும்பு போன்றவற்றின்

உற்பத்தித் திறன் வளர்ச்சியானது அதிக அளவிற்குக் குறைந்தது. தனியார் நிறுவனங்கள் வேளாண்மையில் ஊடுருவி உணவல்லா விளைபொருள்களை விளைவிக்க நிதி வழங்கியது. இதனால் பெருமளவிற்கான விவசாயிகள் வேளாண் சாகுபடிப் பயிர் வகைகளில் மாற்றத்தை ஏற்றுக்கொண்டனர். இவர்களில் பெருமளவிற்குப் பெரிய, நடுத்தர விவசாயிகளாக இருந்தனர் என்பது குறிப்பிடத்தக்கது. 1990-93ல் உணவு தானிய உற்பத்தியானது மொத்தப் பயிரிடும் பரப்பில் 73 விழுக்காடாக இருந்தது 2003-06ல் 68.9 விழுக்காடாகக் குறைந்தது. உணவு தானிய உற்பத்தியானது மொத்த உற்பத்தியின் மதிப்பில் 52.7 விழுக்காடாக இருந்தது, 49.6 விழுக்காடாக இக்கால கட்டத்தில் குறைந்தது (Bhalla et al 2009). முந்தைய காங்கிரஸ் ஆட்சியில் கொண்டுவரப்பட்ட பொருளாதாரச் சீர்திருத்தங்கள் தொழில் மற்றும் சேவைத் துறைகளுக்குச் சார்பானதாக இருந்தது. வேளாண்மைக்கான மானியங்கள் குறைக்கப்பட்டது, தடையற்ற வர்த்தகம் போன்றவை அதிகமாக வேளாண்மையைப் பாதித்தது. எனவே ஐக்கிய முன்னணி அரசு காலத்தில் வேளாண்மையினை முன்னிறுத்தி இரண்டாம் கட்ட சீர்திருத்தங்கள் (இடுபொருள்களுக்கான மானியங்கள் அதிகரிப்பு, நீர்ப்பாசன திட்டங்களுக்கு முன்னுரிமை, வறண்ட சாகுபடிக்கு உகந்த பகுதிகளில் பசுமைப் புரட்சி விரிவாக்கம், கிராமப்புற உள்கட்டமைப்பு வலுப்படுத்துதல்) தொடங்கப்பட்டன. ஆனால் அரசியலில் ஏற்பட்ட நிலையற்ற போக்கினாலும், அழுத்தங்களினாலும் பல திட்டங்கள் தொடர்ந்து முன்னெடுக்க முடியாத நிலை காணப்பட்டது. அடுத்தடுத்து ஏற்பட்ட அரசியல் மாற்றங்களினாலும் வேளாண்துறையின் வளர்ச்சியில் பெருமளவிற்குப் பாதிப்பினை ஏற்படுத்தியது. பொதுவாகப் புதிய பொருளாதாரச் சீர்திருத்தங்களுக்குப்பின் வேளாண்மையின் போக்குச் சரியத் தொடங்கியது.

11

தேசிய ஜனநாயகக் கூட்டணியும் [அடல் பிஹாரி வாஜ்பாய்] வேளாண்மைக்கான கிராமப்புற உள்கட்டமைப்பும்

"நாம் நமது விலைமதிப்பற்ற வளங்களைத் தேவையில்லாமல் போர்களில் வீணடிக்கிறோம்... நாம் கூலிக்கான போர் என்றால் வேலையின்மை, நோய், வறுமை மற்றும் பின்தங்கிய நிலை போன்றவற்றுடனானதாக இருக்க வேண்டும்."

- ***வாஜ்பாய்***

பொ*ருளாதாரச் சீர்திருத்தங்கள், பாபர் மசூதி இடிப்பு, பம்பாய் தொடர் குண்டு வெடிப்பு, மண்டல் குழு பரிந்துரையை நடைமுறைப் படுத்தப்பட்டது போன்ற முக்கிய நிகழ்வுகளுக்கிடையே 1996ல் நடந்த நாடாளுமன்றத் தேர்தலில் பாரதிய ஜனதா கட்சி (பா.ஜ.க.) தனித்து 161 இடங்களில் வெற்றி பெற்றது. இதனைத் தொடர்ந்து அடல் பிஹாரி வாஜ்பாய் தலைமையிலான அரசு மே 16,1996ல் பதவி ஏற்றது. ஆனால் அரசுக்குப் போதுமான எம்.பி.களின் ஆதரவு இல்லை என்பதால் மே 31,1996ல் ஆட்சியினை இழந்தது. இவர் மொத்தமாக 13 நாள்கள் மட்டுமே இக்காலகட்டத்தில் பிரதமராக இருந்துள்ளார். அடுத்து பிரதமராகப் பதவி ஏற்ற எச்.டி.தேவ கௌடா, ஐ.கே.குஜரால் ஆட்சிகள் அரசியல் நெருக்கடியினால் குறுகிய காலமே நீடித்தது. மீண்டும் 1998ல் நடந்த நாடாளுமன்றத் தேர்தலில் பா.ஜ.க. 182 இடங்களைப் பெற்றுத் தனிப்பெரும் கட்சியாகத் திகழ்ந்தது (காங்கிரஸ் 147 இடங்களில் வெற்றி பெற்றிருந்தது). தெலுங்கு தேசம், அனைத்திந்திய அண்ணா திராவிட முன்னேற்றக் கழகம் (அ.இ.அ.தி.மு.க), திரிணாமுல் காங்கிரஸ் கட்சிகளுடன் கூட்டணி அமைத்து அடல் பிஹாரி வாஜ்பாய் மீண்டும் பிரதமரானார். அ.இ.அ.தி.மு.க தன்னுடைய ஆதரவை விலக்கிக்கொண்டதால் ஏப்ரல் 1998ல் வாஜ்பாய் அரசு கவிழ்ந்தது. வாஜ்பாய், மார்ச் 1998 முதல் ஏப்ரல் 17,1999 முடிய 13 மாதங்கள் பிரதமர் பதவியில் இருந்தார். இதன்பின் காங்கிரஸ் ஆட்சி அமைக்க முயன்றும் தோல்வியடைந்ததால் நாடாளுமன்றப் பொதுத்*

தேர்தல் செப்டம்பர்-அக்டோபர் 1999ல் நடைபெற்றது. இதில் பா.ஜ.க. கூட்டணி 296 இடங்களைப் பெற்றது, காங்கிரஸ் கூட்டணி 134 இடங்களில் வெற்றி பெற்றிருந்தது. இதனைத் தொடர்ந்து வாஜ்பாய் தலைமையில் தேசிய முற்போக்குக் கூட்டணி அமைக்கப்பட்டு அதற்குத் தலைமையேற்று பிரதமராக அக்டோபர் 13, 1999 முதல் மே 2004வரை பதவி வகித்தார். மூன்றாவது முறையாகப் பிரதமராகப் பதவி வகித்தபோது முழு காலத்தையும் நிறைவு செய்தார். மேலும் காங்கிரஸ் அல்லாத முதல் பிரதமர் முழு கால அளவில் இருந்தவர் என்பது குறிப்பிடத்தக்கது (Biban Chandra 2000).

வாஜ்பாய் ஆட்சி பெரும் சவால்களின் காலமாகும். ஒரு பக்கம் கூட்டணிக் கட்சிகளின் வேறுபட்ட கொள்கைகள், மற்றொரு பக்கம் வலதுசாரிகளின் கடும் நெருக்கடி என்று ஆட்சிக் காலம் முழுக்கப் பயணித்தார். 1999ல் இந்து ராஷ்டிரா அமைத்திடவும், ராமர் கோவில் கட்டவும் வலதுசாரி அமைப்புகள் தொடர்ந்து அழுத்தம் கொடுத்தன. ஆனால் கூட்டணிக் கட்சிகள் இதற்கு கடும் எதிர்ப்பினை தெரிவித்தன. அணுகுண்டு சோதனை கடந்த காங்கிரஸ் ஆட்சியில் தள்ளிப்போடப்பட்டதை வாஜ்பாய் அரசானது மே 1998ல் ராஜஸ்தான் பாலைவனத்தில் உள்ள பொக்ரான் என்ற இடத்தில் உடனுக்குடன் மூன்று முறை சோதனையை நடத்தியது. இது இந்தியாவிற்குள் பெரிய அளவிற்கு வரவேற்பினைப் பெற்ற அதேவேளையில் மேற்கத்திய நாடுகள் கடும் கண்டனத்தைத் தெரிவித்தன. இதன் தொடர்ச்சியாக இந்தியா மீது பொருளாதாரத் தடை விதிக்கப்பட்டது. இந்தியாவின் அணு குண்டு சோதனையைத் தொடர்ந்து பாகிஸ்தானும் அணுகுண்டு சோதனையினை நடத்தியது. இதனால் இரு நாடுகளுக்கிடையே பதற்றமான சூழ்நிலை உருவானது. இதனைத் தவிர்க்கும் பொருட்டு வாஜ்பாய் இருநாடுகளுக்கிடையே பேருந்து போக்குவரத்தை 1999ல் துவக்கிவைத்தார். ஆனால் பாகிஸ்தான் இந்தியப் பகுதிகளில் தொடர்ந்து ஊடுருவி வந்தது. இந்தியாவின் கார்கில் பகுதியில் பாகிஸ்தான் ராணுவம் அத்துமீறி நுழைந்தது. இதனால் இந்தியா-பாகிஸ்தான் கார்கில் போர் உண்டானது. நூற்றுக்கணக்கான இந்தியப் படைவீரர்கள் இதில் வீர மரணம் அடைந்தனர். இந்தியா கடுமையாகப் போர் புரிந்ததாலும், பன்னாட்டு அழுத்தத்தின் காரணமாகவும் பாகிஸ்தான் ராணுவம் பின்வாங்கியது. அரசியல் காரணங்களுக்காகவே பா.ஜ.க. இதனைக் கையாண்டது என்ற விமர்சனம் முன்வைக்கப்பட்டது (Biban Chandra 2000).

டிசம்பர் 1999ல் ஆப்கானிஸ்தானில் உள்ள கந்தஹாருக்கு இந்தியப் பயணிகள் விமானம் நேபாள நாட்டின் தலைநகரான காத்மாண்டுவிலிருந்து 179 பயணிகள், 11 விமான ஊழியர்களுடன் சென்று கொண்டிருந்தபோது தீவிரவாதிகள் கடத்தினர். 36 போராளிகளை விடுவிக்க நிபந்தனை முன்வைக்கப்பட்டது. கடைசியில் மூன்று முக்கியப் போராளிகளை விடுவித்து பயணிகளை மீட்டனர். அமைதியை ஏற்படுத்த ஆக்ரா பேச்சுவார்த்தை ஜூலை 2001ல் இந்தியப் பிரதமர் வாஜ்பாய்க்கும் பாகிஸ்தான் ஜனாதிபதி பர்வேஸ் முஷ்ரப்பிற்கும் இடையே நடைபெற்றது. ஆனால் பேச்சுவார்த்தை தோல்வியில் முடிவடைந்தது. அமெரிக்காவில் செப்டம்பர் 11, 2001ல் இரட்டைக் கோபுரங்கள் அல்-கொய்தா தீவிரவாதிகளால் விமானம் மூலம் மோதி தாக்குதல் நடைபெற்றது. இதனைத் தொடர்ந்து அமெரிக்கா, இந்தியாவை அரவணைத்துச் செல்லவேண்டிய கட்டாயம் ஏற்பட்டது. எனவே இந்தியா மீது விதிக்கப்பட்ட அணு ஆயுதச் சோதனையின்போது விதிக்கப்பட்ட பொருளாதாரத் தடையை அமெரிக்கா விலக்கிக் கொண்டது (Biban Chandra 2000).

1999 மற்றும் 2000ல் இரு பெரும் புயல்கள், 2001ல் குஜராத்தில் நிலநடுக்கம், 2001ல் நாடாளுமன்றத்தின்மீது தீவிரவாதிகள் தாக்குதல், 2002-2003ல் கடுமையான பஞ்சம், 2002ல் குஜராத்தில் வன்முறையினால் படுகொலைகள் வரை நடந்தன. 2001ல் தெஹல்கா என்ற ஊடகம் பல்வேறு அரசியல் (பா.ஜ.க. உட்பட), உயர் பாதுகாப்பு அலுவலர்களின் ஊழல் குறித்த செய்திகள் தொடர்ந்து வெளியிடப்பட்டன. இது நாட்டில் பெரும் அதிர்வலைகளை உண்டாக்கியது. 2001ல் இந்திய யூனிட் டிரஸ்ட் ஊழல் நடைபெற்றது. இதனால் லட்சக்கணக்கான சிறு முதலீட்டாளர்கள் தங்களது சேமிப்பினை இழந்தனர். இதற்குப் பிரதமருக்கு நெருக்கமானவர்கள்மீது குற்றம் சாட்டப்பட்டது. இதுபோல் பெட்ரோல் நிலையங்கள், எரிவாயவு முகவர், மண்ணெண்ணெய் வியாபாரம் ஒதுக்கீட்டில் முறைகேடுகள் போன்றவை தொடர்ந்து வாஜ்பாய் அரசை அச்சுறுத்தி வந்தன. மாநில சட்டசபைத் தேர்தலில் எதிர்க்கட்சிகள் வெற்றி பெற்று வந்தன.

2003ல் எரிபொருள் நெருக்கடி சவாலை வாஜ்பாய் பிரதம மந்திரியாக இருந்தபோது எதிர்கொண்டார். மன்மோகன்சிங் நிதி அமைச்சராக இருந்தபோது அறிமுகப்படுத்தப்பட்ட பொருளாதாரச்

சீர்திருத்தங்களையும் தொடர்ந்து துணிவுடன் மேலும் பல சீர்திருத்தங்களையும் (புதுப் பொருளாதாரச் சீர்திருத்தங்கள்) நடைமுறைபடுத்தினார். பணவீக்கத்தைக் கட்டுப்படுத்த பல்வேறு நடவடிக்கைகளை எடுத்தார். 1999ல் 4.7 விழுக்காடு என்றிருந்த பணவீக்கம் 2004ல் 3.8 விழுக்காடாகக் குறைந்தது. மொத்த உள்நாட்டு உற்பத்தி வளர்ச்சி 1999ல் 6.7 விழுக்காடாக இருந்தது, 2004ல் 8 விழுக்காடாக அதிகரித்தது. பொருளாதாரம் நல்ல நிலையில் இருந்தது, அந்நியச் செலாவணி கையிருப்பில் கணிசமான இருப்பு, பணவீக்கம் கட்டுக்குள் இருந்தது போன்ற சாதகமான போக்குகளும் காணப்பட்டன.

ஒன்பதாவது ஐந்தாண்டுத் திட்டமானது வாஜ்பாய் பிரதமராக இருந்தபோது நடைமுறைப்படுத்தப்பட்டது. இத் திட்டமானது வறுமை ஒழிப்பு, வேலையின்மையினைப் போக்குதல் ஆகியவற்றை வேளாண் வளர்ச்சியினை முடுக்கிவிடுவதன் வழியாக அடைய வேண்டும் என்பதை நோக்கமாகக் கொண்டிருந்தது. எனவே வேளாண் வளர்ச்சி ஆண்டுக்கு 4.5 விழுக்காடு என்ற இலக்கினை முன்னிறுத்தியது. உணவு தானியம், எண்ணெய் வித்துக்கள், சர்க்கரை போன்றவை 1980களில் வளர்ச்சியின் அளவில் ஒப்பிடும்போது 1990களில் குறைந்து காணப்பட்டது. ஆனால் பழவகைகள், காய்கறிகள் போன்றவை வளர்ச்சியில் மேம்பட்டிருந்தது. இந்தியாவில் வேளாண்மையானது வட்டார ஏற்றத்தாழ்வுடன் இருந்தது. இந்தியாவின் கிழக்குப் பகுதிகளான கிழக்கு உத்தரப்பிரதேசம், கிழக்கு மத்தியப்பிரதேசம், பீகார், ஒடிசா, மேற்கு வங்காளம், அசாம் போன்றவை அதிக வளங்கள் உள்ள பகுதியாகும். ஆனால் அவற்றைச் சரியான முறையில் பயன்படுத்தப்படாமல் (utapped) இருந்தது. உண்மையில் இந்தப் பகுதி சரியாகப் பயன்படுத்தப்பட்டிருந்தால் நாட்டின் 50 விழுக்காடு உணவு உற்பத்தியினைப் பெற்றிருக்க முடியும். எனவே ஒன்பதாவது ஐந்தாண்டுத் திட்டமானது இதற்கான முன்னெடுப்பை மேற்கொண்டது. வேளாண்மையில் சில அறைகூவல்கள் அதன் வளர்ச்சிக்குத் தடையாக இருந்தன. அதில் குறிப்பாக மாநிலங்களில் பாதிக்கு மேற்பட்ட விளைநிலங்கள் சிறு, குறு விவசாயிகளால் சாகுபடி செய்யப்பட்டு வந்தது, குத்தகைக்குப் பயிரிடுபவர்கள் பற்றிய சரியான விவரங்கள் பெறப்படுவதில்லை, குத்தகை தாரர்கள் அதிக அளவில் விளைபொருள்களை நில உடைமையாளர்கள் பங்கிட்டுக்கொள்ளும் முறை புழக்கத்திலிருந்தது, விளைநிலப்பரப்புகள் வெள்ளத்தினால்

பாதிக்கப்படுவது, நிறுவனக் கடன் முறை மிகவும் பலவீனமாக இருந்தது, பல்வேறு காரணங்களினால் மண்ணின் தன்மை குறைந்து காணப்பட்டது, நிலத்தடி நீர்மட்டம் தொடர்ந்து குறைந்து வந்தது. இதுபோன்ற நிலைமையினை மாற்றி அமைத்து வேளாண் வளர்ச்சியினை அதிகரிக்க வாஜ்பாய் அரசு முயன்றது. இதற்காக வேளாண் உள்கட்டமைப்பினை உருவாக்குவது, குளிர்ப்பதனக் கிடங்குகளைக் கட்டமைப்பது, ரயில், துறைமுகம், தகவல் தொடர்பினை வலுப்படுத்துதல், கிராமப்புறச் சாலை இணைப்பினை ஏற்படுத்தித் தருதல் போன்றவை வாஜ்பாய் அரசு முன்னெடுத்த முக்கிய முயற்சிகள் ஆகும் (Chandra Shekhar Prasad 2009).

1980களின் பிற்பகுதியிலிருந்து 1990களின் முற்பகுதிவரை அறிமுகப்படுத்தப்பட்ட பொருளாதாரச் சீர்திருத்தங்களின் பலன் தொழில் மற்றும் சேவைத் துறைகளுக்குச் சாதகமாக இருந்தது. ஆனால் வேளாண்துறை தகுந்த பலனைப் பெற இயலவில்லை. இந்தியா சுதந்திரம் பெற்றதிலிருந்து 1990ஆம் ஆண்டுகளின் முற்பகுதிவரையில் எந்த ஒரு பெரிய சீர்திருத்தங்களும் வேளாண்மைக்காகத் தனிப்பட்டுச் சிறப்பாக நடைமுறைப்படுத்தப்படவில்லை. 1990களின் பிற்பகுதியில் வேளாண்மையினை நோக்கிய சிறப்புச் சீர்திருத்தங்கள் கொண்டுவரப்பட்டன. அதில் முக்கியமானது, உர விலையினைப் பகுதி அளவில் கட்டுப்பாட்டை நீக்குதல், வேளாண் விளைபொருள்கள் சந்தைப்படுத்தும்போது எதிர்கொள்ளும் தடைகளைக் களைவது, அத்தியாவசியப் பொருள்கள் சட்டம் 1955 கட்டுப்பாட்டில் தளர்வு செய்தல், முக்கிய வாணிபப் பயிர்களின் முன்னோக்கிய வர்த்தகத்தை நடைமுறைப்படுத்துதல், இலக்கின் அடிப்படையில் பொது விநியோக முறையினை நடைமுறைப்படுத்துதல், கிராமப்புற உள்கட்டமைப்பு வளர்ச்சி நிதியை உண்டாக்குதல், வர்த்தக அளவுக் கட்டுப்பாட்டிற்குப் பதில் வரிகளை விதிப்பது போன்றவை ஆகும் (Malrika Singh 2017).

விவசாயிகள் இயற்கைச் சீற்றங்களினால் வேளாண்மையில் தோல்வி ஏற்பட்டு இழப்பினைச் சந்திக்கின்றனர். இதனைப்போக்க ஒருங்கிணைந்த பயிர்க் காப்பீட்டுத் திட்டம் 1985ல் தொடங்கப்பட்டது. இந்தத் திட்டத்தை அனைத்து விவசாயிகளும் பயன்பெறும் வகையில் தேசிய வேளாண்மைக் காப்பீட்டுத் திட்டம் (National Agricultural Insurance Scheme) என்பது 1999-2000ல் தொடங்கப்பட்டது. இந்தத் திட்டத்தினால் 1999-2000லிருந்து 2015-16ஆம் ஆண்டுவரை 2,691 லட்சம் விவசாயிகள் பயன்

பெற்றுள்ளனர் (https://agricoop.nic.in). 2002-03ஆம் ஆண்டு நிதி நிலை அறிக்கையில் நிதி அமைச்சர் இந்திய வேளாண்மைக் காப்பீட்டு வரையறுக்கப்பட்ட நிறுவனம் தொடங்கப்படுவதை அறிவித்தார். அதுவரை வேளாண்மைக்கான காப்பீட்டுத் திட்டங்களை இந்தியப் பொது காப்பீட்டுக் கழகம் நடைமுறைப் படுத்தி வந்தது. இந்தப் புதிய அறிவிப்பினால் அனைத்து வேளாண் காப்பீட்டுத் திட்டங்களையும் இது நடைமுறைப்படுத்துகிறது. வாஜ்பாய் அரசானது 2000ல் தேசிய வேளாண் கொள்கையை அறிமுகப்படுத்தியது. இதன்படி,

1. வேளாண் ஆராய்ச்சி, மனித வள மேம்பாடு, அறுவடைக்குப் பிந்தைய மேலாண்மை மற்றும் சந்தைப்படுத்துதல், தனியார் முதலீடுகளை ஊக்கப்படுத்துவது.

2. வேளாண் வளர்ச்சி ஆண்டுக்கு 5 விழுக்காடு அதிகரிக்கச் செய்தல்.

3. நாட்டின் பல்வேறு பகுதிகளுக்கு வேளாண் விளைபொருள்களைக் கொண்டு செல்வதற்கான கட்டுப்பாடு விதிக்கப்பட்டிருந்ததை நீக்குதல்.

4. விவசாயிகளின் மேம்பாட்டிற்கு வேளாண்மைக்கு வெளியே முறைப்படுத்துதல் மற்றும் வரி வசூல் செய்யும் முறைக்குச் சரியான அளவீடுகளை உருவாக்குதல்.

5. வேளாண் வளர்ச்சிக்கான அடிப்படையான கிராமப்புற மின்சாரத்திற்கு முன்னுரிமை அளித்தல்.

6. விவசாயக் கடன் தகுந்த நேரத்திலும், போதுமான அளவிலும் விவசாயிகளுக்குக் கிடைக்க கிராமப்புறங்களில் நிதி நிறுவன முறையினை கட்டமைப்பது போன்றவையாகும்.

2000-01ல் வேளாண்மைக்கான பேரியல் மேலாண்மைத் திட்டம் (Macro Management of Agriculture Scheme) அறிமுகப்படுத்தப்பட்டது. இதன் முதன்மை நோக்கமாக உணவு தானியம் மற்றும் இதர வேளாண் விளைபொருள்களின் உற்பத்தி மற்றும் உற்பத்தித் திறனை அதிகரிப்பது ஆகும். இத் திட்டம் 17 கூறுகளை உள்ளடக்கியது. இதன்படி ஒருங்கிணைந்த தானிய மேம்பாட்டுத் திட்டம் நெல், கோதுமை, சிறுதானியங்கள் விளைவிக்கும் பகுதிகளில் மேற்கொள்வது, சிறப்புச் சணல் மேம்பாட்டுத் திட்டம், சரியான கரும்பு சாகுபடி செய்யும் திட்டம், ஒருங்கிணைந்த

மற்றும் சமமான உரம் பயன்படுத்துதல், சிறு விவசாயிகள் வேளாண் இயந்திரப் பயன்பாட்டிற்கு உட்படுத்துதல், வானம் பார்த்த விளைநிலங்களில் தேசிய நீர் மேம்பாட்டுத் திட்டம், விதை உற்பத்தி, மண் வளப் பாதுகாப்பு, கலர்-உவர்ப்பு நிலங்களை மேம்படுத்துதல், நிலப் பயன்பாட்டுக் கழகம், நலிந்தவர்களுக்குக் கடன் வழங்கக் கூட்டுறவு, கூட்டுறவு மூலம் பெண்களுக்குக் கடன் உதவி, வேளாண் கடன் நிலைப்பு நிதி, ஆதிதிராவிடர்-பழங்குடியினர்களுக்குச் சிறப்புத் திட்டம் போன்றவை இதன்மூலம் நடைமுறைப்படுத்த முயற்சிகள் மேற்கொள்ளப்பட்டன.

தேசிய விதைக் கொள்கை 2002: வேளாண்மையில் விதை ஒரு முக்கிய இடுபொருளாகும். தரமான விதைகளைப் பயன்படுத்தப்பட்டதால் இன்று வேளாண்மையில் தன்னிறைவினை அடைந்துள்ளோம். 1950ல் இந்தியாவின் உணவு தானிய உற்பத்தி 50 மில்லியன் டன் என்ற அளவில் இருந்தது. பசுமைப் புரட்சியின் விளைவால் மேம்படுத்தப்பட்ட, அதிக விளைச்சல் தரக்கூடிய விதைகளைப் பயன்படுத்தப்பட்டதால் 200 மில்லியன் டன்னிற்கும் அதிகமாக உணவு தானிய உற்பத்தி செய்யப்பட்டது. எனவே உணவு உற்பத்தியினை எதிர்காலத்தில் சிறந்த அளவிற்கு அடையவும், புதிய உணவு தானிய வகைகளை உருவாக்கவும் தேசிய விதைக் கொள்கை 2002 நடைமுறைப்படுத்தப்பட்டது (https://seednet.gov.in/).

2004ஆம் ஆண்டு வேளாண் விஞ்ஞானி எம்.எஸ்.சுவாமிநாதன் தலைமையில் தேசிய விவசாயிகள் குழு (National Commission on Farmers) அமைக்கப்பட்டது. இக்குழுவானது விவசாயிகள் மற்றும் வேளாண் துறையில் மேற்கொள்ள வேண்டிய ஆலோசனைகளை டிசம்பர் 2005 முதல் அக்டோபர் 2006 வரையில் ஐந்து முறை அறிக்கையினை அரசுக்கு அளித்தது. இதன்படி,

1. நிலம், நீர், கால்நடைகள் மற்றும் உயிரிய வளங்கள் (Bioresources) குறித்த சீர்திருத்தங்களை மேற்கொள்ளுதல்.
2. விவசாயிகளின் நண்பன் என்ற அடிப்படையில் சாகுபடி விரிவாக்கம், பயிற்சி மற்றும் அறிவாற்றல், இணைப்பு, கடன் மற்றும் காப்பீடு போன்ற சேவைகளை வழங்குதல்.
3. வேளாண் விளைபொருள்களுக்குக் கட்டுப்படியாகும் விலையினை உறுதி செய்தல்.

4. இடுபொருள்கள் மற்றும் விநியோகச் சேவைகள் அளித்தல்.
5. வேளாண் பல்கலைக்கழகங்களில் உள்ள பாடத்திட்டத்தில் மாற்றங்களைக் கொண்டுவருதல்.
6. வேளாண்மையைப் பொதுப் பட்டியலுக்குக் கொண்டுவருதல்.
7. தேசிய உணவுப் பாதுகாப்பு மற்றும் இறையாண்மைக் குழு அமைத்தல்.
8. அனைவருக்குமான பொதுவிநியோக முறை.
9. இந்திய வர்த்தக அமைப்பை நிறுவுதல்.
10. வேளாண்மைச் செலவு மற்றும் விலைக் குழுவை தன் அதிகாரம் பெற்ற அமைப்பாக மாற்றி அமைத்தல்.
11. வேளாண் விளைபொருள்களுக்கு அதன் செலவிலிருந்து கூடுதலாகக் குறைந்தது 50 விழுக்காடு குறைந்தபட்ச ஆதரவு விலையினைத் தருவது.
12. கிராமப்புற வேளாண்சார் வாழ்வாதார முயற்சியினைத் தொடங்குவது.

இந்த அறிக்கையினை மாநிலங்களுடன் விவாதித்து அரசு தேசிய விவசாயக் கொள்கை 2007க்கு ஒப்புதலுக்காக சமர்ப்பித்தது.

வேளாண்மைக்கு மிக முக்கியமானது வேளாண் பொருள்களைச் சந்தைப்படுத்துதல் ஆகும். இதற்காக வாஜ்பாய் அரசால் வேளாண் சந்தைத் தகவல் வலைப்பின்னல் (Agricultural Marketing Information Network – AGMARKNET) என்ற திட்டம் 2000ல் தொடங்கப்பட்டது. இந்தத் திட்டத்தின்படி இந்தியாவில் உள்ள அனைத்து முக்கிய வேளாண் சந்தைகளுடன் இணைப்பினை ஏற்படுத்துவது, இந்திய இணையவழிப் பொருள்கள் பரிமாற்றத்துடன் இணைப்பினை ஏற்படுத்தி, தேசியத் தகவல் மையத்தின் வழியாக நடைமுறைப்படுத்தப்படுகிறது. தேசிய அளவில் சந்தை நிலவரங்களை உடனுக்குடன் விவசாயிகளுக்குத் தெரிவிப்பது, புதிய அறைகூவல்கள் பற்றி விவசாயிகளுக்குப் புத்தாக்கம் செய்வது, வேளாண் சந்தையைத் திறம்படச் செயல்பட வைப்பது, சந்தை ஆராய்ச்சிகளை மேற்கொள்ளுதல் மற்றும் வேளாண் தொடர்பான திட்டங்களை விவசாயிகளுக்குத் தெரிவிப்பது போன்றவை ஆகும் (www.indiafilings. com/learn/agmarknet/).

தேசிய இயற்கை வேளாண்மை மேம்பாட்டுத் திட்டம் (National Project on Organic Farming) பத்தாவது ஐந்தாண்டுத் திட்ட காலத்தில் கொண்டுவரப்பட்டது. இயற்கை வேளாண்மையினை மேம்படுத்தத் தொழில்நுட்பத் திறனை உருவாக்குவது, அறிவியல் அறிவினை வளர்த்தெடுப்பது, தடைகளைக்கண்டு அவற்றைக் கடந்து வருவதுபோன்ற நிலைகளில் உதவுவதற்காக அமைக்கப்பட்டது. இதற்காக பத்தாவது திட்ட காலத்தில் ரூ.57.04 கோடியும் பதினோராவது திட்ட காலத்தில் ரூ.101 கோடியும் நிதி ஒதுக்கீடு செய்யப்பட்டன.

1998-99ல் கிசான் கடன் அட்டைத் திட்டம் நடைமுறைப்படுத்தப்பட்டது. இதன்படி விவசாயிகளுக்கு நீக்குப் போக்குடன் கடன் அளிக்கவும், செலவு-திறனுடைய முறையில் வழங்கப்படவும் வழிவகை செய்யப்பட்டது. இதனை வணிக வங்கிகள், கிராமப்புற வட்டார வளர்ச்சி வங்கிகள், கூட்டுறவு வங்கிகள், மத்தியக் கூட்டுறவு சொசைட்டி போன்றவை வழியாகக் கடன் அளிக்க வசதியை ஏற்படுத்தித் தந்தது. இதன்படி 1998-99ல் 7.84 லட்சம் கிசான் கடன் அட்டைகள் வழங்கப்பட்டன இது 2001-02ல் 93.4 லட்சமாக அதிகரித்தது. சிறு, குறு விவசாயிகள் பயன்பெறவும், மத்திய-மாநில அரசுகள் 1997-98ல் சோதனை அடிப்படையில் பயிர்க் காப்பீட்டு என்ற புதிய திட்டம் 8 மாநிலங்களில் உள்ள 24 தேர்ந்தெடுக்கப்பட்ட மாவட்டங்களில் நடைமுறைப்படுத்தப்பட்டது. பின்னர் 1999-2000ல் இந்தத் திட்டம் புதிய வடிவமாகத் தேசிய வேளாண் காப்பீட்டுத் திட்டமாக நடைமுறைப்படுத்தப்பட்டது. ஜனவரி 21, 2004ல் விவசாயிகளின் சந்தேகங்களைப் போக்கவும், வழிகாட்டவும் விவசாயிகள் தொலைபேசி மையங்கள் அனைத்து வார நாள்களிலும் காலை 6 மணி முதல் இரவு 10 மணிவரை இயங்க அனைத்து மாநிலங்களிலும் உருவாக்கப்பட்டன. மே 18, 2001ல் விவசாயத் தொழிலாளர்களுக்கு முதன்முதலில் அவர்களின் சமூகப் பாதுகாப்பையும், நலனையும் அடிப்படையாகக் கொண்டு விவசாயத் தொழிலாளர் பீமா யோஜனா (Khethihar Mazdoor Bima Yojana) என்ற புதிய திட்டம் அறிமுகப்படுத்தப்பட்டது.

வேளாண் விளைபொருள்களில் அழுகக்கூடாதது (காய்கறிகள், பூக்கள்), அழுகாமல் குறிப்பிட்ட காலம் வரை பயன்பாட்டுக்கு உடையது (தானியம், பருப்பு வகைகள்) என்று பிரிக்கலாம். வருடத்தில் சில சாகுபடிக் காலங்களில் இவை மிதமிஞ்சிய அளவில் உற்பத்தியாகி அளிப்பு அதிகரிப்பதால் விளைபொருள்களை

மிகவும் குறைந்த விலையில் விற்று பெரும் இழப்பினை விவசாயிகள் சந்திக்கின்றனர். எனவே இதனைப் போக்க 2001-02ல் கிராமப்புறச் சேமிப்புக் கிடங்குத் திட்டம் (*Gramin Bhandaran Yojana*) தொடங்கப்பட்டது. இதன்படி தனிநபர், நிறுவனங்கள், உழவர்கள், உள்ளாட்சி அமைப்புகள், அரசு சாரா அமைப்புகள் மற்றும் பல்வேறு கூட்டுறவுச் சங்கங்களுக்கு கிராமப்புறங்களில் வேளாண் சேமிப்புக் கிடங்குகள் கட்டவோ அல்லது சீரமைக்கவோ அரசு நிதி அளிக்கிறது. இதனால் வேளாண் விளைபொருள்கள் வீணாகுவதை தவிர்க்க முடியும் (*Saumitra Mohan 2017*).

வாஜ்பாயின் முக்கியப் பொருளாதாரச் சாதனைகளாகத் தங்க நாற்கரச் சாலை, பிரதம மந்திரி கிராமப்புறச் சாலைகள் திட்டம், அரசு தொழில் மற்றும் வாணிப நிலைகளில் முதலீடு விலகல் (disinvestment), நிதிப் பற்றாக்குறையினைக் குறைக்க நிதி பொறுப்புச் சட்டம், புதிய தொலைத்தொடர்புக் கொள்கை, அனைவருக்கும் கல்வி இயக்கம் (*Sarva Shiksha Abhiyan* போன்றவை ஆகும். இந்தியா சுதந்திரம் அடைந்தும் கிராமப்புறங்கள் மிகவும் பின்தங்கிய நிலையில் இருப்பதற்கான முக்கியக் காரணம் முதன்மைச் சாலைகளுடன் கிராமங்கள் இணைப்பினைப் பெற்றிருக்கவில்லை என்பதாகும். எனவே 2000ல் பிரதம மந்திரி கிராமப்புறச் சாலைகள் இணைப்புத் திட்டம் (*Pradhan Mantri Gram Sadak Yojana*) தொடங்கப்பட்டது. இதன்படி அனைத்துக் காலநிலையினைத் தாங்கக்கூடிய கிராமப்புறச் சாலை இணைப்பினை 1,000 பேர் வசிக்கக்கூடிய சமதளக் குடியிருப்புப் பகுதிகளிலும் (பின்னால் 500 நபர்கள் என்று 2007ல் மாற்றி அமைக்கப்பட்டது), மலை மற்றும் வனப் பகுதிகளில் 500 நபர்கள் வசிக்கக்கூடிய குடியிருப்புகளுக்கு (பின்னால் 250 நபர்கள் என்று 2007ல் மாற்றியமைக்கப்பட்டது) சாலை இணைப்பினை உறுதி செய்வதற்காகத் தொடங்கப்பட்டது. இதனால் கிராமப்புறங்களின் உள்கட்டமைப்பு வலுப்படுத்தப்பட்டு வேளாண் உற்பத்திப் பொருள்கள் வெளிச்சந்தையில் விற்பனைக்குக் கொண்டுசெல்லவும், விளைபொருள்களுக்கு நல்ல விலை கிடைக்கவும் வழிவகை செய்யப்பட்டது (*Saumitra Mohan 2017*). தேசிய நெடுஞ்சாலை வளர்ச்சித் திட்டம் மற்றும் பிரதம மந்திரி கிராமப்புறச் சாலை இணைப்புத் திட்டம் வழியாக 1997-2002ஆம் ஆண்டுகளுக்கிடையே 23814 கி.மீ. நீளத்திற்குத் தேசிய நெடுஞ்சாலை கூடுதலானது. தேசிய ஜனநாயகக் கூட்டணியின் ஐந்தாண்டு ஆட்சிக் காலத்தில்

60 மில்லியன் வேலைவாய்ப்புகளை உருவாக்கியது. 2002ல் இந்தியா பெரும் வறட்சியினை சந்தித்தது. இதற்குக் காரணம் இயல்பான மழையைவிட 19 விழுக்காட்டுக்குக் குறைவான மழைப்பொழிவு இருந்ததாகும். இதனால் 38 மில்லியன் டன் உணவு உற்பத்தி குறைந்தது (Amitabh Tiwari 2021).

1996-97ல் தொடங்கப்பட்ட விரைவுபடுத்தப்பட்ட நீர்ப்பாசன நன்மையளிக்கும் திட்டத்தின்கீழ் 2002ல் விரைவு செயலாற்றும் திட்டம் துவக்கப்பட்டது. 2003-04ஆம் ஆண்டு முடிய 18 நீர்ப்பாசனத் திட்டங்களுக்குக் கடன் அளிக்கப்பட்டது. பாசனப் பகுதி மேம்பாடு மற்றும் நீர் மேலாண்மைத் திட்டம் (Command Area Development and Water Management Programme) மறுசீரமைக்கப்பட்டு ஏப்ரல் 2004ல் நடைமுறைப்படுத்தப்பட்டது. இதன்படி 133 நீர்ப்பாசன திட்டங்கள் இதன் மூலம் பயன் பெற்றது. விவசாயிகளுக்கானக் கடன் அளவு 1999-2000ல் ரூ.46,268 கோடியாக இருந்தது. 2004-05ல் ரூ.85,686 கோடியாக அதிகரிக்கப்பட்டது. 1998-99ல் தொடங்கப்பட்ட விவசாயக் கடன் அட்டை திட்டம் டிசம்பர் 2004 முடிய 435 லட்சம் கடன் அட்டைகள் வழங்கப்பட்டு ரூ.1,11,459 கோடி கடன் கொடுக்கப்பட்டது. தேசிய வேளாண் காப்பீட்டுத் திட்டத்தின்படி 1999-00ல் ரபி பருவத்திலிருந்து 2004 காரீப் பருவம் முடிய 5.89 கோடி விவசாயிகள் பயன் அடைந்தனர். இத்துடன் 2003-04ல் முன்னோட்ட அடிப்படையில் விவசாயிகள் வருமானக் காப்பீட்டுத் திட்டத்தினால் (Farm Income Insurance Scheme) 2004 காரீப் பருவத்தில் 2.22 லட்சம் விவசாயிகள் பயன் பெற்றனர். இதுபோல் விதை உற்பத்தி மற்றும் பகிர்வில் நல்ல முன்னேற்றம் ஏற்பட்டது.

விவசாயிகள் அதிக உரங்கள் பயன்படுத்தக் குறைந்த விலையில் மானியத்துடன் வழங்க அரசு நடவடிக்கையை மேற்கொண்டது. உர மானியம் 2000-01ல் ரூ.13,800 கோடி வழங்கப்பட்டது. இது 2003-04ல் ரூ.11,847 கோடியாகக் குறைந்தது. வேளாண்மையை இயந்திரமயமாக்கலுக்கு அரசு முன்னுரிமை அளித்தது. இதன்படி இயந்திரமயமாக்கல் மற்றும் மின்சாரப் பயன்பாட்டின் பங்கானது 1971-72ல் 40 விழுக்காடாக இருந்தது, 2003-04ல் 84 விழுக்காடாக அதிகரித்தது.1999-2000க்கும் 2003-04க்கும் இடையில் 11.17 லட்சம் டிராக்டர்கள் விற்பனை செய்யப்பட்டன, இது ஆண்டுக்குச் சராசரியாக 2,23,333 விற்பனை அளவாக இருந்தது. இதுபோல் விசைக் கலப்பைகள் (power tillers) இதே காலகட்டத்தில் 68,034 விற்பனையானது, இது ஆண்டுக்குச் சராசரியாக 13,606 விற்பனையானது. அதேசமயம், வேளாண்மையின், மீதான

பொதுத்துறை முதலீடுகள் குறைந்து வந்தது. 1990களில் மொத்த உள்நாட்டு உற்பத்தியில் வேளாண்மைக்கான மூலதன ஆக்கமானது 1.92 விழுக்காடாக இருந்தது, 2003-04ல் 1.3 விழுக்காடாகக் குறைந்தது. இந்தியாவின் மொத்த ஏற்றுமதியில் வேளாண் பொருள்களின் ஏற்றுமதியின் பங்கானது 2002-03ல் 12.8 விழுக்காடாக இருந்தது 2003-04ல் 11.8 விழுக்காடாகக் குறைந்தது. எனவே வேளாண் ஏற்றுமதியினை ஊக்குவிக்க வெளிநாட்டு வர்த்தகக் கொள்கை 2004-2009ல் வேளாண்மைப் பொருள்களின் ஏற்றுமதிக்கு முக்கியத்துவம் அளிக்கப்பட்டது. இதன்படி சிறப்பு வேளாண் உற்பத்தித் திட்டம் (Vishesh Krishi Upaj Yojana) தொடங்கப்பட்டு பழவகைகள், காய்கறிகள், பூக்கள், சிறிய வகைக் காடுகளில் உற்பத்தியாகும் பொருள்கள் போன்றவை ஏற்றுமதி செய்ய ஊக்குவிக்கப்பட்டது. இத்துடன் வேளாண் ஏற்றுமதி மண்டலம் உருவாக்கப்பட்டது. இந்திய வேளாண் பொருள்களை ஏற்றுமதி செய்கின்ற அதேவேளையில் சில வகைப் பொருள்களை (சமையல் எண்ணெய், உலர் கொட்டைகள் மற்றும் பழங்கள், பருப்பு வகைகள்) இறக்குமதி செய்கிறது. இதன்படி மொத்த இறக்குமதியில் சராசரியாக ஆண்டுக்கு 4.6 விழுக்காடு வேளாண் பொருள்கள் பங்கெடுத்துக்கொள்கின்றன.

அட்டவணை 18: வாஜ்பாய் ஆட்சியில் இந்திய வேளாண் உற்பத்தி

வேளாண் உற்பத்தி	1998-99			2003-04		
	பரப்பு (மில்லியன் ஹெக்டேர்)	உற்பத்தி (மில்லியன் டன்)	உற்பத்தி திறன் (கி/ஹெ)	பரப்பு (மில்லியன் ஹெக்டேர்)	உற்பத்தி (மில்லியன் டன்)	உற்பத்தி திறன் (கி/ஹெ)
நெல்	44.80	86.08	1921	42.41	88.28	2051
கோதுமை	27.52	71.29	2590	26.62	72.11	2707
எண்ணெய் வித்துக்கள்	26.23	24.75	944	23.44	25.29	1072
சர்க்கரை	4.05	288.72	71203	4.00	237.31	59119
பருப்பு வகைகள்	23.5	14.91	634	24.45	14.94	623
சிறு தானியங்கள்	29.34	31.34	1068	30.76	38.12	1228

அனைத்து உணவு தானியங்கள்	125.17	203.61	1627	124.24	213.46	1707
தலா உணவு (தானியங்கள் + பருப்புகள்)	--	--	447.0 கிராம்	--	--	462.7 கிராம்

Source: Government of India (2005, 2007): Economic Survey 2004-05 & 2006-07, Ministry of Finance, Government of India.

அட்டவணை 19: இந்தியப் பொருளாதார செயல்பாடுகள் (1950-2004) (விழுக்காட்டில்)

காரணிகள்	1950-1964	1965-1979	1980-1990	1991-2004	1980-2004
மொத்த உள்நாட்டு உற்பத்தி வளர்ச்சி	3.7	2.9	5.8	5.6	5.7
தொழில் வளர்ச்சி	7.4	3.8	6.5	5.8	6.1
வேளாண் வளர்ச்சி	3.1	2.3	3.9	3.0	3.4
மொத்த முதலீட்டிற்கும் மொத்த உள்நாட்டு உற்பத்திக்கும் உள்ள விகிதம்	13	18	22.8	22.3	22.5

Source: Atul Kohli (2006): 'Politics of Economic Growth in India 1980-2005,' Economic Political Weekly, Vol 41, (14).

வாஜ்பாய் பிரதமராக இருந்த காலத்தில் இந்திப் பொருளாதாரம் உச்ச அளவான 8 விழுக்காடு வளர்ச்சியினைத் தக்க வைத்துக்கொண்டிருந்தது. அதேசமயம் பணவீக்கம் 4 விழுக்காட்டுக்குக் குறைவான அளவிலும், அந்நியச் செலாவணி கையிருப்பு அதிகமாகவும் இருந்தன. வேளாண்மையும் அதனைச் சார்ந்த துறைகளும் ஆண்டுப் பொருளாதார வளர்ச்சி வீதமானது ஏழாவது ஐந்தாண்டுத் திட்டத்தில் 3.2 விழுக்காடும், எட்டாவது ஐந்தாண்டு திட்டத்தில் 4.7 விழுக்காடும், ஒன்பதாவது ஐந்தாண்டு

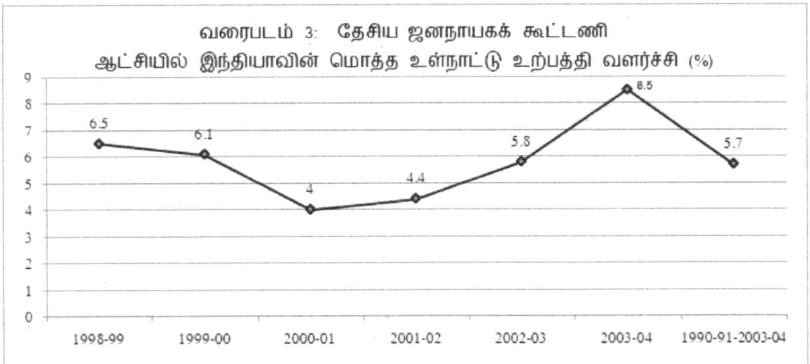

Source: Atul Kohli (2006): 'Politics of Economic Growth in India 1980-2005 Part II: The 1990s and Beyond,' Economic Political Weekly, Vol 41 (15).

திட்டத்தில் 2.1 விழுக்காடுமாக இருந்தன. இது 2003-04ஆம் ஆண்டு 9.6 விழுக்காடாக அதிகரித்தது.

இந்திய அரசின் வேளாண் வளர்ச்சித் திட்டங்கள் வறுமையை ஒழிப்பதில் முக்கிய காரணமாக்கத் திகழ்கின்றன. 1970-71ல் இந்தியாவின் வறுமைக் கோட்டிற்குக் கீழ் வாழ்பவர்கள் 59 விழுக்காடாக இருந்தது, 1977-78ல் 51.3 விழுக்காடாகவும், 1983ல் 44.5 விழுக்காடாகவும், 1993-94ல் 36 விழுக்காடாகவும், 1999-2000ல் 26.1 விழுக்காடாகவும், 2004.05ல் 22.1 விழுக்காடாகவும் குறைந்தன. ஆனால் தற்போதும் உலக அளவில் வறுமையின் கீழ் வாழ்பவர்களில் எண்ணிக்கையின் அடிப்படையில் அதிகப் பங்கினை இந்தியா பகிர்ந்துகொள்கிறது. இதற்கு முக்கியக் காரணம் தேவைக்கு அதிகமான தொழிலாளர் ஆற்றல் வேளாண்மையினைச் சார்த்திருப்பதாகும். வட்டார நிலையில் பார்த்தால் வறுமையில் வாழ்பவர்களில் பெரும் பங்கினைக் கிராமப்புறங்கள் பகிர்ந்துகொள்கின்றன. குறிப்பாக விவசாயிகள் பாதிக்குமேல் வறுமையில் வாழ்கின்றனர் என்கிறது புள்ளிவிவரம். நிலமற்ற விவசாயத் தொழிலாளர்கள், சிறு, குறு விவசாயிகள், கிராமப்புறக் கைவினைஞர்கள் அதிகமாக வறுமைக் கோட்டிற்குக்கீழ் வாழ்கின்றனர். வறுமை ஒழிப்புத் திட்டங்கள் தொடர்ந்து முன்னெடுக்கப்பட்டு வந்தாலும், அது பெருமளவிற்குக் கைகொடுக்கவில்லை. 1970களில் மகாராஷ்டிரா மாநிலத்தில் நடைமுறைப்படுத்தப்பட்ட கிராமப்புற வேலைவாய்ப்பு உறுதி திட்டம் வறுமையை ஒழிப்பதில் சிறப்பான பலனை அளித்தது. எனவே 2000களின் இடையில் இத்திட்டம் தேசிய அளவில்

நடைமுறைப்படுத்தப்பட்டது. இந்தியா உணவு உற்பத்தியில் தன்னிறைவினை அடைந்து மட்டுமல்ல, உலக அளவில் வேளாண் விளைபொருள்களை ஏற்றுமதி செய்யும் முன்னணி நாடாகவும் உள்ளது. இருந்தும் அதிக அளவிலான மக்கள் உணவின்றி வறுமைக் கோட்டின்கீழ் வாழ்கின்றனர். இதற்காக உணவுப் பாதுகாப்புச் சட்டம் 2013ல் கொண்டுவரப்பட்டது. இதன்படி குறைந்த விலையில் உணவு தானியம் பொது விநியோக முறையின்மூலமாக வழங்கப்பட்டது. இதனால் 800 கோடி மக்கள் பயன் பெறுகின்றனர். வேளாண்மையில் முக்கிய உற்பத்தியாகப் பருத்தி திகழ்கிறது. 1950-51ல் தலா துணியின் அளவு 9 மீட்டராக இருந்தது. 2002-03ல் 31.4 மீட்டராக அதிகரித்தது. பல மாநிலங்களில் ஏழை மக்களுக்கு இலவசத் துணி அளிக்கும் திட்டம் நடைமுறைப் படுத்தப்பட்டுவருகிறது. இதுபோன்று இந்தியா சுதந்திரம் அடைந்தபோது வறுமை, பாகிஸ்தானிலிருந்து அதிக அளவில் அகதிகள் வருகை போன்றவற்றால் பாதிக்கப்பட்டது. இதனால் வீடற்றவர்கள் பெருமளவிற்கு காணப்பட்டனர். இத்துடன் கிராமங்களில் பெருமளவிற்கு மண்-குடிசை வீடுகளில் வாழ்ந்து வந்தனர். இதனைப் போக்க அரசு ஏழைகளுக்கு வீடு கட்டித் தரும் திட்டங்களைப் பல்வேறு பெயர்களில் அவ்வப்போது நடைமுறைப்படுத்தியது. இதன் விளைவு வீடற்றவர்கள் எண்ணிக்கை குறைந்தது. 2011ஆம் ஆண்டு மக்கள் தொகை கணக்கெடுப்பின்படி 0.15 விழுக்காடு மக்கள் வீடற்றவர்களாக உள்ளனர். உண்ண உணவு, உடுக்க உடை, இருக்க இருப்பிடம் ஆகிய மூன்று அடிப்படைத் தேவைகளை மக்களுக்கு வழங்கத் தொடர்ந்து அரசு பல்வேறு உத்திகளை இன்றும் கடைப்பிடித்து வருகிறது.

டியாகோ மயோரானோ (2014) என்பவருடைய ஆய்வுக் கட்டுரையில், கிராமப்புறப் பொருளாதாரம் மோசமான பாதிப்பினை அடைந்ததற்கான காரணங்களை விளக்கியுள்ளார். அதன்படி (1) விவசாயிகள் கடன் பெறுவது மிகவும் கடினமாகிக் கொண்டுவந்தது, (2) பன்னாட்டுப் போட்டியிலிருந்து விவசாயிகள போதுமான அளவிற்குப் பாதுகாக்கப்படாதது, (3) பொதுத்துறை முதலீடு வேளாண்மைமீது தொடர்ந்து குறைந்து கொண்டே வந்தது போன்றவை ஆகும். ‘இவை அனைத்தும் வேளாண் துறையின் வீழ்ச்சிக்கான முக்கியக் காரணமாக இருந்துள்ளது’ என்கிறார். இந்த பாதிப்பினால் 1995-2011ஆம் ஆண்டுகளுக்கிடையே 2.7 லட்சம் விவசாயிகள் தற்கொலை செய்துகொண்டனர். 1980களில்

வேளாண்மைக்கு அளித்த முக்கியத்துவம் ஒப்பீட்டு அளவில் 1990களில் அளிக்கப்படவில்லை. குறிப்பாக மொத்த முதலீட்டில் வேளாண்மை மற்றும் கிராமப்புற வளர்ச்சிக்கான முதலீட்டு விகிதமானது தொடர்ந்து குறைந்து வந்துள்ளது. 1980ல் மொத்த திட்ட ஒதுக்கீட்டில் வேளாண்மை, கிராமப்புற வளர்ச்சி மற்றும் நீர்ப்பாசனத்திற்கு 25 விழுக்காடு ஒதுக்கீடு செய்யப்பட்டது, இது 1989ல் 19 விழுக்காடாகக் குறைந்தது, 2008ல் 18 விழுக்காடாக மேலும் குறைந்தது. ஆனால் இந்த முதலீட்டு இடைவெளியைத் தனியார் மற்றும் பொது-தனியார்-கூட்டேற்பு (PPP) வழியாக நிறைவடையச் செய்தது. இதுபோல் மொத்த முதலீட்டு ஆக்கத்தில் வேளாண்மையின் மொத்த முதலீட்டு ஆக்கமானது 1980ல் 16.1 விழுக்காடாக இருந்தது, 1999ல் 11.5 விழுக்காடாகவும், 2005ல் 7.3 விழுக்காடாகவும் குறைந்தது (Diego Maiorano 2014).

உணவு மற்றும் உரங்களுக்கு அளிக்கப்பட்ட மானியம் 1980 மற்றும் 2004க்குமிடையே மாறுபட்டு இருந்தது. இந்திரா காந்தி மற்றும் ராஜீவ் காந்தி ஆட்சிக் காலத்தில் உரத்திற்கான தலா மானியம் 600 விழுக்காடு அதிகரித்தது. ஆனால் உணவிற்கான தலா மானியம் 202 விழுக்காடு அதிகரித்திருந்தது. 1990களில் உரத்திற்கான தலா மானியமானது 160 விழுக்காடும், உணவிற்கான தலா மானியம் 308 விழுக்காடும் அதிகரித்திருந்தது. மொத்த உள்நாட்டு உற்பத்தியில் உரத்திற்கான நிதி ஒதுக்கீட்டு அளவு 0.40 விழுக்காடாக 1980ல் இருந்தது. 1989ல் 1.11 விழுக்காடாக இது அதிகரித்தது. இதுபோல் உணவிற்கு இதே காலகட்டங்களில் 0.53 விழுக்காட்டிலிருந்து 0.9 விழுக்காடாக அதிகரித்தது. இந்திய உணவுக் கழகம் நெல் மற்றும் கோதுமைக்கான கொள்முதல் விலையானது 1980களில் குறைந்திருந்தது. ஆனால் பொருளாதாரச் சீர்திருத்தக் காலங்களில் அதிகரித்துக் காணப்பட்டது (Diego Maiorano 2014). பொதுவாகப் புதுப் பொருளாதாரச் சீர்திருத்தக் கொள்கைகள் வாஜ்பாய் ஆட்சிக் காலத்தில் நடைமுறைப்படுத்தப்பட்டதில் வேளாண்மைக்கான முக்கியத்துவம் அளிக்கப்பட்டது. குறிப்பாக வேளாண் சார்ந்த உள்கட்டமைப்புகள் (சாலைகள், சேமிப்புக் கிடங்குகள்) வலுப்படுத்த முயற்சிகள் மேற்கொள்ளப்பட்டன. இதன் விளைவு கிராமப்புற மேம்பாடு, வேளாண் வளர்ச்சி போன்றவற்றில் நேர்மறை விளைவுகள் தோன்றின. ஆனால் இதனைத் தக்கவைக்க அடுத்து வரும் காலங்களிலும் வேளாண்மைக்கான நிதி ஒதுக்கீடு அதிகம் தேவை இருந்தது.

12

ஐக்கிய முற்போக்குக் கூட்டணியின் (மன்மோகன்சிங்) புது தாராளமயக் கொள்கையும் வேளாண்மையும்

"நமது நோக்கம் பொருளாதார வளர்ச்சிக்கானது மட்டுமானதல்ல, சாமானியர்களின் வாழ்க்கையை மேம்படுத்தும் வளர்ச்சியும் ஆகும்."

– **மன்மோகன்சிங்.**

இருபதாம் நூற்றாண்டின் முதல் பாதியில் இந்தியப் பொருளாதார வளர்ச்சி அரிதான வளர்ச்சியினைக் காண முடிந்தது, அடுத்த கால் நூற்றாண்டில் 3லிருந்து 4 விழுக்காடு வளர்ச்சியினையும், 20ஆம் நூற்றாண்டின் கடைசி கால் பகுதியில் 6 விழுக்காடு வளர்ச்சியினையும் கண்டது. இருபத்தியொன்றாம் நூற்றாண்டின் தொடக்க நிலையில் தொடர்ந்து விரைவான வளர்ச்சியினைப் பெற்றிருந்தாலும் அத்துடன் சமுதாயத்தில் சமனின்மை என்ற நிலையும் காணப்பட்டது. 1980க்கு முன்பு அரசியல் மற்றும் கொள்கைகள் வாணிபச் சார்பு, வளர்ச்சிச் சார்பு என்ற இரண்டிற்கும் எதிரானதாக இருந்தன. ஆனால் 1980க்குப் பின் வளர்ச்சிச் சார்பு மற்றும் வாணிபம் சார்புநிலைக்கு ஆதரவான அரசியலும், கொள்கைகளும் உருவாயின. 1990களில் சந்தைச் சார்பு நிலையினைப் பின்பற்றிய இந்தியா பன்னாட்டுப் பொருளாதாரத் தளங்களில் தடம் பதிக்கத் தொடங்கியது. வாணிபச் சார்பின் உத்திகள் உற்பத்தியாளர்களுக்கு ஆதரவானது ஆனால் சந்தைச் சார்பு உத்திகள் நுகர்வோர்களுக்கான ஆதரவான நிலையுடையன. சந்தை, சார்பு உத்திகள் போட்டியினை உருவாக்கி உற்பத்தியைப் பெருக்கும். இந்த நிலையில் பொருளாதார வளர்ச்சியும் உள்நாட்டு வாணிபமும் மேம்பாடு அடையத் தொடங்கின. அதேசமயம் இதன் விளைவுகள் அரசியல் பெருக்கத்தினால் வட்டார மற்றும் வகுப்புச் சமனின்மை அதிகரித்தது, மொழிசார் தேசியத்தின் தாக்கம் குறைந்தது, அரசியல் காரணங்களினால் நலன்சார் அணுகுமுறைகள் உருவாகின.

இந்தியாவில் தனிக் கட்சி ஆதிக்கம் முடிவுற்று கூட்டணி ஆட்சிகள் ஒன்றிய அரசியலில் தொடர்ந்து நடைமுறையிலிருந்தது.

2004ல் நடந்த நாடாளுமன்றத் தேர்தலில், காங்கிரஸ் தலைமையிலான ஐக்கிய முற்போக்குக் கூட்டணியும் (ஐ.மு.கூட்டணி), பாரதிய ஜனதா கட்சித் தலைமையிலான தேசிய ஜனநாயகக் கூட்டணியும் (தே.ஜ.கூட்டணி) போட்டியிட்டது. தேர்தல் முடிவில் ஐ.மு. கூட்டணி 218 இடங்களிலும், தே.ஜ.கூட்டணி 181 இடங்களிலும் வெற்றிபெற்றன. இதனைத் தொடர்ந்து ஐ.மு.கூட்டணியானது மன்மோகன்சிங் தலைமையில் ஆட்சியமைத்தது. இக் கூட்டணி 2004 முதல் 2009 முடிய ஆட்சியில் இருந்தது. மீண்டும் 2009ல் நடந்த நாடாளுமன்றத் தேர்தலில் 262ல் ஐ.மு.கூட்டணியும், 159ல் தே.ஜ.கூட்டணியும் வெற்றிபெற்றது. இதனைத் தொடர்ந்து மீண்டும் மன்மோகன்சிங் தலைமையில் ஆட்சி அமைந்தது. இக்கூட்டணி ஆட்சி முழுமையாக பத்து ஆண்டுகள் மே 2009 முதல் மே 2014வரை நீடித்திருந்தது. பல மாநிலக் கட்சிகள் ஐ.மு.கூட்டணியில் இடம் பெற்றிருந்ததால் குறைந்தபட்ச பொதுச் செயல் திட்டமானது உருவாக்கப்பட்டது. இதன்படி ஆண்டுக்கு 7–8 விழுக்காடு பொருளாதார வளர்ச்சி, வேளாண்மை, உற்பத்தி மற்றும் சேவைத் துறைகளில் வேலைவாய்ப்பினை உருவாக்குதல், முதலீட்டைப் பெருக்குவது, வேலைவாய்ப்புத் திட்டம் மூலம் கூலியினை அளித்து குடும்பத்திற்கான சம்பாத்தியத்தை உருவாக்குவது, வேளாண்மை மற்றும் உள்கட்டமைப்புகள்மீது கவனம் செலுத்துவது போன்றவை இடம் பெற்றிருந்தன (GoI 2004).

ஐ.மு.கூட்டணி அரசின் ஜனரஞ்சகத் திட்டங்களான தேசிய ஊரக வேலைவாய்ப்பு உறுதியளிப்புச் சட்டம், தேசிய உணவுப் பாதுகாப்புச் சட்டம், சீர்திருத்தங்களை மறுசீரமைப்பிற்கு உட்படுத்தியது மற்றும் உள்கட்டமைப்புகள்மீது அதிக கவனம் செலுத்தியது போன்றவற்றைக் குறிப்பிடலாம் (Maitreesh Ghatak et al 2014). அதே சமயம் பொருளாதார வளர்ச்சியில் தடுமாற்றம், விலை உயர்வு, இந்தியப் பணம் வலுவிழந்தது, நிதிப் பற்றாக்குறை போன்றவை ஐ.மு.கூட்டணி அரசில் காணப்பட்டது. மார்ச் 7, 2005ல் பிரதமர் மன்மோகன்சிங் பன்னாட்டு உணவுக் கொள்கை ஆராய்ச்சி நிறுவனத்தில் உரையாற்றும்போது, ‘இரண்டாவது பசுமையை புரட்சியானது பழம், காய்கறிகளின் உற்பத்தியினைப் பெருக்குவதை நோக்கமாகக் கொண்டது’ என்றார். இதற்காகத் தோட்டக்கலை இயக்கம் (mission) உருவாக்கப்பட்டு நகர்ப்புற, கிராமப்புற ஏழைகள், கருவுற்ற தாய்மார்கள் பயனடையும் வகையில் உணவு மற்றும் ஊட்டச்சத்து பாதுகாப்புத் திட்டம்

இந்தியத் திட்டக் குழுவினால் வடிவமைக்கப்பட்டதைக் குறிப்பிட்டார். 'இரண்டாவது பசுமைப் புரட்சியானது, பொது-தனியார்-பங்கேற்புடன் நடத்தப்படும் என்றும், இதனை நடைமுறைப்படுத்த அமெரிக்காவுடன் ஒன்றிணைந்து செயல்படத் தீர்மானிக்கப்பட்டது' என்றார். இதன்படி 1) நீர் ஆதாரப் பிரச்சனையை அடிப்படையாகக் கொண்டு உணவு உற்பத்தியை எதிர்கொள்ளும் வழிமுறைகளைக் காண்பது, 2) அறுவடைக்கும் பிந்தைய நிலைகளில் வீணாகும் விளைபொருள்களின் அளவினைக் குறைப்பது, சேமிப்புக் கிடங்குகளை மேம்படுத்துவது, பன்னாட்டு அளவில் விவசாயிகள் வேளாண் வாணிபத்தில் பங்கேற்பை ஊக்குவிப்பது போன்றவை முன்னெடுக்கப்பட்டன. இனி வரும் காலங்களில் இந்தியா உலக உணவுத் தேவைகளைப் பூர்த்தி செய்யும் வகையில் உணவு உற்பத்தியை அதிகரிக்கும் முயற்சியினை மேற்கொள்ளத் திட்டங்கள் தீட்டப்பட்டன.

ஐ.மு.கூட்டணி அரசைப் பொருத்தவரையில் இரண்டு முக்கிய அறைகூவல்களை எதிர்கொண்டது. அவை, 1)பொருளாதார அறைகூவல்கள் 2) அரசியல் அறைகூவல்கள் ஆகும். பொருளாதார அறைகூவல்களைப் பொருத்த அளவில் உள்கட்டமைப்புகளுக்காக விளைநிலங்களைக் கையகப்படுத்துதலின்போது பெரும் எதிர்ப்புகளை அரசு எதிர்கொண்டது. உயர் பொருளாதார வளர்ச்சியானது திறனுடைய தொழிலாளர்களின் தேவையினை அதிகரித்தது. ஆனால் அடிப்படையில் இந்தியாவால் குறைந்த திறனுடையவர்களையே உருவாக்கிக்கொண்டிருந்தது என்பது குறிப்பிடத்தக்கது. ஐ.மு.கூட்டணி அரசானது தேசிய ஊரக வேலைவாய்ப்பு உறுதியளிப்புச் சட்டத்தை நடைமுறைப்படுத்தியது. ஆனால் அதில் பல்வேறு குளறுபடிகள் காணப்பட்டன. ஏழைகளுக்கான திட்டமாக இது இருந்தாலும் அரசியல் தலையீடுகள் அதிகமாக இருந்தன. அரசியல்ரீதியாகக் காங்கிரஸில் இரட்டைத் தலைமை காணப்பட்டது. பா.ஜ.க.வின் இந்துத்துவக் கொள்கை வேரூன்றி இருந்தது. காங்கிரஸ் தலைமுறை, வாரிசு அரசியல் பெரும் விவாதப் பொருளாக மாறியது. அரசியல் ரீதியாகச் செயல்பாடுகளை மக்களுக்கு எடுத்துச் செல்வதில் தோய்வு காணப்பட்டது. நிலக்கரிச் சுரங்கம் ஒதுக்கீடு, 2ஜி அலைக்கற்றை ஒதுக்கீடு போன்றவற்றில் ஊழல் நடந்ததாகக் குற்றம் சாட்டப்பட்டது.

2004-05ஆம் ஆண்டு நிதி நிலை அறிக்கையில் வேளாண்மை, கால்நடை வளர்ப்பு, வேளாண் ஆராய்ச்சி மற்றும் கல்விக்கான

நிதி ஒதுக்கீடு அதிகரிக்கப்பட்டது. 2005-06ல் தேசிய தோட்டக்கலை இயக்கம் செயல்படுத்தப்பட்டது. இதன்படி பழங்கள், காய்கறிகள், மருத்துவத் தாவரங்கள், வாசனைப் பொருள் உற்பத்தித் தாவரங்களை விளைவிக்க முயற்சிகள் மேற்கொள்ளப்பட்டன. 2005-06ல் ஒன்றிய அரசின் உதவியுடன் வேளாண் சீர்திருத்த விரிவாக்கத்திற்கு மாநில அரசுகள் திட்டம் செயல்படுத்த நிதி உதவி அளிக்கப்பட்டது. 2005-06ல் வேளாண்மைக்கான நடைமுறை ஆராய்ச்சி முன்னோடித் திட்டத்திற்கான தேசிய நிதி உருவாக்கப்பட்டது. இத்துடன் இதேஆண்டில் தேசிய வேளாண் கண்டுபிடிப்புகளுக்கான திட்டம் தொடங்கப்பட்டது. வேளாண் சந்தைப் படுத்துதலுக்கு 2003 வேளாண் உற்பத்தி சந்தை குழு சட்டத்தின் அடிப்படையில் மேற்கொள்ளப்பட்டது. 2006ல் பாரத் நிர்மாண் என்ற கால வரம்பு (2005 – 2009) திட்டம் அறிவிக்கப்பட்டது. விரைவுபடுத்தப்பட்ட நீர்ப்பாசன நன்மையளிக்கும் திட்டம், பிராதான மந்திரி கிராமப்புறச் சாலைத் திட்டம், விரைவுபடுத்தப்பட்ட கிராமப்புற குடிநீர் வழங்கல் திட்டம், இந்திரா வீட்டு வசதி திட்டம், ராஜீவ் காந்தி கிராம மின் இணைப்பு திட்டம், கிராம பொதுத் தொலைபேசி போன்றவற்றை உள்ளடக்கி ஒரு குடையின் (பாரத் நிர்மாண்) கீழ் நடைமுறைப்படுத்தப்பட்டது. நீர் ஆதாரம். வெள்ள மேலாண்மை மற்றும் மண் அரிப்பு தடுப்புத் திட்டம் மார்ச் 2005ல் தொடங்கப்பட்டது. நீர்த் தேக்கம் பழுது பார்த்தல், மறுசீரமைப்பது, நீர்த் தேக்கத்தை மீண்டும் பெறுவது போன்றவை இந்தியாவில் 16 மாவட்டங்களில் 700 நீர்த்தேக்கங்கள் வழியாகச் செயல்படுத்தப்பட்டது. இதனால் 20,000 ஹெக்டேர் விளைநிலங்கள் பயனடைந்தன (GoI 2005).

இந்திய விவசாயிகள், நிதி நிறுவனங்கள், கூட்டுறவு, தனிநபர், உறவினர்கள், முகவர்கள், வட்டிக்காரர்கள், வியாபாரிகள் போன்ற ஆதாரங்களின் வழியாக அதிக அளவிற்குக் கடன் பெற்று வேளாண் சாகுபடி செய்பவர்களாக இருக்கின்றனர். 1951-61ல் கிராமப்புறக் கடனில் 75 விழுக்காடு முறைசாரா நிதி ஆதாரங்கள் வழியாக அதிக வட்டிக்கு வட்டிக்காரர்களிடம் பெற்றிருந்தனர். இதனைப் போக்க 1969, 1980ல் இந்திய அரசு வங்கிகளை தேசியமயமாக்கியது. இதன் விளைவு 1991ல் இவ்வகைக் கடன் 25 விழுக்காட்டிற்குக் கீழ் குறைந்தது. ஆனால் பொருளாதாரச் சீர்திருத்தங்கள் நடைமுறைப்படுத்தப்பட்டபின் முறைசார் (நிறுவனக் கடன்) திடீரென வீழ்ச்சியடைந்தது. 1992ல் நரசிம்மம் குழுவின்

பரிந்துரையான வேளாண்மைக்கு ‘இலக்கின் முன்னுரிமை அடிப்படையில் கடன் வழங்குதல்’ பரிந்துரைக்கப்பட்டதால், விவசாயிகள் அதிக வட்டிக்கு முறைசாரா நிதி ஆதாரங்கள் வழியாக மீண்டும் கடன் பெறத் தொடங்கினர். அரசு அளித்த வேளாண் விளைபொருள்களுக்கான குறைந்தபட்ச ஆதார விலை அவர்களின் சாகுபடி செலவை எதிர்கொள்ள முடியாத நிலையே இருந்தது. இதனால் விவசாயிகள் மேலும் அதிகமாகக் கடன் பெறத் தொடங்கினர். எனவே, ஐ.மு.கூட்டணி அரசானது 2004-05 முதல் 2007-08 முடிய வேளாண் கடன் வழங்கலை இரட்டிப்பு ஆக்க முயற்சிகள் மேற்கொள்ளப்பட்டன. 2003ல் வேளாண் குடிகளில் கடன்பட்டோர் 48.6 விழுக்காடாக இருந்தது 2013ல் 51.9 விழுக்காடாக அதிகரித்தது. இக் கடன் நிலை மாநிலங்களுக்கிடையே பெருத்த வேறுபாட்டுடன் காணப்பட்டது. கடன்பட்ட விவசாயிகளின் பங்கானது உச்ச அளவாக ஆந்திரப்பிரதேசத்தில் 93 விழுக்காடாகும். தேசிய அளவில் வேளாண் குடிகளில் கடன் பெற்றோரில் 60 விழுக்காட்டினர் நிறுவனம்சார் கடனாளிகள் ஆவார்கள். விவசாயப் பணிகள் மேற்கொள்ளக் குறைந்த வட்டியில் குறுகியகால கடன் வழங்க 1998ல் கிசான் கிரெடிட் அட்டை வழங்கும் திட்டம் தொடங்கப்பட்டது. இந்திய ரிசர்வ் வங்கியானது உள்ளடக்கிய நிதி முறையினைப் பின்பற்றியதால் ஐ.மு.கூட்டணி ஆட்சியின் இறுதியில் (2013ல்) விவசாயிகளுக்கு 392 லட்சம் கடன் அட்டைகள் வழங்கப்பட்டன. இவர்கள் பெறும் கடனைச் சரியான தவணைக்குள் திருப்பிச் செலுத்தப்பட்டால் பூஜ்ய வட்டி என்று அறிவிக்கப்பட்டது. அரசின் விவசாயிகளுக்குக் கடன் வழங்கும் திட்டம் சீரிய முறையில் நடைமுறைப்படுத்தப்பட்டதன் விளைவு 2003ல் வேளாண் குடிகளின் சராசரிக் கடன் ரூ.12,885லிருந்து 2013ல் ரூ.47,000ஆக அதிகரித்தது. இந்த வளர்ச்சியானது 375 விழுக்காடாக இருந்தது குறிப்பிடத்தக்கது (Sher Singh Sangwan 2015).

2008-09ஆம் ஆண்டு நிதி நிலை அறிக்கையில் விவசாயிகள், நெசவாளர்களின் கடன் ரூ.6,000 கோடி தள்ளுபடி செய்யப்பட்டது. இதனால் 3 கோடி சிறு, குறு விவசாயிகள் பயனடைந்தனர். தேசிய விவசாயக் கொள்கை செப்டம்பர் 2007ல் தேசிய விவசாயக் குழுவின் பரிந்துரையின் அடிப்படையில் உருவாக்கப்பட்டது. 2007-08ல் வேளாண்மை தொழில்நுட்ப மேலாண்மை முகவர் விரிவாக்கத் திட்டம் 300 மாவட்டங்களில் நடைமுறைப்படுத்தப்பட்டது. 2007-08ல் தேசிய உணவுப் பாதுகாப்பு

இயக்கம் துவக்கப்பட்டது. இதன்படி வேளாண் உற்பத்தித்திறனை அதிகரிக்க கோதுமை, நெல், பருப்பு உற்பத்தியை 10 மில்லியன் டன், 8 மில்லியன் டன், 2 மில்லியன் டன் என்று முறையே 11வது திட்ட கால முடிவிற்குள் அதிகரிக்க நடவடிக்கை மேற்கொள்ளப்பட்டது. தேசிய தோட்டக்கலை இயக்கம் மே 2005ல் தொடங்கப்பட்டது. இதன்படி தோட்டக்கலை வட்டார அணுகுமுறையின் அடிப்படையில் உற்பத்தியினை அதிகரிப்பது, ஊட்டச்சத்து உறுதியினை சாத்தியமாக்குவது, வேளாண் குடிகளின் வருமானத்தை உயர்த்துவது போன்றவை முன்னெடுக்கப்பட்டன. மார்ச் 2005ல் வேளாண் தொழில்நுட்ப மேலாண்மை முகவர் திட்டம் தொடங்கப்பட்டது. இதன்படி மாநில அரசுகளுக்கு தொழில்நுட்ப விரிவாக்கத்திற்கு உதவி செய்தது. மார்ச் 2006ல் தெளிப்புநீர் மற்றும் சொட்டுநீர்ப் பாசனத் திட்டம் நடைமுறைப்படுத்தப்பட்டது. இதன்படி நாடு முழுவதும் 3.4 லட்சம் ஹெக்டேர் பயனடைந்தது. அக்டோபர் 2006ல் தேசிய மூங்கில் இயக்கம் தொடங்கப்பட்டது இதன்படி மூங்கில் உற்பத்தியினை விளைவித்து வேலைவாய்ப்பை உருவாக்க முனைந்தது. 1996-97ல் தொடங்கப்பட்ட விரைவுபடுத்தப்பட்ட நீர்ப்பாசன நன்மையளிக்கும் திட்டத்திற்கு முக்கியத்துவம் அளித்து டிசம்பர் 2006 முதல் புதிய வழிகாட்டுதலுடன் நடைமுறைப்படுத்தப்பட்டது. தேசிய நீர்த்தேக்கங்கள் பழுதுபார்த்தல், மறுசீரமைத்தல், புதுப்பித்தல் திட்டம் 2005ல் ரூ.300 கோடியில் தொடங்கப்பட்டது. தேசிய உணவுப் பாதுகாப்பு இயக்கம் ஆகஸ்ட் 2007ல் தொடங்கப்பட்டது. தேசிய விவசாய மேம்பாட்டுத் திட்டம் ஆகஸ்ட் 2007ல் வேளாண் வளர்ச்சியினை அதிகரிக்க ரூ.2,500 கோடி செலவில் தொடங்கப்பட்டது. எண்ணெய் வித்துக்களுக்கான தொழில்நுட்ப இயக்கம் நடைமுறைப்படுத்தப்பட்டதன் விளைவு 1980கள் மற்றும் 1990களின் முற்பகுதியில் விளைச்சல் விரைவான அதிகரிப்பை அடைந்தது. ஆனால் 1990களில் வர்த்தகக் கட்டுப்பாடுகள் தளர்த்தப்பட்டதால் சமையல் எண்ணெய் அதிகமாக இறக்குமதியானது. இதனால் உள்நாட்டில் எண்ணெய் வித்துக்கள் பயிரிடும் விவசாயிகள் இழப்பினை எதிர்கொண்டனர், சாகுபடி செய்யும் விளைநிலப் பரப்பும் குறையத் தொடங்கியது. மீண்டும் 2001ல் இறக்குமதி செய்யப்படும் எண்ணெய் வித்துக்கள்மீது வரி விதித்ததால் சமையல் எண்ணெய் விலை உயர்வடைந்தது. இதன் தொடர்ச்சியாக விவசாயிகள் எண்ணெய் வித்துக்கள் சாகுபடி செய்ய ஆர்வம்

காட்டினர். 2010-11ல் இறக்குமதிக்கான சமையல் எண்ணெய்மீது வரி விதித்தது. இதனால் உள்நாட்டில் எண்ணெய் வித்துக்களின் சாகுபடிப் பரப்பு அதிகரித்தது.

வரைபடம் 4 :ஒன்றிய அரசின் நிதி நிலை அறிக்கையில் வேளாண்மை, கிராமப்புற மேம்பாட்டிற்கான பொதுத் துறைக்கான ஒதுக்கீடு (விழுக்காடு)

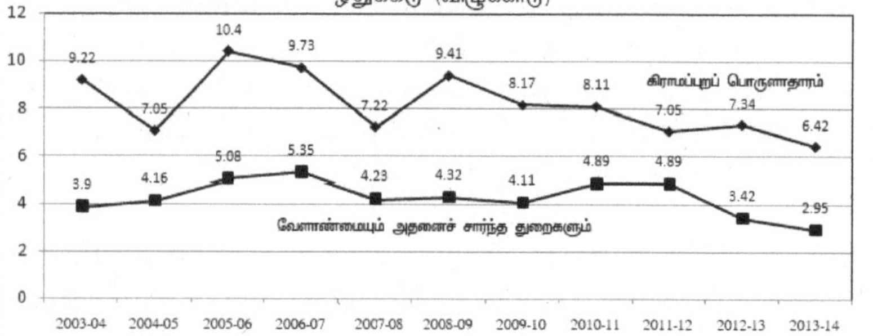

Source: Government of India (2016): Indian Public Finance Statistics 2015-2016, Ministry of Finance, Department of Economic Affairs, Economic Division. New Delhi.

ஐ.மு.கூட்டணி அரசானது கிராமப்புற மேம்பாட்டிற்குப் பல்வேறு திட்டங்களை நடைமுறைப்படுத்தியது. மகாத்மா காந்தி தேசிய கிராமப்புற வேலைவாய்ப்பு உறுதிச் சட்டம், பிரதான மந்திரி அவாஸ் யோஜனா, பிரதான மந்திரி கிராம சதக் யோஜனா, தேசிய சமுதாய உதவித் திட்டம், தேசிய கிராமப்புற வாழ்வாதார இயக்கம் போன்றவை கிராமப்புற மேம்பாட்டிற்கு மன்மோகன்சிங் அரசினால் நடைமுறைப்படுத்தப்பட்டன (Amit Basole 2017). ராஷ்டிரிய கிரிஷ் விகாஸ் யோஜனா திட்டம் 2007ஆம் ஆண்டு விவசாயம் சார்ந்த துறைகளிலிருந்து வருகின்ற வருமானத்தை ஆண்டுக்கு 4 விழுக்காடு அளவிற்கு உயர்த்த கொண்டுவரப்பட்டது. இதற்காக ரூ.25,000 கோடி நிதி ஒதுக்கீடு செய்யப்பட்டது. விதை, உரம், தோட்டக்கலை, வேளாண்மை இயந்திரமயமாக்கல், வேளாண் விரிவாக்கம், பயிர்ச் சாகுபடி, சந்தைப்படுத்துதல், பரிசோதனை ஆய்வகம், நீர்ப்பாசனம், வேளாண் ஆராய்ச்சி, நீர்த் தேக்கம் மற்றும் கூட்டுறவு போன்றவற்றின்மீதான மேம்பாட்டிற்கு கவனம் செலுத்துவதற்காக இத்திட்டம் நடைமுறைப்படுத்தப்பட்டது. கிராமப்புறங்களில் தொடர் வேலை என்பது இயலாத நிலையினை உணர்ந்து தேசிய கிராமப்புற வேலைவாய்ப்பு உறுதியளிப்பு

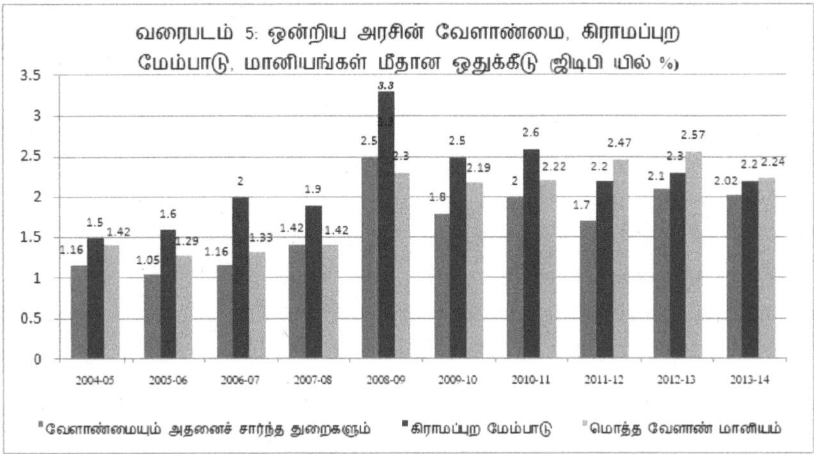

Source: GBGA (2013): "How has the Dice Rolled: Response to Union Budget 2013-14," Centre for Budget and Governanace accountability, New Delhi, www.cbgaindia.org.

சட்டம் செப்டம்பர் 2005ல் நாடாளுமன்றத்தில் நிறைவேற்றப்பட்டது. இத் திட்டம் பிப்ரவரி 2, 2006ல் நாட்டில் முதல்கட்டமாக 200 மாவட்டங்களில் ரூ.11300 கோடி ஒதுக்கீட்டில் நடைமுறைப்படுத்தப்பட்டது. 2009ல் இத்திட்டத்தை மகாத்மா காந்தி தேசிய ஊரக வேலைவாய்ப்பு உறுதியளிப்பு திட்டம் என்று பெயர் மாற்றம் செய்யப்பட்டது. இத்திட்டம் கிராமப்புறத்தில் திறன் குன்றிய உழைப்பாளர்களுக்கு ஒரு குடும்பத்தில் ஒருவருக்கு ஆண்டுக்கு 100 நாள் வேலைவாய்ப்பினை அளிப்பதை நோக்கமாக்க கொண்டது. இத் திட்டத்தினால் கிராமப்புற உள்கட்டமைப்பு வலுப்படுத்தக் குறிப்பாக நீர் ஆதாரங்களை மேம்படுத்துவதை முதன்மைக் குறிக்கோளாகக் கொண்டிருந்தது. இத் திட்டத்தில் சம்பூர்ணா கிராமின் ரோஜ்கர் யோஜனா திட்டமும், உணவுக்கு வேலைத் திட்டமும் ஒன்றாக இணைக்கப்பட்டு நடைமுறைப்படுத்தப்பட்டது. 2007-08ல் இத் திட்டம் 330 மாவட்டங்களிலும், 2008-09ல் 596 மாவட்டங்களிலும் விரிவுபடுத்தப்பட்டது. மகாத்மா காந்தி தேசிய ஊரக வேலை உறுதியளிப்பு திட்டத்தின் வழியாக ஐ.மு.கூட்டணி ஆட்சி காலத்தில் 2006-07ல் 90.5 கோடி மனித வேலைநாள்கள் உருவாக்கப்பட்டது. 2009-10ல் இது 283.6 கோடியாகவும், 2013-14ல் இது 220.4 கோடியாகவும் அதிகரித்தது (Ashok Pankaj 2017). இத்திட்டம் கிராமப்புறப் பஞ்சாயத்துகள் வழியான

நடைமுறைப்படுத்தப்பட்டது. ஐ.மு.கூட்டணி அரசானது 2004ல் முதன் முறையாக பஞ்சாயத்து ராஜ் அமைச்சகத்தைத் துவக்கி கிராமப்புற மேம்பாட்டிற்கு தனிக் கவனம் செலுத்தியது குறிப்பிடத்தக்கது (GBGA 2009). கால்நடைகள் வேளாண்மை வளர்ச்சிக்கும், கிராமப்புற வருமானப் பெருக்கத்திற்கும் முக்கிய பங்காற்றுவதால் 2013-14ல் தேசிய கால்நடை இயக்கம் ரூ.307 கோடி மதிப்பீட்டில் தொடங்கப்பட்டது. 2014ல் ஒருங்கிணைந்த தோட்டக்கலை மேம்பாட்டு இயக்கம் தொடங்கப்பட்டது. இதன்படி பழங்கள், காய்கறிகள், காளான், பூக்கள், நறுமணப் பொருள்கள், மரங்கள் போன்றவை வளர்ப்பதாகும். இதன்படி 11வது திட்டக் காலத்தில் இவற்றை பயிரிட 23.4 லட்சம் ஹெக்டேர் விளைநிலங்களை அதிகரிக்கத் திட்டமிடப்பட்டது. 2012ல் சி.ரங்கராஜன் தலைமையில் அமைக்கப்பட்ட இந்தியாவின் சர்க்கரை துறை முறைப்படுத்துதல் அறிக்கையின்படி கரும்பு விவசாயிகள் பயனடையும் வகையில் நடைமுறைப்படுத்தப்பட்டது. இதில் முக்கியமானது, சர்க்கரையைக் கொள்முதல் செய்து பொது விநியோக முறையில் மக்களுக்கு வழங்கப்பட வேண்டும் என்பதாகும். 2010-11ல் இந்தியாவின் கிழக்குப் பகுதியில் பசுமைப் புரட்சியை நடைமுறைப்படுத்த ரூ.400 கோடி 2010-11 மற்றும் 2011-12ஆம் ஆண்டுகளுக்கு ஒதுக்கீடு செய்யப்பட்டது, இது 2012-13ல் ரூ.1,000 கோடியாக அதிகரித்தது (GoI 2013).

விவசாயிகள் தற்கொலைகள் அதிகரித்து வருவதைத் தடுப்பதற்காகப் பேரா.ராதாகிருஷ்ணன் தலைமையில் கிராமப்புறக் கடன் நிலைக்கான வல்லுநர் குழு 2006ல் அமைக்கப்பட்டது. இக்குழு ஜூலை 2007ல் தனது அறிக்கையை அரசுக்குச் சமர்ப்பித்தது. அதில் அளவுக்கு அதிகமான மக்கள் வேளாண்மையினைச் சார்ந்திருக்கின்றனர், கிராமப்புறம் தொடர்ந்து பெருமளவிற்குப் பன்முகமடையாமல் உள்ளது, தலா வேளாண் சாகுபடி பரப்பு குறைந்து வருகிறது, பாசனத்திற்கான தண்ணீரின் தேவை அதிகரித்து வருகிறது, வட்டார ஏற்றத் தாழ்வு அதிகரிப்பு, கடன் இருப்பில் பற்றாக்குறை, வேளாண்மையின் மீதான பொதுத் துறை முதலீடு போதுமான அளவிற்கு இல்லாமல் உள்ளது, குறைவான தொழில்நுட்பப் பயன்பாடு, சுற்றுப்புறச்சூழல் பாதிப்படைந்திருப்பதுபோன்ற அறைகூவல்களை இந்திய வேளாண்மை சந்திக்கிறது என்று குறிப்பிட்டுள்ளது. இந்த அடிப்படையில் பிரதம மந்திரி தொகுப்பை நாட்டில்

31 மாவட்டங்களில் ரூ.28,000 கோடிக்கு அடுத்த மூன்றாண்டுகளுக்கு நடைமுறைப்படுத்தியது (GoI 2007). 2007-08ல் கிராமப்புறத்தில் உள்ள நிலமற்ற குடும்பங்களுக்கான சமூகப் பாதுகாப்புத் திட்டமான ஆம் ஆத்மி பீமா யோஜனா தொடங்கப்பட்டது. 2009ல் தென்மேற்கு பருவமழை பற்றாக்குறை, 2010-11ல் சில மாநிலங்களில் வறட்சி, 2012-13ல் தாமதமான பருவ மழை போன்ற நிலைகள் நிலவின. அதே சமயம் எப்போதும் இல்லாத அளவாக 2011-12ல் உணவு தானியம் 259.32 மில்லியன் டன் உற்பத்தியானது. எட்டாவது திட்ட காலத்தில் வேளாண் வளர்ச்சி சராசரியாக 4.8 விழுக்காடும், 9வது திட்டத்தில் 2.5 விழுக்காடும், 10வது திட்டத்தில் 2.4 விழுக்காடும், 11வது திட்ட காலத்தில் 3.6 விழுக்காடும் இருந்தது (GoI 2013). எனவே நீடித்த வேளாண் வளர்ச்சியினைக் கருத்தில் கொண்டு 12வது திட்டக் காலத்தில் ஆண்டுக்கு 4 விழுக்காடு வேளாண் வளர்ச்சியினை உறுதிசெய்ய முடிவெடுத்தது. ஆனால் இத்திட்டத்தை நடைமுறைப்படுத்துவதற்கு முன்பு ஐ.மு.கூட்டணி ஆட்சி முடிவுற்றதால் இதனை நடைமுறைப்படுத்த இயலவில்லை.

இந்தியாவில் பொருளாதாரச் சீர்திருத்த நடைமுறைக்குப் பிந்தைய காலங்களில் பல முதன்மைப் பயிர்களின் உற்பத்தியும், உற்பத்தித் திறனும் 1980களில் அதிகரித்திருந்தது. ஆனால் 2001 – 2010ஆம் ஆண்டுகளுக்கிடையே பருப்பு மற்றும் பருத்தியின் உற்பத்தியும், உற்பத்தித்திறனும் அதிகரித்தது. நெல், சர்க்கரை, கோதுமை உற்பத்தியும், உற்பத்தித்திறனும் 1980களுடன் ஒப்பிடும்போது 1990களில் அதிகரித்திருந்தது. பருத்தி உற்பத்தி 2000-01 மற்றும் 2009-10ஆம் ஆண்டுகளுக்கிடையே அதிக வளர்ச்சியை அடைந்ததற்கு முக்கியக் காரணம் பி.டி.பருத்தி ரக தொழில்நுட்பமாகும். ஆனால் இதனைச் சாகுபடி செய்ய அதிகச் செலவும், இடரும் இருந்ததால் 2010-11 மற்றும் 2015-16ல் உற்பத்தி வளர்ச்சி, உற்பத்தித்திறன் குறைந்தது.

அட்டவணை 20: வேளாண்மை செயல்பாடுகள் (1981-2013-14) (விழுக்காடு)

விவரங்கள்	1981-82 முதல் 1989-90 வரை	1990-91 முதல் 1999-00 வரை	2000-01 முதல் 2009-10 வரை	2010-11 முதல் 2013-14 வரை
வேளாண் வளர்ச்சி	2.90	2.80	2.40	2.10
மொத்த உள்நாட்டு உற்பத்தி வளர்ச்சி	4.70	5.30	6.80	3.70
மொத்த நீர்பாசனப் பரப்பு வளர்ச்சி	2.07	2.28	1.11	1.36
உணவு தானிய உற்பத்தி வளர்ச்சி	2.80	1.79	1.03	0.66

Source: Shantanu De Roy (2014): 'Economic Reforms and Agricultural Growth in India,' Economic and Political Weekly, Vol 52 (9), pp 67-72.

அட்டவணை 21: ஐக்கிய முற்போக்கு கூட்டணி அரசில் வேளாண்மையின் போக்கு

விவரங்கள்	2003-04	2004-05	2005-06	2006-07	2007-08	2008-09	2009-10	2010-11	2011-12	2012-13	2013-14
உண்மை வேளாண் வளர்ச்சி	9.0	0.2	5.1	4.2	5.8	0.1	1.0	7.7	3.6	1.8	3.7
ஜிடிபி-க்கு வேளாண்மையின் பங்கு	20.3	19.0	18.3	17.4	16.8	15.8	14.7	14.5	14.1	13.7	13.9
வேளாண்மையின் மூலதன ஆக்கம் (ஜிடிபி-யில் %)	2.1	2.1	2.2	2.2	2.3	2.7	2.6	2.3	2.4	NA	NA
உணவு தானிய உற்பத்தி (மி.ட)	213	198	209	217	231	236	218	245	259	255	266

தலா உணவு தானிய இருப்பு (கிராம்)	438	463	422	445	443	436	444	437	454	450	401
குறைந்த பட்ச ஆரவு விலை(ரூ) நெல்											
(சாதாரணம்)	550	560	570	620	745	900	1000	1000	1080	1250	NA
கோதுமை	630	540	700	850	1000	1080	1000	1170	1285	1350	NA

Source: GoI (2017): Economic Survey 2016-17, Ministry of Finance, Government of India, New Delhi.

அட்டவணை 22: ஐக்கிய முற்போக்குக் கூட்டணி, தேசிய ஜனநாயகக் கூட்டணி ஒப்பீடு

ஆண்டு சராசரி	தேஜகூ (1998-04)	ஐமுகூ-I (2004-09)	ஐமுகூ-II (2009-13)	ஐமுகூ (2004-13)
உண்மையான மொத்த உள்நாட்டு உற்பத்தி வளர்ச்சி (%)	5.9	8.0	7.0	7.6
பொதுப் பணவீக்கம் (தொழிற்சாலைப் பணியாளர்கள்) (%)	5.4	6.1	10.4	8.1
உணவுப் பணவீக்கம் (தொழிற்சாலைப் பணியாளர்கள்) (%)	4.2	7.0	11.6	9.0
நிதிப்பற்றாக்குறை (ஜிடிபி யில் % ஆண்டுக்கு)	5.5	3.9	5.5	4.6
அந்நியச் செலாவணி வரத்து (பில்லியன் டாலர்)	2.85	15.44	16.19	20.22
வேளாண்மைக்கான விவசாயக் கடன் வளரச்சி (%)	135.97	140.93	132.90★	307.81★
உணவு தானிய உற்பத்தி (%)	202	218	244	229.6

குறிப்பு: ★ 2011-12வரை

Source: Maitreesh Ghatak, Parikshit Ghosh and Ashok Kotwal (2014): 'Growth in the Time of UPA – Myths and reality,' Economic and Political Weekly, Vol 49 (16), pp 34-43 and http://www.rgics.org/sites/default/files/Facts-NDA-UPA.pdf.

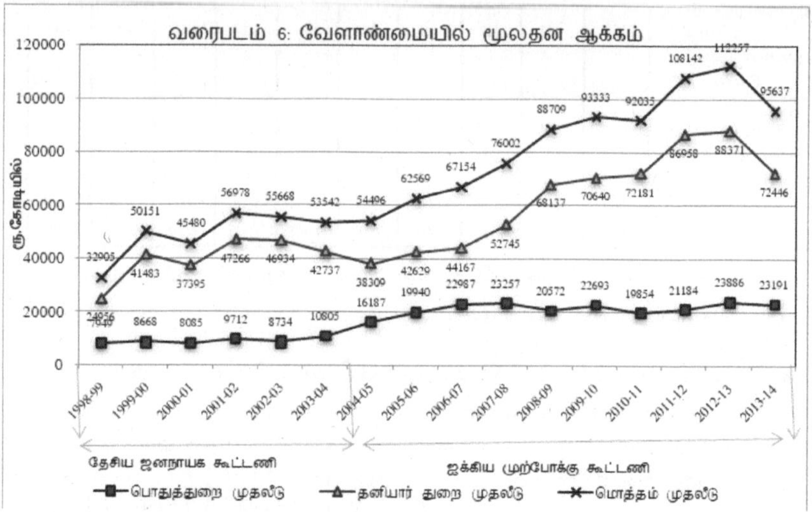

Source: Shantanu De Roy (2014): 'Economic Reforms and Agricultural Growth in India,' Economic and Political Weekly, Vol 52 (9), pp 67-72.

ஒப்பீட்டு அளவில் பொருளாதார வளர்ச்சியானது தே.ஜ.கூட்டணி ஆட்சியில் 5.9 விழுக்காடாக இருந்தது, ஐ.மு.கூட்டணி ஆட்சியின் முதல் காலகட்டத்தில் 8.0 விழுக்காடாகவும், இரண்டாவது காலகட்டத்தில் 7.0 விழுக்காடாகவும், ஒட்டுமொத்தமாக 7.6 விழுக்காடாகவும் இருந்தன. பொருளாதார வளர்ச்சியானது தே.ஜ.கூட்டணி ஆட்சியைவிட ஐ.மு.கூட்டணி அரசின் செயல்பாடுகள் சிறப்பாக இருந்தது. ஆனால் ஐக்கிய முற்போக்குக் கூட்டணியின் கடைசி ஆண்டான 2012-13ல் பொருளாதார வளர்ச்சி அதிக அளவில் குறைந்தது. தொழில் மற்றும் சேவைத்துறையின் வளர்ச்சியானது ஐ.மு.கூட்டணி ஆட்சிக் காலத்தில் தே.ஜ.கூட்டணியின் ஆட்சியைவிட செயல்பாடுகள் சிறந்து காணப்பட்டது. ஆனால் உணவுப் பணவீக்கம், தே.ஜ.கூட்டணி அரசைவிட (4.2 விழுக்காடு) ஐ.மு.கூட்டணி அரசில் (9.0 விழுக்காடு) அதிகமாக இருந்தது. ஆனால் அந்நிய நேரடி முதலீடானது தே.ஜ.கூட்டணி ஆட்சியில் ரூ.2.35 பில்லியன் டாலராக இருந்தது. ஐ.மு.கூட்டணி ஆட்சியில் 20.22 பில்லியன் டாலராக அதிகரித்தது. மொத்த உள்நாட்டு உற்பத்தியில் மானியமானது தே.ஜ.கூட்டணி ஆட்சியில் 1.6 விழுக்காடாக இருந்தது, ஐ.மு.கூட்டணி ஆட்சியில் 2.6 விழுக்காடாக அதிகரித்தது. இதுபோல் மொத்த உள்நாட்டு உற்பத்தியில் கடன்

அளவு தே.ஜ.கூட்டணி ஆட்சியில் 50 விழுக்காடாக இருந்தது, ஐ.மு.கூட்டணி ஆட்சியில் 61 விழுக்காடாக அதிகரித்தது. ஐ.மு. கூட்டணி அரசு பதவி ஏற்றபோது வேளாண்மைமீதான பொது-தனியார்-பங்கேற்பு முதலீடானது 2003-04ல் 20:80ஆக இருந்தது 24:76 என்று 2013-14ல் மாற்றம் அடைந்தது. மொத்த வேளாண்மைக்கான முதலீட்டில் பொதுத்துறை 20 முதல் 25 விழுக்காடு என்ற வீச்சில் 2003-04 மற்றும் 2013-14ஆம் ஆண்டுகளுக்கிடையே இருந்தது. நீர்ப்பாசனமும் உணவு உற்பத்தியும் நேர்மறைத் தொடர்புடையது. 1980ல் நீர்பாசனப் பரப்பளவு அதிகமாக அதிகரித்திருந்தது. ஆனால் 1990களில் இது குறைவான அளவிற்கே உயர்ந்தது. இதற்கு முக்கியக் காரணம் பொதுத்துறை முதலீடு நீர்ப்பாசனத்திற்குக் குறைவான நிதி ஒதுக்கீடு செய்ததாகும். மொத்த உற்பத்தியில் நீர்ப்பாசனம் மற்றும் வெள்ளக் கட்டுப்பாட்டிற்கு 2005-06ல் 0.8 விழுக்காடு ஒதுக்கீடு செய்யப்பட்டது 2013-14ல் இது 0.6 விழுக்காடாகக் குறைந்தது. இதுபோல் வேளாண் ஆராய்ச்சி மற்றும் கல்விக்கான ஒதுக்கீடு 1998-99ல் ஜி.டி.பியில் 0.44 விழுக்காடாக இருந்தது 2011-12ல் இது 0.32 விழுக்காடாகக் குறைந்தது. இதே ஆண்டுகளில் வேளாண் விரிவாக்கத்திற்கு 0.15 விழுக்காடாக இருந்தது, 0.05 விழுக்காடாகக் குறைந்தது (Shantanu De Roy 2017).

உணவு விலையானது தே.ஜ.கூட்டணி ஆட்சியில் மெதுவாக அதிகரித்தது. ஆனால் ஐ.மு.கூட்டணி ஆட்சியில் இது வேகமாக அதிகரித்துக் காணப்பட்டது. குறைந்தபட்ச ஆதரவு விலையானது ஐ.மு.கூட்டணி ஆட்சிக் காலத்தில் முன்பு எப்போதும் இல்லாத அளவில் 2005-06 மற்றும் 2013-14ஆம் ஆண்டுகளுக்கிடையே நெல்லுக்கு 11.3 விழுக்காடும், கோதுமைக்கு 10.1 விழுக்காடும், கரும்புக்கு 12.9 விழுக்காடும், பருத்திக்கு 9.2 விழுக்காடும் உயர்த்தி வழங்கப்பட்டன (Krishnasamy et al 2015). மேலும் இக் காலகட்டத்தில் 650 லட்சத்திற்கு மேல் விவசாயிகள் கடன் பெற்றனர். உணவிற்கான மானியம் மூன்று மடங்கு அதிகரித்தது. உணவுப் பாதுகாப்புச் சட்டத்தின்படி 35 கிலோ உணவு தானியம் ஏழைகளுக்கு வழங்கப்பட்டது. ஐ.மு.கூட்டணியில் தலா வருமானம் மூன்று மடங்கு அதிகரித்தது. இரண்டு லட்சம் கி. மீட்டருக்குமேல் கிராமப்புறச் சாலைகள் கட்டமைக்கப்பட்டன. வறுமையானது ஆண்டுக்கு 2 விழுக்காடு குறைந்தது (Govardhana Naidu 2016). ஐ.மு.கூட்டணி ஆட்சிக் காலத்தில்

வேளாண் வருமானம் 2004-05 மற்றும் 2011-12ஆம் ஆண்டுகளுக்கிடையே 5.36 விழுக்காடு அதிகரித்தது. குறிப்பாக வேளாண் சாகுபடியாளர்களின் வருமானம் 7.29 விழுக்காடு இதே காலகட்டத்தில் அதிகரித்திருந்தது (Ramesh Chand et al 2015).

ஐ.மு.கூட்டணி அரசில் எரிசக்தி உருவாக்கம், சாலைக் கட்டமைப்பு, ரயில் கட்டமைப்பு, கனிம வளங்களை எடுத்தல், தொலைத்தொடர்பு விரிவாக்கம் போன்ற முக்கியக் கட்டமைப்பின் மீது முதலீடுகள் செய்யப்பட்டன. மொத்த உள்நாட்டு உற்பதியில் உள்கட்டமைப்பின்மீதான முதலீடு 4.76 விழுக்காடாக தே.ஜ.கூட்டணியின் இறுதிக் காலமான 2003-04ல் இருந்தது 2008-09ல் 7.32 விழுக்காடாகவும், 2010-11ல் 8.4 விழுக்காடாகவும் ஐ.மு.கூட்டணி ஆட்சியில் அதிகரித்தது. ஐ.மு.கூட்டணி ஆட்சிக் காலத்தில் மொத்த உள்நாட்டு உற்பத்தியில் உள்கட்டமைப்பின் மீதான முதலீடு 7-8 விழுக்காடு அளவிலிருந்தது, ஆனால் இது தே.ஜ.கூட்டணி ஆட்சியில் 5 விழுக்காடாக இருந்தது குறிப்பிடத்தக்கது. உள்கட்டமைப்பை ஏற்படுத்த அதிக அளவிலான வேளாண் நிலங்கள் கையகப்படுத்தப்பட்டது. இதனால் விவசாயிகள், கிராமப்புற ஏழைகள், பழங்குடியினரிடையே பெரும் கொந்தளிப்பு உருவானது. அதே நேரம், ஏழைகளின் அளவு பெருமளவிற்குக் குறைந்தது. 1993-94 மற்றும் 2004-05ஆம் ஆண்டுகளுக்கிடையே ஆண்டுக்கு 0.74 விழுக்காடு ஏழ்மை குறைந்தது. ஆனால் இது 2004-05 மற்றும் 2011-12ஆம் ஆண்டுகளுக்கிடையே ஆண்டுக்கு 2.18 விழுக்காடு ஏழைகள் குறைந்தனர். குறிப்பாக இது கிராமப்புறங்களில் 0.75 விழுக்காடு மற்றும் 2.32 விழுக்காடு என்று முறையே இந்த ஆண்டுகளில் குறைந்தது குறிப்பிடத்தக்கது (Maitreesh Chatak et al 2014).

பொருளாதாரச் சீர்திருத்தமானது வேளாண்மையில் சிறிய அளவில் பயிர்த் தொழிலில் ஈடுபட்டவர்களைப் பெரிதும் பாதித்தது. கிராமப்புற உள்கட்டமைப்பு மீது பொதுத்துறை முதலீடு குறைந்தது. குறிப்பாக நீர்ப்பாசனம், வேளாண் ஆராய்ச்சி, வேளாண் விரிவாக்கம், சிறு விவசாயிகளுக்குக் கொடுக்கும் கடன் குறைந்தது போன்றவை வேளாண் செயல்பாட்டை வலுவிழக்கச் செய்தது. 2011-12ல் வேளாண்மையை 59 விழுக்காடு ஆண் உழைப்பாளர்களும், 75 விழுக்காடு பெண் உழைப்பாளர்களும் சார்ந்திருந்தனர். உயர் பொருளாதார வளர்ச்சி கிராமப்புற வறுமையைக் குறைக்கக்கூடியதாகும். வேளாண் வளர்ச்சி 2

விழுக்காட்டிலிருந்து 4 விழுக்காடுவரை அதிகரித்து இத்துடன் பொருளாதாரமும் 9 விழுக்காடு அதிகரித்தால் வேளாண்சார் துறைக்கும் வேளாண்சாராத் துறைக்கும் உள்ள வருமான இடைவெளியினைக் குறைக்கும் என்று திட்டக்குழு (2006ல்) கணித்துள்ளது. வேளாண்மையின் வளர்ச்சியானது 1981-82 முதல் 1989-90க்கும் 2010-11 முதல் 2013-14க்குமிடையே அதிக அளவில் குறைந்துள்ளது. வேளாண்மையின் முக்கியப் பயிர்கள் சீர்திருத்தக் காலங்களுக்குப்பின் பொதுவாகக் குறைந்த அளவு வளர்ச்சி காணப்படுகிறது (Shantanu De Roy 2017).

இந்தியப் பொருளாதாரத்தைப் பொருத்த அளவில் வேளாண்மையினை உள்ளடக்கிய முதன்மைத் துறையானது மற்ற இரு துறைகளான தொழில் மற்றும் சேவையைவிட மிகவும் பின்தங்கியதாகவும், அதிகப் பாதிப்பினை உடையதாகவும் கடந்த பல ஆண்டுகளாகத் தொடர்கிறது. அதேசமயம் வேளாண்மை சார் வேலைவாய்ப்பு மற்றும் உற்பத்தியும் திடமான முன்னேற்றம் கண்டுள்ளது. கிராமப்புறங்களில் உள்ள வேளாண் குடிகள் 70 விழுக்காட்டினர் போதுமான வருமானமின்றி வாழ்ந்து வருகின்றனர். வேளாண் சாராத துறையானது கிராமப்புற வேலைவாய்ப்பை உருவாக்குவதில் தொடர்ந்து முக்கியப் பங்காற்றுகிறது. ஆனால் வேளாண் சார் வேலைவாய்ப்பு குறைந்து வருகிறது. கிராமப்புறங்களில் 2005ல் வேளாண் சாரா வேலைவாய்ப்பு 27 விழுக்காடாக இருந்தது. 2010ல் 32 விழுக்காடாகவும், 2015ல் 42 விழுக்காடாகவும் அதிகரித்தது. வேளாண்மை மூலம் போதுமான வருமானம் ஈட்ட முடியாததால் 52 விழுக்காடு வேளாண் குடிகள் கடனாளிகளாக உள்ளனர். இவர்கள் சராசரியாக ரூ.47,000 கடனை உடையவர்களாக உள்ளனர். தொழிலாளர் அமைச்சகத்தின் கணக்கின்படி 76.9 விழுக்காடு கிராமப்புறக் குடிகள் மாதம் ரூ.10,000 வருமானம் பெறுகின்றனர். 90 விழுக்காட்டுக் கிராமப்புறக் குடிகள் குறிப்பாக விவசாயிகள், கைவினைஞர்கள் அரசின் குறைந்தபட்ச கூலியினைக்கூட பெறமுடியாத நிலையில் உள்ளனர். தேசிய மாதிரி கணக்கெடுப்பின்படி வேளாண்மைமூலம் பெறும் வருமானம் 2003ல் ரூ.1,060 ஆக இருந்தது. 2013ல் ரூ.3,844 ஆக அதிகரித்தது. இந்தியாவில் தற்போது 30 விழுக்காடு வேளாண் குடிகள் வட்டிக்காரர்கள், வணிகர்களிடம் கடன் பெற்றுள்ளனர் (Amit Basole 2017). இந்தியாவின் வேளாண்மையின் வழியாக பெறும் வருமானமானது 2004-05ல் ரூ.4,34,160 கோடியாக இருந்தது,

2011-12ல் ரூ.11,44,363 கோடியாக அதிகரித்தது. அதேசமயம் வேளாண் சார் தொழிலாளர்களின் எண்ணிக்கையானது 9.27 கோடியிலிருந்து 7.82 கோடியாகவும், வேளாண் சாகுபடியாளர்களின் எண்ணிக்கை 16.61 கோடியிலிருந்து 16.62 கோடியாகவும் இவ் ஆண்டுகளில் மாற்றமடைந்தது (Ramesh Chand et al 2015).

மன்மோகன்சிங்கின் தலைமையிலான ஐ.மு.கூட்டணி அரசு பணவீக்கம், பன்னாட்டு நிதிச் சிக்கல், எரிபொருள் விலை ஏற்றம், உணவுப் பொருள்களின் விலை அதிகரிப்பு, அதிக வட்டி வீதத்தினால் முதலீட்டில் பின்னடைவு, ஊழல்போன்ற நிகழ்வுகள் காணப்பட்டன. அதே சமயம் கிராமப்புற வேலை வாய்ப்பு உருவாக்கம், கிராமப்புற உள்கட்டமைப்பு மேம்பாடு, நகர்ப்புற மேம்பாட்டுத் திட்டம், உணவுப் பாதுகாப்புச் சட்டம், கல்வி உரிமைச் சட்டம், கிராமப்புற சுகாதார இயக்கம், தகவல் அறியும் சட்டம், தொழில்நுட்ப மேம்பாடு, உள்ளாட்சி அமைப்புகளுக்கு முன்னுரிமை போன்றவை நடைமுறைப்படுத்தப்பட்டன. (Anil Padmanabhan 2014). இந்திப் பொருளாதாரம் சேமிப்பு மற்றும் முதலீடு அதிகரித்தது, பொருளாதாரக் கட்டுப்பாடு இல்லாமல் தடையற்றதாக இருந்தது, வறுமை துல்லியமாகக் குறையத் தொடங்கியது, உள்கட்டமைப்புகள் அதிக வேகமெடுத்தது போன்றவை பல்வேறு தளங்களில் இந்தியாவை முன்னோக்கி அழைத்துச் சென்றது (Maitreesh Ghatak et al 2014). ஒப்பீட்டு அளவில் தேசிய ஜனநாயகக் கூட்டணியைவிட ஐக்கிய முற்போக்குக் கூட்டணி அனைத்துப் பேரியல் பொருளாதார நிலைகளில் சிறந்ததாக இருந்தது.

1991ல் நடைமுறைப்படுத்தப்பட்ட பொருளாதாரச் சீர்திருத்தங்களின் முக்கிய நோக்கம், துரிதமான பொருளாதார வளர்ச்சி மற்றும் அதிகத் திறனை அடைவது என்ற இரட்டை இலக்கைக் கொண்டதாக இருந்தது. இதனைக் கட்டுப்பாடற்ற சந்தை வழியாக அடைய முயற்சிகள் மேற்கொள்ளப்பட்டன. இதனால் உற்பத்தித் திறன் அதிகமானது. 1991ல் பொருளாதாரச் சீர்திருத்தத்தின் பிந்தைய நிலைகளில் பொருளாதார வளர்ச்சி வேகமெடுத்தது. 2003-04க்குப் பிந்தைய ஐந்தாண்டுக் காலத்தில் 10 விழுக்காட்டிற்குச் சற்றே குறைவான வளர்ச்சியினைக் கண்டது. ஆனால் 2008ல் ஏற்பட்ட உலக நிதிச் சிக்கல் இந்த உயர் வளர்ச்சியினை முடிவிற்குக் கொண்டுவந்தது. இதனால் நீடித்த தொழிற்கொள்கை, வர்த்தகக் கொள்கை போன்றவை உற்பத்தித்

துறையினைக் குறி வைத்து உருவாக்கப்பட்டன. ஆனால் சேவைத் துறை விரைந்த வளர்ச்சியினைப் பெற்றது. வேளாண் துறையினைப் பொருத்தமட்டில் ஏற்ற இறக்கங்களுடன் காணப்பட்டது மட்டுமல்ல, மக்கள் தொகை உயர்விற்கு ஏற்ற வகையில் உணவு உற்பத்தி அதிகரிக்கவில்லை என்பது குறிப்பிடத்தக்கது. இக்காலத்தில் ஐம்பது ஆண்டுகளுக்குப் பிறகு உணவு தானிய தலா கையிருப்பானது குறைந்தது. இதற்கான காரணம், தாராளமயமாக்கப்பட்ட சந்தை மற்றும் தொழில், சேவைத் துறைகளுக்குக் கொடுத்த முக்கியத்துவம் வேளாண்மைக்கு அளிக்கப்படவில்லை என்பதாகும்.

இந்திய வேளாண்மை அதிக அளவில் பருவ மழையை நம்பி உள்ளது. பருவமழையில் ஏற்றத்தாழ்வு ஏற்படுவதால் நிலத்தடி நீர் பெருமளவிற்கு உறியப்படுகிறது. நீர்ப்பாசன ஆதாரங்களான ஆழ்துளைக்கிணறு, கிணறு போன்றவற்றுக்கு அதிகச் செலவு ஏற்படுவதால் விவசாயிகள் கடன் பொறியில் சிக்குகின்றனர். இரண்டாம் கட்ட பசுமைப் புரட்சியானது நவீனத் தொழில்நுட்ப பயன்பாட்டுடன் தொடர்புடையது. இதனை அதிக அளவில் உள்ள குறு, சிறு விவசாயிகளால் மேற்கொள்ளாதது வேளாண்மையின் பெரும் பின்னடைவாகப் பார்க்கப்படுகிறது. அண்மைக் காலமாக பல்வேறு காரணங்களினால் மண் வளம் நிறைந்த பகுதியில்கூட உற்பத்தித்திறன் குறைந்து வருகிறது. வேளாண்மைமீதான பொதுத்துறை முதலீடு குறைந்து காணப்படுவது போன்றவை வேளாண் துறையின் செயல்பாடுகளில் பிற்போக்கான நிலை உள்ளதற்கான காரணங்களாகக் கண்டறியப்படுகின்றன. ஐக்கிய முற்போக்குக் கூட்டணி அரசின் முதல் கட்ட ஆட்சியில் சிறப்பான பல அம்சங்கள் வேளாண்மையை மேம்படுத்தக் கொண்டுவரப்பட்டது அதன் வளரச்சிக்கு முக்கியக் காரணமாக இருந்தது. ஆனால் இரண்டாம் கட்ட ஆட்சிக் காலத்தில் இதற்கான முன்னெடுப்பு குறைவாகவே இருந்தது. அளவுக்கு அதிக உள்கட்டமைப்பு மேம்பாட்டிற்கான கவனம் செலுத்தப்பட்டதால், வேளாண் விளைநிலங்கள் அதிக அளவில் கையகப்படுத்தப்பட்டன. இது விவசாயிகளின் மத்தியில் பெரும் எதிர்ப்பினை உருவாக்கியிருந்தது. இதுவே ஐக்கிய முற்போக்குக் கூட்டணிக்கான வாட்டர்லூவாக இருந்தது என்பது குறிப்பிடத்தக்கது.

13

நரேந்திர மோடியும் வேளாண்மைச் சந்தைப் பொருளாதாரமும்

"நாம் இந்தியாவிற்கும் உலகத்திற்கும் உணவளிக்க விவசாயிகளைத் திறனுடையவர்களாக்க வேண்டும், அதன் வழியாக நல்ல வாழ்வாதாரத்தைப் பெற வேண்டும்."

- நரேந்திர மோடி

மன்மோகன்சிங்கின் முதல் கால கட்ட ஆட்சி சிறப்பானதொரு பொருளாதார வளர்ச்சியைக் கண்டது. ஆனால் இரண்டாம் கால கட்ட ஆட்சியில் அந்த அளவிற்கு சோபிக்கவில்லை. அதற்கு முக்கியக் காரணம் வேளாண்மையில் ஏற்பட்ட சில நிகழ்வுகளாகும். காலம் தவறிய பருவ மழை, சில மாநிலங்களில் வறட்சி, சுற்றுப்புறச்சூழல் பாதிப்பு போன்றவை முக்கியக் காரணிகளாக இருந்தன. ஐக்கிய முற்போக்குக் கூட்டணி ஆட்சியில் பல்வேறு மக்கள் நலத் திட்டங்கள் நடைமுறைப்படுத்தப்பட்டிருந்தாலும் விலை உயர்வு, நிலக்கரிச் சுரங்க ஒதுக்கீட்டில் முறைகேடு, அலைக்கற்றை ஒதுக்கீட்டில் ஊழல் போன்றவை பெரிய அளவில் பேசப்பட்டன. இந்த நிலையில் ஏப்ரல் - மே 2014ல் நடைபெற்ற தேர்தலில் உள்கட்டமைப்பை மேம்படுத்துவது, ஊழல் ஒழிப்பு, வேலைவாய்ப்பை உருவாக்குவதுபோன்ற உறுதிமொழிகளைப் பாரதிய ஜனதா கட்சி (பா.ஜ.க.) தலைமையிலான தேசிய ஜனநாயகக் கூட்டணி அறிவித்தது. இதன் பலன் இக் கூட்டணி 336 இடங்களில் பெரும் வெற்றியைப் பெற்றது. பா.ஜ.க. தனித்து 282 இடங்களில் வெற்றி பெற்றது. நரேந்திர மோடி நாட்டின் 16வது பிரதமராக மே 26, 2014ல் பதவி ஏற்றார். முழுமையாக ஐந்து ஆண்டுகள் 2019வரை பிரதமராக ஆட்சி செய்தார்.

இந்தியாவில் மோடிக்கு முன்பு நேரு, இந்திரா காந்தி, ராஜீவ் காந்தி ஆகியோர் சுயசார்பை நோக்கிய பொருளாதாரக் கொள்கைகளை முன்னெடுத்திருந்தனர். நரசிம்மராவ், வாஜ்பாய், மன்மோகன்சிங் ஆகியோரின் ஆட்சி சந்தை சார்ந்த பொருளாதாரக்

கொள்கைகளை நோக்கமாகக் கொண்டிருந்தது. ஆனால் மோடி அரசு துவக்கத்தில் தனித்துவமான கொள்கைகள் எதையும் முன்னெடுக்கத் திட்டமிடவில்லை. ஆனால் தேசிய அளவில் பல பிரதமர்கள் இதுவரை கடைப்பிடித்த கொள்கைகளை மாற்ற முனைந்தது. இந்தியா கூட்டாட்சித் தத்துவத்தை அடிப்படையாகக்கொண்டது. இந்தியா பல்வேறு மொழி, கலாச்சாரம், இனம், இயற்கை சூழலைக் கொண்ட நாடு. இதற்கான முக்கியத்துவம் இவற்றின் இயல்பிற்கு ஏற்ப கொடுத்து வந்த நிலையில் ஒரே நாடு, ஒரே கொள்கை என்பதை மோடி அரசு பின்பற்றியது.

இந்தியாவில் ஐந்தாண்டுத் திட்டங்களை உருவாக்க சோவியத் ரஷ்யாவை முன்மாதிரியாகக்கொண்டு மார்ச் 15, 1950ல் அன்றைய பிரதமர் நேருவால் உருவாக்கப்பட்ட திட்டக்குழு 12 ஐந்தாண்டு திட்டங்களைத் தந்தது. இது கலைக்கப்பட்டு ஜனவரி 1, 2015ல் பிரதம மந்திரியைத் தலைவராகக்கொண்ட நிதி ஆயோக் (NITI Aayog) என்ற அரசுக்கு (ஒன்றிய, மாநிலங்கள்) உத்திகளையும், ஆலோசனைகளையும் வழங்கும் அமைப்பு உருவாக்கப்பட்டது. இந்த அமைப்பானது திட்டக்குழுபோல் அல்லாமல் அரசுக்கு ஆலோசனைகளை வழங்கும் ஆனால் கொள்கைகளை நடைமுறைப்படுத்தாது, நிதி ஒதுக்கீடு செய்யும் அதிகாரமற்றதாக இருக்கும். பகுதி நேர உறுப்பினர்களை நியமித்துக்கொள்ளும் என்ற இயல்புகளைக்கொண்டதாக உள்ளது. நிதி சார்ந்த நடவடிக்கைகளில் கவனம் செலுத்துப்பட்டு பணமதிப்பிழப்பு, சரக்கு மற்றும் சேவை வரியினை நடைமுறைப்படுத்தியது. மோடியின் முதல் கட்ட ஆட்சிக் காலத்தில் இவ்விரண்டு நடவடிக்கைகளும் பெருமளவிற்குப் பொருளாதாரத்தின்மீது தாக்கங்களை ஏற்படுத்தியது.

நவம்பர் 8, 2016ல் 86 விழுக்காடு பணசுழற்சியைக்கொண்ட உயர் மதிப்புடைய ரூ.500, ரூ.1,000 பணங்களை மதிப்பிழக்கச் செய்யப்பட்டது. இதன் வழியாகக் கறுப்புப் பணம், கள்ளப் பணம், தீவிரவாதம் ஒழிக்கப்படும் என்று அறிவிக்கப்பட்டது. இந்தியாவில் அதிக அளவில் நீர்மப் பணம் புழக்கத்தில் பொருளாதார நடவடிக்கைகளுக்குப் பயன்படுத்தப்பட்டு வருகிறது. பண மதிப்பிழப்பு நடைமுறைப்படுத்தப்படும்போது உழவுப் பணிகள் துவங்குகிற காலம். எனவே அதிகமாக விவசாயிகள் பாதிக்கப்பட்டனர். இதுபோல் கட்டுமானத்துறை, சிறு, குறு தொழில்கள் பெருமளவிற்குப் பாதிப்பிற்கு உள்ளாயின. இதனால்

வேலை இழப்பு ஏற்பட்டு வேலையின்மை அதிகரித்தது. கடந்த 45 ஆண்டுகளில் இல்லாத அளவாக 6.1 விழுக்காடாக வேலையின்மை 2017-18ல் காணப்பட்டது.

காலம் காலமாக ஒன்றிய, மாநில அரசுகள் பல்வேறு வரிகளை விதித்து வந்த நிலையில் இதனை முறைப்படுத்த ஒரே நிலையிலான வரியினை நாடு முழுவதும் விதிக்க ஐக்கிய முற்போக்குக் கூட்டணி அரசானது சரக்கு மற்றும் சேவை வரியினை (ஜி.எஸ்.டி.) கொண்டுவர முயற்சிகள் மேற்கொண்டன. நரேந்திர மோடி அரசு பதவி ஏற்றபின்பு இதனைச் சட்டமாக்கி ஜூலை 1, 2017ல் 17 மறைமுக வரிகளை ஒன்றிணைத்து நடைமுறைப் படுத்தியது. இது ஐந்தடுக்கு முறையில் மத்திய ஜி.எஸ்.டி., மாநில ஜி.எஸ்.டி., ஒருங்கிணைந்த ஜி.எஸ்.டி. என்ற வழிகளில் வரி விதிக்கப்படுகின்றன. இந்த நடைமுறையினால் நுகர்வோர் அதிகம் பயனடைவார்கள் என்று கூறப்பட்டது. உண்மை நிலையில் இதனால் அரசுக்கான வருமானம் தொடர்ந்து அதிகரித்து வந்துள்ளது. ஆனால் இது நடைமுறைப்படுத்தப்பட்டபின் நுகர்வுப் பொருள்களின் விலை குறையவில்லை என்பது குறிப்பிடத்தக்கது. நுகர்வோர், உற்பத்தியாளர்கள், சிறு வணிகர்கள், விவசாயிகள் பெருமளவிற்கு ஜி.எஸ்.டியால் பாதிக்கப்பட்டனர். பல மாநிலங்களின் சொந்த வரிமூலம் பெறப்படும் வருவாய் குறைந்தது. ஜி.எஸ்.டி. வழியாகப் பெறப்பட்ட வருவாயையும் ஒன்றிய அரசு சரியாக மாநில அரசுகளுக்குப் பகிர்ந்தளிக்கவில்லை என்ற குற்றச்சாட்டும் உள்ளது. பல சிறு, குறு தொழில்கள் இவ் வரியினால் பாதிக்கப்பட்டு, மூடப்பட்டது.

பா.ஜ.க.வின் தேர்தல் அறிக்கையில் வேளாண்மை மேம்பாட்டிற்கான உறுதிமொழி, வாசகங்கள் (slogam), புதிய திட்டங்கள், நடவடிக்கைகள் ஏதும் பெரிய அளவில் இடம்பெறவில்லை. ஆனால் சில குறிப்பிட்ட மேற்கொள்ள வேண்டிய நடவடிக்கைகளாக இந்திய உணவுக் கழகம் திறம்படச் செயல்பட வைப்பது, விவசாயிகள் மேம்பட புதிய தொழில்நுட்பங்களைப் புகுத்துவது, தேசிய வேளாண் சந்தை அமைப்பது, மக்களின் பழக்கங்களோடு தொடர்புடைய வேளாண் விளைபொருள்களை மேம்படுத்துவது, விலை நிலைப்பு நிதியை உருவாக்குவது, வேளாண்மையை லாபகரமானதாக மாற்றுவது, மண் வளத்தைப் பாதுகாக்க நடவடிக்கை, இயற்கைச் சீற்றங்களால் ஏற்படும் வேளாண் இழப்பினைச் சரிசெய்யக் காப்பீட்டை

நடைமுறைப்படுத்துதல் போன்றவை பா.ஜ.க., தேர்தல் அறிக்கையில் வேளாண்மை சார்ந்ததாக இருந்தன.

மோடியின் முதல் கட்ட ஆட்சிக் காலமான 2014-15 முதல் 2018-19 வரையில் மேற்கொண்ட முக்கியமான நடவடிக்கைகள், 1) நீர்ப் பாதுகாப்பு மற்றும் அதன் மேலாண்மைக்கு முக்கியத்துவம் அளிக்கும் பிரதம மந்திரி கிரிஷ் சிஞ்சாய் யோஜனா 2015ல் தொடங்கப்பட்டது. 2) பிப்ரவரி 2016ல் விவசாயிகளின் வருமானத்தை இரண்டு மடங்காக 2022க்குள் அதிகரிப்பது. 3) நிதி ஆயோக்கால் மார்ச் 2016ல் மாதிரி நில குத்தகைச் சட்டம் வடிவமைக்கப்பட்டு குத்தகைச் சட்டத்தை மேம்படுத்தி குத்தகைதாரர்கள் பயனடையச் செய்யப்பட்டது. 4) ஏப்ரல் 2016ல் பிரதான் மந்திரி ஃபசல் பீமா யோஜனா என்ற விரிவான பயிர்க் காப்பீட்டுத் திட்டம் நடைமுறைப்படுத்தப்பட்டது. 5) வேளாண் உற்பத்தி மற்றும் கால்நடை சந்தைப்படுத்துதல் (மேம்பாடு மற்றும் வசதியளிப்பு) சட்டம் 2017ல் நடைமுறைப்படுத்தப்பட்டது (ஏப்ரல் 2017ல்). இதன்படி மாநிலங்களில் இனம்கண்டுள்ள அனைத்து சந்தைகளையும் ஒருமுகப்படுத்துதல், தனியார் சந்தை, நுகர்வோர் சந்தை, நேரடிச் சந்தைப்படுத்துதல் போன்றவை அமைத்தல், கிடங்குகள், குளிரூட்டப்பட்ட சேமிப்புக் கிடங்குகள் அனைத்தையும் சந்தை முற்றமாகப் பிரகடனப்படுத்துதல், சந்தைக் கட்டணம், முகவர் கட்டணம் போன்றவற்றில் நியாயமான முறையினைப் பின்பற்றுதல், மின்னணு வர்த்தகத்திற்கு ஒருநிலையிலான அனுமதி, சந்தைக் கட்டணங்களை ஒரு நிலையில் மட்டும் விதிப்பது, கிராமிய சந்தைகளில் விவசாயிகளிடமிருந்து நேரடியாக வேளாண் விளைபொருள்களை வாங்க வழி செய்தல் போன்றவை நடைமுறைப்படுத்த திட்டமிடப்பட்டது. 6) ஆகஸ்ட் 2017ல் தண்ணீரை உச்ச அளவிற்குப் பயன்படுத்த நுண்ணீர்ப் பாசன முறையினை ஊக்குவிக்க, ‘ஒரு சொட்டு நீரில் அதிக விளைச்சல்’ (per drop, more crop) என்ற முறை முன்னெடுக்கப்பட்டது. 7) ஏப்ரல் 2018லிருந்து வேளாண் விளைபொருள்கள் ஏற்றுமதியை 2022-23ல் இரட்டிப்பாக்குதல். 8) பாரம்பரிய விவசாய மேம்பாட்டுத் திட்டம் (Paramparagat Krishi Vikaas Yojana) மார்ச் 2018ல் தொடங்கப்பட்டு இயற்கை வேளாண்மையை மேம்படுத்த முயற்சிகள் மேற்கொள்ளப்பட்டன. 9) பிரதான் மந்திரி அன்னதாதா வருவாய் பாதுகாப்பு இயக்கம் (Pradhan Mandri Annadata Aay Sanrakshan Abhiyan) செப்டம்பர் 2018ல் தொடங்கப்பட்டு விவசாயிகளுக்குக் கட்டுப்படியாகும் விலையை வேளாண்மை

விளைபொருள்களுக்கு உறுதி செய்வதாகும். 10) டிசம்பர் 2018ல் ‘வேளாண் ஏற்றுமதிக் கொள்கை’ வெளியிடப்பட்டது. இதன்படி ஏற்றுமதியை இரட்டிப்பாக்குதல், இந்திய விவசாயிகளை ஒன்றிணைப்பது, வேளாண் விளைபொருள்களை உலகளாவிய மதிப்பு சங்கிலித்தொடரை உருவாக்குவதாகும். 11) குறு, சிறு விவசாயிகளின் வருமானத்தை உறுதிசெய்யும் விதமாகப் பிரதான் மந்திரி கிசான் சம்மான் நிதி யோஜனா என்ற திட்டம் பிப்ரவரி 2019ல் தொடங்கப்பட்டது. 12) வேளாண்மைக்குப் பயன்படுத்தப்படும் யூரியாவினைப் பாதி அளவாக்க 2022-23ல குறைத்தல்.

இந்தியாவில் விவசாயக் குடும்பங்கள் வேளாண்மை மற்றும் கால்நடைகள் வளர்த்தல் வழியாக மொத்த வருவாயில் 2002-03ல் 50.1 விழுக்காடு பெற்றிருந்தனர். இது 2015-16ல் 43.1 விழுக்காடாகக் குறைந்தது. இதே காலகட்டத்தில் கூலி வழியாகப் பெறும் குடும்ப வருமானமானது 38.7 விழுக்காட்டிலிருந்து 50 விழுக்காடாக அதிகரித்துள்ளது (Ashok Gulati 2021). பிப்ரவரி 28, 2016ல் பெல்லாரியில் நடந்த விவசாயிகளின் பேரணியில் கலந்துகொண்ட பிரதமர் நரேந்திர மோடி விவசாயிகளின் வருமானத்தை 2022ல் இரு மடங்காக அதிகரிக்க உள்ளதாகக் குறிப்பிட்டார். அப்போதைய நிதியமைச்சர் அருண் ஜேட்லி 2017ல் தாக்கல் செய்யப்பட்ட நிதி நிலை அறிக்கையில் விவசாயிகள் வருமானத்தை இரு மடங்கு அதிகரிப்பதைப்பற்றிக் குறிப்பிட்டார். இதற்காக அசோக் தல்வாய் தலைமையில் ஏப்ரல் 2016ல் ஒரு குழு அமைத்து ஆய்வு செய்யப்பட்டது. செப்டம்பர் 2018ல் இக் குழு அறிகையினை அரசுக்கு அளித்தது. இதன்படி 2012-13ல் விவசாயிகளின் மாத வருமானம் ரூ.8059 ஆக இருந்ததை 2022-23ல் ரூ.17,862 ஆக அதிகரிக்க இலக்கு நிர்ணயிக்கப்பட்டது. இதன்படி ஆண்டுக்கு 10.4 விழுக்காடு வருமானத்தை 2015-16 மற்றும் 2022-23 இடையில் உயர்த்த இலக்கு வகுக்கப்பட்டது. இதன் அடிப்படையில் வேளாண் உற்பத்தித் திறனை அதிகரிப்பது, கால்நடை உற்பத்தித் திறனை அதிகரிப்பது, வள ஆதாரங்களைத் திறனாகப் பயன்படுத்துவது, வேளாண் உற்பத்திக்குத் திறனான பணமதிப்பினை உருவாக்குவது, இரண்டாம் நிலையிலான வேளாண் நடவடிக்கைகளின் பரவலை ஏற்படுத்துதல் போன்றவை முன்னெடுக்கப்பட்டது.

உணவு தானிய மேலாண்மை முறையினை அரசு தலையிட்டு நடைமுறைப்படுத்தியது. இதன்படி அரசு நெல், கோதுமைக்குக்

குறைந்தபட்ச ஆதரவு விலையினை அளித்து கொள்முதல் செய்வது, கொள்முதல் செய்யப்பட்ட உணவு தானியங்களை 5 லட்சம் நியாய விலைக் கடைகள் வழியாகப் பொது விநியோக முறையில் பகிர்ந்தளிக்கப்பட்டன. 2013ல் பொது விநியோக முறையானது தேசிய உணவுப் பாதுகாப்புச் சட்டத்தின்கீழ் வந்தது. இதனை இந்திய உணவுக் கழகம் ஒருங்கிணைப்பு முகவராக இருந்து செயல்படுத்துகிறது. இதன்படி ஆண்டுக்கு 61.4 மில்லியன் மெட்ரிக் டன் தானியங்கள் 8.13 மில்லியன் மக்களுக்கு வழங்கப்பட்டது. மொத்த மக்கள் தொகையில் 67 விழுக்காட்டினர் இதனால் பயனடைந்தனர். பொதுவாக உணவுக்கான அதிகபட்ச மானியம் 2001-02முதல் தொடர்ந்து அதிகரித்து வந்த நிலையில் 2016-17 மற்றும் 2017-18ல் இதற்கான மானியம் ரூ.1.1 லட்சம் கோடி, ரூ.1.0 கோடி என்று முறையே வழங்கப்பட்டன. 2017-18லிருந்து 2018-19ல் மானியமானது 71 விழுக்காடு அதிகரித்தது. 2001-02லிருந்து அடுத்து வந்த 17 ஆண்டுகளில் 10 மடங்கு உணவுக்கான மானியம் அதிகரித்திருந்தது.

உணவு தானிய மேலாண்மை முறையில் கிடங்குகள் பற்றாக்குறை, போக்குவரத்தில் முறையற்ற மேலாண்மை, கசிவுகள், போக்குவரத்து வழியாகப் பரிமாற்றம் செய்யும்போது தானியங்கள் சிந்துதல், இந்திய உணவுக் கழகம் திறனற்று இருப்பது போன்றவற்றால் அதிகச் செலவுகள், விரயங்கள் ஏற்படுகின்றன. எனவே இதனைச் சரிசெய்ய மோடி அரசானது சாந்த குமார் தலைமையில் உயர்மட்டக் குழு ஒன்றை அமைத்தது. இக்குழுவானது ஜனவரி 2015ல் தனது அறிக்கையை ஒன்றிய அரசுக்குச் சமர்ப்பித்தது. அதன்படி 1) நடைமுறையில் உள்ள உணவு தானிய வழங்கலைக் குறைத்து அதற்குப் பதில் ரொக்கப் பண மாற்றத்தை அனுமதிப்பது, 2) இந்திய உணவுக் கழகம் நடைமுறையினைச் சரிசெய்து புறக்கணிக்கப்பட்ட மாநிலங்களில் கொள்முதல் வழியாக உணவுப்பொருள்களைத் தகுந்த விலை கொடுத்து வாங்குதல், 3) தேசிய உணவுப் பாதுகாப்பினால் பயனடையும் 67 விழுக்காடு மக்களின் பங்கை (மொத்த மக்கள் தொகையில்) 40 விழுக்காடாக்கக் குறைத்தல், 4) மாநில மற்றும் தனியார் துறையினை ஈடுபடுத்தி வெளிப்புற நடவடிக்கைகளின் வழியாக உணவு தானிய இருப்பை அதிகரிப்பது, 5) அதிக அளவிற்கு விளைபொருள்களைக் கையாள வினியோகச் சங்கிலியை மேம்படுத்துவது, கணினிமயமாக்குவது, அதிக

அளவிற்கு ஊழலுக்கு வழி வகுக்கும் உணவு தானியம் கையாளும் முறையினை ஒழிப்பது போன்றவை பரிந்துரைக்கப்பட்டன.

மார்ச் 31, 2018ன்படி இந்தியாவில் 6,676 முறைப்படுத்தப்பட்ட மொத்த விலைச் சந்தைகள் இயங்கிவந்தன. ஆனால் தேவைக்கு ஏற்ற அளவில் இச் சந்தை இல்லாததால் அரசு பல்வேறு திட்டங்கள் வழியாக வேளாண் சந்தைகளைத் தொடங்கியது. வேளாண்மை மற்றும் கால்நடைகளைச் சந்தைப்படுத்துதல் சட்டம் 2017, 2018-19ல் கிராம வேளாண் சந்தை, 2016ல் தேசிய வேளாண்மைச் சந்தை, 2018ல் பிரதான் மந்திரி அன்னதாதா வருவாய்ப் பாதுகாப்பு இயக்கம், 2018ல் வேளாண் ஏற்றுமதிக் கொள்கை, வேளாண் உற்பத்தி மற்றும் கால்நடை ஒப்பந்த வேளாண் மற்றும் சேவைச் சட்டம் 2018, 2016ல் சந்தைப் படுத்துதலுக்கான உரிமத்தை விலக்கிக்கொண்டது போன்றவை வழியாக வேளாண் சந்தைப்படுத்துதலை மேம்படுத்தியது.

குறைந்தபட்ச ஆதார விலையை 2003ல் மாதிரி வேளாண் உற்பத்தி மற்றும் சந்தைப்படுத்துதல் குழு (APMC) என்பதை ஏற்றுக்கொண்டு பல மாநிலங்கள் நடைமுறைப்படுத்தியது. இதனால் ஒப்பந்த மற்றும் நேரடிச் சந்தைப் படுத்துதலுக்குத் தனியாரை அனுமதித்ததால் இச் சட்டம் நடைமுறைப்படுத்தப்பட்டு 15 ஆண்டுகள் முடிவடைந்த நிலையிலும் பல மாநிலங்களில் குறைந்த அளவிலே சந்தைப்படுத்துதலில் சீர்திருத்தங்களைக் கொண்டுவர முடிந்தது. பொதுவாக வேளாண்மைச் சந்தையானது திறனற்றதாகவும், வெளிப்படைத் தன்மையற்றதாகவும், முற்றுரிமை உடையதாகவும் இருந்ததால் விவசாயிகள் பாதிக்கப்பட்டனர். எனவே ஏப்ரல் 2017ல் வேளாண்மை உற்பத்தி மற்றும் கால்நடைகளைச் சந்தைப்படுத்துதல் (APLM) சட்டம் கொண்டுவரப்பட்டது. இதன்படி மாநிலம் முழுவதும் ஒத்த நிலையிலான சந்தைகளைப் பிரகடனம் செய்தல், தனியார்சந்தைகளை அமைப்பது. விவசாயி-நுகர்வோர் சந்தைகளை உருவாக்குதல், நேரடிச் சந்தையை ஏற்படுத்துவது, கிடங்குகள் மற்றும் குளிரூட்டப்பட்ட சேமிப்புக் கிடங்குகளைச் சந்தை முற்றமாக அறிவிப்பது, நியாயமான சந்தைக் கட்டணம் மற்றும் முகவர் கட்டண விதிப்பு, மின் சந்தை அமைப்பது போன்றவை உருவாக்கப்பட்டன.

மாதிரி ஒப்பந்த வேளாண் சட்டம் 2018ல் நடைமுறைப்படுத்தப்பட்டது. இதன்படி விவசாயிகளுக்கும்

வாங்குபவருக்கும் இடையே நேரடி ஒப்பந்த முறை மேற்கொள்ள வழிவகை செய்யப்பட்டது. ஏற்கெனவே ஒப்புக் கொள்ளப்பட்ட ஒப்பந்த அடிப்படையில் விவசாயிகள் தங்களின் விளைபொருள்களை விற்றுப் பணம் பெறலாம் என்பதால் இழப்புகள் தவிர்க்கப்படும். வாங்குபவர்களும் குறிப்பிட்ட காலத்தில் விளைபொருள்களை விவசாயிகளிடமிருந்து பெற்றுக் கொள்ளலாம். இந்த முறையில் இடைத் தரகர்கள் இல்லாமல் நடைபெறுவதால் விவசாயிகள் லாபம் பெற இயலும் (Pavneet Kauris et al 2018).

கிராமப்புற வேளாண் சந்தைகள் 2018-19ல் 22,941 ஆக இருந்தன இதில் 22,000 மகாத்மா காந்தி தேசிய ஊரக வேலை உறுதியளிப்புத் திட்டத்தின் உதவியுடன் மேம்படுத்தப்பட்டன. 10,000 கிராமப்புறச் சந்தைகள் வேளாண் சந்தைப்படுத்துதல் உள்கட்டமைப்பு நிதியினைப் பயன்படுத்தி உள்கட்டமைப்புகள் மேம்படுத்தப்பட்டன. வேளாண் நுட்ப உள்கட்டமைப்பு நிதியின் வழியாக ரூ.200 கோடி மதிப்பீட்டில் ஜூலை 1, 2015ல் தேசிய வேளாண்மைச் சந்தை அமைக்கப்பட்டது. ஏப்ரல் 14, 2016ல் மின்னணு தேசிய வேளாண்மைச் சந்தை தொடங்கப்பட்டது. இதன் முக்கிய நோக்கம் வெளிப்படைத்தன்மையைப் பின்பற்றுவது, உழவர்களின் வருமானத்தை அதிகரிப்பது, அதிக அளவில் வாங்குபவர்களை அந்த அந்த மாநிலத்திற்கு உள்ளேயும், வெளியேயும் உருவாக்கித் தருவது போன்றவையாகும். மின்னணு தேசிய வேளாண்மைச் சந்தையானது மூன்று முக்கிய முன் தேவைகளைக் கொண்டது. இதன்படி 1) மாநிலம் முழுவதும் வர்த்தகம் செய்ய ஒரே உரிமத்தை உறுதி செய்வது, 2) மாநிலம் முழுவதும் ஒரே முனையத்தில் கட்டணம் விதிப்பது அல்லது மாநிலம் முழுக்க கட்டணமற்ற சந்தையினை அளிப்பது. 3) மின்னணு முறையில் ஏலம் நடத்துவது போன்றவையாகும். இத் திட்டத்தின்படி நாடு முழுவதும் 585 வேளாண் உற்பத்தி மற்றும் சந்தைப்படுத்துதல் குழுக்கள் இணைக்கப்பட்டன. இதனால் 1.66 கோடி விவசாயிகள் பயனடைந்தனர். அதேசமயம் மின்னணு தேசிய வேளாண்மைச் சந்தையில் கட்டணமற்ற முறை பின்பற்றப்பட்டதில் முறைகேடுகள் நடைபெற்றது, விவசாயிகளுக்குத் தகுந்த விலை கிடைக்கவில்லை, விவசாயிகளுக்குப் பணம் செலுத்த மின்னணுப் பரிமாற்றம் பயன்படுத்தப்படவில்லை என்ற குற்றச்சாட்டுகள் காணப்படுகின்றன.

மோடி தலைமையிலான ஆட்சியின் முதல் கால கட்டத்தில் 2014ல் வறட்சி ஏற்பட்டது, அடுத்து 2015ல் கடுமையான வறட்சி நிலவியது இதனால் உணவு தானிய உற்பத்தி 13.03 மில்லியன் மெட்ரிக் டன், 0.5 மில்லியன் மெட்ரிக் டன் என்ற அளவு குறைந்தது. பருப்பு உற்பத்தி 2.1 மில்லியன் மெட்ரிக் டன், 0.8 மில்லியன் மெட்ரிக் டன் எனக் குறைந்தது. இதனால் உணவுப் பணவீக்கம் அதிகரித்தது. பருப்பிற்கான நுகர்வோர் விலையானது 2016ல் முதல் பாதியில் 33 விழுக்காடு அதிகரித்தது. உணவுப் பணவீக்கத்தில் குறிப்பாகப் பருப்பு விலை உயர்வினைக் கட்டுப்படுத்த அதன் உற்பத்தியை அதிகரிக்க அரசு பல்வேறு நடவடிக்கைகளை எடுத்தது. அதன்படி பருப்பிற்கான குறைந்த பட்ச ஆதரவு விலையினை அதிகரித்தது, பருப்பு இறக்குமதி செய்தது. இதனால் விலை கட்டுக்குள் கொண்டுவரப்பட்டது. அடுத்தடுத்து வந்த ஆண்டுகளில் பருவமழை நன்றாக இருந்ததால் பருப்பு உற்பத்தி அதிகரித்தது. இந்த நிகழ்வுகளால் பருப்பு விலையானது 2017-18ல் கடுமையாக வீழ்ச்சியடைந்தது. இதுபோன்ற நிலையே எண்ணெய் வித்திலும் ஏற்பட்டது. இதனால் விவசாயிகள் பெரும் பாதிப்பிற்கு உள்ளானார்கள். இதனைப் போக்க அரசு பிரதான் மந்திரி அன்னதாதா வருவாய்ப் பாதுகாப்பு இயக்கம் தொடங்கப்பட்டது. இத் திட்டத்தின் முக்கிய நோக்கம் விவசாயிகளின் வேளாண் விளைபொருள்களுக்குக் கட்டுப்படியாகும் விலையினை உறுதி செய்வதாகும். இத்திட்டத்தின் மூன்று உபதிட்டங்கள் இடம் பெற்றிருந்தன. 1) விலை ஆதரவுத் திட்டம்: இதன்படி ஒன்றிய அரசு இத்திட்டத்தை நடைமுறைப்படுத்தும் முகவராகச் செயல்பட்டு பருப்பு, எண்ணெய் வித்துக்கள், கொப்பரை போன்றவற்றுக்குத் தகுந்த விலையினை அளித்தது. இந்திய உணவுக் கழகத்தை இதில் ஈடுபடச் செய்தது. 2) விலைப் பற்றாக்குறையைச் செலுத்தும் திட்டம் (PDPS): இதன்படி இனம் காணப்பட்ட வேளாண் சந்தையில் பதியப்பட்ட விவசாயிகளுக்குத் தங்களின் விளைபொருள்கள் விற்பனையில் குறைந்த பட்ச ஆதார விலைக்கும் உண்மையில் விற்கப்படும் விலைக்கும் உள்ள வேறுபாட்டு விலைப் பற்றாக்குறையினை அறிந்து விவசாயிகளுக்கு நேரடியாக அவர்களின் வங்கிக் கணக்கிற்குப் பணம் செலுத்துவதாகும். மேலும் வெளிப்படையான ஏலச் சந்தையினை விவசாயிகளுக்கு உருவாக்கித் தருவதாகும். 3) தனியார்த் துறை அனுமதி: கடந்த கால அனுபவத்தின் அடிப்படையில் அரசானது தனியார்துறையினை வேளாண் விளைபொருள்கள் கொள்முதல்

செய்ய முன்னோட்ட அடிப்படையில் நடைமுறைப்படுத்தியது. ஆனால் மாநில அளவில் இதற்கான தகுந்த வரவேற்பு இல்லை. பிரதான் மந்திரி அன்னதாதா வருவாய்ப் பாதுகாப்பு இயக்கமானது சிறு, குறு விவசாயிகளிடையே சென்றடையாததால் இத் திட்டம் வெற்றிபெற இயலவில்லை.

2014ஆம் ஆண்டு நாடாளுமன்றத் தேர்தலில் பா.ஜ.க., தேர்தல் அறிக்கையில் வேளாண் விளைபொருள்களுக்கு அதன் செலவுடன் 50 விழுக்காடு கூடுதலாக விலை அளிப்பதாக அறிவித்தது. இதன்படி 2018-19ஆம் ஆண்டு நிதி நிலை அறிக்கையில் குறைந்த பட்ச ஆதரவு விலையை A2 + FL என்ற அடிப்படையில் விலை தீர்மானம் செய்து அத்துடன் 50 விழுக்காடு கூடுதலாகச் சேர்த்து குறைந்தபட்ச ஆதரவு விலை அறிவிக்கப்பட்டது. ஆனால் C2 என்ற செலவினை கணக்கில் கொள்ளாமல் இவ்விலை அளிக்கப்பட்டதால் A2 + FLவானது C2வைவிட 38 விழுக்காடு குறைவாக இருந்தது. அதேசமயம் இவ் விலை அறிவிக்கப்பட்டபோது பன்னாட்டுச் சந்தையில் வேளாண் விளைபொருள்களின் விலை வீழ்ச்சியில் இருந்தது குறிப்பிடத்தக்கது. அதுபோல் இவ் குறைந்தபட்ச விலை அனைத்து விவசாயிகளுக்கும் கிடைக்கவில்லை காரணம் அரசு கொள்முதல் செய்யப்படும் கொள்முதல் மையங்களில் மட்டுமே இது பின்பற்றப்பட்டது. மேலும் இவ்விலை அறிவிக்கப்பட்டபோது எற்கெனவே நடப்பில் இருந்த குறைந்த பட்ச ஆதரவு விலையைனைத் தாண்டி எந்த பெரிய மாற்றமும் எற்படுத்தவில்லை என்பது குறிப்பிடத்தக்கது. குறைந்தபட்ச ஆதரவு விலையானது மொத்த வேளாண் விளைபொருள்களின் மதிப்பில் 6 விழுக்காடு மதிப்புடையவற்றுக்கு மட்டுமே பயனளிப்பதாக இருந்தது. இக் குறைந்தபட்ச ஆதரவு விலையானது மிகக்குறைவான விவசாயிகளுக்கு மட்டுமே பலனை அளித்தது என்பது குறிப்பிடத்தக்கது.

ஆதாரங்களைத் திறம்படப் பயன்படுத்தி வேளாண் வருமானத்தை அதிகரிக்க அரசு பல்வேறு முயற்சிகள் மேற்கொண்டது. இந்தியாவில் பாதிக்கு மேற்பட்ட விவசாய நிலங்கள் இயற்கையைச் சார்ந்திருக்கின்றன. நீர்ப்பாசனம் அனைத்து விவசாயிகளின் நிலங்களுக்கும் கிடைக்கப்பெற வேண்டும் என்பதற்காகப் பிரதான் மந்திரி கிரிஷ் சிஞ்சாய் யோஜனா என்ற திட்டம் 2015ல் அறிமுகப்படுத்தப்பட்டது. 6 லட்சம் ஹெக்டேர் விவசாய நிலங்களுக்குச் செயற்கை நீர்ப்பாசன வசதி, 5 லட்சம் ஹெக்டேர்

விவசாய நிலத்திற்குச் சொட்டுநீர்ப் பாசனம், விவசாயப் பண்ணைகள் அமைப்பது போன்றவற்றை இத்திட்டம் நிறைவேற்ற முனைந்தது. இதன்படி 99 முதன்மையான நீர்ப்பாசனத் திட்டங்களை இனம்கண்டு நீர்ப்பாசன வசதியை 2019க்கு முன்பு மேம்படுத்த திட்டம் வகுக்கப்பட்டது. ஆனால் பிப்ரவரி 2019ல் 4 திட்டங்கள் மட்டுமே முடிவுறும் தறுவாயில் இருந்தன. 51.4 விழுக்காடு திட்டங்கள் டிசம்பர் 2019ல் முடிவுபெறும் தறுவாயில் இருந்தன.

ஐக்கிய முற்போக்குக் கூட்டணியின் இரண்டாம் கட்ட ஆட்சிக் காலத்தில் நடைமுறைப்படுத்தப்பட்ட மாற்றியமைக்கப்பட்ட தேசிய வேளாண் காப்பீட்டுத் திட்டம் என்ற பெயரில் இருந்ததை பிரதான் மந்திரி ஃபசல் பீமா யோஜனா (PMFBY) என்று பெயர் மாற்றம் செய்து 2016ல் இப்பயிர்க் காப்பீட்டுத் திட்டம் தொடங்கப்பட்டது. இப் புதிய திட்டம் விவசாயிகள் செலுத்தவேண்டியப் பிராமியத்தினை குறைத்துச் செலுத்த வழிவகுத்தது மட்டுமல்ல, சில கட்டுப்பாடுகளையும் விலக்கிக் கொண்டது. 2015-16ல் இத் திட்டமானது மொத்த விளைநிலப் பரப்பில் 22 விழுக்காடு நிலங்களை உள்ளடக்கியிருந்தது, 2017-18ல் இது 29 விழுக்காடாகவும், 2018-19ல் 29.33 விழுக்காடாகவும் அதிகரித்தன. இதனால் 1.56 கோடி விவசாயிகள் பயனடைந்தனர். இக் காப்பீட்டில் பயனடைய ஆதார் இணைப்பு கட்டாயம் என்பதால் முழு அளவிற்கு விவசாயிகளுக்குப் பலன் சென்றடையவில்லை. நெசவாளர்கள் இத்திட்டத்தின் வழியாகக் கடன்பெற வசதி ஏற்படுத்தித் தரப்பட்டது. ஆனால் இதில் பல முறைகேடுகள் காணப்பட்டன, மாநில அரசு காலவரையறைக்குள் விவரங்களைச் சமர்ப்பிக்கவில்லை என்பதால் காப்பீட்டுத் தொகை பெறுவதில் காலதாமதம் ஏற்பட்டது. காப்பீட்டு நிறுவனங்கள் தாமதப்படுத்திக் காப்பீட்டுத் தொகையை வழங்கியது. காப்பீட்டு நிறுவனங்கள் அதிகமாக இந்தத் திட்டத்தால் லாபம் அடைந்தது. தோட்டக்கலை மற்றும் அதனைச் சார்ந்த துறைகளுக்கு இந்தக் காப்பீடு நடைமுறைப்படுத்தவில்லை. எனவே அக்டோபர் 1, 2018ல் அரசு இந்தத் திட்டத்தில் சில மாறுதல்களைச் செய்து (தாமதமாக வழங்கும் காப்பீட்டுத் தொகைக்கு அதற்கான வட்டியையும் சேர்த்து வழங்குதல், சராசரி நகர்விற்குக் கடந்த 7 ஆண்டுகளில் 5 ஆண்டுகளை எடுத்துக்கொள்வது, விவசாயிகளுக்குக் காப்பீடு செய்ய மேலும் கால அவகாசம் அளிப்பது, அறுவடைக்குப்

பிந்தைய இழப்புகளையும் கணக்கில் கொள்வது) நடைமுறைப்படுத்தியது. ஆனால் திறனற்ற நடைமுறை, வெளிப்படைத் தன்மையற்ற நிலை, தனியார் காப்பீட்டு நிறுவனங்கள் அதிக ஆர்வம் காட்டாதது போன்ற பின்னடைவுகள் இத் திட்டத்தில் காணப்பட்டன.

இந்தியாவில் குறு, சிறு விவசாயிகள் (2 ஹெக்டேர் நிலத்திற்குக் கீழ் வைத்திருப்பவர்கள்) 2015-16ஆம் ஆண்டுத் தரவுகளின்படி மொத்த விவசாயிகளில் 86 விழுக்காடு உள்ளனர். இவர்கள் தங்களின் வேளாண் பணியினை மேற்கொள்ள முறைசாராக் கடன்களை அதிமாகப் பெறுவதால் கடன் தொல்லைக்கு ஆளாகி தற்கொலை செய்துகொள்கின்றனர். NCRBயின் தரவுகளின்படி 1995 முதல் 2016ஆம் ஆண்டுவரை 3 லட்சம் விவசாயிகள் தற்கொலை செய்துகொண்டுள்ளனர். 2012-13ஆம் ஆண்டுத் தரவுகளின்படி பெரிய விவசாயிகளின் குடும்ப வருமானம் சிறு விவசாயிகளின் குடும்ப வருமானத்தைவிட 5.6 மடங்கு அதிமாக உள்ளது. பெரிய விவசாயிகள் ஒரு ஹெக்டேருக்கு சராசரியாக ரூ.46,307 வருவாய் ஈட்டுகின்றனர் ஆனால் சிறு விவசாயிகள் ரூ.44,345 மட்டுமே ஈட்டுகின்றனர். விவசாயிகளின் மொத்த வருமானத்தில் 47.9 விழுக்காடு மட்டுமே வேளாண்மை சாகுபடியினால் கிடைக்கிறது (Suijit Mistra et al 2021). இயற்கைச் சீற்றங்கள், காலநிலை மாறுபாடு போன்றவற்றால் சிறு, குறு விவசாயிகள் அதிக இழப்பினை எதிர்கொள்கின்றனர். இதன்பொருட்டு ஒன்றிய அரசானது பிரதான் மந்திரி கிசான் சம்மன் நிதித் திட்டத்தை 2019ல் நடைமுறைப்படுத்தி குறு, சிறு விவசாயிகளுக்கு எந்தவிதக் கட்டுப்பாடுமின்றி ஆண்டுக்கு ரூ.6,000 ரொக்கத்தை அவர்களின் வங்கிக் கணக்கில் மூன்று தவணைகளில் நேரடியாகச் செலுத்தப்படுகின்றன. 2019-20ல் இத் திட்டத்திற்கு ரூ.75,000 கோடி ஒதுக்கீடு செய்யப்பட்டு முதல் தவணையினை ஏப்ரல் 1, 2019ல் விவசாயிகளின் கணக்கில் செலுத்தப்பட்டது. மார்ச் 7, 2019ன் படி 2.2 கோடி விவசாயிகள் இதனால் பயனடைந்தனர். இத்திட்டமானது நில உடைமையாளர்களுக்கும், பயிரிடப்படக்கூடிய நிலத்திற்கு மட்டுமே பொருந்தக்கூடியதாகும். அரசு ஊதியம் பெறுபவர்கள், குத்தகைத் தாரர்கள், நிலமற்ற விவசாயிகள் இத்திட்டத்தைப் பயன்படுத்த முடியாது. மேம்படுத்தப்படாத நில ஆவணங்கள், விவசாயிகளிடையே வங்கிப் பழக்கமின்மை போன்ற காரணங்களால் இத்திட்டம் முழு அளவிற்கு வெற்றி பெறவில்லை. அதிகமான

அளவிற்கு இத்திட்டத்திற்கு நிதி ஒதுக்கப்படுவதால் (ஜி.டி.பியில் 0.4 விழுக்காடு) அரசின் நிதிப் பற்றாக்குறை அதிகரிக்கக் காரணமாக உள்ளது.

வேளாண்மை மற்றும் அதனைச் சார்ந்த துறைகளின் உள்கட்டமைப்பினை மேம்படுத்தி வேளாண் தொழில் முனைவோர்களை ஈடுபடச் செய்யவும், வேளாண் வணிகத்திற்கு நிதி உதவியினைச் செய்யவும், ராஷ்டிரிய கிரிஷ் விகாஸ் யோஜனா திட்டம் 2018-19ல் தொடங்கப்பட்டது. இதுபோன்று வேளாண்மை இயந்திரமயமாக்கலுக்கு முக்கியத்துவம் அளிக்கப்பட்டது. பஞ்சாப், ஹரியானா, உத்தரப்பிரதேசம் மாநிலங்களில் வேளாண் கழிவுகளை எரிப்பதால் டெல்லியில் சுற்றுச்சூழல் பாதிப்படைகிறது. எனவே இதனைக் கையாள்வதற்கு நிதி உதவி மற்றும் மானியத்தில் இயந்திரங்கள், கருவிகள் வழங்கும் திட்டமும், வாடகைக்கு இயந்திரங்கள் அளிக்கும் திட்டமும் நடைமுறைப்படுத்தப்பட்டது. விவசாயிகளிடையே சுற்றுப்புறச்சூழல் மாசடைவதை அறியவும் மாற்று நடைமுறையினைக் கடைப்பிடிக்கவும் பிரச்சாரம் மேற்கொள்ளப்பட்டது. உள்நாட்டுக் கால்நடைகளைப் பாதுகாக்கவும் அவற்றை அதிகரிக்கவும் ராஷ்டிரிய கோகுல் திட்டம் 2014ல் தொடங்கப்பட்டது. பிரதான மந்திரி கிசான் சம்பதா யோஜனா என்ற திட்டம் ரூ.6,000 கோடி செலவில் 2016-2020க்கு நடைமுறைப்படுத்தப்பட்டது. இதன்படி உணவுப் பூங்கா அமைத்தல், முன்னோக்கி-பின்னோக்கிய தொடர்புகளை உருவாக்குவது, உணவுப் பாதுகாப்பு மற்றும் தரக் கட்டுப்பாட்டுக்கு உள்கட்டமைப்பை அமைப்பது, சங்கிலித் தொடர் குளிர்பதனக் கிடங்கு மற்றும் மதிப்புக் கூட்டல் கட்டமைப்பை ஏற்படுத்துதல், வேளாண்-செயல்பாட்டுத் தொகுதிகளுக்குக் கட்டமைப்பை உருவாக்குதல் போன்றவற்றை வலுப்படுத்த நடவடிக்கைகள் மேற்கொள்ளப்பட்டன.

மோடி பிரதமராகப் பதவி ஏற்றபோது நிதிப் பற்றாக்குறையானது 2013-14ல் 4.4 விழுக்காடாக இருந்தது. இது அடுத்து வந்த ஆண்டுகளில் குறைந்து, 3.4 விழுக்காடாக 2018-19ல் இருந்தது. நுகர்வுப் பொருள்களின் விலையும், பணவீக்கமும் நெருங்கிய தொடர்புடையது. பெட்ரோல் விலை, உணவுப் பொருள்களின் விலைகள் குறைந்ததால் பணவீக்கமானது 2013-14ல் 9.5 விழுக்காடாக இருந்தது. 2018-19ல் 3.4 விழுக்காடாகக் குறைந்தது (Pulapre Balakrishnan 2022). இதில் அரசு மேற்கொண்ட நடவடிக்கையால்

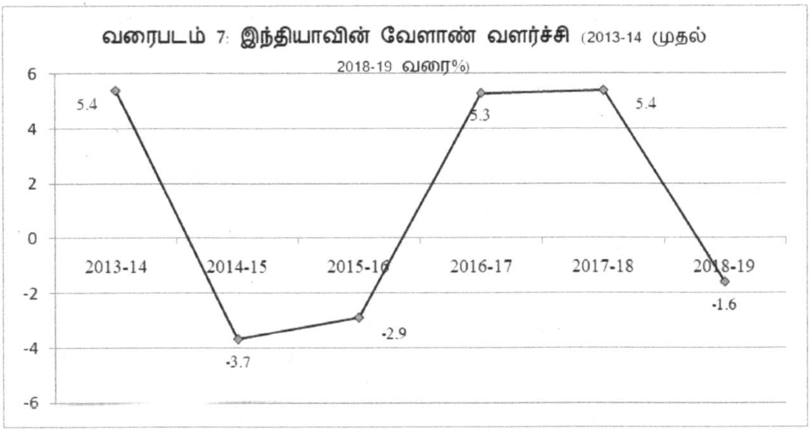

Source: Pulapre Balakrishnan 2022.

பணவீக்கம் குறையவில்லை என்றும் எரிபொருள் (பெட்ரோல்-டீசல்) விலை பன்னாட்டு அளவில் குறைவது என்பது பணக் கொள்கைக்கு அப்பாற்பட்ட புறக்காரணியாகும் என்ற வாதம் முன்வைக்கப்படுகிறது. பொருளாதார வளர்ச்சி 2013-14லிருந்து 2016-17 வரை தொடர்ந்து அதிகரித்து வந்தாலும் 2017-18ல் 1.3 விழுக்காட்டுப் புள்ளிகள் குறைந்தது. இது மேலும் 2018-19ல் 0.9 விழுக்காட்டுப் புள்ளிகள் குறைந்தது. இதற்கு முக்கியக் காரணம் பணமதிப்பிழப்பு நடைமுறைப்படுத்தப்பட்டதும், சரக்கு மற்றும் சேவை வரி விதிக்கப்பட்டதுமாகும். இதன் விளைவு வேலையின்மை அதிகரிக்கத் தொடங்கியது (வேலையின்மை 2015-16ல் 5 விழுக்காடும், 2017-18ல் 6.1 விழுக்காடும், 2018-19ல் 5.8 விழுக்காடுமாக இருந்தது). இத்துடன் தொழிலாளர் பங்கேற்பு ஆற்றலும் குறையத் தொடங்கியது. மோடி தொன்மைப் பொருளியல் அறிஞர்கள் கடைப்பிடித்த "குறைந்தபட்ச அரசு" என்ற உத்தியைப் பின்பற்றி பன்னாட்டு நிறுவனங்கள், பெருநிறுவனங்களுக்கு முக்கியத்துவம் கொடுத்தார். 2008ல் ஏற்பட்ட உலகளாவிய நிதிச் சிக்கலிருந்து பல நாடுகள் முழுமையாக இயல்பு நிலைக்குத் திரும்பாததால் இந்தியாவின் அயல்நாட்டு வர்த்தகம் பெருமளவிற்குப் பாதிக்கப்பட்டிருந்தது. மோடி பதவி ஏற்ற அடுத்த இரண்டு ஆண்டுகளுக்கு வேளாண்மையின் வளர்ச்சியானது பூஜ்யத்திற்குக்கீழ் சென்றது. வெளிநாட்டு முதலீடு வரத்து குறைந்தது, தேவை குறைந்தது. உற்பத்தியாளர்கள் பணமதிப்பிழப்பு, சரக்கு மற்றும் சேவை

வரியால் பாதிக்கப்பட்டு உற்பத்தியை நிறுத்தி இருந்தனர். வேளாண் மொத்த உள்நாட்டு உற்பத்தியானது மோடியின் முதல் கட்ட ஆட்சிக் காலத்தில் சராசரியாக 2.9 விழுக்காடு வளர்ச்சியடைந்தது இது ஐக்கிய முற்போக்கு கூட்டணி ஆட்சியில் அடைந்ததைவிட (4.3 விழுக்காடு) குறைவாக இருந்தது என்பது குறிப்பிடத்தக்கது. இந்திய வேளாண் துறையின் செயல்பாடுகள் ஏற்ற இறக்கங்களுடன் காணப்படுவதற்கு முக்கியக் காரணம், இந்திய வேளாண்மை அதிக அளவில் பருவமழையினை சார்ந்திருப்பதாகும். 49 விழுக்காடு விளைநிலங்கள் மட்டுமே நீர்ப்பாசன வசதியைப் பெற்றுள்ளது. பருவமழையானது 2002ல் -19.2 விழுக்காடு குறைவான மழையும், 2004ல்-13.8 விழுக்காடும், 2009ல்-21.8 விழுக்காடும், 2014ல்-12 விழுக்காடும், 2015ல் 14 விழுக்காடும் குறைவாக மழையினைப் பெற்றுள்ளது. இதனால் உணவு தானிய உற்பத்தியானது இக்கால கட்டங்களில் குறைந்திருந்தது. இந்தியச் சுதந்திரம் அடைந்து தொடர்ந்து அடுத்தடுத்து இரண்டு ஆண்டுகள் வறட்சியினை 1965 மற்றும் 1966லும், 1986 மற்றும் 1987லும், 2014 மற்றும் 2015லும் எதிர் கொண்டுள்ளது. மோடி ஆட்சியில் இத்தகைய தொடர் இரண்டு ஆண்டுகள் வறட்சியினை சந்தித்ததால் வேளாண்மை பாதிக்கப்பட்டது. இதைத்தவிர உள்நாட்டில் விலையில் ஏற்றத் தாழ்வு நிலவியதும், உலகளாவிய அளவில் வேளாண் விளைபொருள்களின் விலை வீழ்ச்சி அடைந்திருந்தது. இத்துடன் மின்னணு தேசிய வேளாண்மைச் சந்தை (e-NAM) மற்றும் உழவர் உற்பத்தியாளர் நிறுவனம் (Farmer Producer Company) போன்றவற்றால் வேளாண்மையின் லாபம் பாதிக்கப்பட்டது. அரசியல் கட்சிகளின் உறுதிமொழிகள் நிறைவேற்றப்படாமல் இருந்தன. பண மதிப்பிழப்பு நடவடிக்கையினால் நீர்மமாகப் பணம் பயன்படுத்த முடியாமல் போனது போன்றவை வேளாண்மை வளர்ச்சிக்கான தடைகளாக இருந்தன. இதன் காரணமாக மோடி ஆட்சியின் முதல் காலகட்டத்தில் வேளாண் வளர்ச்சி குறைந்ததற்கான முக்கியக் காரணமாக அறியப்படுகிறது.

அசோகா குலாட்டி, ஸ்வேதா சைனி மற்றும் ரஞ்சனாராய் (2021) என்பவர்களின் ஆய்வுப்படி A2 செலவை அடிப்படையாகக் கொண்டு பார்த்தால் நெல்லின் லாப விளிம்பானது (விழுக்காட்டில்) 2012-13ல் 108 ஆக இருந்தது 2015-16ல் 90 ஆகக் குறைந்துள்ளது, கோதுமை 183லிருந்து 155 ஆகக் குறைந்துள்ளது, கரும்பு 183லிருந்து

153 ஆகக் குறைந்துள்ளது, சோளம் 101லிருந்து 79 ஆகக் குறைந்துள்ளது. பருப்பு வகைகள் மட்டும் அதிகரித்துள்ளன. இச்செலவுடன் சொந்த உழைப்பிற்கான பணமதிப்பு, சொந்த நிலத்தின் வாடகை மதிப்பு, சொந்த மூலதனத்திற்கான வட்டியும் சேர்த்துப் பார்த்தால் லாப விளிம்பானது எதிர்மறையில் காணப்படும் என்பது குறிப்பிடத்தக்கது. ரிச்சாகுமாரின் (2019) ஆய்வின்படி வேளாண் பயிர்களில் புதிய பூச்சிகளின் தாக்குதல் ஏற்படுவது, அதிகக் களைகள் உருவாகுவது, மண்ணின் வளத்தன்மை குறைந்து வருவது, ரசாயன உரத்திற்கு மாற்று நடைமுறையில் பயன்படுத்த முன்வராத நிலை, இடுபொருள்களின் விலைகள் கணிசமாக அதிகரித்திருப்பது, மானியம் மற்றும் கடன் நிவாரணம் தொடர்ந்து அதிகரித்திருப்பது போன்றவை அண்மைக் காலங்களில் வேளாண்மையில் காணப்படுகிறது என்று குறிப்பிட்டுள்ளார் (Richa Kumar 2019).

சுக்பால் சிங்கின் (2013) ஆய்வுப்படி, '2003ஆம் ஆண்டுத் தரவுகளின்படி 40 விழுக்காடு இந்திய விவசாயிகள் வேளாண் தொழிலை விருப்பமின்றி தொடர்வதாகவும், இதற்கு முக்கியக் காரணம் குறைவான லாபம், அதிகமான இடர், வேளாண் தொழிலில் ஈடுபடுவதால் சமூகத்தில் குறைத்து மதிப்பீடு செய்யப்படுவது போன்றவை' என்று குறிப்பிட்டுள்ளார். 'இவர்கள் நல்வாய்ப்புகளை எதிர்நோக்கியுள்ளனர், அவ் வாய்ப்புகள் அமையப்பெற்றால் வேளாண்மையிலிருந்து வெளியேறத் தயாராக உள்ளனர்' என்கிறார். மற்றொரு வகையில் வேளாண்-வேளாண் சாரா வருமானத்தின் இடைவெளியானது தொடர்ந்து அதிகரித்து வருகிறது என்று இவ் ஆய்வு குறிப்பிடுகிறது. 1980களின் இடையில் இவ் இடைவெளியானது 1:3 என்று இருந்தது, 1990களின் மத்தியில் இது 1:4.8 என அதிகரித்தது, 2011-12ல் இது 1:3.12 என்று மாற்றமடைந்தது. வேளாண்மையில் வருமானம் இரு மடங்காக அதிகரிக்க வேண்டுமென்றால் 20 ஆண்டுகளுக்குமேல் எடுத்துக்கொள்ளும் என்று புள்ளிவிவர ஆதாரங்களுடன் இவ் ஆய்வு தெரிவிக்கிறது (Sukhpal Singh 2018).

இந்தியா இத்துவரையில்லாத காலநிலை மாற்றத்தை எதிர்கொண்டுள்ளது, விவசாயிகள் லாப விளிம்புநிலை குறைந்து வருவது என்பது வேளாண்மையின் இந்திய தற்போது எதிர்கொள்ளும் மிகப் பெரிய அறைகூவலாக உள்ளது. இந்தியாவில் சராசரி சாகுபடிப் பரப்பானது தொடர்ந்து குறைந்து வருகிறது.

இதற்கு முக்கியக் காரணம் குடும்ப அமைப்பின் பிரிகையால் நிலம் துண்டாடப்படுவதாகும். இந்த நிலை தொடர்ந்தால் விவசாய வருமானம் மேலும் குறையும். தற்போது அதிகரித்திருக்கும் வேளாண் உற்பத்தி போதுமான அளவில் இல்லை. இதனை மேலும் அதிகரிக்க அரசு அடிப்படையாக வேளாண் துறையுடன் தொடர்புடைய உள்கட்டமைப்பினை உருவாக்க வேண்டும், காலநிலை மற்றும் பருவநிலை மாற்றம் போன்றவற்றை உணர்ந்து இடுபொருள்களை மாற்றிப் பயன்படுத்த வேண்டும். இந்திய விவசாயிகள் வேளாண் செயல்பாடுகளில் எவ்வித திறன் மேம்பாட்டையும் பெற்றிருக்கவில்லை என்பதால் அவர்களின் திறன் மேம்பாட்டிற்கு முன்னுரிமை அளிக்க வேண்டும்.

2019ல் நடைபெற்ற நாடாளுமன்றத் தேர்தலில் பாரதிய ஜனதா கட்சியின் தேர்தல் அறிக்கையில். இந்தியாவை உலகளவில் முதன்மை தேசமாக்குவது, விவசாயிகளின் வருமானத்தை இரட்டிப்பாக்குவது, இந்தியாவில் தயாரிப்பது, அனைவருக்கும் கல்வி, அனைவருக்கும் சுகாதாரப் பாதுகாப்பு, பெண்களுக்கான சமத்துவம், நல்லாட்சி, உள்ளடக்கிய வளர்ச்சி, உள்கட்டமைப்பை வலுப்படுத்துதல் போன்றவற்றுக்கு முக்கியத்துவம் அளிக்கப்படும் என்று குறிப்பிடப்பட்டது. இத் தேர்தலில் பா.ஜ.க. தலைமையிலான தேசிய ஜனநாயகக் கூட்டணியானது 354 இடங்களில் வெற்றிபெற்றது. இதில் பா.ஜ.க. தனித்து 303 இடங்களில் வெற்றிபெற்றது. இது பா.ஜ.க. 2014ல் வெற்றி பெற்றதைவிடக் கூடுதலாக 21 இடங்கள் பெற்றது என்பது குறிப்பிடத்தக்கது. இரண்டாவது முறையாக மோடி தலைமையிலான ஆட்சியானது பா.ஜ.க. சித்தாந்தத்தை அடிப்படையாகக் கொண்டு அதிரடி நடவடிக்கைகளை அரங்கேற்றியது.

ஜம்மு-காஷ்மீருக்கு வழங்கப்பட்ட சிறப்பு அந்தஸ்தான அரசியல் சாசனப் பிரிவு 370 விலக்கிக்கொள்ளப்பட்டது. குடியுரிமை சட்டம் முஸ்லிம் அல்லாத இந்தியாவில் குடியேறிய மூன்று நாடுகளின் (பாகிஸ்தான், பங்களாதேஷ், ஆப்கானிஸ்தான்) மக்களுக்குக் குடியுரிமை, முஸ்லிம் மக்கள் சட்டவிரோதமாகக் குடியேறியவர்களை வெளியேற்றுதல், ராமர் கோவில் கட்டுவதற்கான பணிகள் துவக்கம், புதிய நாடாளுமன்றக் கட்டிடம் கட்ட அடிக்கல், முஸ்லிம் பெண்களுக்கு எதிரான மும்முறை தலாக் ஒழிப்புச் சட்டம், புதிய கல்விக் கொள்கை போன்ற அதிரடி அரசியல் நிகழ்வுகள் நடந்தேறின. 2019ன் இறுதியில் கொரோனா வைரஸ் பரவியதை அடுத்து, 2019 மற்றும் 2021களுக்கிடையே

மூன்று அலைகளின் தாக்கத்தினால், நாடு முழுவதும் முழு அடைப்பு நடைமுறைப்படுத்தப்பட்டதால் இந்தியா பொருளாதார அளவில் நிலைகுலைந்து போனது. உற்பத்தி நிறுத்தம், வேலையின்மை அதிகரிப்பு, வறுமை, போக்குவரத்து தொடர்பு அறுபடுதல், அரசுச் செலவு அதிகரிப்பு போன்ற விளைவுகள் உருவானது. இதில் வேளாண்மைத்துறை உட்பட அனைத்து துறைகளும் பெரும் பாதிப்பிற்கு உண்டானது. வேளாண்மையில் ஈடுபட்டிருந்த புலம்பெயர் கூலித் தொழிலாளர்கள் சொந்த மாநிலங்களுக்குத் திரும்பியதால் தொழிலாளர் பற்றாக்குறை ஏற்பட்டு வேளாண்மை நடவடிக்கைகள் பெருமளவிற்குப், (குறிப்பாகப் பஞ்சாப், ஹரியானா, உத்தரப் பிரதேசம், கேரளா) பாதித்தது. 2019ல் கொண்டுவரப்பட்ட மூன்று வேளாண் சட்டங்கள் இந்திய அளவில் விவசாயிகள் மத்தியில் பெரும் கொந்தளிப்பினை உருவாக்கியது. மோடி அரசு 2022ல் விவசாயிகளின் வருமானத்தை இருமடங்காக அதிகரிப்பது, 2024ல் இந்தியாவை 5 டிரில்லியன் டாலர் பொருளாதாரமாக மாற்றுவது, நீர் சேமிப்பைத் தீவிரமாக நடைமுறைப்படுத்துவது, ஒரு முறை மட்டுமே பயன்படுத்தும் பிளாஸ்டிக்கை முற்றிலும் நிறுத்துவது, சுகாதார அளிப்பை மேம்படுத்துவது, அனைவருக்கும் வீட்டு வசதி, உள்கட்டமைப்பை மேம்படுத்த ரூ.102 கோடி மதிப்பீட்டில் 7,000 திட்டங்களுக்கு (குழாய் நீர் இணைப்பு, சாலை, நீர்ப்பாசனம், சுகாதாரம், டிஜிடல் இந்தியா, நகர்ப்புற வசதி) ஒதுக்கப்பட்டு நடைமுறைகளை மேற்கொள்வது என்று பல செயல்பாடுகளை மோடியின் 0.2வில் முன்னெடுத்தது.

நீர் சேமிப்பு நடவடிக்கையின் முதல் படியாக ஜல சக்தி என்ற புதிய அமைச்சரவை உருவாக்கப்பட்டு ஜல சக்தி அபியான் (Jan Shakti Abhiyaan) மற்றும் ஜல ஜீவன் மிஷ்ன் (Jal Jeevan Mission) என்ற இரு திட்டங்கள் நீர் சேமிப்பிற்காக நடைமுறைப்படுத்தப்பட்டது. இவற்றின் முக்கிய நோக்கம் அனைத்துக் குடியிருப்புகளுக்கும் 2024க்குள் குடிநீர் இணைப்பை ஏற்படுத்தித் தருதல். நீர் வீணாகுவதைத் தடுக்க புதிய உத்திகளைக் கடைப்பிடித்தல். ஒரு நபருக்கு ஒரு நாளைக்கு 43 முதல் 55 லிட்டர்வரை தண்ணீர் அளிப்பது போன்றவையாகும். சுகாதாரம் அனைவருக்கும் கிடைக்க வேண்டும் என்பது அரசின் கொள்கையாகும். 2018ல் ஆயுஷ்மான் பாரத் தொடங்கப்பட்டு தரமான மருத்துவத்தைச் சமுதாயத்தில் பாதிக்கப்பட்ட மக்களுக்கு அளிப்பதை நோக்கமாகக்

கொண்டுள்ளது. இதற்காக மருத்துவக் காப்பீடு மற்றும் நல மையங்கள் வழியாகச் சுகாதாரம் அளிக்க ரூ.1.50 லட்சம் கோடியில் சுகாதார மையங்கள் கிராமப்புறங்களில் 2022ல் உருவாக்க முயற்சிகள் மேற்கொள்ளப்பட்டன. இதுபோன்று இருக்க இருப்பிடம் அடிப்படையானதாக உள்ளதால் பிரதம மந்திரி அவாஸ் யோஜனா தொடங்கப்பட்டு 20 மில்லியன் வீடுகளுக்குப் பொருளாதாரரீதியில் பாதிக்கப்பட்ட குடும்பங்களுக்கு வழங்க 2016ல் திட்டமிடப்பட்டது. இவ்வீடுகள் அனைத்து வசதிகளும் (தண்ணீர்க் குழாய் இணைப்பு. மின் இணைப்பு உட்பட) உள்ளடக்கியதாக இருந்தன.

2021ல் வெளியிடப்பட்ட SAS அறிக்கையின்படி இந்தியாவில் விவசாயக் குடும்பங்கள் தங்களின் மாத வருமானத்தில் 37 விழுக்காடு மட்டுமே வேளாண் சாகுபடி வழியாகப் பெறுகின்றனர். 40 விழுக்காடு வருமானம் கூலியின் வழியாகவும், 15 விழுக்காடு கால்நடை வளர்த்தல் மூலமாகவும், 6 விழுக்காடு வேளாண்சாரா வணிகம் மூலமாகவும், 1 விழுக்காடு நிலம் குத்தகைக்கு விடுவதன் மூலமாகவும் பெறப்படுகிறது. 2022ல் விவசாயிகளின் வருமானத்தை இரட்டிப்பாக்குவதற்காகப் பல்வேறு நடவடிக்கைகளை அரசு முன்னெடுத்தது. இடுபொருள்களுக்கான மானியத்தைத் தொடர்ந்து வழங்குதல், உற்பத்தித் திறனை அதிகரிக்கத் தரமான இடுபொருள்களைப் பயன்படுத்துதல், வேளாண் உற்பத்திப் பொருள்களின் விலையினை அதிகரிக்கக் குறைந்த பட்ச ஆதரவு விலையினை அனைத்து விவசாயிகளுக்கும் கிடைக்கச் செய்வது, வேளாண் உற்பத்தியில் அதிக அளவிற்கு உபரியை உருவாக்கிச் சந்தைப் படுத்துதல், வேளாண் மற்றும் வேளாண் சாரா இரண்டுக்குமான வர்த்தக நிலையை அதிகரிப்பது, நேரடியாக விவசாயிகளுக்கு வருமானம் அளிப்பது போன்ற நடவடிக்கைகளை அரசு தீவிரமாக நடைமுறைப் படுத்தி வருகிறது.

10,000 புதிய விவசாயிகள் உற்பத்தி அமைப்பை அடுத்த ஐந்தாண்டுகளில் தொடங்கி விவசாயிகள் பலன்பெற மாநில அரசுகள் மின்-சந்தை (e-NAM) தொடங்க அனுமதி அளிப்பது, வேளாண்மையில் பூஜ்ய செலவிலான திட்டம் தொடங்க நடவடிக்கை மேற்கொள்ளப்பட்டது. இதனால் விவசாயிகளின் வருமானம் அதிகரிக்கும்.

வேளாண்மையில் மின்சாரப் பம்புசெட்டுகள் நீர்ப்பாசன வசதியினை அளிப்பதில் முக்கியப் பங்கு வகிக்கிறது. பல

மாநிலங்களில் விவசாயப் பம்புசெட்டுகளுக்கு இலவச மின்சாரம் வழங்கி வருகிறது. ஆனால் மின் பற்றாக்குறை நிலவிவருவதால் தடையற்ற மின்சாரம் கிடைப்பது இல்லை. எனவே அரசு முறைசாரா ஆற்றலைப் பயன்படுத்தி பம்புசெட்டுகளை நீர் இறைப்பிற்குப் பயன்படுத்த முயற்சிகள் மேற்கொள்ளப்படுகின்றன. இதற்காக ஜூலை 2019ல் நீர்ப்பாசன வசதிக்காக மோட்டார் பம்பு செட் பயன்பாட்டிற்குப் பிராதான் மந்திரி கிசான் உர்ஜா சுரக் ஷ உத்தன் மஹாவியான் திட்டம் (PM-KUSUM) அறிமுகப்படுத்தப்பட்டது. டீசல், மண்ணெண்ணெய் பயன்பாட்டிற்கு மாற்றாக சூரியஒளியினைப் பயன்படுத்த முடிவுசெய்யப்பட்டது. இதன்படி 20 லட்சம் விவசாயிகளுக்குப் பம்புசெட்டுகள் அளிக்க முடிவு செய்யப்பட்டது. இத்துடன் 15 லட்சம் விவசாயிகளுக்குச் சோலார் பம்புசெட்டுகள் 60 விழுக்காடு மானியத்துடன், 30 விழுக்காடு அரசுக் கடனுடன் அமைத்துத்தர முடிவெடுக்கப்பட்டது. சோலார் பேனல் வழியாக உற்பத்தியாகும் உபரி மின்சாரத்தை விற்கவும் விவசாயிகளுக்கு வழிவகை செய்யப்பட்டுள்ளது.

உபரியாக உள்ள வேளாண் விளை பொருள்களை வெளிநாடுகளில் சந்தைப்படுத்துவதால் விவசாயிகள் அதிக வருமானத்தையும் பெற இயலும். இதற்கு முக்கியத் தேவையாகக் கிடங்குகள், குளிரூட்டப்பட்ட சேமிப்புக் கிடங்குகளை உருவாக்கித் தரப்படுகின்றன. 162 மில்லியன் மெட்ரிக் டன் கொள்ளளவு கொண்ட சேமிப்புக் கிடங்குகள், குளிர்பதனக் கிடங்குகள் போன்றவை நபார்டு (NABARD) உதவியுடன் அமைக்கப்பட முயற்சிகள் மேற்கொள்ளப்பட்டுள்ளன. விரைவில் அழுகக்கூடிய பொருள்களான பால், இறைச்சி, மீன் ஆகியவற்றை விரைவுப் பரிவர்த்தனைக்குக் கொண்டுசெல்ல ஏதுவாக இந்திய ரயில்வே, 'விவசாயி ரயில்' பொது-தனியார்-பங்கேற்புடன் இயக்க நடவடிக்கை மேற்கொண்டுள்ளது. சுய உதவிக் குழு உதவியுடன் கிராமப்புறச் சேமிப்புக் கிடங்குகள் உருவாக்கப்பட்டன. ஒருங்கிணைந்த முறையில் தோட்டக்கலையை மேம்படுத்த ஏற்றுமதி சந்தைகளுக்கு முக்கியத்துவம் அளிக்கப்பட்டது. மானாவாரி பயிரிடும் பகுதிகளை ஒருங்கிணைந்த முறையில் பல்லடுக்குப் பயிர் செய்தல், தேனி வளர்த்தல், சூரியஒளி பம்புகள், சூரியஒளி உற்பத்தி போன்றவை ஏற்படுத்தவும், வேளாண்மையில் பூஜ்ய செலவின் அடிப்படையிலான திட்டத்தை விரைவுபடுத்தவும் நடவடிக்கைகள் மேற்கொள்ளப்படுகின்றன.

பொருளாதார வளர்ச்சி மற்றும் நீடித்த மேம்பாட்டுக்குப் பிரதம மந்திரி கதி சக்தி என்ற திட்டத்தின்படி சாலை, ரயில்வே. விமான நிலையம், துறைமுகம், பொருண்மைப் போக்குவரத்து, நீர்வழிப் போக்குவரத்து, போக்குவரத்து உள்கட்டமைப்பு போன்றவற்றை வலுப்படுத்த முயற்சிகள் தொடங்கப்பட்டுள்ளன. விரைவுச் சாலைகளை உருவாக்க ரூ.2,000 கோடியில் 25,000 கி.மீ. அமைக்கவும், மக்கள் மற்றும் பொருள்கள் வேகமாகப் பயனிக்கவும், எடுத்துச் செல்லவும் பலநிலை போக்குவரத்து வளர்ச்சிக்கு அடித்தளம் அமைக்கப்பட்டுள்ளது. விவசாயிகள் டிரோன்கள் முறையைப் பயன்படுத்தி வேளாண் விளைச்சலைக் முன்கணிப்பு செய்தல், நில ஆவணங்களை டிஜிட்டல் முறைக்கு மாற்றுதல், வேளாண்மையைத் தாக்கும் புதிய வகைப் பூச்சிகள் அழிப்பு, மண்ணின் உயிர்ச்சத்தை அதிகரிப்பது போன்றவை நடைமுறையில் கொண்டுவரப்பட்டுள்ளன.

இதுபோல் வேளாண்மைமீதான முதலீடுகள் குறிப்பாக நீர்ப்பாசனம், ஆராய்ச்சி, சந்தை உள்கட்டமைப்பை மேம்படுத்துவது போன்ற முயற்சிகளையும் அரசு மேற்கொள்கிறது. விவசாயிகளின் வருமானத்தை இரட்டிப்பாக்குவதற்கு வேளாண் சார்புத்துறைகளை மேம்படுத்துவதற்கான முக்கியத்துவம் அளிக்கப்பட வேண்டும் என்று குழு அளித்த பரிந்துரையின் அடிப்படையில் முயற்சிகள் மேற்கொள்ளப்படுகின்றன.

பிரதான் மந்திரி கிராமப்புறச் சாலை இணைப்புத் திட்டம் 2000ல் அன்றைப் பிரதமர் வாஜ்பாயால் அறிமுகப்படுத்தப்பட்டது. இதன் செயல்பாடுகள் அரசியலைக் கடந்து கிராமப்புறச் சாலை இணைப்பு மற்றும் மேம்பாட்டில் நல்ல முன்னேற்றம் கண்டதால் கிராமங்களில் சமூக-பொருளாதாரத் தளங்களில் பெரும் மாற்றம் ஏற்பட்டுள்ளது. தற்போது 97 விழுக்காடு குடியிருப்புகள் சாலை இணைப்பைப் பெற்றுள்ளது. மோடியின் ஆட்சியில் பிரதான் மந்திரி கிராமப்புறச் சாலை இணைப்புத் திட்டம் பகுதி மூன்றுக்கு ரூ.8,020 கோடியில் 1.25 லட்சம் கி.மீ. சாலை அமைக்க 2019ல் நிதி ஒதுக்கீடு செய்யப்பட்டது. அடுத்து வரும் 1,000 நாட்களுக்கு ஒரு நாளைக்கு 130 முதல் 135 கி.மீ. சாலை அமைக்க இலக்கு நிர்ணயிக்கப்பட்டது. 30,000 கி.மீ. சாலைகள் பசுமை தொழில்நுட்பம் முறையிலும், பிளாஸ்டிக் கழிவுகளை அடிப்படையாகக்கொண்டும் அமைக்கத் திட்டம் வகுக்கப்பட்டது.

ஜூன் 2020ல் நாடாளுமன்றத்தில் மூன்று புதிய வேளாண் மசோதாக்கள் தாக்கல் செய்யப்பட்டு செப்டம்பர் 2020ல் இவற்றைச் சட்டமாக்கியது. அதன்படி, 'அத்தியாவசியப் பொருள்கள் திருத்தச் சட்டம்', 'வேளாண் விளைபொருள் வணிகம் மற்றும் வர்த்தக (மேம்பாடு மற்றும் எளிமைப்படுத்துதல்) சட்டம்', 'விவசாயிகளுக்கு (அதிகாரமளித்தல் மற்றும் பாதுகாப்பு) விலை உத்தரவாத ஒப்பந்தம் மற்றும் வேளாண் சேவைகள் சட்டம்' போன்றவற்றை நடைமுறைக்குக் கொண்டுவந்தது. இச்சட்டங்களின் முதன்மை நோக்கங்களாக, இடைத்தரகர்களின் ஆதிக்கத்தை ஒழிப்பது, விவசாயிகள் தங்களின் விளைபொருள்களை நாட்டின் எப்பகுதியிலும் நல்ல விலைக்கு விற்கத் தடையற்ற நிலையினை உருவாக்குவது, தனியார் மண்டிகளை ஊக்குவித்து வேளாண் விவசாயிகளுக்கு வருவாய் பெறும் நோக்கினை மேம்படுத்துதல். வேளாண் விளைபொருள்களை அறுவடைக்காலங்களில் கொள்முதல் செய்து அவற்றைச் சேமித்துவைத்தல் போன்றவை ஆகும். இதனால் வேளாண் உள்கட்டமைப்புகள் தனியார் முதலீடுகளால் வலுப்பெறும், வேளாண் பொருள்கள் ஏற்றுமதி அதிகரிக்கும், விவசாயிகள் லாபமடைவார்கள் என்று எடுத்துரைக்கப்பட்டது. ஆனால் இச்சட்டத்தினால் விவசாயிகளுக்கு கிடைக்கக்கூடிய குறைந்தபட்ச ஆதரவு விலை நாளடைவில் நீர்த்துப்போகக்கூடும். விவசாயிகளுக்கு உறுதுணையாக உள்ள ஏபிஎம்சி என்கிற மண்டி அமைப்பு நடைமுறையில் காணாமல் போகலாம். வேளாண்மை பன்னாட்டுப் பெருநிறுவனங்களின் கட்டுப்பாட்டிற்குச் சென்றடையும். இதனால் விவசாயிகளின் உரிமைகள் பறிபோகும் போன்ற காரணங்களில் விவசாயிகளிடம் கடுமையான எதிர்ப்பு உருவானது.

வேளாண் ஒப்பந்த முறை 1960களில் இந்தியாவில் ஏற்கெனவே நடைமுறையில் இருந்தது. பஞ்சாப், ஹரியானா மாநிலங்களில் 1990களில் தக்காளி, மிளகாய், உருளைக்கிழங்கு போன்ற பயிர்கள் ஒப்பந்த முறையிலான சாகுபடி செய்யும் முறையிருந்தது. பின்னால் இது 12க்கு மேற்பட்ட வேளாண் பயிர்கள் என விரிவானது. இவ்வொப்பந்தத்தில் உள்நாட்டுத் தனியார் மற்றும் பன்னாட்டுப் பெருநிறுவனங்கள் விவசாயிகளுடன் ஒப்பந்த வேளாண்மையை மேற்கொண்டது.

2003ல் மாதிரி வேளாண் உற்பத்தி மற்றும் கால்நடை ஒப்பந்த வேளாண்மை மற்றும் சேவைச் சட்டம் கொண்டுவரப்பட்டது.

இந்தியாவில் உள்ள மாநிலங்களில் முதன்முதலில் தமிழ்நாட்டில் இச்சட்டத்தை அடிப்படையாகக்கொண்டு 2019ல் வேளாண் ஒப்பந்தச் சட்டம் கொண்டுவந்தது. அதனைத் தொடர்ந்து ஒடிசாவில் 2020ல் கொண்டுவரப்பட்டது.

வேளாண் ஒப்பந்தச் சட்டத்தினால் புதிய தொழில்நுட்பம் பயன்படுத்துதல், தரமான விதைகள், வேளாண் விரிவாக்கம், உறுதிப்படுத்தப்பட்ட சந்தைப்படுத்துதல் மற்றும் விலை போன்றவற்றில் விவசாயிகளுக்கு லாபம் கிடைக்கும் என்றாலும் நடைமுறையில் கடந்த காலங்களில் இம்முறையில் வேளாண் விளைபொருள்களின் தரத்தைக் காரணம் காட்டி ஒப்பந்த நிறுவனங்கள் கொள்முதல் செய்ய முன்வராத நிலையும், நிறுவனங்கள் தாமதமாகப் பணம் வழங்குதல், குறைவான விலைக்குக் கொள்முதல், தரம் குறைந்த இடுபொருள்கள் அளிப்பு, பயிர் செய்வதில் இழப்பு ஏற்படும்போது எந்தவித இழப்பீடும் வழங்கப்படாதது. அதிக அளவில் இடுபொருள்களின் செலவு, நிலைத்த நிலையிலான ஒப்பந்த விலை, நிறுவனங்கள் ஒப்பந்தத்தைத் தன்னிச்சை செய்யும் உரிமை போன்றவற்றால் பாதிக்கப்பட்டது. வேளாண் ஒப்பந்த நிறுவனங்கள் குறைந்தபட்ச நிலம் என்ற வரையறையை நிபந்தனையாக வைத்ததால் சிறு, குறு விவசாயிகள் இதனால் பயன் பெற முடியாத நிலை உள்ளது. இதற்கான முக்கியக் காரணம் குறைந்த அளவு நில உடைமையாளர்கள் அனுமதிப்பதால் போக்குவரத்துப் பரிமாற்றச் செலவு அதிகமாகும் என்பதாகும் (Sukhpal Singh 2022).

அரசு கொண்டுவந்த வேளாண் சட்டங்களை எதிர்த்து பஞ்சாப் மாநில விவசாயிகளால் டெல்லியை முற்றுகையிடும் போராட்டம் முன்னெடுக்கப்பட்டது. நாளடைவில் ஹரியானா, ராஜஸ்தான், உத்தரப் பிரதேசம் போன்ற மாநிலங்களைச் சார்ந்த விவசாயிகள் பெருமளவிற்குத் திரண்டு, 'டெல்லி சலோ' என்ற முழக்கத்துடன் டெல்லியை நோக்கிச் செல்லும் நெடுஞ்சாலைகளில் அறவழியில் முற்றுகைப் போராட்டத்தினை நவம்பர் 25, 2020இல் முன்னெடுத்தனர். இப்போராட்டத்திற்கு இந்தியாவில் உள்ள 500க்கு மேற்பட்ட விவசாயச் சங்கங்கள் ஒன்றிணைந்து அனைத்து இந்திய விவசாயிகள் போராட்ட கூட்டு ஒருங்கிணைப்புக் குழு (All India Kisan Sangharsh Coordination Committee) உருவாக்கப்பட்டது. போராட்டக் காலங்களில் 750க்கு மேற்பட்ட விவசாயிகள் உயிரிழந்தனர். 358 நாள்கள் பல்வேறு வடிவங்களில் நடைபெற்ற

இந்த அறவழிப் போராட்டத்திற்கு இந்திய அரசு வேறு வழியின்றி அடிபணிந்து இந்த மூன்று சட்டங்களையும் நவம்பர் 19, 2021 அன்று திரும்பப் பெறுவதாக அறிவித்தது. விவசாயிகள் சில நிபந்தனைகளின் அடிப்படையில் இப்போராட்டத்தை விலக்கிக் கொண்டனர்.

இந்தியாவில் இயற்கை வேளாண்மைக்கான சூழலைப்பற்றி பன்னாட்டு நிபுணர்களின் பங்கேற்புடன் நிதி ஆயோக் ஏற்பாட்டில் மே 2020ல் நடந்த மாநாட்டில் விவாதிக்கப்பட்டதை அடிப்படையாகக் கொண்டு இயற்கை வேளாண்மையை முன்னெடுக்கப் பாரதிய ப்ராக்ரித்திக் க்ரிஷி மேம்பாட்டுத் திட்டம் (Bharatiya Prakritik Krishi Paddhati Programme) தொடங்கப்பட்டது. இதற்காக அடுத்த மூன்றாண்டுகளுக்கு ஒரு ஹெக்டேருக்கு ரூ.12,200 நிதி உதவி அளிப்பதாக அறிவிக்கப்பட்டது. இந்தத் திட்டத்தினால் ஆந்திரப் பிரதேசத்தில் 1 லட்சம் ஹெக்டேரும், மத்தியப் பிரதேசத்தில் 0.99 லட்சம் ஹெக்டேரும் பயனடைந்திருக்கின்றன.

விவசாயிகளின் முக்கிய வருமான ஆதாரங்களில் கால்நடைகள் வளர்த்தலும் ஒன்றாகும். இதற்காகப் பல்வேறு திட்டங்களை நடைமுறைப்படுத்தியுள்ளது. இதில் முக்கியமாகப் பால் உற்பத்தியானது இந்தியப் பொருளாதாரத்திற்கு 5 விழுக்காடுப் பங்களிப்பினைத் தருகிறது. இத்துறையில் 8 கோடி விவசாயிகள் வேலைவாய்ப்பைப் பெறுகின்றனர். இந்தியா உலக அளவில் பால் உற்பத்தியில் முதல் இடத்தைப் பெற்றுள்ளது. உலக பால் உற்பத்தியில் இந்தியா 23 விழுக்காடுப் பங்களிப்பினைத் தருகிறது. 2014-15ல் 146.31 மில்லியன் டன் பால் உற்பத்தியாக இருந்தது. 2020-21ல் இது 209.96 மில்லியன் டன்னாக அதிகரித்தது. தலா பால் நுகர்வானது 427 கிராம் என்ற அளவில் தற்போது உள்ளது. 2020ல் ரூ.15,000 கோடி மதிப்பில் கால்நடை உள்கட்டமைப்பு வளர்ச்சி நிதி உருவாக்கப்பட்டது. இதன் முக்கிய நோக்கம் பால் மற்றும் இறைச்சி பதப்படுத்தும் உள்கட்டமைப்பை உருவாக்குவதாகும்.

மே 2020ல் பிரதான் மந்திரி மத்ஸ்ய சம்பதா யோஜனா (Pradhan Mantri Matsya Sampada Yojana) என்ற திட்டம் ரூ.2,050 கோடி மதிப்பில் தொடங்கப்பட்டது. இதன்படி மீன் உற்பத்தி மற்றும் உற்பத்தித் திறனை அதிகரிப்பது, போக்குவரத்துச் சங்கிலித் தொடரை மேம்படுத்துவது, மீன் சந்தைப்படுத்துதலுக்கான கட்டணம் உருவாக்குவது போன்றவை ஆகும். இதுபோல் வேளாண்மையை வளப்படுத்த டிராக்டர், விசைக் கலப்பையின்

பயன்பாட்டை அதிகரிக்கவும், உணவுப் பதப்படுத்தும் துறையை மேம்படுத்தவும் ஒரு குடையின்கீழ் நடைமுறைப்படுத்த பிரதான் மந்திரி கிசான் சனோயதா யோஜனா திட்டம் (*PM Kisan SANOA-DA Yojana*) அறிமுகப்படுத்தப்பட்டது.

உணவு தானியம் மற்றும் எண்ணெய் வித்துக்கள் உற்பத்தியானது தொடர்ந்து அதிகரித்துள்ளது. இந்தியாவில் நகரமயமாதல் அதிக அளவில் காணப்படுவது, மக்கள் தொகை அதிகரிப்பு, நுகர்ச்சியில் பெருமளவிற்குக்கான மாறுபாடுகள் போன்றநிலையில் தாவர எண்ணெயின் தேவை அதிகரித்துள்ளது. ஆனால் உள்நாட்டு எண்ணெய் வித்துக்களின் உற்பத்தி அதிகரித்திருந்தாலும் பற்றாக்குறை நிலவிவருகின்றது. எனவே அரசானது உடனடியாகத் தீர்வாக சமையல் எண்ணெய் இறக்குமதி செய்து தேவையினை நிவர்த்தி செய்கிறது (Sekhar 2022). இந்தியாவில் அண்மைக் காலமாகச் சமையல் எண்ணெய்க்கு இறக்குமதியை அதிகமாக சார்ந்திருக்கவேண்டிய நிலை உள்ளதால் உள்நாட்டில் எண்ணெய் வித்துக்களை அதிகமாக உற்பத்தி செய்ய முயற்சிகள் மேற்கொள்ளப்படுகின்றன. ஆகஸ்ட் 2021ல் தேசிய சமையல் எண்ணெய் இயக்கம் - பனை எண்ணெய் நடைமுறைப்படுத்தப்பட்டது. இதன்படி பனை எண்ணெய் பயிர் செய்யும் விவசாயிகளுக்கு அதற்கான விலையினை அரசு உறுதி செய்கிறது. இதன் விளைவு தற்போது 3.70 லட்சம் ஹெக்டேர் பனை பயிரிடப்பட்டுள்ளது. பனை எண்ணெய் வழியாகப் பெறப்படும் தாவர எண்ணெயானது மற்றவற்றைக் காட்டிலும் 10–46 மடங்கு ஒரு ஹெக்டேருக்கு எண்ணெய் பெறப்படுகிறது. அதுபோல் உற்பத்தித்திறன் மற்றவற்றைவிட 4 டன் ஒரு ஹெக்டேருக்குக் கூடுதலாக விளைச்சல் தரக்கூடியதாக இருக்கும். இதனால் இந்தியாவில் பனை எண்ணெய் இறக்குமதி வரும் காலங்களில் குறையக்கூடும்.

இந்தியா உலக அளவில் சர்க்கரை உற்பத்தியில் இரண்டாம் இடத்தை வகிக்கிறது. கரும்புச் சாகுபடியில் 5 கோடிக்கு அதிகமான விவசாயிகள் ஈடுபடுகின்றனர். ஆண்டுக்குச் சராசரியாக 35.5 கோடி கரும்பும், 3 கோடி டன் சர்க்கரையும் உற்பத்தி செய்யப்படுகின்றன. சர்க்கரை உற்பத்தியானது உள்நாட்டு நுகர்விற்குப் போக, எஞ்சியதை உலக நாடுகளுக்கு ஏற்றுமதி செய்யப்படுகிறது. கரும்புக்குக் குறைந்தபட்ச ஆதரவு விலையும். தனியார் சர்க்கரை ஆலைகள் அதிகமாக இயங்கி வருவதால் சர்க்கரை உற்பத்தியானது தொடர்ந்து அதிகரித்து வருகிறது.

2018-19 நடைமுறைப்படுத்தப்பட்ட தேசிய உணவுப் பாதுகாப்பு இயக்கமானது தற்போது 36 விதை ரகத்தைப் பயன்பாட்டிற்குக் கொண்டுவந்தது. உற்பத்தி மற்றும் உற்பத்தித்திறனை மேம்படுத்த செயல்படுத்துகிறது. ஒன்றிய அரசானது இயற்கை விவசாயத்தைச் செயல்படுத்தி ரசாயன உரம், பூச்சிக்கொல்லி மருந்து பயன்பாட்டை நீக்கும் நோக்கத்தை தற்போது நடைமுறைப்படுத்துகிறது. இயற்கை விவசாயமானது சுற்றுப்புறச்சூழல் சார்ந்த நீடித்த வளர்ச்சிமூலம் மண்வளத்தைப் பாதுகாப்பது, ரசாயனஉரப் பயன்பாட்டிலிருந்து விடுபடுவது, குறைவான நீர்ப்பாசன முறையைப் பயன்பாட்டில் கொண்டுவருவது போன்றவற்றை அடிப்படையாகக் கொண்டது. பாரதியா பிரகிருதிக் கிருஷி பத்திதி திட்டம் (*Bharatiya Prakritik Krishi Paddhati Programme -BPKP*) இயற்கை வேளாண்மைக்காகக் கொண்டுவரப்பட்டது. இத் திட்டத்தில் அடுத்த மூன்று ஆண்டுகளுக்கு ஒரு ஹெக்டேருக்கு ரூ.12,200 நிதி அளிக்கப்படுவதாக அறிவித்துள்ளது. அதிகபட்சமாக இந்த திட்டத்திற்கு ஆந்திரப் பிரதேசத்தில் 1 லட்சம் ஹெக்டேர், மத்தியப்பிரதேசத்தில் 0.99 லட்சம் ஹெக்டேர் பயனடைகின்றன.

வரைபடம் 8: இந்திய வேளாண் வளர்ச்சி (2016-17 முதல் 2021-22வரை) (%)

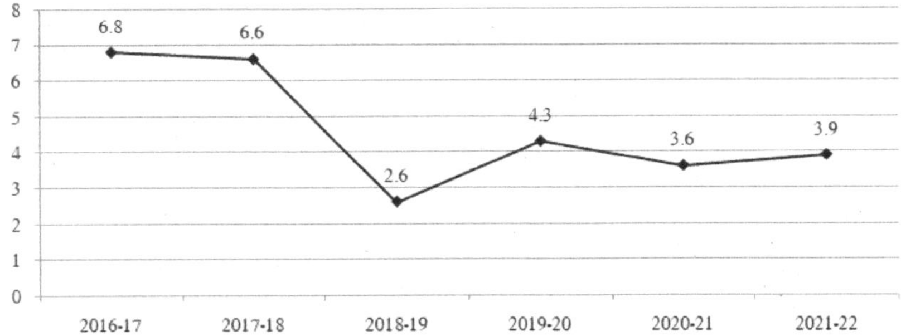

Source: GoI (2022): Economic Survey 2021-22, Government of India, New Delhi.

வேளாண்மையும் அதனைச் சார்ந்த துறைகளின் வளர்ச்சியானது 2017-18ல் 6.6 விழுக்காடு என்று இருந்தது அடுத்த வந்த ஆண்டுகளில் 2.6 விழுக்காடு (2018-19), 4.3 விழுக்காடு (2019-20), 3.6 விழுக்காடு (2020-21), 3.9 விழுக்காடு (2021-22) என மாற்றமடைந்தது. வேளாண்மை மற்றும் அதனைச் சார்ந்த துறைகள் பொருளாதாரத்திற்கான பங்களிப்பாக 18.3 விழுக்காடாக

2017-18ல் இருந்தது, 2021-22ல் 18.8 விழுக்காடாக விளிம்பு அளவில் அதிகரித்துள்ளது. இக்கால கட்டத்தில் அரசு முதலீடானது நிலையாக 2-3 விழுக்காடு அளவிற்கானதாக இருந்தது. ஆனால் தனியார் முதலீடானது ஏற்ற, இறக்கங்களுடன் இருந்தது.

2020ல் கொண்டுவரப்பட்ட வேளாண் சட்டங்கள் விவசாயிகளைப் பெருமளவிற்குப் பாதிக்கும் சூழலை உருவாக்கியது. இச்சட்டத்தால் குறைந்தபட்ச ஆதார விலையினை இழக்கவும், வேளாண் விளைபொருள்களின் விலையினைத் தீர்மானிப்பதில் பெருநிறுவனங்கள் முக்கியப் பங்காற்றவும் வாய்ப்பு இருப்பதால் விவசாயிகள் பாதிப்படையலாம், மானியங்கள் குறைக்கப்படலாம், மண்டிகளின் (APMC) செயல்பாடுகள் முடக்கப்படும் என்ற அடிப்படையில் விவசாயிகளிடையே அச்சம் ஏற்பட்டு இச்சட்டங்களுக்கு எதிராகக் கடுமையான முற்றுகைப் போராட்டத்தை முன்னெடுத்தனர். அரசு வேறு வழியின்றி இச்சட்டங்களை விலக்கிக்கொண்டாலும், எதிர்காலத்தில் வேறுவழிகளில் இவற்றை முன்னெடுக்க வாய்ப்புண்டு. ஒப்பந்த முறை விவசாயத்தில் அரசு அதிகமாக அக்கறை காட்டி வருகிறது. இம் முறை பல மாநிலங்களில் ஏற்கெனவே நடைமுறைப்படுத்தப்பட்டதில் பல பின்னடைவுகளை (ஒப்பந்தத்தைத் தன்னிச்சையாக நிறுவனங்கள் முறித்துக்கொள்ளுதல், பெருநிறுவனங்கள் விவசாயிகளைக் கட்டாயப்படுத்தி தங்களின் நோக்கிற்காகச் சாகுபடி செய்ய வலியுறுத்துதல், லாபம் இன்மை) விவசாயிகள் எதிர்கொண்டு வருகின்றனர்.

இந்தியாவில் குறு விவசாயிகள் (ஒரு ஹெக்டேர் கீழ்) மொத்த விவசாயிகளில் 1960-61ல் 40.7 விழுக்காடாக இருந்தவர்கள் 2018-19ல் 76.5 விழுக்காடாக அதிகரித்திருந்தனர். இவர்களின் சராசரி சாகுபடி நிலப்பரப்பு 0.41 ஹெக்டேராக இருந்தது. 0.38 ஹெக்டேராக இவ் ஆண்டுகளில் குறைந்துள்ளது. இந்தியாவில் தீவிர வறுமைக் கோட்டின்கீழ் 80 விழுக்காடு மக்கள் கிராமப்புறங்களில் வசிக்கின்றனர் என்கிறது தரவுகள். இதில் பெருமளவிற்குச் சிறு, குறு விவசாயிகள் இருக்கின்றனர். தேக்க நிலையிலான இந்திய வேளாண் துறையின் வளர்ச்சி, குறைவான வேளாண் வருமானம், அளவிற்கு அதிகமான உரப் பயன்பாடு, இடுபொருள்களுக்கானச் செலவு அதிகரிப்பு, குறைந்து வரும் மண் வளம், நிலத்தடி நீர் தொடர்ந்து குறைந்தது வருதல் போன்றவை பெரும் அறைகூவல்களாக இந்திய வேளாண்மை எதிர்கொண்டு

வருகின்றன. இவற்றின் விளைவு விவசாயிகள் தாங்கள் பெற்ற கடனைத் திரும்பச் செலுத்த இயலாத நிலையினால் விவசாயிகளின் தற்கொலைகள் அதிகரிக்கின்றன. கடந்த 30 ஆண்டுகளில், ஆண்டுக்குச் சராசரியாக 10,000 விவசாயிகள் தற்கொலை செய்துகொள்கின்றனர். ஒவ்வொரு 32 நிமிடத்திற்கு ஒரு விவசாயி தற்கொலை செய்து கொள்வதாகத் தரவுகள் தெரிவிக்கின்றன. மொத்த விவசாயிகளில் தற்கொலை செய்துகொண்ட விவசாயிகளின் பங்கு 0.006 விழுக்காடாகும். மொத்த தற்கொலையில் 11.2 விழுக்காடு விவசாயத் தற்கொலைகளாக உள்ளது பெரும் அதிர்ச்சியைத் தரக்கூடியதாகும் (Chris J Perry et al 2022).

இந்தியாவில் நீர் செறிவு சாகுபடிப் பயிர்களான நெல், கோதுமை. கரும்பு அதிக அளவில் விளைவிக்கப்படுகிறது. இது நிலத்தடி நீர் குறைவதற்கான முக்கியக் காரணமாகப் பார்க்கப்படுகிறது. எனவே இதற்கு மாற்றான அதே சமயம் ஊட்டச்சத்துமிக்க உணவுப் பயிர்களைச் சாகுபடி செய்யவேண்டிய கட்டாயம் உள்ளது (உலகிலே அதிக ஊட்டச்சத்துக் குறைபாடு உள்ள நாடாக இந்தியா உள்ளது குறிப்பிடத்தக்கது). இப்பயிர் ரகங்கள் வறட்சியினை தாங்குவதாகவும், நீர் பயன்பாட்டைக் குறைப்பதாகவும் இருக்க வேண்டும். பல்வேறு ஆய்வுகளின்படி இவ்வகைப் பயிர்களின் உற்பத்தித்திறன் குறைவாக இருக்கிறது, ஆனால் இதற்கான இடுபொருள்கள் அதிகமாக உள்ளன. எனவே அரசு இதற்கான விலை உறுதிப்பாட்டை அளிக்க வேண்டும். அப்படிப்பட்ட நிலையில் சுற்றுப்புறச் சூழல் பாதுகாப்பு ஏற்படும். விவசாயத் தற்கொலைகளும் குறையும் (Chris J Perry et al 2022).

வேளாண்மைக்கு சில வளரும் நாடுகளும், வளர்ந்த நாடுகளும் மானியங்கள் தொடர்ந்து அதிக அளவில் வழங்கிக்கொண்டு வருகின்றன. இது விவசாயிகளை ஊக்குவிப்பது மட்டுமல்ல, உற்பத்தி மற்றும் உற்பத்தித் திறனையும் அதிகரிக்கச் செய்கிறது. பொருளியல் கூட்டுறவு மற்றும் வளர்ச்சிக்கான அமைப்பு (OECD) நாடுகள் மற்றும் ஐரோப்பிய நாடுகள் வேளாண் மானியம் 15 முதல் 20 விழுக்காடுவரை அளிக்கிறது. நார்வே, ஜப்பான், தென்கொரியா நாடுகளின் 40 முதல் 60 விழுக்காடுவரை மானியங்கள் வழங்குகிறன. இந்தியாவில் வேளாண்மைக்கான மானியம் 10 விழுக்காட்டிற்குக் குறைவாகவே வழங்கப்படுகிறது என்பது குறிப்பிடத்தக்கது. இந்தியாவில் சில மாநிலங்கள் (குறிப்பாகப் பஞ்சாப், ஹரியானா) மற்ற மாநிலங்களுடன்

ஒப்பிடும்போது அதிகமாக மானியங்களை வழங்குகின்றன. மானியங்கள் உரம், பூச்சிமருந்துகள், விதைகளுக்கு அதிகமாக வழங்கப்படுகின்றன. இந்தியாவில் வட இந்திய மாநிலங்கள் தென்னிந்திய மாநிலங்களுடன் ஒப்பிடும்போது அதிக உற்பத்தித்திறன் உடையதாகவும். நீர்ப்பாசன வசதியினை உடையதாகவும் உள்ளது. சராசரி நில உடைமையானது வட இந்திய மாநிலங்கள் ஒப்பீட்டு அளவில் அதிகமாக உள்ளது. இதுபோல் குறைந்தபட்ச ஆதரவு விலை முதலில் கோதுமைக்கு வழங்கப்பட்டது, பின்னால் பிற பயிர் வகைகளுக்கும் விரிவுபடுத்தப்பட்டன. பசுமைப் புரட்சியும் அதிகமாக வட இந்திய மாநிலங்களில் நடைமுறைப்படுத்தப்பட்டது. இவற்றின் காரணமாகவே வட இந்திய மாநிலங்கள் தென்னிந்திய மாநிலங்களைவிட மானியங்களை அதிகமாகப் பெறுகின்றன. இந்தியாவில் அதிக அளவிலான மக்களின் முக்கிய உணவாக அரிசி உள்ளது. இது பொது விநியோகம் வழியாக மக்களுக்கு வழங்கப்படுகிறது. இதற்காக விவசாயிகளிடமிருந்து குறைந்தபட்ச விலையை அடிப்படையாகக்கொண்டு கொள்முதல் விலையில் (அதாவது குறைந்தபட்ச ஆதரவு விலையுடன் அம் மாநில அரசு அளிக்கக்கூடிய ஊக்கத்தொகையும் சேர்ந்தது) வேளாண் விளைபொருள்கள் வாங்கப்படுகின்றன. இதனால் வட மாநில விவசாயிகள் நெல் சாகுபடியினை நோக்கிச் சென்றனர். நெல் பயிர் செய்ய அதிக அளவிற்கான தண்ணீர் தேவை (சராசரியாக 8 இன்ச் தண்ணீர் தேக்க வேண்டும்) உள்ளது. வட இந்திய மாநிலங்களில் தண்ணீர் ஆதாரம் தென்னிந்திய மாநிலங்களைவிடச் சிறப்பாக உள்ளது என்பது குறிப்பிடத்தக்கது. வட இந்திய மாநிலங்களான பஞ்சாப், ஹரியானா, மேற்கு உத்தரப்பிரதேச மாநிலங்களில் கோதுமை சாகுபடி செய்பவர்கள் நெல்லை அரசு கொள்முதல் செய்வதால் அதிக அளவில் பயிரிடத் தொடங்கினர். ஆனால் இதற்கான தண்ணீர்ப் பயன்பாட்டினால் நிலத்தடி நீர்மட்டம் இம் மாநிலங்களில் வெகுவாகக் குறைந்துள்ளது. குறிப்பாகப் பஞ்சாப் மாநிலத்தில் ஓர் ஆண்டுக்கு ஒரு இன்ச் அளவிற்கு நிலத்தடி நீர்மட்டம் குறைகிறது. தண்ணீரின் தன்மையும் குறைந்து வருகிறது. இதனால் சுற்றுப்புறச்சூழல் பாதிக்கப்பட்டுள்ளது. எனவே தண்ணீரின் பயன்பாட்டைக் குறைக்கும் வகையிலான சாகுபடியினை மேற்கொள்ள வேண்டிய கட்டாயம் உள்ளது (Nitya Nanda 2021).

குறைந்தபட்ச ஆதார விலையைப் பொருத்தவரையில் மொத்தமாக நாட்டின் உற்பத்தியாகும் வேளாண் விளைபொருள்களின்

மதிப்பில் 6 விழுக்காடு மதிப்புடைய விளைபொருள்கள் மட்டுமே இதனைப் பெறுகின்றன. மாநில அளவில் பார்த்தால் பஞ்சாப், ஹரியானா மாநிலங்கள் 75 விழுக்காடு நெல், கோதுமை உற்பத்திக்குக் குறைந்தபட்ச ஆதரவு விலையினைப் பெறுகின்றன. மற்ற மாநிலங்களில் 10 விழுக்காட்டிற்குக் குறைவாகவே இவ்விலை கிடைக்கப்பெறுகிறது. இந்த நிலையினைப் போக்க அரசு சாகுபடி செய்கின்ற பயிர்களில் பன்முக முறைக்கு முக்கியத்துவம் அளிக்க வேண்டும். இதனால் அளவிற்கு அதிகமாக சில பயிர்களின் சாகுபடி குறைந்து தேவையான வேறு பயிர்கள் சாகுபடி செய்யப்படும். அவை விவசாயிகளுக்குப் பயனளிப்பதாக இருக்கும். இம்முறையினை மேம்படுத்த மேலும் பல பயிர்களுக்குக் குறைந்த பட்ச ஆதரவு விலை வழங்கப்படவேண்டும். குறைந்தபட்ச ஆதரவு விலை அனைத்து விவசாயிகளுக்கும் கிடைக்க வழிவகை செய்ய வேண்டும். ஏற்கெனவே நடைமுறையில் இருந்த கூட்டுறவு முறைகளுக்கு உயிர் கொடுத்து விவசாய முறையை முன்னெடுக்க வேண்டும். இதனால் விவசாயிகள் இழப்பினைத் தவிர்ப்பதுடன் வேளாண்மையானது சமநிலை வளர்ச்சியினை அடையும் (Nitya Nanda 2021).

மோடியின் இரண்டாம் கட்ட ஆட்சி நிறைவுறும் நிலையில் உள்ளது. பூட்டன் (Bouton) என்ற ஆய்வாளரின் கருத்துப்படி இந்தியாவில் கடந்த 45 ஆண்டுகளில் இல்லாத அளவிற்கு வேலையின்மை அதிகரித்துள்ளது, வேளாண்மையில் கடுமையான வீழ்ச்சி, வங்கி முறையில் பலவீனம், கடன் வழங்குதலில் பின்னடைவு போன்றவை காணப்படுகிறது. 2014ல் ஆட்சிக்கு வரும்போது, 'அனைவருக்குமான பொருளாதார வளர்ச்சி' என்ற உறுதியை அளித்து வென்ற மோடி அரசு தற்போது 9 ஆண்டுகள் கடந்தும் இந்த உறுதிமொழியை நிறைவு செய்யாமல் உள்ளது. மோடி நான் 'இந்தியாவின் காவலன்' என்று கூறி இரண்டாவது முறையாக வெற்றி பெற்று ஆட்சியமைத்தார். ஆனால் சமுதாயத்தில் விளிம்பு நிலையில் வாழும் மக்களின் நிலை மேலும் பரிதாப நிலைக்குச் சென்றுள்ளது. கோவிட் தொற்றுப் பரவலால் வறுமையிலிருந்து ஏற்கெனவே விடுபட்டவர்கள் வறுமைக்குள் மீண்டும் தள்ளப்பட்டதும். வறுமைக் கோட்டிற்கு மேல் இருந்தவர்கள் வறுமையில் சென்றதுமான நிலை உள்ளது. தொழிலாளர்களைப் பாதுகாக்கும் சட்டங்கள் ஒன்றிணைக்கப்பட்டு நீக்குப்போக்குடன் நடைமுறைப்படுத்தப்படுகிறது. இதனால்

தொழிலாளர்களின் உரிமைகள் இழக்கப்பட்டுள்ளன (Marshall Bouton 2019). பணமதிப்பிழப்பு, சரக்கு மற்றும் சேவை வரியினால் தொழில்துறை பாதிக்கப்பட்டுள்ளது. விவசாயச் சட்டங்களைக் கொண்டுவந்து பெருநிறுவனங்களுக்குச் சாதகமான நிலை உருவானது. இதனை எதிர்த்து விவசாயிகள் பெரும் போராட்டத்தை முன்னெடுக்கவேண்டிய நிலை உருவானது. இந்தியா கூட்டாட்சித் தத்துவத்தை அடிப்படையாகக்கொண்டது. ஒரு நாடு, ஒரே தேசம் என்ற உத்தியை மோடி அரசு நடைமுறைப்படுத்துவதால் தற்போது மாநில அரசுகளின் உரிமைகளில் ஒன்றிய அரசு பறித்துக்கொள்கிற நிலை பரவலாகி வருகிறது. இதனால் வேளாண்மைத்துறை பெரும் பாதிப்பை எதிர்கொண்டுள்ளது. இந்தியாவில் தயாரிப்போம் (Make in India) என்ற கொள்கையை நடைமுறைப்படுத்தி பன்னாட்டுத் தனியார் நிறுவனங்களை இந்தியாவில் முதலீடு செய்ய அழைக்கிறது. அரசியல் சூழலும், வாணிபச் சூழலும் இதற்குச் சாதகமாக உள்ளதால் பன்னாட்டு அளவில் வரிசைப்படுத்தப்படும் ‘எளிமையாக வணிகம் மேற்கொள்ளும் குறியீடு’ என்பதில் இந்தியா 2014ல் 134வது இடத்தில் இருந்தது, தற்போது 77வது இடத்திற்கு முன்னேறியுள்ளது. பொதுத்துறை நிறுவனங்கள் தாரைவார்க்கப்படுகிறது, பெருநிறுவனங்கள் கோலோச்சுகின்றன. சந்தைப் பொருளாதார நிலைக்கு இந்திய வேளாண்மையைக் கொண்டுசெல்ல அரசு துடிக்கிறது. இதனால் பெருமளவிலான விவசாயிகள் பாதிக்கப்பட்டு வேளாண்மையிலிருந்து வெளியேற அதிக வாய்ப்புள்ளது. இது விவசாயிகளை மட்டுமான பாதிப்பாகப் பார்க்க முடியாது, நுகர்வோர், வணிகர்கள், சமுதாயத்தில் வாழும் விளிம்பு நிலை மக்கள் எனப் பரவலாகப் பாதிக்கப்படும் அபாயம் உள்ளது. வருங்காலத்தில் இதற்காக அனைத்து தரப்பினரும் போராட வேண்டிய கட்டாயம் உள்ளது. இதுவரை விவசாயிகள் இயற்கையின் போக்கினால் பாதிப்படைந்து வந்தனர். ஆனால் தற்போது அரசியல் காரணங்களையும் எதிர்நோக்க வேண்டிய நிலை உருவாகியுள்ளது. அனைத்து வேளாண் விளைபொருள்களுக்கு விலை உத்தரவாதம், வேளாண்மை மீதான அரசு முதலீட்டை அதிகரிப்பது, வேளாண் இடுபொருள்களின் விலைகளைக் கட்டுப்படுத்துவது, தேவையை நோக்கிய சாகுபடி செய்தல் போன்ற நிலைகளில் அரசு கவனம் செலுத்த வேண்டிய கட்டாயம் தற்போது உள்ளது.

14

வேளாண்மை விளைபொருள்களுக்கான குறைந்தபட்ச ஆதரவு விலையினை அரசு அளிக்கிறதா?

"நமது பொருளாதாரத்தில் அனைத்தையும் சில்லறையாக வாங்கி, மொத்தமாக விற்று, விளைபொருள்களை இரு வழிகளிலும் செலுத்தும் ஒரே மனிதன் விவசாயி மட்டுமே."

- *ஜான்.எப்.கென்னடி*

பசுமைப் புரட்சியின் முதன்மையான நோக்கம், தொழில்நுட்ப மற்றும் நிறுவனரீதியான மாற்றங்கள் வழியாக உணவு உற்பத்தியில் தன்னிறைவினை அடைதல் மற்றும் வேளாண்மை வளர்ச்சியினை எட்டுதல் ஆகும். எனவே, 1960களில் வேளாண் சார்புக் கொள்கைகளும், திட்டங்களும் வகுக்கப்பட்டன. இந்த அடிப்படையில், விவசாயிகளின் நலனை மேம்படுத்தவும், வேளாண் உற்பத்திப் பொருள்களின் விலை வீழ்ச்சியிலிருந்து பாதுகாக்கவும் குறைந்தபட்ச ஆதரவு விலை வழங்கப்பட்டு வருகிறது. வேளாண் பொருள்களின் உற்பத்தி அதிக அளவில் காணப்படும்போது அதற்கான சந்தை விலை குறைந்துவிடுகிறது, இதனால் விவசாயிகள் பெரும் இழப்பினைச் சந்திக்கின்றனர். எனவே, அரசே தன்னுடைய காப்பு இருப்புக்கு (Buffer Stock) தேவையானதை நேரடியாகக் கொள்முதல் மையங்களைத் திறந்து இடைத்தரகர்களின் தலையீடு இன்றி கொள்முதல் செய்கிறது. அப்போது அரசு அறிவிக்கின்ற குறைந்தபட்ச ஆதரவு விலைக்கு வேளாண் விளைபொருள்களை விவசாயிகளிடமிருந்து வாங்குகின்றனர். ஆனால், இந்த குறைந்தபட்ச ஆதரவு விலை என்பது சட்டப்பூர்வமானதல்ல. அரசின் முறைப்படுத்தப்பட்ட மண்டிகள், தனியார் மண்டிகளில் இது கட்டாய நடைமுறையில்லை என்பது குறிப்பிடத்தக்கது. இவ் அரசு கொள்முதல் மையங்கள் நிலையாக ஆண்டு முழுவதும் செயல்படாது, அறுவடைக் காலங்களில் தேர்ந்தெடுக்கப்பட்ட பகுதிகளில் இம் மையங்கள் செயல்படும். இதனால் இந்தியாவில் உள்ள அனைத்து விவசாயிகளும் இவ் ஆதரவு விலையினால் பயன்பெற முடியாது.

பொதுவாக விவசாயிகள் தங்களின் வேளாண் விளைபொருள்களைத் தனியார் மண்டிகள், வேளாண் விளைபொருள்களுக்கு இடுபொருள்களை அளிப்பவர்கள், தரகு முகவர்கள், அரசு அல்லது கூட்டுறவு போன்றவர்களிடம் விற்பனை செய்கின்றனர். இந்தியாவைப் பொருத்தமட்டில் வேளாண் உற்பத்தி பொருள்கள் சந்தை படுத்துதலில் பல்வேறு சிக்கல்கள் உள்ளன. இந்திய விவசாயிகள் தங்கள் விளைபொருள்களைப் பெருமளவிற்குத் தனியார்களிடம் விற்பனை செய்கின்றனர் (நெல் விற்பனையில் உத்தரப்பிரதேசம் 81.35 விழுக்காடும், மேற்கு வங்காளம் 87.58 விழுக்காடும், கர்நாடகா 95.45 விழுக்காடும், இதுபோன்று கோதுமை விற்பனையில் உத்தரப் பிரதேசம் 85.38 விழுக்காடும், குஜராத் 80.71 விழுக்காடும், ராஜஸ்தான் 76.17 விழுக்காடும் தனியார்களிடம் விற்கின்றனர்). தனியார்கள் வேளாண் உற்பத்தி பொருள்களைக் குறைந்தபட்ச ஆதரவு விலையைவிடக் குறைவான விலைக்கே வாங்குகின்றனர்.

பஞ்சாப் மற்றும் ஹரியானா மாநிலங்களில் மட்டுமே அதிக அளவாகக் குறைந்தபட்ச ஆதரவு விலையில் அரசு வேளாண் விளைபொருள்களை நேரடியாக இந்திய உணவுக் கழகத்திற்குக் கொள்முதல் செய்கின்றன. இதற்கு முக்கியக் காரணம் இந்த மாநிலங்களில் நீர்ப்பாசன வசதி, அதிக உற்பத்தித் திறன், நெல், கோதுமை அதிக அளவில் உற்பத்தி, சிறந்த சந்தைக் கட்டமைப்பு, அரசுக் கொள்முதல் மையங்கள் அதிக அளவில் செயல்படுவது போன்றவற்றைச் சுட்டிக்காட்டலாம். 2019-20ல் மொத்த நெல் உற்பத்தியில் 43.86 விழுக்காடும், கோதுமை உற்பத்தியில் 31.72 விழுக்காடும் தேசிய அளவில் அரசு கொள்முதல் செய்கிறது. பஞ்சாப், ஆந்திரப்பிரதேசம், ஒடிசா, உத்தரப் பிரதேசம், மேற்கு வங்காளம் ஆகிய நான்கு மாநிலங்களில் அதிக அளவில் அரசு நேரடி நெல் கொள்முதலைச் செய்கிறது. இதுபோல் ஹரியானா, பஞ்சாப், மத்தியப் பிரதேசம், ராஜஸ்தான், உத்தரப் பிரதேசத்தில் அதிகமாகக் கோதுமையை அரசுகள் நேரடியாகக் கொள்முதல் செய்கின்றன (Gopi Sankar Gopikuttan et al 2022).

குறைந்தபட்ச ஆதரவு விலை

குறைந்தபட்ச ஆதரவு விலை என்பது வேளாண் உற்பத்திப் பொருள்களுக்கு அளிக்கப்படும் உத்தேசமான விலையாகும். இதில் விவசாயிகள் ஆதாயம் பெறும் வகையில் விலை

தீர்மானிக்கப்பட்டிருக்கும். குறைந்தபட்ச ஆதரவு விலையானது பசுமைப் புரட்சி நடைமுறைபடுத்தப்படும்போது விவசாயிகளை ஊக்குவிக்கும் விதமாக வேளாண் உற்பத்திப் பொருள்களுக்கான செலவு மற்றும் விலைக்கான வேளாண்மைக் குழுவின் (Commission for Agricultural Costs and Prices–CACP) பரிந்துரையின் அடிப்படையில் ஒன்றிய அரசு அறிவிக்கிறது. குறைந்தபட்ச ஆதரவு விலையினை CACP கணக்கிடும்போது, வேளாண் பொருள்களின் தேவை மற்றும் அளிப்பு, உற்பத்திச் செலவு, உள்நாட்டு, வெளிநாட்டுச் சந்தையில் விலையின் போக்கு, விளைபொருள்களுக்கிடையே உள்ள விலையின் ஒப்புமை, வேளாண் மற்றும் வேளாண்சாரா வர்த்தக நிலை, உற்பத்திச் செலவினைவிட குறைந்தபட்சம் 50 விழுக்காடு விளிம்புநிலை, குறைந்தபட்ச ஆதரவு விலையினால் நுகர்வோருக்கு ஏற்படும் விளைவுகள் போன்றவற்றை அடிப்படையாகக் கொள்கிறது. இவ்விலை வேளாண் பொருள்கள் கொள்முதல் செய்யும்போது கட்டாயம் அனைத்துக் கொள்முதல் செய்பவர்களும் பின்பற்றவேண்டியதில்லை. விவசாயிகளும் தங்களின் உரிமை என இவ்விலையினைக் கோரவும் முடியாது. அதாவது குறைந்தபட்ச ஆதரவு விலை என்பது சட்டப்பூர்வமானது அல்ல. 1966-67ல் முதன் முதலில் கோதுமைக்கு இவ்விலை (ஒரு குவிண்டாலுக்கு ரூ.54 நிர்ணயிக்கப்பட்டது) அறிவிக்கப்பட்டது. தொடர்ந்து டி.எல். தந்த்வாலா குழுவின் பரிந்துரைப்படி நெல்லிற்கு குறைந்தபட்ச ஆதரவு விலை அளிக்கப்பட்டது. தற்போது 23 வகையான வேளாண் விளைபொருள்களுக்கு (7 தானிய வகை, 5 பருப்பு வகை, 7 எண்ணெய் வித்துக்கள், 4 வாணிப விளைபொருள்கள்) குறைந்தபட்ச ஆதரவு விலைகள் அறிவிக்கப்படுகின்றன (Udit Misra 2022). இவ்விலையினால் அதிக அளவிற்கு நெல், கோதுமை விளைபொருள்கள் பயன் அடைகின்றன. இவ் விளைபொருள்களுக்கு ஆண்டிற்கு சம்பா (காரீப்), குறுவை (ரபி) ஆகிய பருவ காலங்களுக்கு விலை (நெல்லைப் பொருத்தமட்டில் சன்னரகம், சாதாரண ரகம் என தனித்தனியே விலை நிர்ணயம் செய்யப்படுகிறது) எனப் பிரித்து ஒன்றிய அரசு அறிவிககிறது.

குறைந்தபட்ச ஆதரவு விலையினைத் தீர்மானிப்பதில் உள்நாட்டு மற்றும் பன்னாட்டுக் காரணிகளின் தாக்கமும் உள்ளடங்கியுள்ளது. பன்னாட்டுக் காரணிகளில் முக்கியமானது உலக வர்த்தக அமைப்பு ஆகும். இந்த அமைப்பின்படி மொத்த வேளாண் உற்பத்தி (2004ல்)

மதிப்பில் 10 விழுக்காட்டுக்குமேல் மானியங்கள் வேளாண் விளைபொருள்களுக்கு அளிக்கக் கூடாது என்கிறது. இந்த அடிப்படையில் இந்தியா மீது பல நாடுகள் மானியம் அதிகமாக அளிப்பதாகத் தொடர்ந்து உலக வர்த்தக அமைப்பிடம் புகார் அளித்து வருகின்றன. ஆனால் உண்மையில் பல வளர்ந்த, வளரும் நாடுகளைவிட இந்தியா குறைவான அளவிலேயே மானியம் வழங்கிவருகிறது என்பது குறிப்பிடத்தக்கது (Nitya Nanda 2021). இந்தியாவில் 86 விழுக்காடு குறு, சிறு விவசாயிகள் ஆவார்கள், இவர்களுக்கு வேளாண் இடுபொருள்களான ரசாயன உரம், பூச்சிக்கொல்லி, விதை மற்றும் நீர்ப்பாசனத்திற்கு அரசின் மானியம் தேவையாக உள்ளது. மானியம் அளிக்கவில்லை என்றால் இவ் விவசாயிகள் பெரும் இழப்பினை எதிர்கொண்டு விவசாயத்தைவிட்டு அதிகமாக வெளியேறும் நிலை ஏற்படும், விவசாயத் தற்கொலைகளும் அதிகரிக்கும். மேலும் இந்தியா உலக அளவில் அதிக எண்ணிக்கையிலான ஏழைகளைக் கொண்டுள்ள நாடாகும். இதனைக் குறைக்க அனைவருக்கும் உணவுப் பாதுகாப்பு அளிக்கவேண்டிய கட்டாயம் உள்ளது. எனவே, வேளாண் விளைபொருள்களுக்கு மானியங்கள் வழங்கி உற்பத்தியினை பெருக்கவேண்டிய கட்டாயம் உள்ளது. பன்னாட்டுத் தொடர் அழுத்தத்தின் காரணமாக 2020ல் கொண்டுவரப்பட்ட மூன்று வேளாண் சட்டங்கள் 1).வேளாண்மை உற்பத்தி, வர்த்தகம் மற்றும் வாணிபச் சட்டம், 2). வேளாண் விலை உத்தரவாதம் மற்றும் வேளாண் சேவைகள் ஒப்பந்தச் சட்டம், 3). அத்தியாவசியப் பொருள்கள் திருத்தச் சட்டம் ஆகியன அடிப்படையில் அரசு மானியங்களைக் குறைப்பதற்காகக் கொண்டுவரப்பட்டன. இச்சட்டங்களால் விவசாயிகள், வேளண்சார் முகவர்கள், அரசு மண்டிகள் பெருமளவிற்குப் பாதிப்படையும். குறைந்தபட்ச ஆதரவு விலையும் படிப்படியாக விலக்கிக்கொள்ளப்படும், பெருநிறுவனங்களின் கட்டுப்பாட்டில் விவசாயம் சென்றடையும் என்பதால் விவசாயிகள் பெரும் இழப்பினை எதிர்கொள்ள நேரிடும். எனவே, விவசாயிகளின் கடும் போராட்டங்களை முன்னெடுத்தனர். விவசாயிகள் கடும் எதிர்ப்பினால் ஒன்றிய அரசு இச்சட்டங்களை 2021ல் விலக்கிக்கொண்டது. மேலும் பன்னாட்டு அளவில் கோதுமை, அரிசி விலைகள் நிலையற்ற போக்கினைக் காணமுடிகிறது. இதனால் இந்திய விவசாயிகள் கடும் இழப்பினை அவ்வப்போது சந்திக்க வேண்டியுள்ளது. எனவே குறைந்தபட்ச ஆதரவு விலையினை நிர்ணயிக்கவேண்டிய கட்டாயம் உள்ளது. உள்நாட்டு அளவில் அரசியல், நிதிப்பற்றாக்குறை, காப்பு இருப்பு

போன்ற முக்கியக் காரணிகள் குறைந்தபட்ச ஆதரவு விலையினைத் தீர்மானிப்பதாக உள்ளது. நாட்டின் நாடாளுமன்ற பொதுத்தேர்தல் நடைபெறும் முன்பு ஆளும் அரசியல் கட்சிகள் குறைந்தபட்ச ஆதரவு விலையினை அதிகமாக உயர்த்துவார்கள் அதன் பின் குறைவாக உயர்த்துவார்கள். நிதிப்பற்றாக்குறையினைக் காரணம் காட்டி குறைந்தபட்ச ஆதரவு விலையின் உயர்வு மட்டுப்படுத்தப்படுகிறது. இதேபோல் காப்பு இருப்பின் அடிப்படையினையும் கருத்தில்கொண்டு குறைந்தபட்ச ஆதரவு விலை உயர்வு தீர்மானிக்கப்படுகிறது. குறைந்தபட்ச ஆதரவு விலையின் வழியாக அரசு கொள்முதல் செய்யப்படும் உணவு தானியங்கள் நாட்டின் ஏழை எளிய விளிம்பு நிலையில் உள்ள மக்களுக்கு உணவளிப்பதற்குப் பயன்படுகிறது என்பது குறிப்பிடத்தக்கது.

குறைந்தபட்ச ஆதரவு விலையை கணக்கிடுதல்

எல்.கே.ஜா குழுவின் பரிந்துரையின் அடிப்படையில் வேளாண் விளை பொருள்களின் செலவுகளைக் கணக்கிடுவதற்கு 1965ல் வேளாண் விளைபொருள் விலைக் குழு நடைமுறைக்கு வந்தது. இதனைத்தான் வேளாண் செலவு மற்றும் விலைக் குழு *(Commission for Agricultural Costs and Prices – CACP)* என 1985முதல் அறியப்பட்டது *(Kadasiddappa Malamasuri et al 2013)*. ஜா குழுவின் கணக்கிடும் முறை கடினமாகவும், எளிமையாக புரிந்துகொள்ள இயலாமல் இருந்தது, எனவே எஸ்.ஆர்.சென் தலைமையில் 1979ல் ஒரு குழு அமைக்கப்பட்டு வேளாண் விளைபொருள்களின் செலவுகளைக் கணக்கிட சில சீர்திருத்தங்களை முன்மொழிந்தது. 1990ல் சி.எச்.அனுமந்தப்பா தலைமையிலான குழு, மேலாண்மைச் செலவு, சொந்த நிலத்திற்கான வாடகை மதிப்பு, போக்குவரத்துச் செலவு போன்றவற்றை வேளாண் விளைபொருள்களின் செலவில் கணக்கிடப் பரிந்துரைத்தது. 2003ல் ஒய்.கே.அலக் தலைமையிலான குழு குறைந்தபட்ச ஆதரவு விலையினைத் தீர்மானிக்க பல்வேறு பரிந்துரைகளை அளித்தது.

2004ல் எம்.எஸ். சுவாமிநாதன் தலைமையில் தேசிய விவசாயிகள் குழு அமைக்கப்பட்டது. இக்குழு 2004 – 2006ஆம் ஆண்டுக்குள் ஐந்து பரிந்துரைகளை அரசுக்கு அளித்தது. இக்குழுவின் பரிந்துரையின்படி வேளாண் விளைபொருள்களுக்கான செலவுகளுடன் அச் செலவில் 50 விழுக்காட்டையும் கூட்டி

குறைந்தபட்ச ஆதரவு விலையினை நிர்ணயிக்கவேண்டும் என்றது. இதன்படி 2018ல் (A2+FL)+50% என்ற அடிப்படையில் கணக்கிட்டு (A2 என்பது செலவு, FL என்பது சொந்தக் குடும்ப உறுப்பினர்களின் உழைப்பின் மதிப்பு) குறைந்தபட்ச ஆதரவு விலை அறிவிக்கப்படுகிறது. ஒன்றிய அரசு எம்.எஸ்.சுவாமிநாதன் குழுவின் பரிந்துரையினை நிறைவேற்றியுள்ளதாக பிரகடனப்படுத்துகிறது. ஆனால் இக்குழுவின் பரிந்துரையினை ஒன்றிய அரசு பின்பற்றவில்லை என்பதை தெளிவாகப் புரிந்துகொள்ள முடியும். உண்மையில் சுவாமிநாதன் குழு பரிந்துரைத்தது C2 + 50% என்பதாகும்.

செலவு A1 என்பது நில உரிமையாளர்களின் வேளாண் விளைபொருள்களின் உற்பத்திக்காக ரொக்கமாகவும், கருணையாகவும் அளிக்கக்கூடிய (kind) செலவுகள் அடங்கியதாகும் இச் செலவுகள் கூலிக்காக வேலைசெய்யும் தொழிலாளர்களின் உழைப்பின் மதிப்பு, சொந்த இயந்திரங்களைப் பயன்படுத்துவதற்கான வாடகை மதிப்பு, இயந்திரங்களுக்கு அளிக்கப்படும் வாடகைத் தொகை, பயன்படுத்தும் விதைகளின் (சொந்த மற்றும் வாங்கப்படும்) மதிப்பு, பூச்சிக்கொல்லிக்குச் செலவிடும் மதிப்பு, இயற்கை உரம் (சொந்த மற்றும் வாங்கப்படும்) பயன்படுத்தப்பட்டதின் மதிப்பு, உரத்தின் மதிப்பு, நீர்ப்பாசன செலவுகள், பயிர் செய்வதற்குப் பயன்படுத்தும் பொருள்களின் தேய்மானம், நிலத்தின் வருமானம், நடைமுறை மூலதனச் செலவின் மீதான வட்டி மற்றும் பிற வகைச் செலவுகள் ஆகும்.

செலவு A2 என்பது செலவு A1 உடன் குத்தகைக்கு விடப்பட்ட நிலத்திற்கான வாடகையையும் சேர்த்தது.

செலவு B1 என்பது செலவு A1 உடன் நிலம் தவிர, பிற சொந்த மூலதனச் சொத்தின் மதிப்பிற்கான வட்டி.

செலவு B2 என்பது செலவு B1 உடன் சொந்த நிலத்திற்கான குத்தகை மதிப்பு மற்றும் குத்தகைக்குப் பயிரிடும் நிலத்திற்குச் செலுத்தப்படும் குத்தகை மதிப்பு.

செலவு C1 என்பது செலவு B1 உடன் சொந்தக் குடும்ப நபர்கள் நல்கிய உழைப்பின் மதிப்பு.

செலவு C2 என்பது செலவு B2 உடன் சொந்தக் குடும்ப நபர்கள் நல்கிய உழைப்பின் மதிப்பு.

தற்போது ஒன்றிய அரசு இதில் செலவு A2 உடன் சொந்த குடும்ப நபர்கள் நல்கிய உழைப்பின் மதிப்பை அடிப்படையாகக் கொண்டு அத்துடன் 50 விழுக்காடு சேர்த்து குறைந்தபட்ச ஆதரவு விலையினை அறிவித்து வருகிறது. ஆனால் ஒன்றிய அரசு வசதியாகச் செலவு C2யைக் கணக்கிடாமல் தவிர்த்துள்ளது. எனவே சுவாமிநாதன் குழுவின் பரிந்துரையினை அரசு நடைமுறைப்படுத்தவில்லை என்பது தெளிவாகிறது. இவ்வாறு நடைமுறைப்படுத்தப்பட்டதால் எவ்வளவு வேறுபாடு உள்ளது என்பதைக் கீழ்க்கண்ட அட்டவணையில் விளக்கப்பட்டுள்ளது.

அட்டவணை 23: தற்போதைய குறைந்தபட்ச ஆதரவு விலைக்கும், செலவு C2யின் அடிப்படையில் கணக்கிடுவதற்குமான உள்ள வேறுபாடு

பயிர்	A2 + FL	C2	குறைந்தபட்ச ஆதரவு விலை	A2 + FL லைவிட அதிகரித்த விளிம்பு	C2 வைவிட அதிகரித்த விளிம்பு
				அளவு(%)	அளவு(%)
	(1)	(2)	(3)	(3)/(1)	(3)/(2)
நெல்	245	1667	1868	50.04	12.06
கோதுமை	923	1429	1925	108.56	35.08

குறிப்பு: 2020-21ஆம் ஆண்டு செலவின் அடிப்படையில் கணக்கிடப்பட்ட விவரங்கள் அட்டவணையில் கொடுக்கப்பட்டுள்ளன.

Source: Sukhpal Singh et al 2021.

இந்த அட்டவணையில் சுவாமிநாதன் குழுவின் பரிந்துரையான செலவு C2 உடன் 50 விழுக்காட்டினைக் கணக்கிட்டு குறைந்தபட்ச ஆதரவு விலையை விவசாயிகளுக்கு அளிக்கப்பட்டால் விவசாயப் பொருள்களின் விலை தற்போது அளிக்கப்படும் குறைந்தபட்ச ஆதரவு விலையைவிட அதிகமாக உள்ளது. எனவே செலவு C2 வின் அடிப்படையில் குறைந்தபட்ச ஆதரவு விலையானது விவசாயிகளுக்கு நன்மை தருவதாக இருக்கும்.

2015ல் ரமேஷ்சந்த் தலைமையில் அமைக்கப்பட்ட குழுவின் பரிந்துரையின்படி சுவாமிநாதன் குழுவின் பரிந்துரையான செலவு C2உடன் கூடுதலாகச் சில செலவுகளையும் சேர்க்கவேண்டும் என்றது. அதன்படி வேளாண்மையில் ஈடுபடும் குடும்பத்

தலைவரின் உழைப்பினை திறனுடைய உழைப்பாளர் எனக் கருதிக் கணக்கிடவேண்டும், நடைமுறை மூலதனத்தின்மீதான வட்டி முழு சாகுபடி காலத்திற்குக் கணக்கில் கொள்ளவேண்டும், எந்த வரையறையின்றி நிலத்தின் உண்மையான வாடகையைக் கணக்கில் கொள்ளுதல், அறுவடைக்குப் பிந்தைய நிலையில் வயல்களைச் சுத்தம் செய்தல், தரப்படுத்துதல், உலர வைத்தல், கட்டுதல், சந்தைப்படுத்துதல், போக்குவரத்துச் செலவு போனவற்றைக் கணக்கில் கொள்ளவேண்டும் என்கிறது. மேலும் இக்குழு செலவு C2உடன் 10 விழுக்காட்டிற்கு விவசாயிகளின் இடர்களை எதிர்கொள்வதற்கும், மேலாண்மை செய்வதற்கும் என்ற அடிப்படையில் அதிகரிக்க வேண்டும் என்கிறது. இவ்வாறு ரமேஷ்சந்த் குழுவின் பரிந்துரையானது அடிப்படையில் பார்த்தால் செலவு C2 ஆனது கோதுமைக்கு 30.38 விழுக்காடும், நெல்லுக்கு 24.61 விழுக்காடும் அதிகரிக்கும் எனக் கணக்கிடப்படுகிறது. மொத்தச் செலவு அளவில் கூடுதலாக 50 விழுக்காடு (C2+50%) அதிகரித்தால் நெல்லுக்கு தற்போது உள்ள குறைந்தபட்ச ஆதரவு விலையினைவிட 66.80 விழுக்காடு அதிகமாகவும், கோதுமைக்கு 44.77 விழுக்காடு அதிகமாகவும் கிடைக்கும். அதாவது 2020-21 விலையின் அடிப்படையில் நெல்லுக்கு ரூ.1,868 என்பதற்குப் பதில் ரூ.3,116 என்றும், கோதுமைக்கு ரூ.1,925க்கு பதில் ரூ.2,787 என்றும் கிடைக்கும். எனவே ரமேஷ்சந்த் குழுவின் பரிந்துரைப்படி குறைந்தபட்ச ஆதரவு விலையினைத் தீர்மானிப்பது என்பது விவசாயிகளின் நலனை மேம்படுத்துவதாக உள்ளது (Sukhapl Singh et al 2021). தற்போது 2021-22ல் நெல்லுக்கான குறைந்தபட்ச ஆதரவு விலை ஒரு குவிண்டாலுக்கு ரூ.1,940 (2010-11ல் ரூ.1,000), கோதுமைக்கு ஒரு குவிண்டாலுக்கு ரூ.2,015 (2010-11ல் ரூ.1120) (https://farmer.gov.in/) ஆக உள்ளது. இந்திய அளவில் 6 விழுக்காடு விவசாயிகள் மட்டுமே இக் குறைந்தபட்ச ஆதரவு விலையினைப் பெற்று பயன் அடைகின்றனர் குறிப்பாகப் பஞ்சாப், ஹரியானா மாநில விவசாயிகள் அதிக அளவில் பயன்பெறுகின்றனர். மேலும் பெரிய மற்றும் நடுத்தர விவசாயிகள் மற்ற விவசாயிகளைவிட அதிக அளவில் இதன் பயனைப் பெறுகின்றனர். தனியார் சந்தைகளில் பெருமளவிற்கான விவசாயிகள் தங்களின் விளைபொருள்களை விற்பதால் குறைந்தபட்ச ஆதரவு விலையைவிடக் குறைவாக விற்று இழப்பினைச் சந்திக்கின்றனர். எனவே வேளாண்மை செய்வது சாத்தியமில்லா தொழிலாக மாறுவதால் அதிக அளவில்

விவசாயிகள் பயிர்த் தொழிலைவிட்டு வெளியேறுகின்றனர். எனவே குறைந்தபட்ச ஆதரவு விலையினை அனைத்து விவசாயிகளும் பெரும் நிலையினை உருவாக்கவேண்டிய கட்டாயம் உள்ளது.

குறைந்தபட்ச ஆதரவு விலையினை ஏன் சட்டப்பூர்வமாக நடைமுறைப்படுத்தப்பட வேண்டும் என்ற குரல் தற்போது ஓங்கி ஒலிக்கிறது என்பதற்குப் பல பின்புலங்களைச் சுட்டிக்காட்டலாம். 77வது தேசிய மாதிரிக் கணக்கெடுப்பின்படி (NSS) 2018-19ல் கிராமப்புறங்களில் வசிக்கும் மொத்தக் குடும்பங்களில் 55 விழுக்காடு வேளாண்மையினைச் சார்ந்து வாழ்கின்றனர். இதில் 80 விழுக்காட்டினர் மிகவும் ஏழ்மை நிலையில் உள்ளனர். 86 விழுக்காடு விவசாயிகள் 2 ஹெக்டேருக்குக் கீழ் நிலம் வைத்திருக்கிறார்கள், மொத்த வேளாண்மையில் ஈடுபடுபவர்களில் 55 விழுக்காடு வேளாண் கூலித் தொழிலாளர்களாக உள்ளனர். 50.2 விழுக்காடு விவசாயக் குடும்பங்கள் கடனாளிகளாக உள்ளனர் (சராசரி குடும்பக் கடன் அளவு ரூ.74,121), இக்கடனில் மூன்றில் ஒரு பங்கு நிறுவனமல்லாக் கடனாக உள்ளது. கிராமப்புற விவசாயிகளின் குடும்ப சராசரி வருமானத்தில் 92.3 விழுக்காடு வருமானம் வேளாண்மை வழியாகப் பெறப்படுகிறது. உலகில் உள்ள குறை-ஊட்டச்சத்து உடையவர்கள் அதிகமாக (28 விழுக்காடு மக்கள்) இந்தியாவில் வாழ்கின்றனர், இந்தியாவில் நான்கில் மூன்று பங்கு மக்கள் ஊட்டமான உணவினைப் பெறமுடியாத நிலையில் உள்ளனர். 6.2 கோடி மக்கள் உணவுப் பாதுகாப்பின்றி வாழ்கின்றனர் (ORF 2021). மொத்த உள்நாட்டு உற்பத்திக்கு வேளாண்மைத் துறையின் பங்களிப்பு தொடர்ந்து குறைந்து வருகிறது, வேளாண் துறையின் வளர்ச்சி குறைவாகக் கடந்த 70 ஆண்டுகளில் சராசரியாக ஆண்டுக்கு 2-3 விழுக்காடு மட்டுமே அதிகரிக்கிறது. வேளாண் துறையிலிருந்து அதிக அளவில் விவசாயிகள் வெளியேறி வேளாண் சாராத் தொழிலுக்குச் செல்வது அதிகரித்துள்ளது (2004-05 மற்றும் 2017-18ஆம் ஆண்டுகளுக்கிடையே 64 மில்லியன் விவசாயிகள் வெளியேறியுள்ளனர்) மற்றும் வேளாண் துறையில் வேலைவாய்ப்பு பெருக்கம் குறைந்துள்ளது. இத்துடன் ஒன்றிய அரசினால் அசோக் தல்வாய் குழுவானது விவசாயக் குடும்பங்களின் வருமானத்தை 2015-16ல் மாதத்திற்கு ரூ.8,059 ஆக இருந்ததை 2022-23ல் ரூ.16,118 என இரு மடங்காக (பணவீக்கத்தைக் கணக்கில் கொண்டு, உண்மை நிலையில்) அதிகரிக்க வேண்டும்

என்ற திட்டத்தை செப்டம்பர் 2018ல் முன்வைத்தது. ஆனால் இந்த இலக்கினை அடையமுடியவில்லை. இவற்றை அடைய வேளாண்துறை ஆண்டுக்கு 10.4 விழுக்காடு வளர்ச்சியினை அடைய வேண்டும் (Ashok Gulati et al 2020). எனவே இவற்றையெல்லாம் கணக்கில் கொண்டு குறைந்தபட்ச ஆதரவு விலையினைச் சட்டப்பூர்வமாக்க வேண்டும். வேளாண் விவசாயிகளுக்குக் குறைந்தபட்ச ஆதரவு விலையினை அனைத்து விவசாயிகளுக்கும், அனைத்து வேளாண் உற்பத்திக்கும் அளித்து உள்ளடக்கிய பொருளாதார வளர்ச்சியினை அடைய முற்படவேண்டும். அரசு இதற்கான பொது சந்தைக் கட்டமைப்பை வலுப்படுத்துவது, வேளாண் உற்பத்திச் செலவினைக் குறைப்பது, திறனுடைய சந்தையினை உருவாக்குதல், கிராமப்புற பொது நலனை உறுதிப்படுத்துதல் போன்றவற்றில் கவனம் செலுத்த வேண்டும்.

15

இந்திய வேளாண்மை கடனும் விவசாயிகளின் தற்கொலைகளும்

"இந்திய விவசாயிகள் கடனிலே பிறந்து, கடனிலே வாழ்ந்து, கடனிலே இறக்கின்றனர்."

- சர் மால்கம் டார்லிங்

வேளாண்மைத்துறை இந்தியப் பொருளாதாரத்தில் முக்கியப் பங்களிப்பினைச் செய்கிறது. வேளாண் பயிர் செய்யும் பணிகள் தொடங்குவதிலிருந்து அவற்றை சந்தைப் படுத்தும்வரை செலவிடப் பணம் தேவைப்படுகிறது. இந்திய விவசாயிகளில் பெருமளவிற்கு சிறு, குறு நடுத்தர விவசாயிகள் ஆவார்கள். இவர்கள் பயிர் தொழிலுக்குத் தேவையான குறுகிய, நடுத்தர, நீண்டகாலக் கடனைப் பல்வேறு ஆதாரங்கள் வாயிலாகப் பெறுகின்றனர். இந்திய விவசாயிகள் தங்களின் பணத்தேவைகளை நிவர்த்தி செய்துகொள்ள நிறுவன (Institutional) மற்றும் நிறுவனமல்லா (Non-Instituional) நிதி அமைப்புகளிடமிருந்து கடன் பெறுகின்றனர். நிறுவனமல்லாக் கடன்களை முறைசாராக் கடன் எனவும் அழைக்கலாம். முறைசாராக் கடன்களை நிலச்சுவான்தார்கள், நிதி வணிகர்கள், தரகு முகவர்கள் போன்றவர்களிடமிருந்து பெறுகின்றனர். முறைசாராக் கடனின் வட்டி வீதம் 36 விழுக்காடு வரை உள்ளது. இதனால் விவசாயிகள் கடன் பொறியில் (Debt trap) வீழ்ந்துவிடுகின்றனர் (கடன் பொறி என்பது பழைய கடனைத் திருப்பி செலுத்துவதற்காகப் புதிய கடனை வாங்கத் துண்டும் நிலையாகும்). இந்த விவசாயிகளின் துயரினைப் புரிந்துகொண்ட அரசு பல்வேறு முயற்சிகளைக் கடந்த காலங்களில் தொடர்ந்து திட்டங்களைக் கொண்டுவந்துள்ளது. முறைசார் கடனை (நிறுவனக் கடனை முறைசார் கடன் எனவும் அழைக்கப்படுகிறது) அளிக்கக் கூட்டுறவு வங்கிகள், வணிக வங்கிகள், வட்டார வளர்ச்சி வங்கிகள் என விவசாயிகளுக்கு குறுகியகால, நடுத்தர, நீண்ட காலக் கடன்களை வழங்க வழிவகைகளை உருவாக்கித் தந்துள்ளது. 1951ஆம் ஆண்டு

விவசாயிகளின் முறைசார் கடன் 10.2 விழுக்காடாகவும், 89.1 விழுக்காடு முறைசாராக் கடனாகவும் நிறுவனம் சாராத நிதி அமைப்புகள் இருந்தன. 1966ல் பசுமைப் புரட்சி நடைமுறைப்படுத்தப்பட்டபோது நவீன முறை விவசாயம் முன்னெடுக்கப்பட்டது. இதனால் விவசாய இடுபொருள்களான விதை, உரம், பூச்சிக்கொல்லி போன்றவை வாங்கவும், இயந்திரங்களைப் பயன்படுத்தவும் அதிக அளவிற்குப் பணம் தேவைப்பட்டது. 1969ல் 14 வங்கிகள் தேசியமயமாக்கப்பட்டன. இதற்கான ஒரு முக்கிய நோக்கம் வேளாண் வளர்ச்சிக்கு தங்குதடையின்றி கடன் வழங்குவதாகும். 1970ல் வங்கிகள் இல்லாத பகுதிகளில் வங்கிக் கிளைகள் துவக்கப்பட்டது. இதனால் முறைசார் கடன் 1971ல் 32 விழுக்காடாக அதிகரித்தது. 1980ல் மேலும் 6 வங்கிகள் தேசியமயமாக்கப்பட்டது. இதனால் வங்கிக் கிளைகளின் எண்ணிக்கை அதிகரிக்க தொடங்கியது. 1991ல் இந்தியாவில் புதிய பொருளாதாரக் கொள்கைகள் நடைமுறைப்படுத்தப்பட்டது. 1991ல் முதல் நரசிம்மம் குழுவின் பரிந்துரையின் அடிப்படையில் வங்கி நடவடிக்கையில் பல்வேறு சீர்திருத்தங்கள் கொண்டுவரப்பட்டது. எனவே விவசாயக் கடன் அதிகரித்தது. 1991ல் மொத்த விவசாயக் கடனில் 65 விழுக்காடு முறைசார் கடனாக இருந்தது. மீண்டும் 1998ல் இரண்டாவது நரசிம்மம் குழுவின் பரிந்துரையின்படி வங்கித் துறை பல்வேறு மாற்றங்களுக்கு உட்படுத்தப்பட்டது. இதன்படி வங்கிகளுக்கான அதிகாரங்கள் நீக்குப்போக்குடன் செயல்பட அனுமதித்தது. வங்கிகள் துவங்க உரிமம் தேவை என்பது நீக்கப்பட்டது, இழப்பில் செயல்பட்டுவந்த வங்கிக் கிளைகள் மூடப்பட்டது, வட்டி வீதக் கட்டுப்பாடுகள் நீக்கப்பட்டன, கடன் இலக்கு குறைக்கப்பட்டது. 1975ல் 5598ஆக இருந்த வங்கிக் கிளைகள் 1991ல் 11344 ஆக அதிகரித்தது. இதனால் வேளாண்மைக்கான கடன் அதிகரிக்கத் தொடங்கியது. ஆனால் 1991-2001 ஆண்டுகளுக்கிடையே 28.67 விழுக்காடு மட்டுமே வங்கிகளின் கிளைகள் அதிகரித்தது. பெருமளவிற்கு வங்கிக் கிளைகள் கிராமப்புறங்களில் குறைந்தது. கடந்த 10 ஆண்டுகளில் தனியார் வங்கிகள் அனுமதிக்கப்பட்டதால் தற்போது (மார்ச் 2021ல்) 1.22 லட்சம் (பொது, தனியார் வங்கிகள்) வங்கிக் கிளைகள் நாடு முழுவதும் செயல்பட்டு வருகின்றன (www.rbi.org.in). வங்கிகள் கடன் வழங்க முன்னுரிமைத் துறைகளுக்கு வழங்கும் நடைமுறை உள்ளது.

1969ல் 14 விழுக்காடாக இருந்த முன்னுரிமைத் துறைக்கான கடன் பங்கானது 2002ல் 34.8 விழுக்காடாக அதிகரித்தது. இதனால் வேளாண்துறை பெருமளவிற்குப் பயனடைந்தது. அதேசமயம் வேளாண் துறையின் முறைசாராக் கடனின் பங்கு 4 விழுக்காட்டுப் புள்ளிகள் 1991 – 2002ஆம் ஆண்டுகளுக்கிடையே அதிகரித்தன. இம் முறைசாராக் கடனின் பெருமளவிற்கு நிதி வணிகர்களிடமிருந்து பெறப்பட்டதாகும். வங்கி விரிவாக்கம் குறைந்தது. முன்னுரிமைத் துறைகளுக்கான கடன் அளவு குறைந்தது போன்றவை இதற்கான காரணங்களாகச் சுட்டப்படுகின்றன. 2001க்குப் பின்பு கிராமப்புறங்களில் வங்கி கிளைகள் விரிவாக்கம். முன்னுரிமைத் துறைகளுக்கான கடன் அதிகரிப்பு போன்ற காரணங்களினால் மீண்டும் முறைசார் வேளாண் கடன்கள் 2002ல் 61.1 விழுக்காடாக இருந்தது 2013ல் 64 விழுக்காடாக அதிகரித்தது, 2015ல் இது 72 விழுக்காடாக மேலும் உயர்ந்தது. ஆனாலும் நான்கில் ஒரு பங்கிற்குமேல் முறைசாராக் கடன் பெறப்பட்டிருந்தது (Ahubhm Sehal 2021). வங்கித்துறையில் கடந்த 50 ஆண்டுகளில் ஏற்பட்ட சீர்திருத்தங்களின் விளைவாக இந்திய விவசாயிகள் சரியான வட்டி வீதத்தில் முறைசார் கடன்களைப் பெற்றுள்ளனர். அதே சமயம் பெரும்பகுதியான சிறு குறு விவசாயிகள் முறைசார் கடனை அணுகமுடியாத நிலை தொடர்ந்து நீடிக்கிறது.

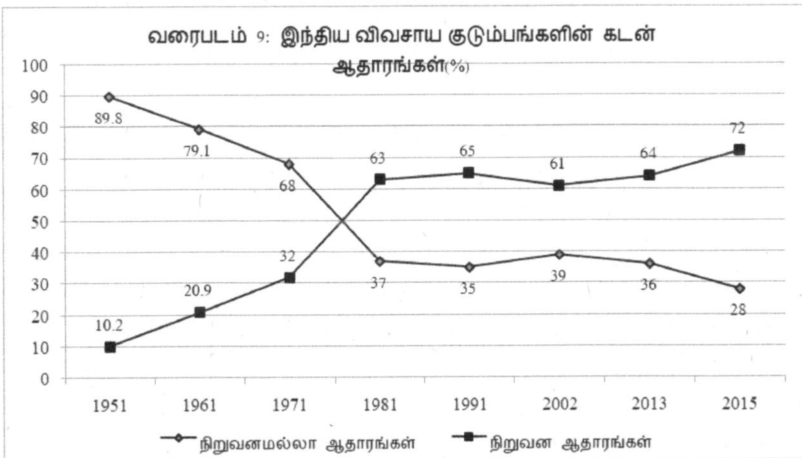

Source: Ashok Gulati and Ritika Juneja (2019): Agricultural Credit System in India: Evaluation, Effectiveness and Innovations, ZEF, Working Paper series 184, Centre for Development Research University of Bonn.

இந்தியாவின் அட்டவணையிடப்பட்ட வணிக வங்கிகள் வேளாண் கடனாக மொத்தக் கடன் அளவில் 1970ல் 9 விழுக்காடு அளித்திருந்தது. இது தொடர்ச்சியாக அதிகரித்து 1990ல் 15.9 விழுக்காடாக உயர்ந்தது, ஆனால் 2000ல் 9.9 விழுக்காடாகக் குறைந்தது. அடுத்து வந்த ஆண்டுகளில் இக்கடன் உயரத் தொடங்கியது, 2016ல் இக்கடன் 13.2 விழுக்காடாக உயர்ந்தது. மொத்தக் கடனில் தொழில்துறைக்கு அதிக அளவில் (1970ல் 61.2 விழுக்காடு, 2016ல் 39.4 விழுக்காடு) அளிக்கப்பட்டது என்பது குறிப்பிடத்தக்கது (Shromona Gangulylk et al 2021). தேசிய வேளாண்மை மற்றும் கிராமப்புற வளர்ச்சி வங்கியான NABARD (2018) கணக்கீட்டின்படி 2015-16ல் 61 விழுக்காடு விவசாயக் குடும்பங்கள் முறைசார் கடனைப் பெற்றுள்ளதாகவும். 30 விழுக்காடு முறைசாராக் கடனையும் 9 விழுக்காடு முறைசார் மற்றும் முறைசாராக் கடனைப் பெற்றுள்ளதாகவும் தெரிவிக்கிறது. நிஹாரிகா பாண்டே et al (2021) நடத்திய ஆய்வில் கோவிட் பெருந்தொற்றுக் காலங்களில் வேளாண் கடன் 2020ல் சம்பா சாகுபடி காலத்தில் எடுத்த கணக்கெடுப்பின்படி மொத்த விவசாயிகளில் 63 விழுக்காட்டினர் கடன் பெற்றவர்களாக இருந்தனர். இதில் 35 விழுக்காட்டினர் முறைசார்க் கடனும், 22 விழுக்காட்டினர் முறைசாரா கடனும், இவ்விரண்டையும் 9 விழுக்காட்டினர் பெற்றிருந்தனர் எனக் கணிக்கப்பட்டது. இம் முறைசாராக் கடன் அதிக அளவில் நிதி வணிகர்களிடமிருந்து பெறப்பட்டுள்ளது குறிப்பிடத்தக்கது. விவசாயக் கடனின் அதிகரிப்பு பருவகாலத்தைச் சார்ந்துள்ளது. பருவமழை தொடங்கியவுடன் விவசாய நடைமுறைகள் உடனடியாக தொடங்கப்படவேண்டிய கட்டாயம் விவசாயிகளுக்கு உள்ளது. பருவம் தவறிப் பயிர்செய்வது எதிர்பார்க்கிற விளைச்சலைத் தராது. எனவே இதற்கான செலவுகளை எதிர்கொள்ள முறைசார் கடனைப் பெறுவதற்கு அதிக நடைமுறைகளும், காலவிரயமும் உள்ளதால் முறைசாராக் கடனைப் பெற விவசாயிகள் அதிக ஆர்வம் காட்டுகின்றனர். உடனடியாகப் பயிர் வேலைகளைத் துவக்க வேண்டிய கட்டாயம் உள்ளதால் அதிகப்படியான வட்டியையும் கருத்தில் கொள்ளாமல் முறைசாராக் கடனை(நிறுவனம் சாரா நிதி அமைப்புகளிடமிருந்து) பெறுகின்றனர். பல்வேறு காரணங்களினால் விவசாய உற்பத்தியில் இழப்பு அல்லது விளைபொருள்களுக்கான விலையின் வீழ்ச்சி போன்றவையினால் விவசாய வருமானம் குறைய நேரிட்டால்

கடனைத் திரும்பச் செலுத்த இயலாமல் போகிறது. இது விவசாயிகளின் தற்கொலைக்கான முதன்மைக் காரணமாக உருவெடுக்கிறது. 1990களில் தொடங்கிய விவசாயிகளின் தற்கொலை இன்றுவரை தொடர்ந்துகொண்டுள்ளது. இதனைக் கருத்தில்கொண்டு அன்மையில் ஒன்றிய அரசினால் பிரதான் மந்திரி கிசான் சமமான் நிதித் திட்டம் அறிமுகப்படுத்தப்பட்டது.

பிரதான் மந்திரி கிசான் சம்மான் நிதித் திட்டம் *(PM-Kisan Samman Nidhi)*

பிரதான் மந்திரி கிசான் சம்மான் நிதித் திட்டம் 1 டிசம்பர் 2018ல் விவசாயிகளுக்கு ஆண்டுக்கு ரூ.6,000 நிதி உதவி அளிப்பதற்காகத் துவக்கப்பட்டது. ஒன்றிய அரசு இதற்கான நிதி உதவியினை முழுவதுமாக ஏற்றுக்கொள்கிறது. விவசாயிகளுக்கு நிதியுதவி நேரடியாகவே வழங்கப்படுகிறது. இத்திட்டம் மூலம் விவசாயிகள் வேளாண் பயிர் வேலைகளைப் பருவ காலங்களில் தொடங்கும்போது எதிர்கொள்ளும் நிதிப் பற்றாக்குறையினை நிவர்த்தி செய்வதற்கு உதவுகிறது. ஒவ்வொரு ஆண்டும் சம்பா, குறுவை, கோடை பயிர்களைப் பயிரிடத் தொடங்கும்போது பருவத்திற்கு ரூ.2,000 வீதம் விவசாயிகளின் கணக்குகளில் வரவு வைக்கப்படுகிறது. இதனால் விவசாயிகள் விதை, உரம், பூச்சிக்கொல்லி, தொழிலாளர் கூலி போன்ற அடிப்படைச் செலவுகள் செய்ய இந்த நிதி உதவி பயன்படும். இந்தத் திட்டத்தினால் மார்ச் 2022 முடிய 11.78 கோடி விவசாயிகள் பயனடைந்துள்ளனர், ரூ.1.82 லட்சம் கோடி இதுவரை (பிப்ரவரி 2022) நிதி உதவியாக அளிக்கப்பட்டுள்ளது (GoI 2022). உத்தரப் பிரதேச மாநிலத்தில் உச்ச அளவாக 22.9 விழுக்காடு இந்திய அளவில் இத் திட்டத்தில் விவசாயிகள் பயனடைந்துள்ளனர். இந்தத் திட்டத்தினால் இரண்டுவிதமான நன்மைகளை விவசாயிகள் பெறமுடியும், 1. வருமான உதவியினைப் பெறுதல் 2. வங்கிகளில் குறுகிய, நீண்டகாலக் கடன்களைப் பெறமுடியும். இத்திட்டத்தில் விவசாயிகளின் பங்கேற்பு மிகவும் குறைந்த அளவில் உள்ளது. இதற்கு அடிப்படைக் காரணம், ஆதார் அட்டை, வங்கிக்கணக்கு, நிலத்தின் உரிமையாளர் பெயர் போன்றவை ஒத்துப்போவதில்லை. அதிக அளவிற்கான விண்ணப்பங்கள் ஆண்டுதோறும் பெறப்படுகின்றன ஆனால் அவற்றைப் பரிசீலனை செய்ய போதுமானப் பணியாளர்கள் இல்லை. இந்தத் திட்டம் நில உரிமையாளர்களை மட்டுமே கணக்கில் கொள்ளப்படுவதால் குத்தகைதாரர்களுக்கு, கிராமப்புற கூலி விவசாயத்

தொழிலாளர்களுக்கு, கிராமப்புற ஏழைக் குடும்பங்களுக்கு இது பொருந்தாது. இந்தியாவில் நாடு முழுவதும் குத்தகைக்குப் பயிரிடும் முறை பரவலாகப் பின்பற்றப்படுகிறது. இவர்கள் உண்மையான உழுபவர்களாக இருந்தும் இவர்கள் இந்தத் திட்டத்தில் புறக்கணிக்கப்பட்டுள்ளனர். இந்தத் திட்டத்தில் நிதித் தொகை பயனாளர்களுக்குச் சென்றடையக் காலதாமதம் ஏற்படுகிறது. இதற்கு அடிப்படையான காரணம் சரியாகப் பதிவு செய்யப்படாதது, பெயர்கள் ஒத்துப்போவது போன்றவை ஆகும். ஆண்டுக்கு ரூ.6,000 நிதி உதவி அளிப்பது விவசாயக் குடும்ப வருவாயில் 6.43 விழுக்காடாக உள்ளது. சிறு, குறு விவசாயிகள் அதிகமாக இந்த திட்டத்தினால் பயனடைகின்றனர். இதுபோன்ற திட்டங்கள் பல மாநில அளவில் நடைமுறைப்படுத்தப்பட்டு வருகின்றன என்பது குறிப்பிடத்தக்கது (தெலுங்கானாவில் ரித்துபந்து என்ற திட்டத்தின் 10 மே 2018லிருந்து ரூ.10,000 ஒவ்வொரு விவசாயக் குடும்பமும் நிதி உதவியாகச் செயல்படுத்தப்படுகிறது, ஆந்திரப்பிரதேசத்தில் ரிதுபரோசா 15 அக்டோபர் 2019லிருந்து ஒவ்வொரு விவசாயக் குடும்பத்திற்கும் ரூ.13,500 நிதி உதவி அளிக்கும் திட்டம் நடைமுறைப்படுத்தப்பட்டு வருகிறது. ஒடிசாவில் காலியா என்ற திட்டத்தின் வாயிலாக டிசம்பர் 2018லிருந்து ஒவ்வொரு விவசாயக் குடும்பத்திற்கும் ரூ.10,000 நிதி உதவி அளிக்கப்படுகிறது, மேற்கு வங்காளத்தில் விவசாயிகளின் நண்பன் என்ற திட்டம் வழியாக 1 ஜனவரி 2019ல் ஒவ்வொரு விவசாயிகளுக்கும் ரூ.5000 நிதி உதவி வழங்கப்படுகிறது, சத்தீஸ்கர் மாநிலத்தில் ராஜிவ் காந்தி கிஷான் நியாய என்ற திட்டம் 3 மார்ச் 2020ல் ரூ.1,000 - ரூ.13,000வரை ஒவ்வொரு விவசாயிக்கும் நிதி உதவி அளிக்கப்படுகிறது) (Kavitha et al 2021).

விவசாயக் கடன் வாங்கும் குடும்பங்களின் மொத்தத்தில் மூன்றில் இரண்டு பங்கு முறைசார் கடனாகப் பெறப்படுகிறது (2018-19ல்). குறிப்பாகப் பெரிய நில உடைமையாளர்கள் 80 விழுக்காடுவரை முறைசார் கடனாகப் பெறுகின்றனர். ஆனால் சிறிய நில உடைமையாளர்கள் 28 விழுக்காடுவரை முறைசார் கடனைப் பெறுகின்றனர். பெறுகின்ற மொத்தக் கடனில் மூன்றில் ஒரு பங்கு பயிர்த் தொழிலைச் செய்யவும், ஐந்தில் ஒரு பங்கு நுகர்வுச் செலவிற்கும், 5 விழுக்காடு திருமணம், சடங்குகள், கல்வி, மருத்துவம் போன்ற செலவுகளை மேற்கொள்கின்றனர் (Kavitha et al 2021). விவசாயக் கடனுக்கும், வேளாண்

உற்பத்திக்கும், விவசாயிகளின் தற்கொலைகளுக்கும் நெருங்கிய தொடர்புள்ளது. விவசாயிகளின் தற்கொலையினால் தனிப்பட்ட குடும்பம் மட்டுமல்ல, இந்தியப் பொருளாதாரமும் அதிக அளவில் பாதிப்பிற்கு உள்ளாகின்றன.

விவசாயிகள் தற்கொலை

இந்தியாவில் விவசாயிகள் தற்கொலை அதிக அளவில் கடந்த 25 ஆண்டுகளாகக் காணப்படுகிறது. விவசாயத் தற்கொலை என்பது விவசாயிகள் மற்றும் விவசாயக் கூலிகள் இரண்டையும் சேர்த்தது என்கிறது தேசியக் குற்றப் பதிவுப் பணியாக்கம் (National Crime Records Bureau - NCRB). விவசாயிகள் தற்கொலைக்கு அடிப்படைக் காரணம் கடன் திரட்சியாகும் (Debt Accumulation). பசுமைப் புரட்சிக்குப்பின் வேளாண்மையில் இயந்திரங்களின் பயன்பாடு அதிகரித்துள்ளது. அன்மைக் காலங்களாகப் பல்வேறு காரணங்களை முன்னிறுத்தி வேளாண் தொழிலிருந்து அதிக அளவிற்கு விவசாயிகள் வெளியேறி மாற்று வேலைகளுக்குச் (வேளாண் சாரா) செல்வதால், தொழிலாளர்கள் பற்றாக்குறை நிலவுகிறது. மேலும் வேளாண்மைக்குப் பயன்படுத்தும் கால்நடைகளின் எண்ணிக்கை வெகுவாகக் குறைந்து வருவதால் உழவு உள்ளிட்ட பணிகளுக்கு இயந்திரங்களின் பயன்பாடு அதிகரித்து வருகிறது. இயந்திரம் பயன்படுத்துவதால் (குறிப்பாக நெல், கோதுமை போன்ற பயிர்களுக்கு) மொத்த உற்பத்திச் செலவில் 5 விழுக்காடு அளவிற்குக் குறைகிறது என்பது ஆய்வில் தெரிகிறது. வேளாண் இயந்திரங்கள் அனைத்து விவசாயிகளும் வைத்திருப்பதில்லை. குறு, சிறு விவசாயிகள் வாடகைக்கு இயந்திரங்களைப் பயன்படுத்துகின்றனர். பெரிய மற்றும் நடுத்தர விவசாயிகள் இயந்திரங்களைச் சொந்தமாகக் கடனில் வாங்குகின்றனர். இக்காரணங்களினால் விவசாயக் கடனளவு அதிகரிக்கிறது (Avinash Kishore et al 2022).

2013ல் தெலுங்கானாவில் 89 விழுக்காடு விவசாயிகள் கடன் தொல்லையினால் தற்கொலை செய்துகொண்டனர். கர்நாடகாவில் இதே காரணத்திற்காக 77 விழுக்காடு விவசாயிகளும், மகாராஷ்டிராவில் 56 விழுக்காட்டினரும், மத்தியப்பிரதேசத்தில் 46 விழுக்காட்டினரும் தற்கொலை செய்துகொண்டுள்ளனர். இந்தியாவில் மொத்த விவசாயத் தற்கொலையில் கடனின் காரணமாக 52 விழுக்காட்டினர் தற்கொலை செய்துகொண்டுள்ளனர்.

தொடர்ந்து பயிர்த்தொழிலில் வருமான இழப்பு, நுகர்ச்சிக்காகக் கடன் வாங்குதல் போன்றவற்றால் விவசாயிகள் கடனில் விழ நேரிடுகிறது. இதனால் அதிகக் கடன் திரட்சியினால் தற்கொலை முடிவிற்கு விவசாயிகள் தள்ளப்படுகின்றனர். சுக்பூல் சிங், மஞ்சீத் கவுர் மற்றும் கிங்ரா (2021) ஆகியோர் பஞ்சாப் மாநிலத்தில் விவசாயிகளின் தற்கொலைகள்பற்றி ஆய்வு செய்தனர். இவ் ஆய்வின்படி 2000-2018ஆம் ஆண்டுகளுக்கிடையே 79 விழுக்காடு விவசாயிகள் கடன் தொல்லையினால் தற்கொலை செய்துகொண்டனர் என்றும், 21 விழுக்காடு விவசாயிகள் பிற சமூகப் பொருளாதாரக் காரணங்களுக்காகத் தற்கொலை செய்துகொண்டனர் எனவும் கண்டறிந்தனர். மேலும் தற்கொலை செய்துகொண்ட விவசாயிகளில் 82.6 விழுக்காட்டினர் தாழ்த்தப்பட்டோர் என்றும், 65.85 விழுக்காட்டினர் பூச்சிமருந்து உட்கொண்டு தற்கொலை செய்து கொண்டதாகவும், மொத்த தற்கொலை செய்துகொண்ட விவசாயிகளில் 92.63 விழுக்காடு முறைசாராக் கடன்களை நிதி வணிகர்கள், நிலச்சுவான்தாரர்கள், நண்பர்கள், உறவினர்கள் போன்றோரிடம் கடன் பெற்றவர்கள் ஆவார்கள். தற்கொலை செய்துகொண்ட விவசாயிகளில் 63.84 விழுக்காட்டினர் கல்வியறிவு அற்றவர்களாக இருந்தனர், 85 விழுக்காட்டினர் 18லிருந்து 50 வயதுக்குள் இருந்தனர். இவ்வாய்வின் ஒரு முக்கிய வெளிப்பாடு பாதி அளவிற்கான (49.66 விழுக்காடு) தற்கொலை செய்துகொண்ட விவசாயிகளின் குடும்பங்களில் விவசாயி தற்கொலை செய்துகொண்டபின் வருமானம் ஈட்டும் நபர்கள் யாரும் இல்லை என்பதாகும். பஞ்சாப் அரசின் நேரடி நிதி உதவிமூலம் 95 விழுக்காடு விவசாயிகள் பயன் பெற்றுள்ளனர் என்பது குறிப்பிடத்தக்கது (Avinash Kishore et al 2022).

விவசாயத் தற்கொலை இந்தியாவில் முதன்முதலில் 1960களிலும் 1970களிலும் தமிழ்நாட்டில் காணப்பட்டன. 1990களில் இந்தியாவில் பல மாநிலங்களில் இந்த நிகழ்வுகள் ஏற்படத் துவங்கின. குறிப்பாக ஆந்திரப்பிரதேசம், கர்நாடகா, மகாராஷ்டிரா, பஞ்சாப் மாநிலங்களில் விவசாயிகளின் தற்கொலை உச்ச அளவாக அறியப்படுகிறது. இம்மாநிலங்களின் விவசாயிகளின் தற்கொலை இந்தியாவின் மொத்த விவசாயிகளின் தற்கொலையில் 90 விழுக்காடாக உள்ளது. இதிலும் குறிப்பாக மகாராஷ்டிரா மாநிலத்தில் உள்ள விதர்பா பகுதியில் தற்கொலைகள் அதிக அளவில் காணப்பட்டன. 2014ல் சராசரியாக ஒரு நாளைக்கு

15 விவசாயிகள் தற்கொலை நிகழ்ந்தது, இது 2015ல் 21 தற்கொலைகளாக அதிகரித்தது (Sukhpal Singh et al 2021). 2020ல் மொத்தம் 10,677 விவசாயத் தற்கொலைகள் நடந்துள்ளன இது 2019விட அதிகமாக (10,281) உள்ளது. தேசியக் குற்றப் பதிவுப் பணியாக்கம் புள்ளி விவரத்தின்படி 1995-2019 ஆண்டுகளுக்கிடையே மொத்தம் 3,58,164 விவசாயத் தற்கொலைகள் நடந்துள்ளன. இவ்விரு ஆண்டுகளுக்கிடையே நடந்த நாட்டின் மொத்தத் தற்கொலைகளில் விவசாயத் தற்கொலைகள் 12.53 விழுக்காடாக உள்ளது. 1995ல் நாட்டின் மொத்தத் தற்கொலையில் விவசாயத் தற்கொலைகள் 13.43 விழுக்காடாக இருந்தது. 2004ல் 16.3 விழுக்காடாக அதிகரித்தது. இது 2019ல் 7.61 விழுக்காடாகக் குறைந்துள்ளது. விவசாயத் தற்கொலை வீதம் (1 லட்சம் மக்கள் தொகைக்கு) 1995ல் 5.3 ஆக இருந்தது, 2001ல் 7.1 ஆக அதிகரித்தது. இது 2011ல் 5.3 ஆக மீண்டும் குறைந்தது, 2018ல் இது மேலும் குறைந்து 3.6 ஆக இருந்தது (Sthanu R Nair 2022).

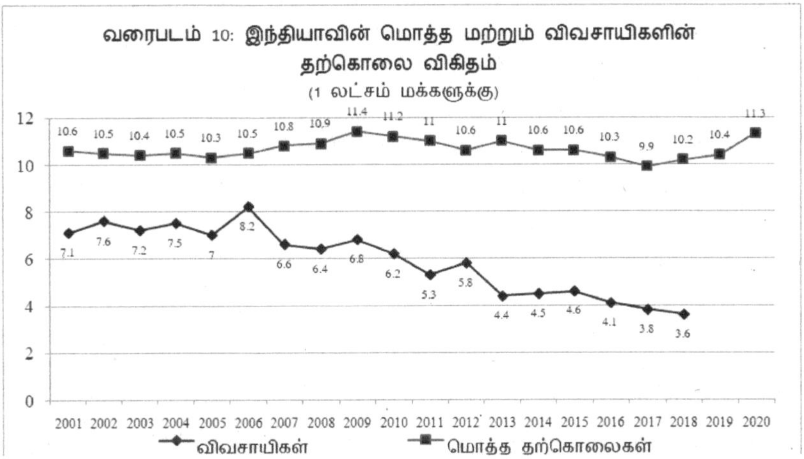

Source: GoI (2021): Accidental Death and Suicides in India 2020, National Crime Record Board, Government of India, New Delhi.

1990களில் இந்தியாவில் விவசாயிகளின் தற்கொலை அதிக அளவில் நிகழ்ந்தது. 2010-2016ஆம் ஆண்டுகளுக்கிடையே நடந்த தற்கொலைகள் 2000-2010ஆம் ஆண்டுகளுக்கிடையே நடைபெற்ற தற்கொலைகளைவிட மூன்று மடங்கு அதிகமாக இருந்தன. 1990களின் கடைசியில் விவசாயிகளின் தற்கொலையினைத் தடுக்க நிவாரணத் தொகுப்பு வழங்கப்பட்டது. ஆனால் இது சரியான

முறையில் நடைமுறைப்படுத்தவில்லை. எனவே விவசாயிகளின் தற்கொலைகளை இது தடுக்கத் தவறிவிட்டது. அதே சமயம் விவசாயிகளுக்கு எதிரான சட்டங்களும், வேளாண் பொருள்களுக்குத் தகுந்த விலை கிடைக்காததாலும், விவசாய இடுபொருள்களின் விலைகள் கடுமையாக உயர்ந்ததும் விவசாயிகளின் தற்கொலைகள் தொடர்ந்து நடைபெறக் காரணமாக அமைந்தது. 2006ல் விவசாயிகளுக்கான புணர்வாழ்வுத் தொகுப்பு அதிக அளவில் விவசாயிகள் தற்கொலை நடந்த மாநிலங்களில் நடைமுறைப்படுத்தப்பட்டது. 2008ல் வேளாண் கடன் துடைப்பு மற்றும் கடன் நிவாரணத் திட்டம் (ADWDRS) துவக்கப்பட்டு கடன் வழங்கப்பட்டது. ஆனால் இதுவும் தேவைப்படுபவர்களுக்குக் கடன் அளிக்கவில்லை. பிரதம மந்திரி ஃபசல் பீமா யோஜனா 2016ல் துவக்கப்பட்டு விவசாயிகளுக்குக் காப்பீட்டுமூலம் பயிர் இழப்பீட்டு நிவாரணம் வழங்கப்பட்டது. ஆனால் 2016 நவம்பரில் பணமதிப்பீட்டு இழப்பு கொண்டுவரப்பட்டதால் உயர் மதிப்புடைய பணமான ரூ.500, ரூ.1,000 செல்லாமல் போனது. இந்த காலகட்டம் விவசாயிகளின் குறுவை பருவப் பயிர் செய்யும் நேரம் என்பதால் விவசாயிகள் பெரும் இன்னலுக்கு ஆளானார்கள். இதனைத் தொடர்ந்து சரக்கு மற்றும் சேவை வரிவிதிப்பு 2017ல் நடைமுறைப்படுத்தப்பட்டது. இதன் விளைவு விவசாய இடுபொருள்களின் விலை கடுமையாக உயர்ந்தது. 2019ல் உருவான கோவிட் பெருந்தொற்றினால் பல மாநிலங்களில் விவசாயத் தொழிலாளர்கள் பற்றாக்குறை நிலவியது, விநியோகச் சங்கிலி பாதிக்கப்பட்டதால் வேளாண் பொருள்கள் சந்தைப் படுத்த இயலாமல் போனது. இதனால் விவசாயிகள் பெரும் இழப்பிற்கு உள்ளானார்கள். 2020ல் கொண்டுவரப்பட்ட மூன்று வேளாண் சட்டங்கள் விவசாயிகளின் மத்தியில் பெரிய எதிர்ப்பினை உருவாக்கியது. குறைந்தபட்ச ஆதார விலையினை வலியுறுத்தி விவசாயிகள் தொடர் போராட்டம் சுமார் ஓர் ஆண்டிற்கு நடத்தப்பட்டதால் 2021ல் இந்தச் சட்டங்கள் ஒன்றிய அரசினால் திரும்பப் பெறப்பட்டது. தற்போது (2022ல்) உக்ரைன்-ரஷ்ய போரினால் உணவு, எரிபொருள் தட்டுப்பாட்டினால் உணவு பணவீக்கம் அதி அளவிற்கு உயர்ந்துள்ளது. இதனைக் காரணம் காட்டி கோதுமை ஏற்றுமதியினை ஒன்றிய அரசு தடை செய்துள்ளது. இவ்வாறு தொடர்ந்து பல்வேறு அரசுக் கொள்கைகள், இயற்கைச் சீற்றம் போன்ற காரணங்களினால் விவசாயிகள் பெருமளவிற்குப் பாதிக்கப்படுகின்றனர். இதன் விளைவு

தற்போதும் விவசாயத் தற்கொலைகள் ஆண்டிற்குச் சராசரியாக 10000க்கு மேல் தொடர்ந்துகொண்டுள்ளன. இதனைத் தடுக்க அரசு வேளாண் பொருள்களுக்கான குறைந்தபட்ச விலை அனைத்து விவசாய உற்பத்திப் பொருள்களுக்கும், அனைத்து விவசாயிகளுக்கும் கிடைக்க வழிவகை செய்யவேண்டும். குறைந்தபட்ச விலை நிர்ணயம் செய்யப்படும்போது வேளாண் உற்பத்திச் செலவான C2+10% உடன் எம்.எஸ்.சுவாமிநாதன் பரிந்துரையான 50% செலவினைக் கணக்கில்கொண்டு நிர்ணயம் செய்யப்பட வேண்டும். அரசு பல்வேறு திட்டங்களைக் கொண்டுவந்து விவசாயிகளுக்கான கடன் அளித்தாலும் தற்போதும் மூன்றில்-ஒரு பங்கு விவசாயிகள் முறைசாராக் கடனைப் பெறுகின்றனர். எனவே தனியார் கடனையும், வட்டியையும் முறைப்படுத்த வேண்டும். விவசாயக் கடன்களைத் தக்க நேரத்தில் நீக்குப்போக்குடன் எளிய வழிமுறைகளைக் கையாண்டு விவசாயிகளுக்கு வழங்க வேண்டும். இதுபோன்று விவசாயிகள் பயிர் தொழிலில் அதிக இழப்பினைச் சந்திக்கின்றனர். இதனைத் தடுக்க வேளாண் ஆராய்ச்சிக்கு அதிக நிதி ஒதுக்கீடு செய்யவேண்டும் (தற்போது மொத்த உள்நாட்டு உற்பத்தியில் 1 விழுக்காட்டிற்குக்கீழ் ஒதுக்கப்படுகிறது).

16

இந்திய வேளாண்மை பயிர்க் காப்பீட்டுத் திட்டங்களும் சிக்கல்களும்

"விவசாயம் பொய்த்தால், வேறு எதுவும் சரியாக நடக்க வாய்ப்பில்லை."

– **எம்.எஸ்.சுவாமிநாதன்**

வேளாண்மை உற்பத்தியானது பருவகாலச் சூழல், மண்வளம், இடுபொருள்களின் செலவு வேளாண் விளைபொருள்களின் விலை, விவசாயிகளின் பொருளாதார நிலை, நாட்டின் வாணிபச் சுழல் போன்ற காரணிகளால் தீர்மானிக்கப்படுகிறது. இந்திய வேளாண் சார் பொருளாதார நடவடிக்கைகள் இயற்கையின் நிச்சயமற்ற போக்கினால் இடர்களையும் நிலையற்ற தன்மையும் காணமுடிகிறது. இந்தியா வேளாண்மை மழையையும், நீர்ப்பாசன வசதியையும் நம்பியே உள்ளது. இந்தியாவில் மொத்த சாகுபடி செய்யும் பரப்பில் 47.6 விழுக்காடு நீர்ப்பாசனம்மூலம் நடைபெறுகிறது. தட்பவெப்ப நிலை மாநிலங்களுக்கிடையே வேறுபாட்டுடன் உள்ளது. அதிக வெள்ளம், வெப்பக்காற்று, அதிகக் குளிர், புயல், ஆலங்கட்டி மழை என வேறுபட்ட காலநிலை மாறுபாடுகளுடன் உள்ளது. இதனால் அதிக அளவிற்குப் பயிர் செய்வதில் இழப்பு ஏற்படுகிறது. இதனால் இந்தியாவின் வேளாண்மைக்கான முக்கிய நோக்கமான நாட்டின் உணவுப் பாதுகாப்பும், வேளாண் விவசாயிகளின் நலனும் பெருமளவிற்குப் பாதிக்கப்படுகின்றன. ஆண்டுக்குச் சராசரியாக 12 மில்லியன் பயிரிடும் நிலப்பரப்பு பாதிக்கப்படுவதாக கணக்கிடப்பட்டுள்ளது. விவசாயிகள் இழப்பினை சந்திப்பதுடன் வாங்கிய கடனைத் திருப்பிச் செலுத்த முடியாததால் ஆயிரக்கணக்கான விவசாயிகள் ஆண்டுதோறும் தற்கொலை செய்துகொள்கின்றனர். 2006ஆம் ஆண்டு மகாராஷ்டிரா, கேரளா, கர்நாடகா, ஆந்திரப்பிரதேச மாநிலங்களில் உள்ள 31 மாவட்டங்களில் விவசாயிகள் அதிக அளவில் தற்கொலை செய்துகொள்கின்றனர் என அடையாளம் காணப்பட்டு விவசாயிகளின் மறுவாழ்விற்காக ரூ.16,978.69 கோடி ஒதுக்கப்பட்டது.

இதுபோன்று 2008ல் வேளாண் கடன் காரணத்திற்காகத் தமிழ்நாடு, மகாராஷ்டிரா, உத்தரப் பிரதேசம், ராஜஸ்தான், கர்நாடகா, பஞ்சாப் போன்ற மாநிலங்களுக்கு ரூ.52,516.86 கோடி ஒதுக்கப்பட்டது. தேசியப் பேரிடர் நிதியாக 2011-12 மற்றும் 2015-16 ஆண்டுகளுக்கிடையே ரூ.24,055 கோடி ஒதுக்கப்பட்டது. இத்துடன் அவ்வப்போது ஒன்றிய-மாநில அரசுகள் விவசாயக் கடன்களைத் தள்ளுபடி செய்து வருகிறது. பஞ்சாப், ஹரியானா, கிழக்கு உத்தரப் பிரதேசம் போன்ற மாநிலங்களில் அதிக அளவில் பயிர் சாகுபடி நீர்ப்பாசனத்தைச் சார்ந்துள்ளது. பெரும்பான்மையான மாநிலங்களைப் பொருத்தவரையில் மிகவும் குறைவான அளவில் நீர்ப்பாசன வசதியினைப் பெற்றுள்ளது. பருவமழை பொய்த்துப் போனால் வேளாண்மை உற்பத்தி பாதிக்கப்பட்டு உற்பத்தி குறைகிறது. இதனால் தொடர்ந்து அரசு வேளாண் பொருள்கள் ஏற்றுமதியினைத் தடை செய்கிறது. மேலும் அரசு வேளாண் பொருள்களின் மீது விலைக் கட்டுப்பாடுகளை விதிக்கிறது. இதன் விளைவு விவசாயிகள் பெரும் இழப்பினைச் சந்திக்கின்றனர். எனவே இயற்கையினைக் கணிப்பது மிகவும் கடினமாக இருப்பதால் இதற்கு ஏற்ப வேளாண் பொருள்களின் விளைவிக்க விவசாயிகளால் முடிவதில்லை. இதுபோல் வேளாண் சாகுபடியில் பல்வேறு காரணங்களால் இழப்பு ஏற்படும்போது வேளாண் பொருள்களுக்கு போதுமான விலை அல்லது உற்பத்தி செலவினைக்கூட ஈடுசெய்ய அல்லது உறுதிப்படுத்த முடியாத நிலை ஏற்பட்டு விவசாயிகள் வேளாண்மையைவிட்டு வெளியேறி (15 நிமிடங்களுக்கு ஒரு விவசாயி வெளியேறுவதாகக் கணக்கிடப்படுகிறது) வேளாண் சாராத் தொழில்களுக்கு (குறிப்பாகக் கட்டுமானத் துறை) செல்லத் தொடங்குகிறார்கள். குறைந்தபட்ச ஆதார விலை 23 வேளாண் உற்பத்திப் பொருள்களுக்கு மட்டுமே அளிக்கப்பட்டுள்ளது. இதில் நெல், கோதுமை அதிக முக்கியத்துவம் பெறுகிறது. நாட்டின் மொத்த விவசாயிகளில் 10 விழுக்காட்டிற்குக்கீழ் இதன்மூலம் பயன்பெறுகின்றனர். எனவே வேளாண் விவசாயிகளின் நலன்களைப் பாதுகாக்க அரசு பல்வேறு கொள்கைகளையும் திட்டங்களையும் வகுத்து நடைமுறைப் படுத்தினாலும் பெருமளவிற்கான விவசாயிகள் குறிப்பாகச் சிறு குறு விவசாயிகள் பலனை அடைய முடிவதில்லை. இந்த அடிப்படையில் கொண்டுவரப்பட்டதுதான் பயிர்க் காப்பீட்டுத் திட்டமாகும்.

பயிர்க் காப்பீட்டின் முக்கிய நோக்கங்கள், பயிர் சாகுபடியினால் ஏற்படும் இழப்பு மற்றும் வேளாண் விலைகளால் ஏற்படும் நிலையற்ற போக்கினால் விவசாயிகளுக்கு ஏற்படும் இழப்பினைச் சரிசெய்வது ஆகும். இந்தியாவில் 1972லிருந்து வேளாண் காப்பீட்டுத் திட்டம் நடைமுறையில் இருந்து வருகிறது. 1985ஆம் ஆண்டுவரை தேர்ந்தெடுக்கப்பட்ட சில பகுதிகளில் மிகவும் சிறிய அளவில் பயிர்க் காப்பீட்டுத் திட்டம் நடைமுறைப்படுத்தப்பட்டது. முதன்முதலில் 1985ஆம் ஆண்டு சம்பா பருவத்தில் (கரீஃப் பருவம்: ஜூன் முதல் அக்டோபர் முடிய) இந்தியா முழுமைக்கும் ஒருங்கிணைந்த பயிர்க் காப்பீட்டுத் திட்டம் (Comprenesive Crop Insurance Scheme – CCIS) கொண்டுவரப்பட்டது. 25 ஆண்டுகள் இந்தக் காப்பீட்டுத் திட்டம் நடைமுறையில் இருந்தது. 1999-2000ல் தேசிய வேளாண்மை காப்பீட்டுத் திட்டம் (Rashtriya Krishi Bima Yojana) குறுவைப் பருவத்தில் (ரபி பருவம்: அக்டோபர் அல்லது நவம்பர் முதல் மார்ச் முடிய) கொண்டுவரப்பட்டது. இதன்படி சிறு, குறு விவசாயிகளுக்கு மானியம் வழங்கப்பட்டது. இது பயிரிடும் வட்டார அணுகுமுறையில்கொண்டு நடைமுறைப்படுத்தப்பட்டது. 2011-12ல் மறுவடிவமாக்கப்பட்ட தேசிய வேளாண் காப்பீட்டுத் திட்டம் (MNAIS) கொண்டுவரப்பட்டது இந்தத் திட்டம் பரிசோதனையின் அடிப்படையில் 50 மாவட்டங்களில் நடைமுறைப்படுத்தப்பட்டது. இதுபோன்று கால நிலை அடிப்படையில் பயிர்க்காப்பீட்டுத் திட்டம் பரிசோதனை அடிப்படையில் 20 மாவட்டங்களில் நடைமுறைப்படுத்தப்பட்டன 2013-14ல் இந்திய அரசு தேசிய பயிர்க் காப்பீட்டுத் திட்டம் (National Crop Insurance Programme) நாடு முழுவதும் நடைமுறைப்படுத்தப்பட்டன இத் திட்டம் விவசாயிகளுக்கு நிதி உதவியை அளித்தது. ஒட்டு மொத்தமாக இந்தத் திட்டம் முழு அளவிற்கு விவசாயிகளிடம் சேர்க்கப்படவில்லை. இந்த திட்டம் முழு அளவிற்கு வெற்றி பெறாததால் இதனை மாற்றி அமைத்து பிரதம மந்திரி ஃபசல் பீமா யோஜனா (Pradhan Mantri Fasal Bima Yojana – PMFBY) 2016ல் துவக்கப்பட்டது. இதனைத் தவிர்த்து 1999-00ல் விதை பயிர்க் காப்பீட்டுத் திட்டம், 2003-04ல் வேளாண் வருமானக் காப்பீட்டுத் திட்டம், 2007ல் தண்ணீர் அடிப்படையில் சாகுபடியாகும் பயிர்களுக்கான காப்பீட்டுத் திட்டம் போன்றவை துவக்கப்பட்டன.

பயிர்த் தொழிலில் இழப்பானது தொடர்ந்து வேளாண்மையின் முக்கிய சிக்கலாக உருவெடுத்து வந்துள்ளது. எனவே பயிர்க்

காப்பீட்டுத் திட்டம் முழு அளவில் வேளாண் பயிர்ப் பரப்பினை ஏற்றுகொள்வது தேவைப்படுகிறது. 1 ஏப்ரல் 2016ல் முழுமையான பயிர்க் காப்பீட்டுத் திட்டமாகப் பிரதம மந்திரி ஃபசல் பீமா யோஜனா கொண்டுவரப்பட்டது. இந்தத் திட்டத்தின் முக்கிய நோக்கங்கள் 1) விவசாயம் இயற்கைச் சீற்றம், பூச்சிகளால் பாதிக்கப்படுதல், நோய் பரவுதல் போன்ற காரணங்களுக்காகக் குறிப்பிட்ட பயிர்களுக்குக் காப்பீடு முழு அளவிற்கு நிதி உதவி அளிப்பதாகும். 2) விவசாயிகளின் வருமானத்தைத் தொடர்ந்து அதிகரித்தல். 3) புதிய மற்றும் நவீன வேளாண்மை சாகுபடியினை பின்பற்ற விவசாயிகளை ஊக்குவித்தல் 4) வேளாண் துறையில் கடன் தடையின்றிக் கிடைக்க உறுதி செய்தல் போன்றவை ஆகும். இந்தக் காப்பீட்டுத் திட்டத்தினை ஒன்றிய, மாநில, காப்பீட்டு நிறுவனங்கள் ஒன்றிணைந்து நடைமுறைப்படுத்துகிறது. இக்காப்பீடு விளைச்சல் புள்ளிவிவரங்கள் உள்ள அனைத்து பயிர்களுக்கும் அறிவிக்கப்படுகின்ற பகுதிகளில் பயிர் அறுவடைப் பரிசோதனை (Crop Cutting Experiments) முறையில் அனைத்துப் பயிர்க் கடன் பெற்ற விவசாயிகளுக்குக் கட்டாயம் (கடன் பெறாத விவசாயிகளும் பயன் பெற முடியும்) இக் காப்பீட்டுத் திட்டம் நடைமுறைப்படுத்தப்படுகிறது (https://pmfby.gov.in/pdf/New%20 Schemes-english_.pdf).

இந்தத் திட்டத்தின் முக்கிய இயல்பு விவசாயிகளின் காப்பீட்டுத் தவணை செலுத்தும் சுமையினைக் குறைப்பதாகும். தொழில்நுட்பம் தொடர்பான புள்ளிவிவரங்களைப் பயன்படுத்துதல், வறட்சி, பூச்சியினால் பாதிக்கப்படுவது, அறுவடைக்குப் பிந்தைய இழப்பு, விளைச்சல் பாதிப்பு போன்றவற்றால் இந்தப் பயிர்க்காப்பீட்டுத் திட்டம் முழு அளவினை உள்ளடக்கியதாக உள்ளது. பயிர்க் காப்பீடு செய்த விவசாயிகள் மட்டுமே இதன் பலனைப் பெறமுடியும். பயிர்க் கடன் பெற்றவர்கள், விவசாயக் கடன் அட்டை வைத்திருப்பவர்கள் கட்டாயமாக இக்காப்பீட்டில் பங்கு பெற வேண்டும். பயிர்க் கடன் பெறாதவர்களும் இந்த காப்பீட்டைப் பெறலாம். இந்தக் காப்பீட்டுத் தொகை ஒன்றிய, மாநில அரசுகளின் பங்களிப்புடன் பயிர் அறுவடை பரிசோதனைக் கணிப்பு முறையினால் விளைச்சலைக் கணக்கில்கொண்டு காப்பீட்டுத்தொகை வழங்கப்படுகிறது. கடந்த 7 ஆண்டுகள் சராசரி விளைச்சலையும் ஒப்பிட்டு காப்பீட்டுத் தொகை வங்கிகள் மூலமாக வழங்கப்படுகிறது. 7 ஆண்டுகளில் இரண்டு ஆண்டுகள் பருவநிலை பாதிப்பினால் பயிர் இழப்பு நேரிட்டால் ஐந்தாண்டுகள்

கணக்கில்கொண்டு சராசரி கணக்கிடப்படுகிறது. உணவு தானியம், எண்ணெய் வித்துக்கள் சாகுபடி செய்யும் விவசாயிகள் சம்பா பருவத்திற்கு மொத்த பிரிமியத்தில் 2 விழுக்காடு செலுத்தவேண்டும். இதுவே குறுவை சாகுபடியாக இருந்தால் 1.5 விழுக்காடு செலுத்த வேண்டும். இதர வணிகப்பயிர், தோட்டப் பயிர் செய்பவர்கள் 5 விழுக்காடு செலுத்த வேண்டும். விவசாயிகள் செலுத்தவேண்டிய பிரிமியத்தை 50:50 என்ற அளவில் ஒன்றிய, மாநில அரசுகள் பங்கிட்டுக்கொள்ள வேண்டும். இதுவே வட-கிழக்கு மாநிலங்களுக்கு 90:10 என்ற அளவில் பகிரப்படுகின்றன.

இக்காப்பீட்டின் இயல்புகள் 1).காப்பீட்டுத் தொகை: உறுதி செய்யப்பட்ட காப்பீட்டுத் தொகை மாவட்டத் தொழில்நுட்பக் கணக்கீட்டின் அடிப்படையில் நிர்ணயிக்கப்படுகிறது. இக்கணக்கீடு நிலத்தின் தன்மை, நீர்ப்பாசனம், உரம், விதை, தொழிலாளர் உழைப்பு போன்றவற்றை அடிப்படையாகக்கொண்டது. 2).காப்பீட்டுப் பிரிமியம்: பருவத்திற்கு ஏற்பவும் பயிர்களுக்கு ஏற்பவும் 2 விழுக்காடு, 1.5 விழுக்காடு, 5 விழுக்காடு என முடிவு செய்யப்பட்டுள்ளது. 3).நவீனத் தொழில்நுட்பத்தைப் பயன்படுத்துதல்: தொலை உணர்வு அறிதல், வான்வழிப் படங்கள், செயற்கைக்கோள் போன்ற தொழில்நுட்ப உதவியுடன் விரைவாகவும், துல்லியமாக்கவும், விளைச்சலை மதிப்பிடுதல். 4).தனியார் பங்கு: பொது-தனியார் துறைகளின் காப்பீட்டு நிறுவனங்கள் இந்தத் திட்டத்தில் பங்கேற்கின்றன. மூன்று ஆண்டுகளுக்கு நல்ல, பாதிக்கப்பட்ட மாவட்டங்கள் எனப் பாகுபடுத்தி இடர்கள் மதிப்பீடு செய்யப்படும். 5).இழப்பு மதிப்பீடு குறிப்பிட்ட காலவரையறை: விளைச்சல் பற்றியப் புள்ளி விவரங்கள் கிடைத்தவுடன் மூன்று வாரங்களுக்குள் இழப்பு மதிப்பீடு செய்யப்பட வேண்டும். 6).பிரிமியம் மானியம் காப்பீட்டு நிறுவனங்களுக்குக் குறிப்பிட்ட காலத்திற்குள் அளித்தல்: ஒன்றிய-மாநில அரசுகள் 50 விழுக்காடு பங்களிப்பு மானியத்தினைக் காப்பீட்டு நிறுவனங்களுக்குப் பயிர் தொடங்கும் முன்பு அளித்தல் வேண்டும். மீதமான மானியத்தைக் காப்பீட்டு நிறுவனங்கள் இறுதியாக விவசாயிகளுக்கு வழங்கும்போது ஒன்றிய மாநில அரசுகள் செலுத்த வேண்டும். 7).விளம்பரம் மற்றும் விழிப்புணர்வு: கிராமங்களுக்குப் போதுமான விழிப்புணர்வினை இந்தத் திட்டம்பற்றி ஏற்படுத்த, விளம்பரங்கள், காட்சிகள், குறுஞ்செய்திகள், குறும்படங்கள், நாளிதழ்கள், மின்னணு ஊடகங்கள் வழியாகத் தெரியப்படுத்த வேண்டும்.

NAIS (National Agricultural Insurance Scheme), MNAIS (Modified National Agricultural Insurance Scheme), WBCIS (Water Based Crop Insurance Scheme) ஆகிய காப்பீட்டுத் திட்டங்களைச் சேர்த்து மொத்தமாகப் பயிர்க் காப்பீட்டுமூலம் பயன் பெற்றவர்கள், சம்பா பருவம் 2012ல் 29 மில்லியன் ஹெக்டேர் ஆகும். இது 2016 சம்பா பருவத்தில் 37.9 மில்லியன் ஹெக்டேராக அதிகரித்தது. *WBCIS* மூலம் பயன்பெற்ற அளவு இவ் ஆண்டுகளில் 11.1 மில்லியன் ஹெக்டேராக இருந்தது. 1.3 மில்லியன் ஹெக்டேராகக் குறைந்துள்ளது குறிப்பிடத்தக்கது. *WBCIS*, ல் 2015-16ல் மில்லியன் ஹெக்டேர் பயிர்க் காப்பீட்டு வழியாகப் பயன்பெற்றது. இது 2016-17ல் 57.2 மில்லியன் ஹெக்டேராக அதிகரித்தது. அதாவது 6.5 விழுக்காடு அதிகரித்தது. இவ்வாண்டுகளில் 47.5 மில்லியன் விவசாயிகளிலிருந்து 57.2 மில்லியன் விவசாயிகளாக முறையே உள்ள ஆண்டுகளில் பயனடைந்துள்ளனர். இதன் அதிகரிப்பு 74 விழுக்காடாகும். குஜராத், ஹிமாச்சலப் பிரதேசம், கர்நாடகா, உத்தரப் பிரதேசம், மேற்கு வங்காளம் போன்ற மாநிலங்கள் அதிக அளவிற்குப் பயன் பெற்றுள்ளன. அடிப்படையில் கடன் பெற்ற விவசாயிகள் முழு அளவில் பயிர்க் காப்பீட்டின் கீழ் வருவதால் மொத்தப் பயனாளிகளில் நான்கில் மூன்று பங்கினராக இவர்கள் உள்ளனர். அதிக அளவில் கடன் பெறாத பயனாளிகள் ஆந்திரப்பிரதேசம், கர்நாடகா, தமிழ்நாடு போன்ற மாநிலங்களில் உள்ளனர். 2016லிருந்து 2019வரையில் விவசாயிகள் இந்தத் திட்டத்தில் பயன் பெற்றவர்கள் குறைந்துள்ளனர், இதேபோல் பயிரின் பரப்பளவிலும் குறைந்துள்ளது.

அட்டவணை 24: இந்தியப் பயிர்க் காப்பீட்டின் போக்கு

ஆண்டு	விவசாயிகள் (000)		விளைநிலம் (000 ஹெக்டேர்)	
	சம்பா	குறுவை	குறுவை	சம்பா
2012	20719.9	12682.0	29057.8	15998.2
2013	20962.2	12273.0	27678.6	15065.5
2014	23754.1	13344.0	28183.7	17587.0
2015	30681.5	16720.0	33510.6	20371.3
2016	40492.2	16803.0	37828.2	19285.2

2017★	*58370.0*		*56110.0*	
2018	*30724.2*	*22045.6*	*27789.3*	*19793.9*
2019	*38307.9*	*17666.9*	*29299.7*	*15420.9*
2020	*40955.2*	*19834.9*	*27175.7*	*15740.3*
2021	*49511.3*	*32544.9*	*23924.9*	*14852.0*

குறிப்பு: ★ 2017லிருந்து PMFBY புள்ளிவிவரங்கள் மட்டும் அளிக்கப்பட்டுள்ளன.

ஆதாரம்: *Ashok Gulti, Prerna Terway and Siraj Hussain (2018): Crop Insurance in India: Key Issues and Way Forward, Working Paper No. 352, Indian Council for Research on International Economic Relations and https://pmfby.gov.in/ceo/dashboard.*

PMFBY காப்பீட்டுத் திட்டம் மூலம் சிறு, குறு விவசாயிகள் பெருமளவிற்குப் பயனடைந்துள்ளனர் என்பது மிகப் பெரிய ஆறுதலானதாக உள்ளது. விவசாயிகளுக்குப் பயிர்க் காப்பீடுமூலம் விவசாயிகளின் இழப்பினைச் சரிசெய்ய இந்தக் காப்பீட்டுத் திட்டங்கள் முனைந்தாலும் பல்வேறு சிக்கல்கள் அடிப்படையில் காணப்படுகின்றன. பல மாநிலங்களில் தொழில்நுட்பப் பிரச்சனைகளால் காப்பீட்டு நிறுவனங்களைத் தேர்வு செய்வதில் குளறுபடி நேரிடுகிறது. காப்பீட்டு குறிப்பிட்ட காலக்கெடுவான ஜூலை 31க்குள் விவரங்களை அளிக்காமல் பல மாநிலங்களில் கோரிக்கையினால் காலக்கெடு நீடித்து வழங்கப்படுவதால் காப்பீட்டுத் தொகை குறிப்பிட்ட காலங்களுக்குள் கிடைக்கப் பெறுவதில்லை. காப்பீட்டு நிறுவனங்களில் 25 விழுக்காடு உள்நாட்டுக் காப்பீட்டு நிறுவனங்களும் 25 விழுக்காடு வெளிநாட்டுக் காப்பீட்டு நிறுவனங்களும், 50 விழுக்காடு மறுகாப்பீட்டு முறையினைப் பின்பற்றப்படுவதால் இந்தத் திட்டம் நடைமுறைப்படுத்துவதில் சிக்கல்கள் எழுகின்றன. வேளாண் பொருள்களின் விளைச்சலின் அடிப்படையிலே இந்தத் திட்டம் செயல்படுத்தப்படுகிறது. ஆனால் வேளாண் பொருள்களின் விலை குறைவினால் ஏற்படும் இழப்பினை இத்திட்டம் கணக்கில் கொள்ளவில்லை. கைப்பேசி தொழில்நுட்பத்தினைப் பயன்படுத்தி புள்ளிவிவரங்கள் கணக்கீடு செய்யப்படுகிறது. எனவே இதில் முறைகேடுகள் நடப்பதற்கான வாய்ப்புகள் உள்ளன. விளைச்சல்

பற்றிய புள்ளிவிவரங்கள் கிடைத்த மூன்று வாரங்களுக்குள் அனைத்துக் காப்பீட்டுத் தொகையினையும் அளிக்கப்பட வேண்டும். ஆனால் பல மாநில அரசுகள் குறித்த நேரத்தில் தாக்கல் செய்யாததால் அதிகக் காலம் எடுத்துக்கொள்கிறது. குறிப்பாகக் குஜராத், தமிழ்நாடு, ராஜஸ்தான் மாநிலங்கள் இக்காலம் கடத்தலை அதிகம் எடுத்துக் கொள்கின்றன. வேளாண் விவசாயிகள் எதிர்கொள்ளும் இழப்புகளை ஈடுசெய்வதற்காகவே நடைமுறைப்படுத்தப்பட்ட திட்டம், விவசாயிகள் அதிக அளவில் வேளாண் விளைபொருள்களுக்குக் குறைந்தபட்ச விலை கிடைக்காமல் பெரும் இழப்பிற்கு ஆளாகின்றனர் எனவே இத்திட்டம் இதனையும் கருத்தில்கொண்டு இவ் இழப்பினைச் சரிசெய்ய முன்வரவேண்டும். குறித்த நேரத்தில் விவசாயிகளுக்குப் பயிர்க் காப்பீட்டுத் தொகையினை அளிக்க அரசு நடவடிக்கை எடுக்கவேண்டும் இதனால் விவசாயிகளின் தற்கொலைகள் தடுக்கப்படும். பல மாநிலங்களில் இடைத்தரகர்களின் ஆதிக்கமும் பல முறைகேடுகளும் நடைபெறுகின்றன இதனைத் தடுத்து, முறையாக விவசாயிகளுக்குக் காப்பீட்டுத் தொகை சென்றடைய வழிவகை செய்யவேண்டும்.

17

இந்தியாவின் வேளாண்மை சூழலியல் மாறுபாடுகள்

"பூமி, காற்று, நிலம் மற்றும் நீர் ஆகியவை நம் பாரம்பரியமாக முன்னோர்களிடமிருந்து பெற்றது அல்ல, ஆனால் நம் குழந்தைகளுக்காகக் கடனாகப் பெற்றவை. எனவே அவற்றை அவர்களிடம் ஒப்படைத்துவிடவேண்டும்."

- மகாத்மா காந்தி

வேளாண்மை மக்களின் உணவுத் தேவையைப் பூர்த்தி செய்யவும் தொழிற்துறைக்கு மூலப்பொருள்களை அளிக்கும் துறையாகவும் உள்ளது. அண்மைக் காலங்களில் உரம், பூச்சிக்கொல்லி மருந்துகள், செறிவூட்டப்பட்ட விதைகள், அதிக அளவிலான தண்ணீர்ப் பயன்பாடு போன்றவற்றால் பெருமளவில் சுற்றுச்சூழல் பாதிப்படைந்து மக்களின் பல்வேறு நோய்களுக்குக் காரணமாக அமைகிறது. இதனைக் கட்டுப்படுத்த பல்வேறு முயற்சிகளை அரசு தொடர்ந்து எடுத்துவருகிறது. அன்மையில் உலகளவில் சுற்றுச்சூழல் செயலாக்கக் குறியீட்டெண் 2022 (Environmental Performance Index 2022) வெளியிடப்பட்டது. இதன் கொள்கை நோக்கங்களாக, சுகாதாரச் சூழலியல், காலநிலை, சுற்றுச்சூழல் வலிமைகளை அடிப்படையாகக்கொண்டு 11 வகையான அறைகூவல்களை (வேளாண்மை, நீர் ஆதாரம் உட்பட) உள்ளடக்கி 40 தனிப்பட்ட சுற்றுச்சூழல் அளவீடுகளைப் பயன்படுத்தி இந்தக் குறியீட்டெண் கணக்கிடப்படுகிறது. இதன் மதிப்பு 0 லிருந்து 100க்குள் இருக்கும். 0 என்பது மிக மோசமான செயல்பாடாகவும். 100 என்பது மிகச் சிறப்பான செயல்பாடாகவும் அடையாளப்படுத்தப்படுகின்றன. மொத்தம் 180 நாடுகளின் மதிப்பு புள்ளிகளின் அடிப்படையில் வரிசைப்படுத்தப்பட்டுள்ளன. 77.9 மதிப்பெண் புள்ளிகளுடன் டென்மார்க் முதலிடத்தில் உள்ளது. 18.9 மதிப்பெண் புள்ளிகளுடன் இந்தியா 180வது கடைசி இடத்தில் உள்ளது. இந்தியா கடந்த 10 ஆண்டுகளில் மதிப்பெண் புள்ளியில் -0.60 ஆகக் குறைந்துள்ளது. வேளாண்மையைப் பொருத்தமட்டில் இந்தியா 40 மதிப்பெண் புள்ளிகளுடன் 76வது இடத்தில் உள்ளது.

நீர் ஆதாரத்தைப் பொருத்தமட்டில் 2.2 மதிப்பெண் புள்ளிகள் பெற்று 112வது இடத்தில் உள்ளது. வேளாண்மையில் உரம், பூச்சிக்கொல்லி பயன்படுத்தி விளைச்சலைப் பெருக்குகின்றனர் ஆனால் மண், தண்ணீரின் தன்மை பாதிப்படைகிறது என்பதை கவனத்தில் கொள்ளவில்லை. இதனால் மனிதர்களுக்கு நோய் ஏற்படுதல், வறண்ட பூமியாதல், நிலத்தடி நீர் குறைதல், சமதள நீர்நிலைகள் வற்றுதல் போன்ற இடர்பாடுகள் எழுகின்றன (EPI 2022). வேளாண் சூழலியல் கடந்த 10 ஆண்டுகளில் கவனிக்கத்தக்கதாக உருவெடுத்து வருகிறது. வேளாண் சூழலியல் என்பது வேளாண் சாகுபடி முறைகளில் காலநிலைகளுக்கு ஏற்ப இயற்கை வளங்களைப் பயன்படுத்தி பல்லுயிர்ப் பெருக்கத்தை நிலையான முறையில் பயன்படுத்திப் பாதுகாக்கவும் சமுதாய, விவசாயிகளின் மேம்பாட்டிற்கான நடவடிக்கைகளில் கவனம் செலுத்துவதாகும்.

தண்ணீர் வேளாண்மையின் ஒரு முக்கிய ஆதாரமாகும். தண்ணீர் சமூக பொருளாதார மேம்பாட்டின் ஓர் அடிப்படை அலகு ஆகும். சுகாதாரம், உணவு அளித்தல், ஆற்றலை உருவாக்குதல், சுற்றுச்சூழல் மேலாண்மை மற்றும் வேலைவாய்ப்பை உருவாக்குதல் போன்ற நிலைகளில் முக்கியப் பங்கினை வகிக்கிறது. வளர்ந்துவரும் மக்கள்தொகை, நகரமயமாதல், பருவநிலை மாற்றம் போன்றவை தண்ணீரின் தேவையினை பல மடங்காக அதிகரிக்கச் செய்துள்ளது. உலகில் உள்ள தண்ணீர் இருப்பிற்கும் தேவைக்கும் பெருமளவிற்கு இடைவெளி உள்ளது. உலகில் 2.2 பில்லியன் மக்களுக்குப் பாதுகாப்பான குடிநீர் கிடைக்கவில்லை, 4.2 பில்லியன் மக்கள் பாதுகாப்பான கழிவுநீர் வடிகால் வசதியினைப் பெற்றிருக்கவில்லை, 3 பில்லியன் மக்களுக்கு கை கழுவுவதற்குத் தண்ணீர் இல்லை என்கிறது புள்ளிவிவரம். அதே சமயம் உலக அளவில் சுத்தமான குடிநீர் பருகுபவர்கள் 2002ல் 62 விழுக்காடாக இருந்தவர்கள் 2020இல் 74 விழுக்காடாக அதிகரித்துள்ளனர். ஐக்கிய நாடுகளின் சபை முன்மொழிந்த, ‘நீடித்த வளர்ச்சிக் குறிக்கோள்கள்’ பூஜ்யப் பசி, சுத்தமான குடிநீர் வழங்கல் மற்றும் கழிவுநீர் வசதியினை ஏற்படுத்தித் தருதல் போன்றவற்றை முன்னிறுத்தியுள்ளது. இவ்விலக்கினை 2030க்குள் அடைய வரையறை செய்யப்பட்டுள்ளது. இதனை அடைய தண்ணீரைத் திறனாகப் பயன்படுத்துவது அவசியமாகிறது.

தண்ணீர் வேளாண்மைப் பொருள் உற்பத்தியின் ஒரு முக்கிய இடுபொருள்களில் ஒன்றாகும். உலகின் மொத்த வேளாண்மைச்

சாகுபடியில் 20 விழுக்காடு நீர்ப்பாசனம் மூலம் நடைபெறுகிறது. இது மொத்த உணவு உற்பத்திக்கு 40 விழுக்காட்டுப் பங்கினை அளிக்கிறது. 2050ல் உலகில் உள்ள மக்கள்தொகை 10 பில்லியனாக இருக்கும் என்றும் இதனால் வேளாண் உற்பத்தி 70 விழுக்காடுவரை அதிகரிக்கும் என்றும் கணக்கிடப்பட்டுள்ளது. தற்போதைய நிலையில் உலகளவில் வேளாண்மைக்கு 70 விழுக்காடு நன்னீர் (Fresh water) பயன்படுத்தப்படுகிறது (www.worldbank.org 2020). உலகிலேயே அதீத மக்கள்தொகைப் பெருக்கம், தண்ணீர்ப் பற்றாக்குறை ஆகிய இரண்டு அறைகூவல்களையும் இந்தியா எதிர்கொள்கிறது.

இந்தியாவில் வேளாண்மை முதன்மைத் தொழிலாகும். 45.6 விழுக்காடு (PLFS 2019-20) அதாவது 233.2 மில்லியன் மக்கள் வேளாண்மையில் நேரடியாக ஈடுபட்டு வருகின்றனர். வேளாண் துறை நாட்டின் ஒட்டுமொத்தப் பொருளாதாரத்திற்கு 14 விழுக்காட்டுப் பங்கினை அளிக்கிறது. இந்தியா உலக அளவில் இரண்டாவது அதிகம் பயிர் செய்யும் நிலப்பரப்பினை (159.7 மில்லியன் ஹெக்டேர்) உடைய நாடாகும் (முதல் இடத்தில் அமெரிக்கா உள்ளது). இதுபோல அதிக அளவிலான மொத்த நீர்ப்பாசன பரப்பளவினை (88 மில்லியன் ஹெக்டேர்) பெற்றுள்ள நாடாகும். இந்தியா உலக அளவில் நெல், கோதுமை, எண்ணெய் வித்துக்கள், சணல், டீ, கரும்பு, பால், நறுமணப் பொருள்கள் மற்றும் உருளைக்கிழங்கு போன்றவற்றை அதிகமாக உற்பத்தி செய்கிறது.

இந்தியா சுதந்திரம் அடைந்தபோது அதிக அளவிலான வளமான-நீர்ப்பாசன விளைநிலங்கள் பாகிஸ்தானின் எல்லைப் பகுதிக்குச் சென்றன. அதிக அளவிலான மக்கள் புலம் பெயர்ந்து இந்தியாவிற்குள் வந்தனர். இதனால் உணவுப் பற்றாக்குறை ஏற்பட்டு அமெரிக்காவின் உதவியின் அடிப்படையில் பி.எல். 480 வழியாக இந்தியா இறக்குமதி செய்து உணவுத் தேவையினைப் பூர்த்தி செய்யவேண்டிய நிலை ஏற்பட்டது. பஞ்சம், போர், உலகளாவிய அரசியல் நெருக்கடி போன்றவையால் இந்தியா வேளாண்மையில் சுயச்சார்பின்மையினை எட்ட திட்டம் வகுத்து பசுமைப் புரட்சிக்கு 1960களில் வித்திட்டது. இந்த அடிப்படையில் வேளாண் சீர்திருத்தம் (நிலச்சீர்திருத்தம், வேளாண்மை நவீனமயமாக்கல், வேளாண் கடன் வசதி) முன்னெடுக்கப்பட்டன. தற்போது இந்தியா வேளாண்மையில் சுயசார்பு நிலையினை

அடைந்து, உலகில் வேளாண் பொருள்கள் உற்பத்தியில் முன்னிலை வகிக்கிறது. உலக நாடுகளுக்கு வேளாண் விளைபொருள்களை ஏற்றுமதி செய்யும் முன்னணி நாடாக இந்தியா உருவெடுத்துள்ளது. 2020-21இல் இந்தியாவிலிருந்து வேளாண் பொருள்கள் மொத்தப் பொருள்களின் ஏற்றுமதியில் 14.30 விழுக்காடாகும் இதுவே இறக்குமதியில் 5.30 விழுக்காடாகும் (GoI 2022).

இந்தியாவில் 86 விழுக்காடு விவசாயிகள் சிறு, குறு விவசாயிகளாக உள்ளனர். 55 விழுக்காட்டினர் நிலமற்ற விவசாயிகள், 70 விழுக்காட்டு விவசாயிகள் அமைப்புசாரா நிதி அமைப்புகள் வழியாகக் கடன் பெறுகின்றனர், நவீன விவசாய முறைகளைப் பெருமளவிற்கான விவசாயிகள் அணுக முடிவதில்லை, குறைந்தபட்ச ஆதரவு விலை 94 விழுக்காடு விவசாயிகளுக்குக் கிடைப்பதில்லை, பருவநிலை மாற்றத்தினால் வறட்சி. வெள்ளம் போன்றவற்றைப் பெருமளவிற்கான விவசாயிகள் எதிர்கொள்கின்றர். இடுபொருள்களின் விலை பல மடங்கு அதிகரித்ததினால் அதற்கு இணையாக வேளாண் பொருள்களின் விலை உயராததால் பெரும் இழப்பினைச் சந்திக்கின்றனர். இக்காரணங்களினால் சுமார் 3.5 லட்சம் விவசாயிகள் கடந்த 23 ஆண்டுகளில் (1997 முதல் 2020) தற்கொலை செய்துகொண்டனர். இது இந்தியாவின் மொத்தத் தற்கொலையில் விவசாயிகளின் தற்கொலை 14 விழுக்காடாகும் (Mihir Shah et al 2022, Pradyht Gaha et al 2022). வேளாண்மை லாபகரமான தொழிலாகக் கருத இயலாத சூழலால் வேளாண்மையில் இருந்து அதிக அளவில் வெளியேறி வருகின்றனர். வேளாண்மைத் துறையின் வளர்ச்சியானது கடந்த 70 ஆண்டுகளில் சராசரியாக 2லிருந்து 3 விழுக்காடு வளர்ச்சி பதிவாகியுள்ளது. இவற்றை அதிகரிக்க தற்போது இந்திய அரசு பல்வேறு திட்டங்களைக் கொண்டுவந்துள்ளது. இந்திய வேளாண்மையின் முக்கிய அடிப்படை அறைகூவல்களில் தண்ணீர்ப் பற்றாக்குறையும் ஒன்று. பெருமளவிற்கு இந்திய வேளாண்மை மழையினை சார்ந்ததுள்ளது. இந்திய வேளாண்மையில் நிகரப் பயிர் சாகுபடி செய்யும் பரப்பில் (2018-19ல்) 71.6 விழுக்காடு நீர்ப்பாசன வசதியினைப் பெற்றுள்ளது (1950-51ல் 20.8 விழுக்காடு). நீர்ப்பாசன வசதி பெற்றுள்ள மொத்த நிலப்பரப்பில் 54.32 விழுக்காடு உணவு தானிய உற்பத்திப் பயிர்கள் பயனடைகின்றன (மொத்த நெல் சாகுபடிப் பரப்பில் 62

விழுக்காடும் கோதுமை சாகுபடிப் பரப்பில் 95.3 விழுக்காடும் நீர்ப்பாசனம் மூலம் நடைபெறுகிறது). இந்தியாவில் தண்ணீர் இருப்பிற்கும் தேவைக்கும் மிகப்பெரிய இடைவெளி உள்ளது.

வேளாண்மைக்கு அடிப்படையாகத் தேவையான தண்ணீர் பல்வேறு ஆதாரங்களைக்கொண்டு பயன்படுத்தப்படுகிறது (நிலத்தடிநீர், சமதளப் பகுதி தண்ணீர்). இந்தியாவில் உள்ள மொத்த சாகுபடி செய்கின்ற நிலத்தில் மழைநீர்ப் பயன்பாடு 4000 கன சதுர கிலோமீட்டராகும். 122 கன சதுர கிலோ மீட்டர் நீர்வள ஆதாரங்களை அடிப்படையாகக் கொண்டுள்ளது. இந்தியாவில் மொத்த நன்னீரில் 90 விழுக்காடு வேளாண்மைக்காகப் பயன்படுத்தப்பட்டு வருகிறது. இது உலக அளவில் அதிகமாகப் பயன்படுத்தப்படுவதாகும். வேளாண்மையில் நன்னீரின் தலா நுகர்வு ஓர் ஆண்டிற்கு 4913 முதல் 5800 கிலோ லிட்டர் ஆகும். 60 விழுக்காடு வேளாண் சாகுபடி மழையினைச் சார்ந்துள்ளது. இந்தியாவில் விளைவிக்கப்படும் வேளாண் பொருள்கள் (நெல், கோதுமை, கரும்பு, பருத்தி, சணல்) போன்றவற்றுக்கு அதிக தண்ணீர் தேவைப்படுகிறது. நெல்லிற்கு 5லிருந்து 8 செ.மீ. வரை தண்ணீரும் பிற தாவர வகைகளுக்கு 60லிருந்து 70 செ.மீ. வரை தண்ணீரும் தேக்கவேண்டியுள்ளது இதில் அதிக அளவிற்கு ஆவியாகிறது. நெல், கோதுமை, கரும்பு போன்றவை மொத்த பயிரிடும் பரப்பில் 41 விழுக்காட்டைப் பெற்றுள்ளது. ஆனால், இது 80 விழுக்காடு நீர்ப்பாசனத்தைக் கொண்டுள்ளது. இப் பயிரிடும் பரப்பில் அதீத மழை, மழைப் பற்றாக்குறை, நிலத்தடி நீர் மட்டம் குறைதல் போன்ற காரணங்களினால் குறைய நேரிட்டால் உணவுப் பற்றாக்குறையும். உணவுப் பணவீக்கமும் ஏற்பட்டு பொருளாதாரத்தில் பாதிப்பினை உண்டாக்கும். கடந்த பத்தாண்டுகளில் இந்தியாவில் உணவுப் பணவீக்கம் மிகவும் அதிக அளவில் உயர்ந்துள்ளது என்பது குறிப்பிடத்தக்கது.

மின் மோட்டார்கள் வழியாக அதிக அளவிற்கு நிலத்தடி நீர் உறிஞ்சப்படுகிறது. இந்தியாவின் நீர்ப்பாசன முறைகளில் கிணற்று, ஆழ்துளைக் குழாய்ப் பாசனத்தின் பங்கு 2011-16ல் சுமார் 60 விழுக்காடாக உள்ளது. இது 1950-56ல் 29 விழுக்காடாக இருந்தது. இந்தியாவில் 21 மில்லியன் மின்சார பம்புச் செட்கள் நீர்ப்பாசனப் பயன்பாட்டில் உள்ளன. பல மாநிலங்களில் வேளாண் நீர்ப்பாசனத்திற்கான இலவச மின்சாரமும் வழங்கப்படுகின்றன என்பது குறிப்பிடத்தக்கது (Upmanu Lall 2021). இந்தியாவில்

வேளாண்மைக்காக நிலத்தடி நீர் உறிஞ்சப்படுவது சீனா, பிரேசில் நாடுகளைவிட 2லிருந்து 4 மடங்குவரை அதிகமாகக் காணப்படுகிறது. நிலத்தடி நீர்மட்டம் தொடர்ந்து குறைவதால் நீர் இறைப்புச் செலவு அதிகமாகி வேளாண் பொருளின் மொத்த உற்பத்திச் செலவு அதிகரிக்கிறது. இந்தியாவின் 60 விழுக்காடு மாவட்டங்களில் அதிக அளவு நிலத்தடி நீர் உறிஞ்சப்படுவதால் நிலத்தடி நீரில் ஃப்லோரைடு, ஆர்சனிக், மெர்க்குரி, யுரேனியம், மாங்கனீசு போன்ற நிலைகளில் காணப்படுகின்றன. இதனால் வேளாண்மையில் பாதிப்பு ஏற்படுவது மட்டுமல்ல, மக்களிடையே பல்வேறு நோய்களையும் உருவாக்குகிறது.

பசுமைப் புரட்சியின் ஒரு முக்கிய வெளிப்பாடு மற்ற பயிர்களைவிட நெல், கோதுமை, கரும்பு போன்றவற்றுக்குத் தண்ணீர் அதிகம் தேவைப்படும் பயிர்களுக்கு முக்கியத்துவம் அளிக்கப்பட்டதாகும். பசுமைப் புரட்சி அறிமுகப்படுத்துவதற்கு முன்பு தினை, பருப்பு, எண்ணெய் வித்துக்கள் சாகுபடி செய்தவர்கள் நெல், கோதுமை பயிர்களுக்குக் கிடைத்த வரவேற்பு, விலைச் சலுகைகள் போன்ற காரணங்களை முன்னிறுத்தி இவற்றைப் பயிரிடத் தொடங்கினார்கள். அரசு பொதுவிநியோகம், ஒருங்கிணைந்த குழந்தைகள் மேம்பாடு, மதிய உணவுத் திட்டம் போன்றவற்றுக்கு அரிசி, கோதுமைகளைப் பயன்படுத்தியது இதனால் இவற்றின் தேவை பல மடங்கு அதிகரிக்கத் தொடங்கியது. மேலும் தொன்றுதொட்டு உட்கொள்ளும் உணவு (கேழ்வரகு, சாமை, சோளம், கம்பு போன்றவை) முறையில் மாற்றம் அடைந்ததால் அவ்வகை தானிய உணவுத் தேவைகள் குறைந்தது. பயிரிடவும் விவசாயிகள் முன்வரவில்லை. நெல், கோதுமை சாகுபடி செய்யும் விவசாயிகளுக்கு பல்வேறு அரசு சலுகைகள் கிடைத்தன. எனவே இந்த வகை வேளாண் பொருள்களின் சாகுபடியினை நோக்கி பெருமளவிற்கான விவசாயிகள் மாறிச் சென்றனர். நெல், கோதுமை பயிர் செய்வதற்கு அதிகத் தண்ணீர் தேவைப்பட்டது தொடர்ந்து இப்பயிர்களைப் பயிரிட்டதால் தற்போது தண்ணீர் பற்றாக்குறை ஏற்பட்டது. இத்துடன் இடுபொருள்களின் (உரம், பூச்சிக்கொல்லி, விதை) கடுமையான விலை அதிகரிப்பு, விளைபொருள்களுக்குப் போதுமான விலை கிடைக்காதது போன்றவற்றால் நெல், கோதுமை பயிரிடும் விவசாயிகள் பெரும் அறைகூவல்களை எதிர்கொண்டுள்ளனர். இந்த நிலையினை எதிர்கொள்ள ஒரு சில

மாநிலங்களில் மாற்றுப் பயிர்களைச் சாகுபடி செய்ய அரசு ஊக்கப்படுத்துகிறது (ஒடிசாவில் தினைப் பயறு இயக்கம் 2017-18ல் துவக்கப்பட்டது. மத்தியப்பிரதேசத்தில் பழங்குடி மக்கள் வாழும் மாவட்டங்களில் தினைப் பயறுகளைக் கொள்முதல் செய்ய தேஜஸ்வினி கிராமப்புறப் பெண்கள் அதிகாரமளித்தல் திட்டம் நடைமுறைப்படுத்தப்பட்டுள்ளது).

அதிக அளவிற்கான தண்ணீர்ப் பயன்பாட்டை இனி வரும் காலங்களில் குறைக்க வேண்டிய கட்டாயம் எழுந்துள்ளதால் தெளிப்பு நீர்ப்பாசனம், சொட்டுநீர்ப் பாசனம், நீர்த்தேக்கப் பாசனம் போன்றவற்றை முறையாகப் பயன்படுத்த வேண்டிய கட்டாயம் உள்ளது. இந்தியாவில் 13 விழுக்காடு மட்டுமே சிறிய வகை நீர்ப் பாசன (நுண்ணீர்ப் பாசனம்) (minor irrigation) முறைகள் பயன்படுத்தப்படுகின்றன (இஸ்ரேலில் 99 விழுக்காடு) இதுவும் குஜராத். மத்தியப்பிரதேசம். ஆந்திரப்பிரதேசம் போன்ற மாநிலங்களில் மட்டுமே இந்த முறை பரவலாகப் பயன்படுத்தப்படுகிறது (Agarwal 2019).

பிரதம மந்திரி கிரிஷ் சிஞ்சாய் யோஜனா

வேளாண்மையில் நீர்ப் பயன்பாட்டைத் திறனுடன் பயன்படுத்த 2015ஆம் ஆண்டு ஒன்றிய அரசினால் பிரதம மந்திரி கிரிஷ் சிஞ்சாய் யோஜனா துவக்கப்பட்டது. இதற்கான நிதியினை ஒன்றிய, மாநில அரசுகள் 60:40 என்ற அளவில் பங்கீடு செய்துகொள்கிறன. இந்தத் திட்டத்தின் வழியாக 10.5 லட்சம் ஹெக்டேர் விளைநிலங்கள் பயனடைந்துள்ளன. இந்தத் திட்டத்தை ஆந்திரப்பிரதேசம், குஜராத், கர்நாடகா, மத்தியப் பிரதேசம், மகாராஷ்டிரா, ராஜஸ்தான், தமிழ்நாடு போன்ற மாநிலங்கள் சிறப்பாக நடைமுறைப்படுத்தி வருகின்றன. இந்தத் திட்டத்தை நடைமுறைப்படுத்துவதால் 80லிருந்து 90 விழுக்காடுவரை தண்ணீர் திறனாகப் பயன்படுத்தப்படுகிறது. 30.5 விழுக்காடு மின்சாரம் சேமிக்கப்படுகிறது. 28.5 விழுக்காடு உரப் பயன்பாடு குறைகிறது. உற்பத்தித்திறன் அதிகரிக்கிறது (பழம் 42 விழுக்காடு, காய்கறிகள் 52 விழுக்காடு). இதுபோல் நீர்ப்பாசனத்தில் 31.9 விழுக்காடு செலவு மிச்சப்படுகிறது (Ridham Kumar 2020). ரூ.50,000 கோடி மதிப்பீட்டின்படி காலவரையறையினை 2019-20 என நிருணயம் செய்து அறிவிக்கப்பட்ட இந்தத் திட்டம் தற்போது வேறு சில நீர்ப்பாசனத் திட்டங்களுடன் (AIBP, IWMP. OFWM. NMSA) தொடர்ந்து செயல்படுத்தப்பட்டு வருகிறது.

வேளாண்மை சாகுபடியில் தண்ணீர்ப் பயன்பாடு அதிகமாக உள்ளதற்குத் தீர்வாக மாற்றுப்பயிர்களைச் சாகுபடி செய்ய பல்வேறு திட்டங்கள் முன்னெடுக்கப்பட்டுள்ளன. அன்மையில் மிஹிர் ஷ, விஜயசங்கர், ஹாரிஹ் ஆகியோரால் 11 மாநிலங்களில் (ஆந்திரப்பிரதேசம், பீகார், குஜராத், ஹரியானா, கர்நாடகா, மத்தியப் பிரதேசம், பஞ்சாப், ராஜஸ்தான், தெலுங்கானா, தமிழ்நாடு) நடத்தப்பட்ட ஆய்வின்படி 2015-16ல் இம் மாநிலங்கள் நாட்டின் மொத்த நீர்ப்பாசனப் பரப்பில் 66 விழுக்காடு நீர்ப்பாசனத்தினை கொண்டுள்ளன. இம் மாநிலங்கள் நெல், கோதுமை, கரும்பு போன்றவற்றை முதன்மையாகச் சாகுபடி செய்பவையாகும். இம் மாநிலங்களில் சூழலின் அடிப்படையில் மாற்றுப்பயிராகப் பருப்பு, ஊட்டச்சத்து மிகு-தானியங்களைப் பயிர் செய்யத் தொடங்கினால் 18லிருந்து 36 விழுக்காடுவரை தண்ணீர் சேமிக்க முடியும் என்றும் அதே சமயம் நீர்-செறிவு வேளாண் உற்பத்திப் பொருள்களுக்கு ஒரு குவிண்டாலுக்கு ரூ.3,171 என்றால் மாற்றுப் பயிர்களுக்கு ஒரு குவிண்டாலுக்கு ரூ.3,821 என்று கிடைக்கும் என்கிறது (Mihir Shah et al 2022). உலகளவில் ஊட்டச்சத்து குறைவாக உள்ளவர்கள் அதிக அளவில் வாழும் நாடாக இந்தியா உள்ளது. இதனைப் போக்க மாற்றுப்பயிர்களினால் உற்பத்தியாகும் ஊட்டச்சத்து மிகு-தானியங்களை உட்கொள்ளலாம். எனவே மாற்றுப்பயிர் சாகுபடியினை ஊக்குவிப்பதும் அதனைச் சந்தை செய்வதற்கான வழிவகைகளைக் காண்பது. இவ் வேளாண் பொருள்களுக்கு மக்களிடையே நுகர்ச்சிக்கான நாட்டத்தினை உருவாக்கவேண்டியதும் அரசின் கடமையாக உள்ளது.

18

இந்தியாவில் உணவுப் பணவீக்கம்

"ஒரு விவசாயி சேற்றிலிருந்து பணத்தை உற்பத்தி செய்யும் ஒரு மந்திரவாதி."

– **அமித் கலந்த்ரி**

பணவீக்கம் தேசிய அளவிலும் உலக அளவிலும் முக்கிய விவாதப் பொருளாகத் தற்போது உள்ளது. பணவீக்கத்திற்கு பல்வேறு உள்நாட்டு, பன்னாட்டுக் காரணிகள் காரணமாக அமைகின்றன. பணவீக்கத்தினால் அனைத்துத் தரப்பினரும் பாதிப்படைந்தாலும் ஏழை மக்கள் பெருமளவிற்குப் பாதிக்கின்றனர். பணவீக்கம் பணத்துடன் தொடர்புடையது. இது குறிப்பிட்ட காலங்களில் பொருள்களின் விலை தொடர்ந்து உயர்வதினைக் குறிப்பதாகும். இதனை விலைக் குறியீட்டு எண் வழியாக அறிந்துகொள்ள முடியும். மொத்த விலைக் குறியீட்டு எண் மற்றும் சில்லறை விலைக் குறியீட்டு எண் (இதனை நுகர்வோர் விலைக் குறியீட்டு எண் வழியாகக் கணக்கிடப்படுகிறது) பொருளாதார, அரசியல், வாணிப தளங்களில் முக்கியமானதாகும். இந்தியாவில் ஜூன் 2022ல் மொத்த விலைக் குறியீட்டு எண் ஆனது 15.18 விழுக்காடாகவும் நுகர்வோர் விலைக் குறியீட்டு எண் ஆனது 7.01 ஆகவும் இருக்கின்றன. இவ்வுயர்விற்கு அடிப்படைக் காரணம் சமையல் எண்ணெய், உணவு தானியங்கள், காய்கறிகள், கச்சா எண்ணெய், இயற்கை எரிவாயு, அடிப்படை உலோகங்கள், வேதியியல் உற்பத்திப் பொருள்கள் போன்றவற்றின் விலை கடந்த ஆண்டைவிட அதிகரித்ததாகும். உணவு தானியப் பொருள்களின் விலை கடந்த ஆண்டைவிட 14.39 விழுக்காடு அதிகரித்துள்ளது குறிப்பாகக் காய்கறிகள், பழங்கள், பால், முட்டை, மீன் போன்றவற்றின் விலை உயர்ந்ததாகும் (The Indian Express 22.07.2022). உணவுப் பணவீக்கம் கடந்த ஆண்டைவிட சுமார் 11 விழுக்காடு அதிகரித்துள்ளது. இவ்விரு குறியீட்டு எண்களுக்கிடையே அடிப்படையில் உற்பத்திப் பொருள்களின் தொகுப்பிலும், அதற்கான மதிப்புறு அளவிலும், மாதிரியின் விலை மேற்கொள் போன்றவற்றில் வேறுபாட்டுடன் உள்ளது.

அட்டவணை 25: மொத்த விலைக் குறியீட்டு எண் மற்றும் நுகர்வோர் விலைக் குறியீட்டு எண் அடிப்படை வேறுபாடுகள்

விவரங்கள்	மொத்த விலைக் குறியீட்டு எண்	நுகர்வோர் விலைக் குறியீட்டு எண்
அடிப்படை ஆண்டு	2011-12	2012
விலை மேற்கோள்/ சந்தை (எண்)	5482	2295
பொருள்களின் கணக்கு (எண்)	697	299
மதிப்புறு (%)		
உணவு மற்றும் திரவ பானங்கள்	22.55	45.86
எரிபொருள் தொகுதி	14.91	6.84
எரிபொருள்களில் பெட்ரோலியம்	9.36	1.84
உணவல்லா உற்பத்தி பொருள்கள்	54.76	23.86
கனிம மற்றும் உணவல்லா முதன்மை பொருள்கள்	5.78	இல்லை
வீட்டு வசதி மற்றும் பிற சேவைகள்	இல்லை	23.76

Source: www.mospi.nic.in and www.eaindustry.nic.in.

நுகர்வோர் விலைக் குறியீட்டு எண் ஆனது குடும்ப நுகர்வுப் பொருள்களின் தொகுதியினை பெருமளவிற்குச் சார்ந்துள்ளது. இதில் உணவு மற்றும் திரவ பானங்களின் மதிப்புறு பங்கு 46 விழுக்காடு ஆகும். எரிபொருள் தொகுதி, கனிம எண்ணெயின் மதிப்புறு பங்கு 1.84 விழுக்காடு ஆகும். பெட்ரோலிய உற்பத்தி மதிப்புறு பங்கு 4.6 விழுக்காடு ஆகும். நுகர்வோர் விலைக் குறியீட்டு எண் புள்ளிவிவரங்கள் 2,295 சந்தைகளில் (1,114 கிராமப்புறம், 1,181 நகர்ப்புறம்) திரட்டப்படுகின்றன (Tulsi Lingareddy 2016).

நுகர்வோர் விலைக் குறியீட்டு எண்ணில் உணவு மற்றும் திரவ பானங்கள் பணவீக்கத்தில் பாதியளவிற்குமேல் பாதிப்பினை

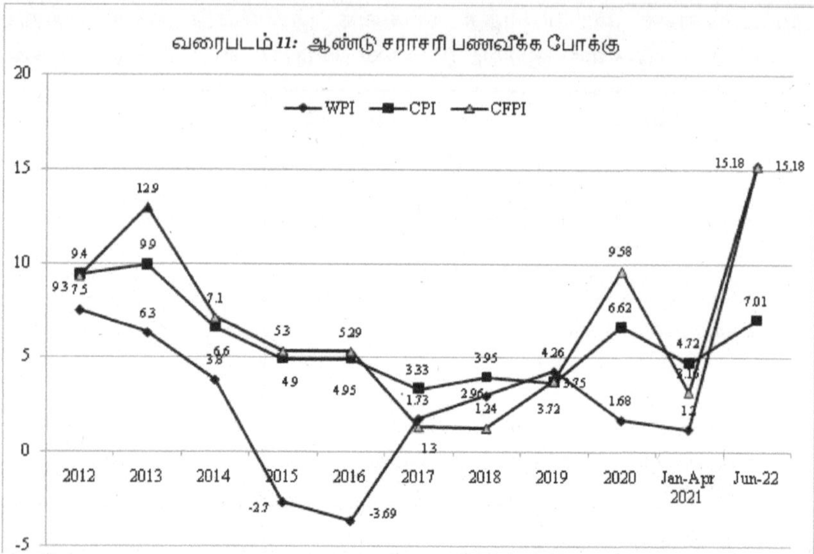

வரைபடம் *11:* ஆண்டு சராசரி பணவீக்க போக்கு

குறிப்பு: *WPI:* மொத்த விலை குறியீட்டெண் *CPI:* நுகர்வோர் விலைக் குறியீட்டெண், *CFPI:* நுகர்வோர் உணவு விலைக் குறியீட்டெண்.

Source:https://eaindustru.nic.in/pdf_files/cmonthlv.pdf

உண்டாக்குகிறது. ஆனால் இது மொத்த விலைக் குறியீட்டு எண்ணில் ஒப்பீட்டு அளவில் குறைவான பாதிப்பினையே உண்டாக்குகிறது. மொத்த விலைக் குறியீட்டு எண், நுகர்வோர் விலைக் குறியீட்டு எண் போன்றவற்றுடன் ஒப்பிடும்போது நுகர்வோர் உணவு விலைக் குறியீட்டு எண் ஆனது 2012ஆம் ஆண்டு முதல் 2021ஆம் ஆண்டுகளுக்கு இடையே அதிக அளவில் காணப்படுகிறது. பணவீக்கக் குறியீட்டு எண்ணின் போக்கு 2012லிருந்து 2015 முடிய ஒரு திசையிலே பயணிக்கிறது. ஆனால் 2016 முதல் 2019 முடிய இவற்றுக்கு இடையே உள்ள இடைவெளி குறையத் தொடங்கியது. ஆனால் 2020ல் இவ்விரண்டும் எதிர்த் திசையில் பயணித்தும் இடைவெளி அதிகரித்தும் காணப்படுகிறது. குறிப்பாக 2022ல் இவ்விரண்டிற்கும் உள்ள இடைவெளி இத்துவரையில்லாத அளவிற்கு அதிகரித்துக் காணப்படுகின்றன. மொத்த விலைக் குறியீட்டு எண்ணும் நுகர்வோர் விலை உணவுக் குறியீட்டு எண்ணும் கடுமையான உயர்வினைச் சந்தித்துள்ளன. இதற்கு முக்கியக் காரணம் கோவிட் பெருந்தொற்று, பன்னாட்டு அரசியல்-பொருளாதாரச் சூழ்நிலை மற்றும் அரசின் வரி போன்றவை ஆகும்.

பெட்ரோல், டீசல் எண்ணெய் விலை

இந்தியாவில் எண்ணெய் நிறுவனங்கள் அன்றாட அடிப்படையில் ஜூன் 2017 முதல் உலகச் சந்தையின் அடிப்படையில் பெட்ரோல், டீசல் விலைகளை அறிவிக்கின்றன. மே 2014ல் ஒரு பீப்பாய் கச்சா எண்ணெய் 106.85 டாலராக இருந்தபோது சில்லறை விலையில் பெட்ரோல் விலையானது லிட்டருக்கு ரூ.74.41 ஆகவும் டீசல் விலை ரூ.55.49 ஆகவும் இருந்தன இது ஜூலை 2022ல் ஒரு பீப்பாய் கச்சா எண்ணெய் 95.06 டாலராக உள்ளது. ஆனால் சில்லறை விலையில் பெட்ரோல் விலையானது ஒரு லிட்டருக்கு சுமார் ரூ.100க்கு அதிகமாகவும், டீசல் விலை ரூ.90னையும் தொட்டுள்ளது. பன்னாட்டு அளவில் கச்சா எண்ணெய் விலை குறைந்திருந்தாலும் சில்லறை விலையில் விற்கப்படும் பெட்ரோல், டீசல் விலைகள் கடுமையாக அதிகரித்துள்ளன என்பது குறிப்பிடத்தக்கது.

உண்மையில் பன்னாட்டு எண்ணெய் விலையானது உள்நாட்டு சில்லறை பெட்ரோல், டீசல் விலையில் சிறிய அளவிலே தாக்கத்தினை ஏற்படுத்துகிறது. அதாவது பன்னாட்டு அளவில் நிலவுகின்ற எண்ணெய் விலையின் அடிப்படையில் இந்திய எண்ணெய் நிறுவனங்களினால் தீர்மானிக்கின்ற விலையானது மூன்றில் ஒரு பங்கு மட்டுமே பெட்ரோல், டீசல் விலையில் தாக்கத்தை ஏற்படுத்துகிறது. எஞ்சிய மூன்றில் இரண்டு பங்கு உள்நாட்டு வரியினால் ஏற்படுகிறது. பெட்ரோல், டீசல் சில்லறை விலையினை தீர்மானிப்பதில் பன்னாட்டு எண்ணெய் விலை, ஒன்றிய, மாநில வரிவிதிப்புகள் என மூன்று முக்கியக் கூறுகள் பங்காற்றுகின்றன. ஒன்றிய அரசின் வரிவிதிப்பு 2014-15க்குப் பிறகு சுமார் 60 விழுக்காடு உயர்ந்துள்ளது. ஆனால் மாநில அரசுகளின் வரியானது சராசரியாகக் குறைந்து 40 விழுக்காடு அளவிற்கு உள்ளது. எனவே மாநில அரசுகளின் பெட்ரோல், டீசல்மூலம் பெறப்படும் வரி வருவாயானது குறைந்துள்ளது. அக்டோபர் 2014ல் ஒன்றிய அரசு ஒரு லிட்டர் பெட்ரோலுக்கு ரூ.9.48ம் டீசலுக்கு ரூ.3.56ம் கலால் வரி விதித்தது. மே 2020ல் ரூ.32.98 மற்றும் 31.83 என்று முறையே இதனை உயர்த்தியது. தொடர்ந்து பெட்ரோல், டீசல் விலை உயர்வினால் பொருளாதாரம் பெருமளவிற்குப் பாதிக்கப்பட்டதால் ஒன்றிய அரசு கலால் வரியினைக் குறைத்தது, இதனால் கடந்த மே 2022ல் சில்லறை விலையில் பெட்ரோல் லிட்டருக்கு ரூ.9.50ம், டீசலுக்கு ரூ.7ம் குறைந்தன. தற்போது பெட்ரோல் மீதான வரியானது (கலால் மற்றும் மதிப்புக் கூட்டல்

வரி) ரூ.35.62ஆகவும், டீசல் மீதான வரி ரூ.28.91 ஆகவும் உள்ளன. 2020-21ஆம் ஆண்டு பெட்ரோல், டீசல் வரிமூலம் ஒன்றிய அரசுக்கு ரூ.3.73 லட்சம் கோடி வருமானமாகக் கிடைத்துள்ளது. இவ் வரிக் குறைப்பினால் ரூ.3.63 லட்சம் கோடியாக 2021-22ல் கிடைக்கும் என எதிர்பார்க்கப்படுகிறது. கடந்த எட்டு ஆண்டுகளில் பெட்ரோல், டீசல் மீதான வரியின் வழியாக ஒன்றிய அரசால் பெறப்பட்ட வருமானம் ரூ.26.5 லட்சம் கோடியாகும்.

அட்டவணை 26: டெல்லியில் பெட்ரோல், டீசல் விலைக் கட்டமைப்பு (01.08.2022 அன்று லிட்டருக்கு)

கூறுகள்	டீசல்	பெட்ரோல்
வணிகர்களின் விலை	58.19	57.37
கூட்டல்: கலால் வரி	15.80	19.90
கூட்டல்: வணிகர் தரகு	2.56	3.76
கூட்டல்: மதிப்புக் கூட்டல் வரி	13.11	15.72
சில்லறை விற்பனை விலை	89.66	96.76

Source: https://www.hindustanpetroleum.com/pricebuildup.

உணவுப் பணவீக்கம்

சில குறிப்பிட்ட பொருள்களின் அளிப்புக் குறைவதினால் அதன் விலை அதிகரிக்கிறது. 2019 முதல் கோவிட் பெருந்தொற்றினால் ஏற்பட்ட விளைவுகள் மற்றும் ரஷ்யா – உக்ரைன் போரினால் பெட்ரோல், டீசல் விலை உயர்வு, உணவுப் பொருள்களின் விலை அதிகரிப்பு போன்றவை தற்போதைய விலை அதிகரிப்பதற்கான காரணங்களாக சுட்டிக்காட்டலாம். கோவிட் பெருந்தொற்றின் காரணமாக விளிம்பு நிலையில் வாழும் மக்களின் வாழ்வாதாரங்கள் பாதிக்கப்பட்டு வருமானம் குறைந்தது. இதனால் அதிக அளவிலான மக்கள் பசி, பட்டினியுடன் வாழவேண்டிய நிலை ஏற்பட்டது. இதனைத் தொடர்ந்து ஒன்றிய, மாநில அரசுகள் மற்றும் தன்னார்வலர்கள் உணவு தானியங்களை இலவசமாக வழங்கினர். இதனால் உணவுத் தேவை அதிகரித்தது. மேலும் புலம்பெயர் தொழிலாளர்கள் கோவிட் பெருந்தொற்றினால் சொந்த

ஊர்களுக்குத் திரும்பியதால் தொழிலாளர் பற்றாக்குறை ஏற்பட்டு வேளாண் பொருள்களின் செலவுகள் அதிகரித்தன, உள்நாட்டு, பன்னாட்டு விநியோகச் சங்கிலி பாதிக்கப்பட்டதால் உணவு அளிப்பில் தடை ஏற்பட்டு உணவுப் பற்றாக்குறை நிலவியது இதனால் உணவு விலை அதிகரிக்கத் தொடங்கியது. கோவிட் பெருந்தொற்றுக்கு முந்தைய நிலையினை மீண்டும் அடையவில்லை என்பது குறிப்பிடத்தக்கது.

இந்தியாவில் அதிக அளவில் உணவுத் தேவை உள்ளது. ஆனால் குறைந்த அளவிற்கே உணவு அளிப்பு உள்ளது. இதனால் உணவு பொருள்களின் விலையானது உயர்கின்றன. இவற்றைப் பேரியல் பொருளாதாரக் கருவிகள்மூலம் தடுக்க இயலாது. பணக்கொள்கைகள் (அதிகமான அளவில் ஏற்படும் பண சுழற்சியினைக் கட்டுப்பாட்டுக்குள் கொண்டுவர மைய வங்கி மேற்கொள்ளும் பல்வேறு நடவடிக்கைகள்) உணவுப் பொருள்களின் விலை அதிகரிப்பின் வழியாக ஏற்படும் பணவீக்கத்தினைக் கட்டுப்படுத்தப் போதுமான அளவிற்கு இயலவில்லை. நோபல் பரிசு பெற்ற பொருளியல் அறிஞரான ஜோசப் ஸ்டிக்லிட்சு பணக்கொள்கையின் முக்கியக் கருவியான வட்டி வீதத்தை உயர்த்தி பணவீக்கத்தைக் கட்டுப்படுத்த முடியாது என்றும் இதன்மூலம் உணவு உற்பத்தியைப் பெருக்க முடியாது என்றும் குறிப்பிடுகிறார். ‘எனவே அளிப்பு நிலையினை உயர்த்திதான் பணவீக்கத்தைக் கட்டுப்படுத்த முடியும்’ என்கிறார்.

உணவுப் பொருள்களின் விலையினை தீர்மானிப்பதில் முக்கியப் பங்காகச் சுற்றுப்புறச்சூழல், பருவ மழை, தண்ணீர் இருப்பு, உணவு உற்பத்தி, உணவு அளிப்பு மற்றும் தேவை, வேளாண் விளைபொருள்களின் சந்தை விலை, உள்நாட்டுப் பன்னாட்டு வர்த்தக உறவு மற்றும் கொள்கைகள் போன்றவை முக்கிய இடத்தை வகிக்கின்றன. கடந்த சில காலமாக உணவுப் பொருள்கள் விலையில் ஏற்றத்தாழ்வுடன் காணப்படுகின்றன. உணவு பற்றாக்குறையினால் ஏழைமக்கள், விளிம்பு நிலையில் வாழ்பவர்களை அதிக அளவில் பாதிக்கிறது. உணவு பற்றாக்குறையினைக் களைவதற்கு உடனடியான தீர்வாக உணவு இறக்குமதி செய்துகொள்ளலாம். ஆனால் இது அயல்நாட்டுச் வர்த்தக உறவினையும், அயல்நாட்டு செலாவணி இருப்பினையும் சார்ந்து அமைகிறது. உணவு உற்பத்தி குறைவதினால் உள்நாட்டு உணவுத் தேவை அதிகரித்து விலை உயர்கிறது. இதனால் சமூக

அளவில் அமைதியற்ற போக்கு ஏற்படுகிறது. நீண்டகாலத் தீர்வாக உணவு உற்பத்தியினைப் பெருக்கும் முறைகளை அரசு கையாள வேண்டும்.

இந்தியாவைப் பொருத்தவரையில் உணவுப் பொருள்களின் அளிப்பு நிலையினை உயர்த்துவதற்கான முயற்சிகள் பின்தங்கிய நிலையிலே உள்ளன. இந்தியாவில் உணவு இருப்பானது தேவைக்கு அதிகமாக உபரியாக உள்ள நிலை பெருமளவிற்குக் காணப்படுவதில்லை. எனவேதான் வறுமை, குறை ஊட்டச்சத்து உடையவர்கள் அதிக எண்ணிக்கையில் உள்ளனர் (Pulapre Balakrishnan and M.Parameswaran, 'The Hindu' 21.07.2022, p.9). 1960களில் பசுமைப்புரட்சி உலக அளவில் நடைமுறைப்படுத்தப்பட்ட பின்பு 1973-1976, 2007-2012, 2020-2022 ஆண்டுகளில் உணவு விலையினால் சிக்கல் எழுந்தது. இதற்கு முக்கியக் காரணம் உணவு உற்பத்தியின் பற்றாக்குறையாகும். இதனால் உணவுப் பொருள்களின் விலை கடுமையாக அதிகரித்தது.

அன்மையில் உணவுப் பொருள்களின் விலை அதிகரித்ததன் முக்கியக் காரணங்கள் கோவிட் பெருந்தொற்று, விநியோகச் சங்கிலி பாதிக்கப்பட்டது மற்றும் ரஷ்யா-உக்ரைன் போருமாகும். இதனைத் தவிர்த்து வர்த்தக முறையும், உணவுப் பொருள்களின் பயன்பாடும் ஆகும். தற்போதைய உணவு விலை அதிகரிக்கத் தொடங்கியதற்கு ஒரு முக்கிய காரணமாகத் தாவர எண்ணெய் விலை உயர்வாகும். தாவர எண்ணெய் உற்பத்தியில் 38 விழுக்காடு பன்னாட்டு வர்த்தகமாக உள்ளது. கோதுமையானது உலக உற்பத்தியில் 25 விழுக்காடு பன்னாட்டு வர்த்தகத்தில் உள்ளது. ஆனால் அரிசியினைப் பொருத்தமட்டில் 10 விழுக்காடு உற்பத்தி மட்டுமே பன்னாட்டு வர்த்தக பயன்பாட்டில் உள்ளது. கோவிட் பெருந்தொற்று காலத்தில் இந்தப் பன்னாட்டு வர்த்தக விநியோக சங்கிலித் தொடர் பாதிப்பினால் விலை அதிகரித்தது. சமையல் எண்ணெய் விலையானது 2021ஆம் நிதிஆண்டில் 35 விழுக்காடாக அதிகரித்தது. 2022ஆம் நிதி ஆண்டில் இது மேலும் 40 விழுக்காடாக அதிகரித்துள்ளது. இதற்கு முக்கியக் காரணம் சமையல் எண்ணெய் அதிகம் உற்பத்தி செய்யும் நாடுகளான தென்அமெரிக்கா, பிரேசில், மலேசியா போன்றவை குறைவான அளிப்பினைத் தருவதாகும். இதனைத் தவிர்த்து காய்கறிகள், பால், இறைச்சி, தானியங்களின் விலைகள் கணிசமாக அதிகரித்துள்ளன.

உணவு தானியங்கள் விலை மொத்த விலைக் குறியீட்டின்படி ஜூன் 2021ல் 8.59லிருந்தது, ஜூன் 2022ல் 19.22 ஆக அதிகரித்துள்ளது. காய்கறிகள் -31.09லிருந்து 39.38 ஆக உயர்ந்துள்ளது, பழங்கள் 6.96லிருந்து 20.33 ஆக அதிகரித்துள்ளது, பால் 1.65லிருந்து 6.35 ஆக உயர்ந்துள்ளது, கச்சா எண்ணெய் மற்றும் இயற்கை எரிவாயு 46.97லிருந்து 77.29 ஆக அதிகரித்துள்ளது (eaindustry.nic.in). உணவு பணவீக்கத்திற்கு சரக்கு சேவை வரி விதிப்பும் ஒரு முக்கியக் காரணமாக உள்ளது. வேளாண் இடுபொருள்களின்மீதான வரிவிதிப்பு, உணவுப் பதப்படுத்துதலின் மீது வரி, பருப்புகள் மீதான வரி, பால் பொருள்களின் மீதான வரி போன்றவை உணவுப் பணவீக்கம் அதிகரிப்பதற்கான காரணமாக உள்ளன.

இதுமட்டுமல்ல, உலக அளவில் பெட்ரோல் பயன்பாடு அதிகரிப்பதால் அதன் தேவை அதிகரிக்கிறது. இதனைத் தொடர்ந்து பல நாடுகள் OECD நாடுகளில் இருந்து இறக்குமதி செய்கிறது. பெட்ரோல் விலை தொடர்ந்து அதிகரிப்பதால் நாட்டின் அன்னியச் செலாவணிக் கையிருப்பு குறைந்து வருவதுடன், நாட்டின் வளர்ச்சியில் பெரும் பகுதி இதற்காக மாற்றமடையச் செய்யப்படுகிறது. இதனால் பல நாடுகள் பெட்ரோலுக்கு மாற்றாக பையோடீசல் மற்றும் எத்தனால் பயன்பாட்டிற்குச் செல்லுகின்றன. பையோடீசல் உற்பத்திக்கு உணவுப் பொருள்கள் பயன்படுத்தப்படுகின்றன. 2003இல் பையோடீசல் உற்பத்திக்கு ஒரு விழுக்காடு தாவர எண்ணெய் உற்பத்தி. பயன்படுத்தப்பட்டது இது 2021ல் 15 விழுக்காடாக அதிகரித்துள்ளது. இந்த நிலையில் உணவு உற்பத்தி பெட்ரோல் பயன்பாட்டிற்கு மாற்றான எரிபொருளாகப் பயன்படுத்துவதால் உணவுப் பொருள்களின் தேவை அதிகரித்து விலை உயருகிறது. மற்றொருபுறம், உரம், பூச்சிக்கொல்லியின் விலை கடுமையாக உயர்ந்துள்ளன இதனால் உணவுப் பொருள்களின் விலை அதிகரிக்கிறது.

2021ல் வேளாண் துறையின் ஏற்றுமதி மற்றும் இறக்குமதியானது மொத்த வேளாண்மை மதிப்புக் கூட்டலில் 13 விழுக்காடு பங்கினைக் கொண்டுள்ளது. உள்நாட்டு அளவில் உணவுப் பொருள்களின் விலை அதிகமாக உயரும்போது இவற்றைச் சரிசெய்ய அயல்நாட்டு வர்த்தகக் கொள்கைகளைக் கையாண்டு அவற்றினைச் சரிசெய்கிறது. இந்தியாவில் நுகர்வோர் மற்றும் உற்பத்தியாளர்களின் நலனைக் காக்கும் வகையில் உணவுப் பொருள்களின் விலையினைக் கையாளுகிறது. பன்னாட்டு அளவில்

உணவுப் பொருள்களின் விலை குறைந்ததால் உள்நாட்டு உற்பத்தியாளர்களைப் பாதுகாக்கும் பொருட்டு இறக்குமதி மீது கட்டுப்பாடுகளை விதிக்கிறது. உணவுப் பொருள்கள் விலை அதிகரித்ததால் இந்தியா தாராள இறக்குமதியினை அனுமதிக்கிறது. ஏற்றுமதியினைக் கட்டுப்படுத்துகிறது. இதனால் உள்நாட்டு உணவுப் பொருள்களின் விலை சாதாரணச் சூழலில் உள்ள நிலையினைப் பெறுகிறது. நாட்டில் உணவுப் பொருள்களின் காப்பு இருப்பு (*Buffer stock*) கொள்கையானது நாட்டின் உணவுப் பொருள்களின் விலையில் ஏற்றத்தாழ்வு ஏற்படாமல் நிலையான அளவில் இருக்க உதவுகிறது. அண்மையில் கோதுமை ஏற்றுமதிக்கான தடை விதிக்கப்பட்டது. இதற்கான அடிப்படைக் காரணம் பன்னாட்டு அளவில் கோதுமையின் தட்டுப்பாடு ஆகும். இதனால் கோதுமை விலை உயரும் என்பதாகும். ஆனால் உண்மையில் இந்தியா உலகக் கோதுமையின் தேவையினை ஒரு விழுக்காடு அளவிற்கே பூர்த்தி செய்யப் பங்கெடுத்துக்கொள்கிறது. இந்தியாவில் குறைவான உணவு உற்பத்தித் திறன், குறு மற்றும் சிறு விவசாயிகள் அதிக அளவில் உள்ளது, வேளாண்மையில் தொழில்நுட்பம் குறைவான அளவிற்குப் பயன்படுத்துதல், சந்தைப்படுத்துதலில் சிக்கல்கள் போன்றவை உணவு பணவீக்கம் உருவாவதற்கு முக்கியக் காரணமாக உள்ளன. அரசு வேளாண் உற்பத்திக்கான நீண்டகால அடிப்படையில் திறன் சார்ந்த கொள்கைகள் வகுத்து நிரந்தரத் தீர்வை அடைய முயற்சிகளை மேற்கொள்ள வேண்டும்.

19

வேளாண்மைச் சிக்கல்களும் தீர்வுகளும்

"சுழன்றும்ஏர்ப் பின்னது உலகம் அதனால்
உழந்தும் உழவே தலை." குறள் எண்- *1031*

– **திருவள்ளுவர்**

அரசியலும் பொருளாதாரமும் நெருங்கிய தொடர்புடையது. மார்க்ஸ் மற்றும் ஏங்கல்ஸ் ஆகியோர் பொருளாதார அடிப்படைக்கும் மேற்கட்டுமானம் (அரசியல் மற்றும் சட்டம்) ஆகியவற்றுக்கும் இடையே இயங்கியல் தொடர்புகளைப்பற்றி விளக்கினார்கள். அரசியல்-பொருளாதார அடிப்படையில் உற்பத்தியின் செயல்பாடுகள் மற்றும் தொழில்நுட்ப மாற்றங்கள் காணப்படுகின்றன என்று குறிப்பிட்டனர். லெனின், 'அரசியலானது பொருளாதாரத்தைவிட முன்னுரிமை அளிக்கத்தக்கது என்றும் இது குறிப்பாக சமூகப் போராட்டத்திற்கானது' என்கிறார். தொன்மை அரசியல்-பொருளியல் அறிஞர்களின் கருத்துப்படி, அரசியல்-பொருளாதாரமானது முதலாளித்துவப் பிரச்சனைகளை நேரடியாக எதிர்கொள்வதற்கான பொறுப்புகளை உடையதாகும் என்கின்றனர். நவீன அரசியல்-பொருளாதாரமானது சமுதாயத்தில் தலையீடு செய்வதாக இருந்தது. மார்க்ஸ் தன்னுடைய புத்தகமான 'A Contribution to the Critique of Political Economy" என்பதில், அரசியல்-பொருளாதாரம் என்பது நாட்டின் மக்கள்தொகை, மக்களிடையே குழுக்களின் பகுப்பு, நகரம், நாடு, ஆண்டு உற்பத்தி, நுகர்வு, விலை போன்றவற்றுடன் தொடர்புடையது' என்று குறிப்பிடுகிறார். 'அரசியல் (மேற்கட்டுமானம்) மற்றும் பொருளாதாரம் (அடிப்படை) என்பது சூழ்நிலைக்கு ஏற்றதாக உள்ளது. மார்க்சிய நிலைப்பாடானது, நிலப்பிரபுத்துவம் அல்லது முதலாளித்துவத்திற்கு முந்தைய விவசாயக் கட்டமைப்பின் மாற்றம் விவசாயப் பிரச்சினையின் தீர்வுமூலம் நிகழ்கிறது' என்கிறார். 'தொழில்துறைக்கு முந்தைய காலத்தில் விவசாயம் எந்த வெளிப்புறத் தூண்டுதலையும் பெறவில்லை. விவசாயத்தில் தோன்றிய வெளிப்புறத் தூண்டுதல்களால் தூண்டுதல்கள் மற்றும் தொழில்துறையில் சார்பு தலைகீழாக மாறியது. மேற்கட்டுமானமும்,

அடிப்படையும் முரண்பாடு உடையது' என்று மா சே துங் குறிப்பிடுகிறார்.

இந்தியாவைப் பொருத்த அளவில் பிரதன் என்பவர் 'அரசியல்-பொருளாதாரம் என்பது சமுதாயத்திற்கு ஆற்றலை' பகிர்ந்தளிப்பது என்று குறிப்பிடுகிறார். இந்தியாவில் பிரிட்டிஷ் கிழக்கு இந்திய நிறுவனம் வாணிப நோக்கிற்காக நுழைந்து பின்னால் அது அரசியல் சார்ந்த நிலைப்பாட்டில் பயணித்து பொருளாதார வளத்தைச் சுரண்டியது. இதில் வேளாண்மைத்துறையானது முதன்மைப் பாதிப்பை எதிர்கொண்டது. இடைத்தரகர்களை உருவாக்கி உழவர்களிடமிருந்து கட்டாய வரி வசூல் செய்தது. இந்தியச் சுதந்திரப் போராட்டத்திற்கு விவசாயிகளின் எழுச்சி மிக முக்கியப் பங்கு வகித்தது. இந்தியா சுதந்திரம் பெற்றவுடன் பொருளாதார உத்திகளைப் பின்பற்றுவதில் அரசியல் முக்கியப் பங்கினை ஆற்றியது. நேருவின் ஆட்சிக் காலம் தொடங்கி இந்திரா காந்தியின் முதல் கட்ட ஆட்சிக் காலம் முடிய மூடிய பொருளாதார முறை பின்பற்றப்பட்டது. இந்திரா காந்தியின் இரண்டாம் கட்ட ஆட்சிக் காலம் தொடங்கி மன்மோகன்சிங்கின் ஆட்சிக் காலம் முடியச் சந்தைப் பொருளாதார முறை பின்பற்றப்பட்டது. மோடியின் ஆட்சிக்காலத்தில் பெருநிறுவனம் சார்ந்த பொருளாதார உத்திகள் பின்பற்றப்பட்டு வருகின்றன.

மூடிய பொருளாதார முறையில் உள்நாட்டு அளவில் பல்வேறு சீர்திருத்தங்கள் இந்தியச் சூழலுக்கு ஏற்ப நடைமுறைப்படுத்தப்பட்டன. இதன் விளைவு உணவு உற்பத்தியில் பற்றாக்குறை நிலை போக்கப்பட்டு தற்சார்பினை அடைய முடிந்தது. நாட்டைப் பொருளாதார நிலையில் மேம்படுத்துவதற்காகப் பொதுத்துறைச் சார்பு உத்திகள் முன்னெடுக்கப்பட்டன. சந்தைப் பொருளாதாரத்தில் தாராள மயமாக்கல், உலக மயமாக்கல், தனியார் மயமாக்கல் நடவடிக்கையினால் இந்தியாவின் வர்த்தக நிலை, அந்நிய முதலீடுகள் அதிகரித்தன. இதனால் நுகர்வோர் பெரும் பயனை அடைந்தனர், பொருளாதார வளர்ச்சி முன்பு எப்போதும் இல்லாத அளவிற்கு உயர்ந்தது. ஆனால் சமுதாய ஏற்றத்தாழ்வுகள் அதிகரித்தன. பெருநிறுவனச் சார்பு முறை தற்போது நடைமுறையில் உள்ள நிலையில் விளிம்பு நிலையில் வாழ்கின்ற மக்களின் வாழ்வாதாரம் பாதிக்கப்பட்டுள்ளது. குறிப்பாக நிலமற்ற விவசாயக் கூலிகள், குறு, சிறு விவசாயிகள், சிறு வணிகர்கள், கிராமப்புற மக்கள் பெருமளவிற்குப்

பாதிக்கப்பட்டுள்ளனர். வேலையின்மை, வறுமை, சமத்துவமின்மை அதிகரித்து வருகின்றன.

இந்தியா சுதந்திரம் அடைந்தவுடன் 1949ல் வேளாண்மைக்கான ஜெ.சி.குமரப்பா குழுவானது இடைத்தரகர்களை ஒழிப்பது, குத்தகைச் சீர்திருத்தம், நில உச்சவரம்பு, கூட்டுறவு வேளாண்மை போன்றவற்றைப் பரிந்துரை செய்தது. இதில் இடைத்தரகர்கள் ஒழிப்பு நடவடிக்கையைத் தவிர்த்து அரசியல் காரணங்களால் நிலஉச்சவரம்பு, குத்தகைச் சீர்திருத்தம் போன்றவற்றை இன்றுவரை முழுமைக்காக நடைமுறைப்படுத்த முடியவில்லை. பஞ்சம், பட்டினி, வறுமை, அதிக இறப்பு போன்றவை இந்தியா சுதந்திரம் அடைவதற்கு முன்பு இருந்த நிலை சுதந்திரம் அடைந்த பிறகும் தொடரக்கூடாது என்ற அடிப்படையில் இந்தியாவின் முதல் பிரதமரான நேரு உடனடித் தீர்வாக உணவு இறக்குமதி செய்தார். நீண்ட கால அடிப்படையில் உணவுப் பற்றாக் குறையைப் போக்க பல்வேறு செயல் திட்டங்களை சாஸ்திரி, இந்திரா காந்தி ஆகியோரால் முன்னெடுக்கப்பட்டன. இதன் பயனாக 1980களில் இந்தியா உணவு உற்பத்தியில் தன்னிறைவினை எட்டியது. ஆனால் இது வேளாண்மையில் ஏற்றத்தாழ்வுகளை (வட்டாரம் மற்றும் விவசாயிகளிடையே) அதிகரித்தது.

நில உச்சவரம்புச் சட்டத்தின்படி (நில உச்சவரம்புச் சட்டம் 1961) உபரி நிலங்கள் கையகப்படுத்தப்பட்டு அவற்றை நிலமற்ற வேளாண் தொழிலாளர்களுக்கு பகிர்ந்தளிக்கப்பட்டது. இதன் விளைவு நிலமற்ற கிராமப்புறக் குடும்பங்கள் மொத்த அளவில் 1953-54ல் 23.09 விழுக்காடாக இருந்தது. 2012-13ல் 7.41 விழுக்காடாகக் குறைந்தது. ஆனால் உபரி நிலங்கள் கையகப்படுத்துவது மிகவும் குறைவாகவே இருந்தது. இதே காலகட்டத்தில் சாகுபடி செய்யாத நிலஉடைமையாளர்கள் மொத்தத்தில் 4.99 விழுக்காடாக இருந்தது, 24.36 விழுக்காடாக அதிகரித்துள்ளது. குத்தகை சீர்திருத்தம் உழுபவருக்கே நிலம் சொந்தம் என்றும், நில வாடகையின் அளவும் மாநிலத்திற்கு மாநிலம் வேறுபாட்டுடன் நடைமுறைப் படுத்தப்பட்டது. இதனால் 1953-54ல் மொத்த சாகுபடிப் பரப்பில் குத்தகைச் சாகுபடிப் பரப்பானது 20.34 விழுக்காடாக இருந்தது. 2012-13ல் 11.30 விழுக்காடாகக் குறைந்தது. நில உச்சவரம்பும், குத்தகைச் சீர்திருத்தமும் எதிர்பார்த்த வெற்றியைத் தராததால் சமூகத்தில் அமைதியின்மை ஏற்பட்டு நாட்டின் பல பகுதிகளில் நக்சல்பாரி இயக்கங்கள் தோன்றத் தொடங்கின. இது தொடர்ந்து

அரசுக்கு பெரும் சவாலாக உள்ளது. மக்கள் தொகை 1951 முதல் 1981வரை அதிகமாக அதிகரித்தது. இதனால் பல்வேறு பயன்பாட்டுக்காக நிலத்தின் தேவையும் அதிகரித்தது. 1991க்குப்பின் புதிய பொருளாதாரச் சீர்திருத்த நடைமுறையினால் உள்கட்டமைப்பினை உருவாக்க முன்னுரிமை அளிக்கப்பட்டது. இதனால் நிலம் மாற்றுப் பயன்பாட்டிற்குப் (குடியிருப்பு, பல்வேறு உள்கட்டமைப்புகள்) பயன்படுத்தப்பட்டது இதற்காக விளைநிலங்கள் கையகப்படுத்தப்படுவது தொடர் நிகழ்வாகிப் போனது. சாகுபடி செய்யத் தகுதி வாய்ந்த நிலங்கள் தரிசு நிலங்களாக மாற்றப்பட்டன. நிகர சாகுபடிப் பரப்பு குறையத் தொடங்கியது. இதனால் 1953-54ல் சராசரி நிலக் கையிருப்பு 1.95 ஹெக்டேராக இருந்தது, 2013-14ல் 0.59 ஹெக்டேராகக் குறைந்ததுள்ளது.

உயர் விளைச்சல் தரக்கூடிய விதைகள், ரசாயன உரம் மற்றும் பூச்சிக்கொல்லி, வேளாண் இயந்திரங்களைப் பயன்படுத்துதல், கடன் பெறுவதற்கான வசதி வாய்ப்புகள் உருவாக்கித் தருதல் ஆகியன பசுமைப் புரட்சியின் முக்கிய உத்திகளாக இருந்தன. இவற்றை 1980-90வரையில் மூன்று கட்டங்களாக நடைமுறைப்படுத்தியது (முதல் கட்ட காலத்தில் உணவு தானியத்திற்கானதாகவும், இரண்டாவது கட்ட காலத்தில் பழம் மற்றும் காய்கறிகள் உற்பத்திக்கானதாவும், மூன்றாவது கட்ட காலத்தில் எண்ணெய் வித்துக்கள், பருப்பு வகைகள் உற்பத்திக்கானதாகவும் இருந்தன). இதன் விளைவு உணவுப் பொருள்களின் விளைச்சல் மற்றும் உற்பத்தித் திறன் அதிகரித்தன. பசுமைப் புரட்சியினால் வேளாண்மைமீதான பொதுச் செலவுகள் துவக்கத்தில் அதிகரித்தன. விவசாயிகளுக்கு இடுபொருள்களுக்கான மானியம் வழங்கப்பட்டது, வேளாண் விளைபொருள்களுக்குக் குறைந்தபட்ச ஆதார விலை அறிவிக்கப்பட்டது. இதனால் விவசாயிகளுக்கு வேளாண்மைமூலம் பெரும் வருமானம் அதிகரித்தது, வறுமை குறைந்தது. எதிர்விளைவுகளாக மண்வளம் குறைந்தது, புதிய வகைப் பூச்சிகள் உருவாகி வேளாண் பயிர்களைத் தாக்கின. நீர் இறைப்பிற்கு மின் மோட்டார்களின் பயன்பாடு அதிகரித்ததால் நிலத்தடி நீர் அதிக அளவில் உறிஞ்சப்பட்டது, பசுமைப் புரட்சி உத்திகளைப் பெரும்பான்மையான சிறு, குறு விவசாயிகளால் அணுக முடியாமல் இருந்தது, வோளண்மையில் முதலாளித்துவம்

பெருக்கமடைந்தது, வேளாண் இடுபொருள்கள் விலை தொடர்ந்து அதிகரித்து, வேளாண் சாகுபடியை மேற்கொள்ள விவசாயிகள் முறைசார நிதி நிறுவனங்களில் அதிக வட்டிக்குக் கடன் பெற்று கடன் பொறியில் வீழ்ந்தனர், இதனால் விவசாயத் தற்கொலைகள் அதிகரித்தன.

1980களில் இரண்டாவது பாதியில் பொருளாதாரச் சீர்திருத்தங்கள் நடைமுறைப்படுத்தப்பட்டன. சந்தைப் பொருளாதாரத்திற்கு முக்கியத்துவம் அளிக்கப்பட்டது. உணவல்லா வேளாண் விளைபொருள்களின் தேவை பன்னாட்டு அளவில் அதிகமானதால் வருமான நோக்கின் அடிப்படையில் உணவல்லா சாகுபடியை நோக்கி விவசாயிகள் பயணிக்கத் தொடங்கினர். இதனால் பாரம்பரிய வேளாண்மைச் சாகுபடி குறையத் தொடங்கி நவீன வேளாண்மை அதிகரித்தது. வேளாண் வர்த்தகக் கட்டுப்பாட்டில் தளர்வுகள் அளிக்கப்பட்டன. வெளிநாடுகளிலிருந்து வேளாண் பொருள்கள் தங்குதடையின்றி வரத் தொடங்கியது. தொழில்நுட்ப இறக்குமதிக்கு அனுமதி அளிக்கப்பட்டதால் வேளாண்மை உற்பத்தி அதிகரிப்பிற்கு இது உறுதுணையாக இருந்தது. இதனால் உள்நாட்டு உணவு உற்பத்தியும் அதிகரித்தது. இந்திரா காந்தி, ராஜீவ் காந்தி, நரசிம்மராவ், வாஜ்பாய், மன்மோகன்சிங் ஆட்சிக்காலங்களில் பன்னாட்டுச் சந்தையில் இந்தியாவின் பங்கெடுப்பினை உறுதி செய்யவும் அயல் நாட்டு வர்த்தக நிலையை மேம்படுத்தவும் வேளாண்மைத் துறையில் பலவேறு சீர்திருத்தங்களை மேற்கொண்டனர். ஆனால் பன்னாட்டு அளவில் இந்தியாவின் தொழில்நுட்பத்தின் பயன்பாடு பின்தங்கிய நிலையில் இருந்ததால், வளர்ந்த மற்றும் இந்தியா போன்றே சில வளரும் நாடுகளுடன் போட்டியிட முடியாத நிலையே இருந்தது. மேலும் அரசானது வேளாண் துறைக்கான முக்கியத்துவத்தைக் குறைத்துக்கொண்டும் தொழில் துறை, சேவைத் துறைக்கும் முக்கியத்துவம் அளிக்கத் தொடங்கியது. வேளாண்மையின் மீதான பொதுத்துறை முதலீடுகள் குறைக்கப்பட்டன. இந்தியப் பொருளாதாரத்திற்கு வேளாண்மைத் துறையின் பங்களிப்பானது தொடர்ந்து வெகுவாகக் குறைந்தது வந்தது.

1995ல் இந்தியா, உலக வர்த்தக அமைப்பில் உறுப்பு நாடாக இணைந்தபின் அதன் விதிமுறைகளைப் பின்பற்றவேண்டிய நிர்ப்பந்தம் உருவானது. வேளாண் தொழிலுக்கான ஒப்பந்தம் உலக வர்த்தக அமைப்பின் முக்கிய அங்கமாக இருந்தது. வேளாண்

மானியம் 10 விழுக்காட்டிற்கு மிகாமல் இருக்கவேண்டும், வேளாண் வர்த்தகத் தடைகளைக் களைவது, நாட்டின் மொத்த நுகர்வில் 3–5 விழுக்காடு பிற நாடுகளிலிருந்து இறக்குமதி செய்வது, பொதுவிநியோகம் சமுதாயத்தில் விளிம்பு நிலை மக்களுக்கானதாக மட்டுமே இருக்க வேண்டும், காப்புரிமையை நடைமுறைப்படுத்துவது போன்றவற்றை உலக வர்த்தக அமைப்பு நிர்ப்பந்தித்தது. பச்சை அறை (Green Box) மற்றும் நீல அறை (Blue Box) போன்றவற்றில் வளர்ந்த நாடுகள் மட்டுமே இடம்பெற்று, சுற்றுப்புறச்சூழல் மற்றும் தொழிலாளர்கள் ஆகிய நிலையினை அளவுகோலாக வைத்து வர்த்தகப் பரிமாற்றத்தை நடைமுறைப்படுத்தியதால் இந்தியாவின் துணி, தோல் போன்ற முக்கிய ஏற்றுமதித் தொழில்கள் பெரும் பாதிப்பிற்கு உள்ளாகின. மிகவும் வேண்டிய நாடு (Most Favoured Nation) என்ற அடிப்படையில் பாகுபாடு, இந்தியப் பாரம்பரிய வேளாண் மற்றும் தாவர உற்பத்திப் பொருள்கள் பன்னாட்டு பெருநிறுவனங்களால் காப்புரிமையைப் பெற முயன்றது போன்றவை உலக வர்த்தக அமைப்பினால் இந்தியா எதிர்கொண்ட முக்கியச் சவால்களாக இருந்தன. அதேசமயம் உலக வர்த்தக அமைப்பு நடைமுறைக்குப்பின் இந்தியாவில் உணவு தானிய உற்பத்தி இரண்டு மடங்கு அதிகரித்துள்ளது. மக்களின் உணவு நுகர்வுப் பழக்கம் பெரும் மாறுதலுக்குள்ளானது. இதனால் பருப்பு மற்றும் தாவர எண்ணெயின் தேவை பல மடங்கு உயர்ந்துள்ளது. ஆனால் இதற்கு ஏற்ப உள்நாட்டில் உற்பத்தி அதிகரிக்காததால் வெளிநாடுகளிலிருந்து இறக்குமதி செய்ய வேண்டியிருந்து. வேளாண்மைச் சாகுபடியில் ஈடுபட்டிருந்தவர்கள் குறிப்பாக வேளாண் தொழிலாளர்கள் வோளண் சாராத் தொழிலில் ஒப்பீட்டு அளவில் அதிகக் கூலி அல்லது ஊதியம் கிடைத்ததால் பெருமளவிற்கு அதிலிருந்து விடுபட்டு மாற்று வேலைகளுக்குச் செல்லத் தொடங்கினர். இக்கால கட்டத்தில் அரசு கிராமப்புறங்களில் 100 நாள் வேலைவாய்ப்புத் திட்டத்தை (மகாத்மா கந்தி தேசிய ஊரக வேலை உறுதியளிப்புச் சட்டம்) தீவிரமாக நடைமுறைப்படுத்தியது. இது பெருமளவிற்குக் கிராமப்புறப் பருவகால வேலையின்மையைக் குறைப்பதற்கு உதவியது. இவ் வேலைவாய்ப்பினால் கிராமப்புற மக்களின் வேளாண்சாரா வருமானம் அதிகரித்து, உணவல்லா நுகர்வுத் தேவையானது உயர்ந்தது. மொத்த நுகர்ச்சிச் செலவில் உணவல்லாச் செலவினத்தின் பங்கு அதிகரிக்கத் தொடங்கியது. வேளாண்மை இந்தியப்

பொருளாதாரத்திற்கு அளித்து வந்த பங்களிப்பு வெகுவாகக் குறைந்தது. அதேசமயம் பெருமளவிற்கு ஆண் விவசாயிகள் வேளாண்சாரத் தொழிலை நோக்கிச் சென்ற அளவிற்குப் பெண் விவசாயிகள் செல்லாததால் வேளாண் தொழிலில் ஈடுபட்டவர்கள் பெருமளவிற்குக் குறையவில்லை என்பது குறிப்பிடத்தக்கது. மொத்தத்தில் இந்தியா உலக வர்த்தக அமைப்பினால் பெற்ற நன்மையைவிட எதிர்மறையே ஓங்கி இருக்கிறது. 2005ல் உலகமயமாக்கலின் நீட்சியாக இந்தியா ஏற்றுமதியைப் பெருக்கும் நோக்கில் சிறப்புப் பொருளாதார மண்டலங்களை உருவாக்கியது. இதற்காகப் பெருமளவிற்கான வேளாண் விளைநிலங்கள் கையகப்படுத்தப்பட்டன. இதன் விளைவு விவசாயிகள் நிலமற்றவர்களாக மாற்றமடைந்தனர்.

மக்கள் தொகை வளர்ச்சி, நகரமயமாதல், தொழில் மயமாதல், உள்கட்டமைப்பு உருவாக்கப்படுதல் போன்ற காரணங்களினால் இந்தியாவில் நீர்நிலைகள் பல்வேறு பயன்பாடுகளுக்கு உள்ளாகியுள்ளன. இதனால் வேளாண்மைச் சாகுபடிக்குப் பயன்பாட்டிலிருந்த பாரம்பரிய நீர் ஆதாரங்கள் ஆக்கிரமிக்கப்படுவதால் வேளாண்மை பெருமளவிற்கு நிலத்தடி நீரைச் சார்ந்திருக்கவேண்டிய கட்டாயம் உண்டாகியுள்ளது. மேலும் இந்தியாவில் அதிகமாக நீர் (பயன்படுத்துவது) செறிவுடைய பயிர்கள் அதிகமாகச் சாகுபடி செய்வதாலும், மின்மோட்டார் பயன்பாடு அதிகமாக உள்ளதாலும், குழாய்க் கிணற்றுப் பாசனம் ஆண்டுக்கு 5 விழுக்காடு அதிகரிப்பதாலும் நிலத்தடி நீர் மட்டம் தொடர்ந்து குறைந்து வருகிறது. தற்போது இந்தியா உலகிலேயே அதிக வறண்ட நிலப்பரப்பை உடைய நாடுகளில் ஒன்றாக உள்ளது. எனவே தொழில்நுட்பப் பயன்பாட்டை அடிப்படையாகக்கொண்டு விவசாயிகள் பயிர் செய்ய மானிய அடிப்படையில் திட்டங்கள் நடைமுறைப்படுத்தப்பட்டன. ஆனால் இம் முறை இந்தியாவில் பாரம்பரிய சாகுபடி முறையிலிருந்து எளிதாக விவசாயிகள் விடுபட முடியாததால் இது தகுந்த வெற்றியடையவில்லை. தற்போது இந்தியா வறட்சியை தாக்குப்பிடிக்கும் பயிர் வகைகளைச் சாகுபடி செய்யவேண்டிய அவசியம் ஏற்பட்டுள்ளது. உணவு மற்றும் வேளாண்மை அமைப்பானது 2023ஆம் ஆண்டைச் சிறுதானிய ஆண்டாக அறிவித்துள்ளது. சிறுதானியங்கள் ஊட்டச்சத்து மிக்கது. இந்தியா உலக அளவில் குறைஊட்டச்சத்துடன் வாழும் மக்களில் முதன்மை இடத்தில் உள்ளது. சிறுதானியங்கள் வறண்ட பகுதிகளில் சாகுபடி

செய்வதற்கு ஏற்றதாகும். இந்தியாவின் அதிகச் சாகுபடிப் பரப்பானது ஆண்டில் பெரும் பகுதி வறண்ட நிலையை உடையது. உலக அளவில் சிறுதானிய உற்பத்தியில் இந்தியா முதலிடத்தில் உள்ளது. ஆண்டுக்கு 12 மில்லியன் மெட்டிரிக் டன் சிறுதானிய உற்பத்தி நடைபெறுகிறது. இந்திய சுற்றுச்சூழல், நீர்வள ஆதாரம் குறைதல், நுகர்வு மாற்றமடைந்திருப்பது போன்ற நிலைகளை முன்னிறுத்தி அரசு சிறுதானிய உற்பத்திக்காக மேலும் முன்னுரிமையை அளிக்க வேண்டும்.

இந்தியா பசுமைப் புரட்சி மற்றும் உலக வர்த்தக அமைப்பு நடைமுறைப்படுத்தப்பட்டபின் அதிக விளைச்சல் தரக்கூடிய விதைகளின் பயன்பாடு அதிகரித்துள்ளது. இவற்றைச் சாகுபடி செய்ய ரசாயன உரங்கள், பூச்சிக்கொல்லி போன்றவற்றின் பயன்பாடு அதிகரித்துள்ளன. இதன் விளைவு சுற்றுப்புறச் சூழல் மற்றும் நுகர்வோர் நலன் பாதிப்படைந்துள்ளன. எனவே அரசு இயற்கை வேளாண்மையினை நோக்கிய பார்வையை முன்னெடுத்துள்ளது. ஆனால் அரசு இதற்கான ஆராய்ச்சிக்கு நிதி ஒதுக்கீட்டைப் போதுமான அளவிற்கு உயர்த்தவில்லை என்பது குறிப்பிடத்தக்கது.

இயந்திரங்கள் வேளாண்மையில் அதிக அளவிற்குப் பயன்பாட்டிற்கு வந்துள்ளது. இதை ஒருபுறம் நேர்மறையாக நோக்க முடியும். காரணம் வேளாண்மை தகுந்த நேரத்தில் பயிர் சாகுபடி செய்யத் துவங்குவது முதல் அறுவடை செய்வதுவரை இதற்கான முக்கியத்துவம் காணப்படுகிறது. அதே சமயம் இதனால் இந்தியாவில் அதிக அளவில் வேளாண்மையைச் சார்ந்து வாழ்ந்து வரும் விவசாயக் கூலிகளின் வேலை இழப்பு ஏற்பட்டு வாழ்வாதாரம் பாதிக்கப்பட்டுள்ளது. இதன் விளைவு வேளாண் சாரா வேலைகளுக்கு அதிகமாகச் செல்லவேண்டிய நிலை காணப்படுகிறது. இந்நிலையைப் பொருத்தவரையில் வேளாண் சார்புத் தொழிலில் தேவைக்கு அதிகமான விவசாயிகள் வேலைக்கான பங்கேற்பு வீணாகுவது குறைக்கப்படுகிறது. அதே சமயம் வேளாண்சாராத் தொழிலை நோக்கிச் செல்லும் வேளாண் தொழிலாளர்களுக்குப் போதுமான வாய்ப்புகள் உள்ளூரில் கிடைக்காததால் நகரங்களை நோக்கிச் செல்லுகின்றனர். இதனால் நகரமயமாக்கல் ஏற்பட்டு விளைநிலங்கள் மனைத் தொழிலுக்கும், தொழிற்சாலைகளுக்கும், உள்கட்டமைப்பிற்கும், மடைமாற்றம் ஏற்பட்டு நிகர பயிரிடும் பரப்பு குறையத் தொடங்குகிறது.

வேளாண்மையின் முக்கியமாக இடுபொருள்களாக இயந்திரங்கள் பயன்பாடு உள்ளதால் சிறு, குறு விவசாயிகளால் இதனைச் சொந்தமாகப் பெற இயலாத நிலை காணப்படுகிறது. தனியார் வேளாண் இயந்திரங்களைப் பயன்படுத்துவதால் வேளாண் இடுபொருள்களின் செலவு அதிகரிக்கிறது. இதுபோன்றே இதர இடுபொருள்களின் விலைகள் (குறிப்பாக ரசாயன உரம், பூச்சிக்கொல்லி, விதைகள்) பன்மடங்கு உயர்ந்துள்ளன. இவ் அதிகரிக்கின்ற இடுபொருள்களின் செலவிற்கு ஏற்பத் திரும்பு வீதம் (விலை) விளைபொருள்களுக்குக் கிடைக்கப் பெறாததால் விவசாயிகள் இழப்பினைச் சந்திக்கின்றனர். இதன் எதிரொலியாக விவசாயத் தற்கொலைகள் அதிகரித்துக் காணப்படுகின்றன. இயற்கை உரங்களைப் பயன்படுத்த அரசு விவசாயிகளை ஊக்குவித்து வந்தாலும் கடந்த காலங்களில் கால்நடைகளின் எண்ணிக்கை வெகுவாகக் குறைந்து வந்துள்ளதால் இதன்மூலம் பெறப்படும் எருவின் பற்றாக்குறை காணப்படுகிறது. இதுபோல் மரங்கள் வழியாகப் பெறப்படும் தழை உரம், பசுந்தாள் உரம் போன்றவற்றிலும் பல்வேறு காரணங்களால் பற்றாக்குறை நிலவுகிறது. எனவே அரசு இயற்கை உரங்களைப் பயன்படுத்துவதற்கான இயக்கத்தை முன்னெடுப்பது அவசியமாகிறது.

இந்தியா சுதந்திரம் அடைந்து முதல் இரண்டு பத்தாண்டுகளில் தேசிய முன்னுரிமையின் அடிப்படையில் வேளாண்மைக்கான கடன் வழங்கப்பட்டது. ஆனாலும் நிதி நிறுவனங்கள் வேளாண்மைக்கான கடன் மொத்தக் கடனில் சிறிய அளவே பங்கினைப் பெற்றிருந்தது. நிறுவனம்சாராக் கடன் வழியாக விவசாயிகள் பெருமளவிற்கு அதிக வட்டியில் கடன் பெற்று வந்ததால் விவசாயிகளைக் கடன் பொறியில் சிக்க வைத்தது. இதன் அடிப்படையில் இந்திரா காந்தி இரண்டு கட்டங்களாக வங்கிகளைத் தேசியமயமாக்கி வேளாண்மைக்கான கடன் வழங்குவதை முன்னுரிமை என்று அறிவித்தார். இத்துடன் கிராமப்புற வட்டார வளர்ச்சி வங்கி, கூட்டுறவு வங்கி போன்றவற்றின் செயல்பாடுகள் முடுக்கிவிடப்பட்டன. 1991க்குப்பின் நரசிமம் குழுவின் பரிந்துரையின்படி வங்கிகளின் செயல்பாட்டுத் திறனை மேம்படுத்த நடவடிக்கைகள் மேற்கொள்ளப்பட்டது. 1988ல் தாராளக் கடன் முறையும், 2009-10ல் மிகக் குறைவாக நான்கு விழுக்காடு வட்டிக்கு வேளாண் கடனும்

வழங்கப்பட்டன. தகுந்த காலத்தில் பெறப்பட்ட கடனைத் திரும்பச் செலுத்தும் விவசாயக் கடனின் வட்டி பூஜ்யமாக நிர்ணயிக்கப்பட்டது. உலக வர்த்தக அமைப்பு நடைமுறையில் வந்தபின் மரபணு மாற்றம் செய்யப்பட்ட விதை ரகங்கள் பயிரிடுவதன் வழியாக வேளாண் செலவுகள் அதிகரிக்கத் தொடங்கின. இதனை எதிர்கொள்ள விவசாயிகள் அதிக கடன் பெற வேண்டிய நிலை உருவானது. 1995 முதல் விவசாயிகளின் தற்கொலைகள் அதிக அளவில் காணப்படுகின்றன. இதற்கு முக்கியக் காரணங்களில் முதன்மையானதாக வேளாண் கடன் பளு உள்ளது என்பது குறிப்பிடத்தக்கது.

2019க்குப்பின் விவசாயிகள் வேளாண் பணிகளைத் துவக்குவதற்காகக் கடனாக இல்லாமல் மூன்று தவணைகளில் ரூ.2,000 வீதம் சிறு, குறு விவசாயிகளுக்குப் பணமாக வழங்கி வருகிறது. இவ்வாறு பல்வேறு வேளாண்மைக்கான கடன் அளிப்பு முறைகளில் கடந்த காலங்களில் அரசு மேற்கொண்டாலும் தற்போதும் வேளாண்மைக்கான கடனானது நிறுவனம்சாரா வழியாக மூன்றில் ஒரு பங்கு பெறப்படுகிறது இது 1951ல் 7.2 விழுக்காடாக மட்டுமே இருந்தது என்பது குறிப்பிடத்தக்கது. இந்த நிலையினைப் போக்க அரசு வேளாண்மைத் தொழிலை லாபகரமானதாக உருவாக்க வேண்டும். குறைந்தபட்சம் வேளாண் விளைபொருள்களுக்குத் தகுந்த விலை கிடைக்க உறுதி செய்ய வேண்டும்.

வேளாண்மை உற்பத்தியில் உபரியை விவசாயிகள் விற்பனை செய்து வருமானத்தை ஈட்டுகின்றனர். வேளாண் பொருள்கள் சந்தைப்படுத்துதலின் வழியாகப் பெறப்படும் வருமானமானது விவசாயக் குடும்ப வருமானத்தில் முக்கியப் பங்கினை வகிக்கிறது. இந்தியா சுதந்திரம் அடைந்தபின் வேளாண் பொருள்களைச் சந்தைப்படுத்த வேளாண் ஒழுங்குமுறை விற்பனைக் கூடங்கள் ஏற்படுத்தப்பட்டு அதன் வழியாக வேளாண் உற்பத்தியை விற்பனை செய்ய வசதி ஏற்படுத்தித் தரப்பட்டது. இதனால் இடைத்தரகர்களின் சுரண்டல்களைக் கட்டுப்படுத்தவும், உரிய விலை கிடைக்கவும் வாய்ப்புகள் உருவாக்கப்பட்டன. ஆனாலும் விவசாயிகள் பெருமளவிற்கு முறைப்படுத்தா விற்பனை அமைப்புகள் வழியாகவே அதிகமாக விளைபொருள்களைத் தற்போதும் விற்பனை செய்துவருகின்றனர். இதனால் இடைத்தரகர்கள், வணிகர்கள், முகவர்கள், உள்ளிட்டோர்

பயனடைகின்றனர். ஆனால் விவசாயிகளுக்குத் தகுந்த விலை கிடைப்பதில் தடைகள் ஏற்படுகின்றன. வேளாண் மண்டிகள் போதுமான அளவில் இல்லாததும், கிராமங்களுக்கான போக்குவரத்து இன்மையாலும், விவசாயிகள் பயிர் சாகுபடி செய்ய முன்பணமாக வணிகர்களிடம் பெறுவதாலும், சேமிப்புக் கிடங்கு வசதியின்மையாலும், விவசாயிகளுக்குச் சந்தைகளைப்பற்றிய தெளிவின்மையாலும் விவசாயிகளின் விளைபொருள்களுக்குத் தகுந்த விலை கிடைக்காததற்கு முக்கியக் காரணங்கள் ஆகும். இதனைப் போக்க அடுத்த தலைமுறைக்கான சந்தை சீர்திருத்தங்கள் நடைமுறைப்படுத்தப்பட்டு APMC மாதிரிச் சட்டம் 2003 கொண்டுவரப்பட்டது. இதன்படி விவசாயிகளிடமிருந்து நேரடியாக விளைபொருள்களை வாங்குவது, ஒப்பந்தச் சாகுபடி முறையை மேற்கொள்வது, தனியார் ம்றும் கூட்டுறவுச் சந்தைகளை நிறுவுதல், சிறப்புச் சந்தைகளை உருவாக்குவது, தனியார்-பொது பங்கேற்புடன் சந்தைகளை மேம்படுத்துவது, தரம் பிரித்தல் மற்றும் தரப்படுத்துதல் போன்ற நடைமுறைகள் மேற்கொள்ளப்பட்டன. 2016ல் நிதி அயோக்கினால் மாதிரிச் சட்டத்தில் உள்ள குறைகளைச் சுட்டிக்காட்டி அவற்றைக் களைய முற்பட்டது. இதனைத் தொடர்ந்து e-NAM 2016ல் நடைமுறைப்படுத்தப்பட்டு APMCகள் இத்துடன் இணைக்கப்பட்டு விவசாயிகள் தங்களின் பொருள்களை நாடு முழுவதும் அதிக விலைக்கு விற்பனைச் செய்ய வழிவகை செய்யப்பட்டுள்ளது. 2020ல் இந்திய அரசானது மூன்று வேளாண் சட்டங்களைக் கொண்டுவந்து அதன் வழியாக விவசாயிகள் தங்களின் விளைபொருள்களை அதிக விலைக்கு இந்தியாவின் எப்பகுதியிலும் விற்பனை செய்ய வழிவகுத்தது. ஆனால் இச்சட்டத்தால் சிறு, குறு, நடுத்தர விவசாயிகள் பயனடைவது சாத்தியமற்றது என்ற அடிப்படையில் இச்சட்டங்களுக்கு எதிராகப் பெரும் போராட்டத்தை முன்னெடுத்தனர். இக் கடுமையான எதிர்ப்பினால் அரசு இச் சட்டங்களை விலக்கிக்கொண்டது. இந்திய விவசாயிகள் பெருமளவிற்கு APMC மண்டிகளில் தங்களின் விளைபொருள்களை விற்க முடியாத நிலை நீடிக்கிறது. இதனால் விவசாயிகள் இழப்பினைச் சந்திக்கின்றனர். எனவே அரசு அதிக அளவிற்கான மண்டிகளை உருவாக்கித் தருவதும், அம் மண்டிகளில் அனைத்துவிதமான கட்டமைப்பினை உறுதி செய்வதும், இதில் ஏறப்படும் ஊழல்களைத் தடுப்பதும், வேளாண் பொருள்களுக்கு அரசு அறிவிக்கின்ற விலையினைக் கிடைக்க வழிவகை செய்வதும், கிடங்குகளை உருவாக்குவதும் முக்கியத் தீர்வாக அமையும்.

இத்துடன் அறுவடைக் காலங்களில் தேவைக்கு ஏற்ப கொள்முதல் நிலையங்களை உருவாக்கித் தருவதுடன் உடனுக்கு உடன் கொள்முதல் நடவடிக்கையை மேற்கொள்வதும் தலையாயக் கடமையாக இருக்கும்.

அரசு விவசாயிகளின் வருமானத்தை இரட்டிப்பு ஆக்குவது என்ற அறிவிப்பை 2016ல் வெளியிட்டு 2022ல் இதனை அடைய காலநிருணயம் செய்தது. ஆனால் 2016ல் சுமார் ரூ.8,000 ஆக இருந்த வருமானம் 2022ல் ரூ.12,400 என்ற அளவை மட்டுமே அடைந்துள்ளது. அதாவது மூன்றில் ஒரு பங்கு வருமானம் மட்டுமே அதிகரித்துள்ளது என்பது குறிப்பிடத்தக்கது. இதற்கு அடிப்படைக் காரணம் விவசாயிகளின் விளைபொருள்களுக்குச் சந்தையில் தகுந்த விலை கிடைக்காததாகும். குறைந்தபட்ச ஆதார விலையானது 23 விளைபொருள்களுக்கு மட்டுமே தகுதி உடையதாக உள்ளது. இதுவும் அனைத்து விவசாயிகளுக்கும் கிடைப்பதில்லை. குறைந்த பட்ச ஆதார விலை நிருணயம் செய்வதிலும் தேசிய விவசாயிகள் குழு அறிக்கையின் அடிப்படையில் பின்பற்றவில்லை. இதற்கு மாற்றாக அரசு பன்னாட்டுப் பெரிய நிறுவனங்களைக் களம் இறக்கி விவசாயத்தை ஒப்பந்த அடிப்படையில் சாகுபடி செய்ய முயற்சி செய்கிறது. அரசு குறைந்தபட்ச ஆதார விலைக்கு அளிக்கப்படும் மானியத்தை படிப்படியாகக் குறைக்க முயல்கிறது. இதனால் இந்தியாவில் பெருமளவிற்குச் சாகுபடி செய்யும் சிறு, குறு, நடுத்தர விவசாயிகளின் வாழ்வாதாரங்கள் பறிக்கப்படும் சூழல் நிலவுகிறது. இதனைப் போக்க அரசு குறைந்தபட்ச ஆதார விலையை அனைத்து வேளாண் விளைபொருள்களுக்கும், அனைத்து விவசாயிகளும் பயனடையவும் சட்டப்பூர்வமாக்குவதைத் தவிர வேறு வழியில்லை. இதனைச் சாக்குப் போக்கு காட்டி காலம் தாழ்த்துவது என்பது விவசாயிகளுக்கான சமூகநீதியைப் புறந்தள்ளுவதற்கு ஒப்பானதாகும்.

இந்தியா சுதந்திரம் அடைந்தபோது பசி, பட்டினி அதிகமாக இருந்தது. கிராமப்புறங்களில் வறுமையின் தாக்கம் பெரும் எண்ணிக்கையில் இருந்தது (1951-51ல் 47.4 விழுக்காடு மக்கள் கிராமப்புறங்களில் வறுமையில் இருந்தனர். இது 1966-67ல் 64.30 விழுக்காடாக அதிகரித்தது). உணவுப் பொருள்களின் பற்றாக்குறை தொடர்ந்து காணப்பட்டது. உணவு தானியத்திற்கு வெளிநாடுகளைச் சார்ந்து வாழ வேண்டிய நிலை இருந்தது. எனவே ஒரு நிரந்தரத் தீர்வாகப் பசுமைப் புரட்சி தொடங்கப்பட்டது. 1980களின்

இரண்டாம் காலகட்டத்தில் இந்த நிலையிலிருந்து இந்தியா மீளத் தொடங்கியது, 1990களில் உணவு உற்பத்தியில் தன்னிறைவு என்ற நிலையினை அடைந்தது. இதனால் வறுமை பெருமளவிற்குக் குறைந்தது (1993-94ல் கிராமப்புற வறுமை 36.66 விழுக்காடாக இருந்தது, 2011-12ல் 25.7 விழுக்காடாகக் குறைந்தது). 1991ல் நடைமுறைப்படுத்தப்பட்ட பொருளாதாரச் சீர்திருத்தங்கள் பெருமளவிற்கு தொழில் துறையினையும், சேவைத் துறையினையும் நோக்கியதாக இருந்ததால் சமுதாய ஏற்றத்தாழ்வுகள் உருவாகத் தொடங்கின. 1995ல் உலக வர்த்தக அமைப்பு ஏற்படுத்தப்பட்டபின் உலகமயமாக்கல் கொள்கை பின்பற்றப்பட்டதால் உணவுப் பொருள்களின் விலை பன்னாட்டு அளவில் ஏற்றத்தாழ்வுடன் காணப்பட்டது. பொதுவிநியோக முறை சமுதாயத்தில் பாதிக்கப்பட்ட மக்களை நோக்கியதாக இருக்கவேண்டும் என நிர்ப்பந்திக்கப்பட்டது. அதே சமயம் உணவுப் பொருள்களின் விலை தொடர்ந்து அதிகரிக்கத் தொடங்கியது. மக்களின் நுகர்வுக் கலாச்சாரம் மாற்றமடைந்தது. இதனால் இந்திய விவசாயிகள் அதிகமாகப் பாதிக்கப்பட்டனர். சமுதாயத்தின் கீழ்மட்டத்திலிருந்த பெருமளவிற்கான மக்களிடையே வறுமை அதிகமாக இருந்தது. எனவே இதனைக் கருத்தில்கொண்டு அரசு உணவுப் பாதுகாப்புச் சட்டத்தை (2013ல்) கொண்டுவந்தது. இதன் முக்கிய நோக்கமாக அனைவருக்குமான உணவு மற்றும் ஊட்டச்சத்து உறுதியளிப்பதாக இருந்தது. இந்த அடிப்படையில் இந்திய உணவுக் கழகம் மற்றும் மாநில உணவுக் கழகங்கள் தங்களின் உணவு தானியப் பொருள்களின் இருப்பினை அதிகரிக்கவேண்டிய கட்டாயம் ஏற்பட்டு உணவுக் கொள்முதல் நடவடிக்கையை மேற்கொண்டது. இதில் முக்கியமானது இக்கொள்முதல் வியாபாரிகள் வழியாக முதலில் நடைமுறைப்படுத்தப்பட்டது. பின்னால் இது நேரடியாகவே அரசு கொள்முதல் நிலையங்களை அறுவடைக் காலங்களில் திறந்து உணவு தானியங்களை விவசாயிகளிடமிருந்து வாங்கியது. விவசாயிகள் தங்களின் விளைபொருள்களை நேரடியாக விற்பனைச் செய்வதால் அரசு கொள்முதல் விலை கிடைக்கப்பெற்று (இது குறைந்தபட்ச ஆதார விலையைவிடச் சற்றே அதிகமாக இருக்கும் என்பது குறிப்பிடத்தக்கது) பயன் அடைந்தனர். ஆனால் இம்முறையில் மிகக் குறைவான விவசாயிகளே பயன் அடைந்து வருகின்றனர் (அதிலும் பெரிய மற்றும் நடுத்தர விவசாயிகள் அதிகப் பயன் பெற்றுள்ளனர் என்பது குறிப்பிடத்தக்கது). அனைத்து விவசாயிகளும் பயனடையும் வகையில் அரசுக்

கொள்முதல் நிலையங்களை அதிகரிப்பதும், குறைந்தபட்ச ஆதார விலையை அனைத்து விவசாயிகளுக்கும் கிடைப்பதை உறுதி செய்வதும் தற்போது முதன்மையான நடவடிக்கையாக இருத்தல் அவசியமாகிறது.

நாட்டின் மொத்த மதிப்புக் கூட்டலின் அடிப்படையில் பார்த்தால் இரண்டாம் நிலைத் துறையானது (தொழில் துறை உள்ளிட்டவை) 1950-51ல் 16.59 விழுக்காடுப் பங்களிப்பினை அளித்து வந்தது. 2020-21ல் 26.98 விழுக்காடாகவும், சேவைத்துறையானது இவ்வாண்டுகளில் 25.74 விழுக்காடாகவும் இருந்தது, 54.27 விழுக்காடாகவும் அதிகரித்துள்ளது. ஆனால் முதன்மைத் துறையானது (வேளாண்மை உள்ளிட்டவை) இவ்வாண்டுகளில் 57.67 விழுக்காட்டிலிருந்து 21.82 விழுக்காடாகக் குறைந்துள்ளது. அதேசமயம் வேளாண்மைத் துறையில் வேலை பங்கேற்பு ஆற்றலானது 1961ல் 72.50 விழுக்காடாக இருந்தது, 2011ல் 57.41 விழுக்காடாகக் குறைந்துள்ளது. அதாவது இந்தியப் பொருளாதாரத்திற்கு வேளாண்மைத்துறை பங்களிப்பு பெருமளவிற்குக் குறைந்திருந்தாலும் அதிக அளவிலான வேலைவாய்ப்பை அளிக்கும் துறையாக தற்போதும் வேளாண்துறை இருந்துவருகிறது என்பது குறிப்பிடத்தக்கது. பருவகால வேலையின்மை, குறைவான வருமானம், வறுமை போன்ற அறைகூவல்களைத் தற்போது இத்துறையினைச் சார்ந்து வாழ்பவர்கள் எதிர்கொள்கின்றனர். எனவே அரசு ஆண்டு முழுவதும் விவசாயிகள் வேலைவாய்ப்பினைப் பெறும்வகையில் வேளாண் வழியாகவே அந்தந்தப் பகுதிகளில் பெறக்கூடிய விளைபொருள்களை அடிப்படையாகக்கொண்டு வேளாண்சார் தொழில்களை வட்டார அளவில் உருவாக்கித் தொடர் வேலைவாய்ப்பை அளிப்பது முக்கியமானதாகும். இதனால் வேளாண்மை, தொழில் வளர்ச்சி, ஏற்றுமதி போன்றவை மேம்படும், விவசாயிகளுக்கும் வருவாய் கிடைக்கும்.

சமனற்ற நிலப் பகிர்வு, நிலம் துண்டாடப்படுதல், சிறிய அளவிலான நிலக் கைப்பற்று, வேறுபட்ட குத்தகை முறை என்ற பிரச்சனைகள் வேளாண்மையில் பெருமளவிற்குக் காணப்படுகின்றன. உழுபவருக்கு நிலம் சொந்தம் என்ற முயற்சி முழுமை பெறவில்லை. கூட்டுறவு வேளாண்மை முயற்சியும் தோல்வியினைத் தழுவியுள்ளது. அண்மைக் காலமாக விவசாயிகள் காலநிலை மாற்றத்தினால் பருவம் தவறி மழைப் பொழிவு,

கடுமையான வெப்பக் காற்று, புயல், வெள்ளம், போன்றவற்றால் பெரிதும் பாதிக்கின்றனர். பன்னாட்டு உணவுக் கொள்கை ஆராய்ச்சி நிறுவனத்தின் கணிப்புப்படி (International Food Policy Resarch Institute) காலநிலை மாற்றத்தின் விளைவால் இந்தியாவில் உணவு உற்பத்தியானது 2030ல் 16 விழுக்காடு குறையும். இதனால் பசித்திருப்போர் எண்ணிக்கை 23 விழுக்காடு அதிகரிக்கும் என்கிறது. எனவே அரசு இவற்றை எதிர்கொள்ளக் காலநிலைக்கு ஏற்ற பயிர்களைச் சாகுபடி செய்யவும், வேளாண் விளைபொருள்களைப் பாதுகாக்க உலர் இயந்திரங்கள், உடனடியாக விளைபொருள்களை விளைநிலங்களின் பகுதிகளிலே கொள்முதல் செய்தல், விவசாயிகளுக்கு வேளாண் சாகுபடியில் ஏற்படும் தோல்விகளுக்குத் தகுந்த இழப்பீடு, நீர் வடிகால்களை போர்க்கால அடிப்படையில் சீர் செய்தல், நீர்வழித் தடங்களில் உள்ள ஆக்கிரமிப்புகளை அகற்றுதல்போன்ற நடைமுறைகளை மேற்கொள்ளவேண்டும்.

இந்தியா சுதந்திரம் அடைந்தபின் அரசு வேளாண்மை மற்றும் கிராமப்புற மேம்பாட்டிற்கும் பல்வேறு கொள்கைகளை நடைமுறைப்படுத்தியது. இதனால் வேளாண்மை உணவு தானியப் பற்றாக்குறையிலிருந்து தன்னிறைவும், அதனைத் தொடர்ந்து வேளாண் விளைபொருள்கள் ஏற்றுமதி செய்யும் முக்கிய நாடாகவும் மாற்றமடைந்தது. தற்போதைய நிலையில் பன்னாட்டு அளவில் உணவு தானிய விளைபொருள்களின் விலையில் ஏற்ற இறக்கங்கள் காணப்படுவதும், வேளாண் இடுபொருள்களின் விலை தொடர்ந்து அதிகரிப்பதும், உலகளாவிய அரசியல் சூழல் நிர்ப்பந்தங்கள் போன்ற நிலையினால் இந்திய வேளாண்மை பெரும் சவால்களை எதிர்கொண்டுள்ளது. இதனை எதிர்கொள்ள வேளாண் விளைபொருள்களுக்கான சட்டப்பூர்வமான விலை உறுதியும், வேளாண்மைக்கான மானியங்கள் தொடர்ந்து அளிப்பது. வேளாண் சாகுபடியில் தேவைக்கு ஏற்ப மாற்றத்தை உருவாக்குவதும் தற்போது முன்னெடுக்க வேண்டிய கட்டாயம் அரசுக்கு உள்ளது. இச் செயல்பாட்டிற்கு அரசியல் சார்ந்த முடிவுகள் முக்கியமானதாக இருக்கிறது. இந்திய வேளாண்மை என்பது வாணிபம் சார்ந்தது மட்டுமல்ல வாழ்வாதாரம், கலாச்சாரம், பண்பாட்டுச் சார்புடையது என்பதைக் கருத்தில் கொள்ளவேண்டும்.

References:

Abheek Barman (2016): "Was Indira Gandhi Really the Economic ogre she's made out to be?" The Economic Times, 16.12.2016.

Agarwal R G (2019): "Water Management Key to Sustainable Agriculture Growth in India", Financial Express, 14.3.2019.

Ahluwalia M (1978): "Rural Poverty in India, 1956-57 to 1973-74," in Montek S Ahluwalia, John Wall, Shlomo Reutlinger, Robert Cassen and Martin Wolf, Idia: Occational Paper, Washington DC, World Bank Staff Working Paper No. 279.

Amitabh Tiwari (2016): "H D Deve Gowda: Accidental Priminister who taught every Indian Politican to hope," dailyo. 18.5.2016.

Amitabh Tiwari (2021): "Atal Bihari Vajpayee, the Statement who laid the Foundations for India's $5 trillion Economy dream," Yahoo !finance.

Anil Padmanabhan (2014): "2004 to 2014 – India's Lost Daecade," mint, 10.01.2014.

Arivind Pangariya (2004): India in the 1980s and 1990s: A Triumph of Reforms, IMF Working Paper, WP/04/43.

Ashok Gulati and Ritika Juneja (2019): Agricultural Credit System in India: Evaluation, Effectiveness and Innovations, ZEF, Working Paper series 184, Centre for Development Research University of Bonn.

Ashok Gulati, Ranjana Roy and Shweta Saini (Eds.) (2021): Revitilizing Indian Agriculture and Boosting Farmer Incomes, Springer, New Delhi.

Ashok Gulti, Devesh Kapoor and Marshall M Bouton (2020): "Reforming Indian Agriculture," Economic and Political Weekly, Vol 55 (11), pp 35-42.

Ashok Gulti, Prerna Terway and Siraj Hussain (2018): Crop Insurance in India: Key Issues and Way Forward, Working Paper No. 352, Indian Council for Research on International Economic Relations and https://pmfby.gov.in/ceo/dashboard.

Ashok Pankaj (2017): "Shift in MGNREGS from UPA to NDA," Economic and Political Weekly, Vol 52 (33), pp 59-68.

Atul Kohli (2006): "Politics of Economic Growth in India 1980-2005," Economic Political Weekly, 41, (14).

Atul Kohli (2006): "Politics of Economic Growth in India 1980-2005 Part II: The 1990s and Beyond," Economic and Political Weekly, 41, (15).

Avinash Kishore, Suriti Saini and Muzna Alvi (2022): "Assessing Direct Benefit Transfer of Agricultural Subsidies in Bihar and Odisha," Economic and Political Weekly, Vol 57 (16), pp 36-42.

Bakul H Dholakia (1996): "Macroeconomics Analysis of Union Budget 1996-97," Vikalpa, Vol 21, No. 3, July-September.

Balakrishan P, R. Golait and P Kumar (2008): "Agricultural Growth in India Since 1991," DRG Paper No. 27, Reserve Bank of India, Mumbai.

Balakrishnan P (2007): "Visible Hand: Public Policy and Economic Growth in the Nehru Era," CDS, WP 391, wwww,cds,edu.

Balakrishnan P (2007): "The Recovery of India: Economic Growth in the Nehru Era," Economic and Political Weekly, November 17, 2007.

Balakrishnan P (2010): Economic Growth in India: History and Prospects, Oxford Univeristy Press, Delhi.

Balakrishnan P (2022): India's Economy from Nehru to Modi: A Brief History, Permanent Black, Ranikhet.

Bhalla G S and Gurmail Singh (2009): "Economic Liberalisation and Indian Agriculture: A Statewise Analysis," Economic and Political Weekly, Vol 44, No 52.

Bhalla G S, Gurmail Singh (2009): "Economic Liberalisation and Indian Agriculture: A Statewise Analysis," Economic and Political Weekly, Vol 44, No 52.

Bhalla G S (1979): "Transfer of Technology and Agricultural Development in India," Economic and Political Weekly, Vol 14, Nos 51-52.

Bhalla G S (2004): Globalization and Indian Agriculture, Academic Foundation, New Delhi.

Bipan Chandra, Mridula Mukherjee and Aditya Mukherjee (2008): India Since Independence, Penguin Books, New Delhi.

Biswajit Dhar and Roshan Kishore (2021): "Indian Agriculture Needs a Holistic Policy Framework, Not Pro-market Reforms," Economic Political and Weekly, Vol 56 (16), pp 27-35.

Blyn G (1966): Agricultural Trends in India, 1891-1947, Univeristy of Pennsylvania Press, Philadelphia.

Chancel L and T Piketty (2019): "Indian Income Inequality, 1922-2015: From British Raj to Billionaire Raj," Review of Income and Wealth, Vol 65, pp S33-S62.

Chandra Shekhar Prasad (2009): Agriculture and Rural Development in India, New Century Publications, New Delhi.

Chris J Perry and M Dinesh Kumar (2022): "Agricutlural Transformation or Compromising Food Security," Economic and Political Weekly, Vol 57 (2), pp 58-60.

Dadabhai Naoroji (2020): Poverty and Un-British Rule in India, Franklin Classics Trade Press, United States.

Datt G, M.Ravallion and R Murgai (2019): "Poverty and Growth in India Over Six Decades," American Journal of Agricultural Economics, Vol 102, pp 4-27.

Dayandev C Talule (2021): "Sucide by Maharashtra Farmers: The Signs of Persistent Agrarian Distress," Economic and Political Weekly, Vol 56 (51), pp 46-55.

Deasi M (2007): "Our Economic Growth 1947-2000," India International Centre Quarterly, Vol 33, pp 34-44.

DeLong J B (2003): "India Since Independence: An Analytic Growth Narrative," in D.Rodrik (Ed.) In Search of Prosperity: Analytic Narratives on Economic Growth, Princeton University Press, Princetion.

Deokar B K and S L Shetty (2014): "Growth in Indian Agriculture: Responding to Policy Initiative Since 2004-05," Economic and Political Weekly, Vol 49, pp 101-104.

Dipanjana Roj (2021): "Farmer Suicides in India, 1997-2013 Taking Stock of Data, Arguments and Evidence," Economic and Political Weekly, Vol 56 (5), pp 50-60.

Economic and Political Weekly, Editorial (2021): "Government Policies Drive Farmars to Penury," Economic and Political Weekly, Vol 56 (38), p 7.

EPI (2022): "Environmental Perfomance Index 2022", Yale Centre for Environmental Law & Policy, Yale University.

GBGA (2013) "How has the Dice Rolled: Response to Union Budget 2013-14," Centre for Budget and Governanace accountability, New Delhi, www.cbgaindia.org.

Georger Kristoffel Lieten (1980): "Janata as a Continuity of the System," Social Scientist, Vol 9, No.5/6, Dec.1980-Jan 1981, pp 14-35.

GoI (1997): "Speach of Shri P.Chidambaram, Minister of Finance - Introducing the Budget for the year 1997-98, Government of India, New Delhi.

GoI (1999) "Economic Survery 1998-99," Ministry of Finance, Government of India, New Delhi.

GoI (2004): Agricultural Statistics at a Glance, Government of India, New Delhi.

GoI (2004): Budget 2004-05, Minister of Finance, Government of India, New Delhi

GoI (2005): Budget 2005-06, Ministry of Finance, Government of India, New Delhi

GoI (2007): Economic Survey 2006-07, Ministry of Finance, Government of India, New Delhi.

GoI (2007): Report of the Expert Group on Agricultural Indebtness, Ministry of Finance, Government of India New Delhi.

GoI (2013): Economic Survey 2012-13, Ministry of Finance, Government of India, New Delhi.

GoI (2015): Indian Public Finance Statistics 2014-2015, Ministry of Finance, Department of Economic Affairs, Economic Division, New Delhi.

GoI (2016): Indian Public Finance Statistics 2015-2016, Ministry of Finance, Department of Economic Affairs, Economic Division, New Delhi.

GoI (2019): Lal Bahadur Shastri, Lok Sabha Secretaria, New Delhi.

GoI (2021): Accidental Death and Suicides in India 2020, National Crime Record Board, Government of India, New Delhi.

GoI (2022): Economic Survey 2021-2022, Ministry of Finance, Government of India, New Delhi.

GoI (2022): Three Years of Pradhan Mantri Kisan Samman Nidhi (PM-KISAN) – Press Information Burea," Ministry of Infromation and Broadcasting, March 11, 2022, Government of India, New Delhi.

Gopi Sankar Gopikuttan and Gopal Naik (2022): "Markets for Farmers- Revisiting the Role of Mandis in the Context of Farm Law's Repeal," Economic and Political Weekly, Vol 57 (8), pp 33-38.

Govardhana Naidu S (2016): "UPA Government Regime – India's Economy under Coalition Pressure," International Journal of Current Research, Vol 8 (5).

Habib I (1977): "The Colonialization of the Indian Economy," Social Scientist, Vol 3, pp 23-53.

http://loksabhadocs.nic.in/Refinput/eprofiles/English/09082021_152547_102120367.pdf

http://www.rgics.org/sites/default/files/Facts-NDA-UPA.pdf.

http://www.rgics.org/sites/default/files/Facts-NDA-UPA.pdf.

https://agricoop.nic.in/sites/default/files/AGRICULTUR%20INSURANCE-Credits.pdf).

https://core.ac.uk/download/pdf/19918818.pdf

https://dbie.rbi.org.in/DBIE/dbie.rbi?site=statistics

https://eparlib.nic.in/bitstream/123456789/109/1/Budget_speech_1990-91.pdf

https://journalsofindia.com/lal-bahadur-shastri/?print=pdf

https://library.fes.de/libalt/journals/swetsfulltext/14218787.PDF

https://seednet.gov.in/PDFFILES/National%20Seed%20Policy,%202002.pdf.

https://theprint.in/theprint-profile/chaudhary-charan-singh-prime-minister-for-23-days-and-champion-of-indias-farmers/339598/

https://www.aicofindia.com/AICEng/Pages/AICAboutUs.aspx.

https://www.grabon.in/indulge/news/indian-prime-ministers-achievements/#inder-kumar-gujral

https://www.hindustanpetroleum.com/pricebuildup.

https://www.indiatoday.in/amp/magazine/economy/story/19951015-narasimha-rao-reforms-strategy-proves-to-be-one-of-most-intractable-808244-1995-10-14

https://www.indiatoday.in/magazine/guest-column/story/19960630-deve-gowda-real-strength-lies-in-what-he-can-do-for-agricultural-sector-833278-1996-06-29

https://www.niti.gov.in/sites/default/files/2022-04/Working_Paper_on_Agriculture_With_Cropmarks_060402022.pdf

https://www.niti.gov.in/sites/default/files/2022-04/Working_Paper_on_Agriculture_With_Cropmarks_060402022.pdf

ICAR (2022): Indian Agriculture after Independence, Indian Council of Agricultural Research, New Delhi.

Illa Patnaik (2006): India: Ecnomic Growth, 1950-2000, Indian Council for Research on International Relations, New Delhi.

Indian-Agriculture-after-Independence.pdf (icar.org.in)

Jagdish N Bhagwati and T.N.Srinivasan (1975): Foreign Trande Regimes and Economic Development: India, NBER publication, Cambridge.

Jay Dubashi (2014): "Economic Comparision: Indira Gandhi's Emergency regime vs Morarji Desai's Administration." India Today, 15.12.2014.

Kadasiddappa Malamasuri, Soumya B, Prasanth P and Sachin Himmatrao Malve (2013): "A Historical Perspective for Minimum Support Price of A griculture Crops," Kisan World, Vol 40 (12) pp 46-48.

Kalirajan K P, G.Mythili and U.Sankar (2001): "Accelerating Growth Through Globalization of Indian Agriculture," Macmillan India Ltd., New Delhi.

Kavitha H N, Pramod Kumar, P Anbukkani, R R Burman and P Prakesh (2021): "Income Support Schemes: Evaluation of PM Kishan vis-à-vis State Government Scheme," Economic and Political Weekly, Vol 56 (34), pp 13-17.

Kohli A (2006): "The Politics of Economic Growth in India, 1980-2005, Part I: The 1980s," Economic and Political Weekly, Vol 41, pp 1251-9.

Koichi FUJITA ue.org/files/events/Fujita_green_rev_in_india.pdf

Krishnasamy R and J Dennis Rajkumar (2015): "Recent Trends in Inter Sectoral Terms of Trade," Economic and Political Weekly, Vol 50 (5), pp 82-84.

Lalit Kumar, M.Manjula, Ramachandra Bhatta, L.Venkatachalam, D.Suresh Kumar, P.Indira Devi and Pranab

Mukhopadhyay (2019): " Doubling India's Farm Incomes: Poying Farmers for Ecosystem Services, No Just Crop," Economic and Political Weekly, Vol 54 (23). pp 43-49.

Mahendra Dev S (2007): Inclusive Growth in India – Agriculture, Poverty, and Human Development, Oxford University Press, New Delhi.

Maitreesh Ghatak, Parikshit Ghosh and Ashok Kotwal (2014): "Growth in the Time of UPA – Myths and reality," Economic and Political Weekly, Vol 49 (16), pp 34-43.

Malrika Singh (2017): Agricultural Economy of India – Current Status and Issues, New Century Publications, New Delhi.

Manas Kumar Das "Contemporary History of India from 1947-2010," DDCE/paper-9,www.ddceutkal.ac.in

Maotreesj Chatak, Parikshit Ghosh, Ashok Kotwal (2014): "Growth in the Time of UPA Mythe and Reality," Economic and Political Weekly, Vol 49 (16), pp 34-43.

Marshall Bouton (2019): "Under Modi 2.0 will India Emprace Tough Economic Reforms?," Knowledge at Wharton, May 28, 2019.

Montek Ahluwalia (1985): "Rural Poverty, Agricultural Producation and Prices: A Reexamination," Research Gate, https://www.researchgate.net/publication/265142742, Access on 24.09.2022.

Montek S Ahluwalia (2018): "India's Economic Reforms: Achievements and next Steps," Asian Economic Policy Review, Vol 14, pp 1 -17.

NABARD (2018): All India Rural Finanical Inclusion Survey 2016-17, National Bank for Agriclture and Rural Development, Mumbai.

Narasimha Reddy D and Srijit Mishra (2009): Agrarian Crisis in India, Oxford University Press, New Delhi.

Narayanamoorthy A (2018): "Although Food Producation has Increased Tremendously, Farmers' Income Have Not Been Impacted Positively," The Business Line, January 1.

National Sample Organization (2022): Situation Assessment of Agricultural Households and Land and Holdings of Households in Rural India, 2019, Ministry of Statistics and Programme Implementation, Government of India, New Delhi.

Niharika Pandya, Divya Veluguri, Aditi Roy, Poornima Prabhakaran and Linasay M Jaacks (2021): "Economic Impact of the 2020 COVID – 19 Lockdown on Indian Farmers," Economic and Political Weekly, Vol 56 (50), pp 31-34.

Manas Kumar Das "Contemporary History of India 1947-2010" DDCE/paper.9-http://ddceutkal.ac.in/syllabus/MA_history/paper_9. PDF.

NITI Aayog (2018): Doubling Farmer's Income, National Institution for Transforming India, Government of India, New Delhi.

Nitya Nanda (2021): "Agricultural Reforms in India – Need for a Unique Model," Economic and Political Weekly, Vol (8), pp 25-29.

ORF (2021): Global Nutrition Report 2021 – India's Nutrition Profile and How to meet Global Nutrition Target, Observer Research Foundation, 2.12.2021.

Pavneet Kauris and Naresh Singhla (2018): "Can Contrat Farming Double Farmer's Income?" Economic and Political Weekly, Vol 53 (51).

Prabhaakaran R (2008): "Rajiv Gandhi and His Policy Initiatives for Indian Economic Development an Ex-post Analysis," Ph.D, Thesis, Department of Anna Centre for Public Affairs, University of Madras, Chennai.

Pradynt Guha and Tiken Das (2022): "Farmer's Suicides in India," Economic and Political Weekly, Vol 57 (5), pp 13-16.

Pulapre Balakrishnan and M.Parameswaran (2022): "The cost of Migre presenting Inflation," The Hindu, 21.07.2022, p.9

Rakesh Ankit (2020): "Lal Bahadur Shastri, 1964-1966: Leader at a Glance," Studies in Indian Politics, 8(1), pp 39-57.

Ramachandra Guha (2017): India After Gandhi, Macmillan, New Delhi.

Ramandeep Kaur (2019): "Shri Lal Bahadur Shastri: An Honest and True Leader," MyIndia, October 2, 2019.

Ramesh Chand (1999): "Liberalisation of Agricultural Trade and Net Social Welfare." Economic and Political Weekly, Vol 34, No 52.

Ramesh Chand (2002): Trade Liberalisation, WTO and Indian Agriculture, Mittal Publications, New Delhi.

Ramesh Chand (2008): "The Global Food Crisis: Causes, Severity and Outlook," Economic and Political Weekly, Vol 43, Nos. 26-27.

Ramesh Chand, Raka Saxena and Simmi Rana (2015): "Estimates and Analysis of Farm Income in India 1983-84 to 2011-12," Economic and Political Weekly, Vol 50 (22), pp 139-145.

Rao J Mohan and Servaqas Storm (1999): "Distribution and Growth in Indian Agriculture," in Terence J. Byres (Ed.), The Indian Economy: Major Debates Since Independence, Oxford University Press, New Delhi.

Rao V M and P D Jeromi (2003): "Modernising Indian Agriculture, A Review of Critical Policy Issues," in Uma Kapila (Ed.) "Indian Economy Since Independance," Academic Foundation, New Delhi.

Rao, V K R V (1971): The Nehru Legacy, Popular Prakshan, Bombay.

Reddy, N Narasimha (2016): The Agrarian Question and the Political Economy of Agrarian Change in India, R S Rao Memorial Lecture, June 17, Hyderabad.

Remay Nair (2021): "How Narasimha Rao and Manmohan Singh Rescued India in 1991 and made History," ThePrint, 23.06.2021.

Richa Kumar (2019): "India's Green Revolution and Beyond: Visioning Agrarian Futures on Selective Readings of Agrarin Pasts," Economic and Political Weekly, Vol 54 (34).

Ridham Kumar (2020): "Micro-irrigation: The Way ahead for Sustainable Agriculture", DownToEarth, 1.9.2020.

Sam M, Praveen Jha and Paris Yeros (2013): "The Classical Agrarian Questions: Myth, Reality and Relevance Today," Agrarian South: Journal of Political Economy, Vol 2, No 1, pp 93-119.

Sam M, Praveen Jha and Paris Yeros (2015): "The Agrarian Question in the 21st Century," Economic and Political Weekly, Vol 50, No 37.

Sanjeet Kashyap (2019): "The Unfinished Liberalisation: Political Economy of Shastri Years," October 3, 2019, Spontaneous Order.

Saumitra Mohan (2017): Indian Policy and Development, McGraw Hill Education (India) Private Limited, Chennai.

Shankar Achary, Isher Ahluwalia, K.L.Krishna and Ila Patnaik (2003): India: Economic Growth, 1950-2000, Indian Council for Research on International Economic Relations, New Delhi.

Shantanu De Roy (2014): "Economic Reforms and Agricultural Growth in India," Economic and Political Weekly, Vol 52 (9), pp 67-72.

Sharma C M (2020): "Contribution of Pt. Nehru to Indian Agriculture," Northlines, May 26, 2020.

Shashi Skumar Singh (2021): Vision and Mission of Rajiv Gandhi for a Modern India, (www.in/congress-sandesh.com.).

Sher Singh Sangwan (2015): "More Credit for Agricultural Households – NSSO's 70th Round on Indebtedness," Economic and Political Weekly, Vol 50 (10), pp 23-24.

Shovan Ray (2011): Handbook of Agriculture in India, Oxford University Press, New Delhi.

Shovan Ray et al (2007): HandBook of Agriculture in India, Oxford University Press, New Delhi.

Shromona Ganguly Mohua Roy (2021): "Development Banks and the changing Contour of Industrial Credit in India," Economic and Political Weekly, Vol 56 (49), pp 50-57.

Shubham Sehal (2021): "Banking Sector Reforms of 1991 and Agricultural Credit," Economic and Political Weekly, Vol 56 (50), p 5.

Singh M P (2001): "India's National Front Coaltion Government," Asian Survey, Vol XLI, No 2,

Sivasubramonian S (2005): The National Income of India in the Twentieth Century, Oxford University Press, Delhi.

Srijit Mishra and Kaushiki Singh (2021): "Scale Neutrality in Indian Agriculture," Review of Rural Affairs, Vol 56 (26 & 27).

Srinivasan T N (2005): "Eight Lectures on India's Economic Reforms,Oxford University Press, New Delhi.

Sthanu R Nair (2022): "Rethinking Agrarin Susides in India," The Indian Express, 8.4.2022.

Sukhpal Singh (2018): "Doubling Farmer's Income: Mechanisations and Challenges," Economic and Political Weekly, Vol 43 (7).

Sukhpal Singh (2022): "The (Repealed) Union Contrat Farming Act 2020 – Corporatsing Indian Agriculture," Economic and Political Weekly, Vol 57 (2), pp 13-16.

Sukhpal Singh and Shruti Bhogal (2021): "MSP in a Changing Agricultural Policy Environment," Economic and Political Weekly, Vol 56 (3), pp 12-15.

Swaminathan M S (1990): "Jawharlal Nehru and Agriculture in Independent India," Current Science, Vol 59 (6).

Tadit Kundu (2016): "How India fared Under Indira Gandhi," Mint, 30.11.2016.

Thomas Pickety (2014): Capital in the Twenty-First Century, the Belknap Press of Harvard University Press, Cambridge.

Tirthankar Roy (2010): The Economic History of India 1857-1947, Oxford University Press, New Delhi.

Tirthankar Roy (2020): Economic History of India 1857-2010, Oxford University Press, New Delhi.

Tripathi, Ashutosh Kumar (2013): Agricultural Price Policy, Output, and Farm Profitability – Examining Linkages during

Post-Reform Period in India, Indian Institute of Management Rohtak, IIM Rohtak.

Tulsi Lingareddy (2016): "Inflation with Disinflation? Decoding India's Inflation Indices," Economic and Political Weekly, Vol 41 (18), pp 122-127.

Udit Misra (2022): "Explained: What are MSPs, and how are they decided?," The Indian Express, 03.03.2022.

Upmanu Lall (2021): "Changing India's Agricultural Patterns can solve Water Challenges", Times of India, 17.4.2021.

Venkateswarlu A (2005): "Political Economy of Reform and Agricultural Secotr," Presented at Fourth Development Convention, Held at Centre for Economic and Social Studies, Hyderabad, December 15-17, 2007.

Venkateswarlu, Akina (2022: Political Economy of Agricultural Development in India - Policies, Achievements and Concerns, Aakar Books, Delhi.

World Bank, www.worldbank.org, 2020 Water in Agriculture.

www.indiafilings.com/learn/agmarknet

www.mospi.nic.in and www.eaindustry.nic.in.

www.worldbank.org, 2020 Water in Agriculture.

அஹம்மது *Z A* (தமிழல் ஏ.எம்.நடராஜன்) (2021) 'இந்தியாவில் விவசாயப் போராட்டங்களின் வீர வரலாறு', நியூ செஞ்சுரி புக் ஹவுஸ் (பி) லிட், சென்னை.

ஆன்சர் அலி, ச (1972): 'இந்தியப் பொருளாதார வளர்ச்சிப் பிரச்சனைகள்', தமிழ்நாடு பாடநூல் நிறுவனம், தமிழ்நாடு அரசு.

ஹரீஷ் கரே (2022): 'மாநிலப் பிரிவினைக்கு வித்திட்ட மொழி உணர்வு,' *இந்து தமிழ் திசை*, 07.09.2022, ப 7.

காளிமுத்து ஏ கே (2020): 'தமிழகத்தில் காலனியமும் வேளாண் குடிகளும் - ஒரு சமூகப் பொருளியல் பார்வை 1801- 1947', பாரதி புத்தகாலயம், சென்னை.

பி.சுந்தரய்யா நினைவு அறக்கட்டளை (தமிழில் வீ.பா.கணேசன்) (2022): 'தில்லி விவசாயிகள் இயக்கம்: வரவிருக்கும் காலத்திற்கான ஒளிவிளக்கு – 12 விவசாய சங்கத் தலைவர்களின் அனுபவச் சித்திரம்', பாரதி புத்தகாலயம், சென்னை.

பிபன் சந்திரா (தமிழில் ச.சுப்பாராவ்) (2012): 'இந்தியாவில் பொருளாதார தேசியத்தின் தோற்றமும், வளர்ச்சியும்', பாரதி புத்தகாலயம், சென்னை

மசானபு ஃபுகோகோ (தமிழில் 'பூவுலகின் நண்பர்கள்') (2021): 'ஒற்றை வைக்கோல் புரட்சி', எதிர் வெளியீடு, சென்னை.

ராஜ் கே என் (2022): 'வளர்ச்சிக்கு வழிகோலிய ஐந்தாண்டுத் திட்டங்கள்', 'இந்து தமிழ் திசை', 31.08.2022.

நூலாசிரியர் பற்றி

முனைவர் பு.அன்பழகன் அவர்கள் சென்னை, மாநிலக் கல்லூரி, பொருளியல் துறையில் இணைப் பேராசிரியராகப் பணிபுரிந்துவருகிறார். கல்லூரிக் கல்வி இயக்கத்தில் பணிபுரிவதற்கு முன்பு தமிழ்நாடு அரசின் பொருளியல் மற்றும் புள்ளியியல் துறையில் உதவி இயக்குநராகப் பணியாற்றினார். பேரா.மு.நாகநாதன் அவர்களின் வழிகாட்டுதலில் சென்னைப் பல்கலைக்கழகம் பொருளியல் துறையில் முனைவர் பட்டத்திற்கான ஆய்வினை மேற்கொண்டார். 27 ஆண்டுகள் ஆசிரியர் பணியுடன் 21 ஆண்டுகள் ஆய்வுப் பணியினையும் தொடர்கிறார்.

9 பிஎச்.டி., 11 எம்.பில். ஆய்வுப் பட்டங்களை இவரின் வழிகாட்டுதலில் மாணவர்கள் பெற்றுள்ளனர். 108 ஆய்வுக் கட்டுரைகளைப் பொருளாதார இதழ்கள், மின்-இதழ்கள், தொகுப்பு நூல்கள் ஆகியவற்றில் வெளியிட்டுள்ளார். 3 புத்தகங்கள் தமிழ், ஆங்கிலத்தில் படைத்துள்ளார். ஆய்விதழ்களில் ஆசிரியர் குழு உறுப்பினராகச் செயல்பட்டு வருகிறார். 164 தேசிய, பன்னாட்டுக் கருத்தரங்கங்களில் நேரடியாகவும், இணையவழியாகவும் கலந்துகொண்டு ஆய்வுக் கட்டுரைகளைச் சமர்ப்பித்துள்ளார். 20 கருத்தரங்குகளில் ஆய்வரங்குகளுக்குத் தலைமையேற்றுள்ளார். 49 சிறப்புச் சொற்பொழிவுகளைக் கல்லூரிகள், பல்கலைக்கழகங்களில் ஆற்றியுள்ளார். 18 கல்லூரிகள், பல்கலைக்கழகங்களில் பாடத்திட்டக் குழு நிபுணராகப் பங்கேற்றுள்ளார்.

பல்வேறு கல்விசார் பணிகளுக்கு நிபுணராகச் செயலாற்றியுள்ளார். 4 தேசிய, பன்னாட்டுக் கருத்தரங்குகளை ICSSR, TNSPC, NABARD, TANSCHE, TANSCST நிதி உதவியுடன் நடத்தியுள்ளார். 3 ஆய்வுத்திட்டங்களை ICSSR, UGC, TANSCHE நிதி உதவியுடன் நடத்தி முடித்துள்ளார். இந்தியப் பொருளாதாரக் கழகத்தில் இணைச் செயலாளர் மற்றும் செயற்குழு உறுப்பினராகவும், இந்தியப் போக்குவரத்து வளர்ச்சிக் கழகத்தில் செயற்குழு உறுப்பினராகவும் பதவி வகித்துள்ளார். 2015-16ஆம் ஆண்டுக்கான மால்கம்-எலிசபெத் ஆதிசேஷியா அறக்கட்டளையின் சிறந்த பொருளாதார ஆசிரியர் விருதையும், 2010ஆம் ஆண்டு தமிழக கல்வி ஆராய்ச்சி நிறுவனம் மற்றும் முன்னேற்றத்தின் சிறந்த ஆசிரியருக்கான விருதையும், இந்தியப் பொருளாதாரக் கழகத்தின் 2019ஆம் ஆண்டின் சிறந்த ஆய்வுக் கட்டுரைக்கான விருதையும் பெற்றுள்ளார். முனைவர் டி.கே.எஸ். வில்லாளன் இரண்டாம் ஆண்டு நினைவு விருது 2022-23, ‘இந்தியாவில் வேளாண்மை பொருளாதாரம் @ 75’ என்ற தொடரை எழுதியதற்காக இவருக்கு வழங்கப்பட்டது.